Bilingual Dictionary

English-Yoruba
Yoruba-English
Dictionary

Compiled by

Odagunduro Adenike Temitope

STAR Foreign Language BOOKS
55, Warren Street, LONDON W1T 5NW (UK)

© Publishers
ISBN : 978 1 908357 40 3

All rights reserved with the Publishers. No part of this publication may be reproduced or transmitted in any form or by any means, electronic, mechanical, photocopying, recording or otherwise, without the prior written permission of the Publishers.

First Edition: 2013

Published by
STAR Foreign Language BOOKS
a unit of ibs BOOKS (UK)
55, Warren Street, LONDON W1T 5NW (UK)
E-mail : starbooksuk@aol.com
www.foreignlanguagebooks.co.uk

Printed in India at
Star Print-O-Bind, New Delhi-110020

About this Dictionary

Developments in science and technology today have narrowed down distances between countries, and have made the world a small place. A person living thousands of miles away can learn and understand the culture and lifestyle of another country with ease and without travelling to that country. Languages play an important role as facilitators of communocation in this respect.

To promote such an understanding, **STAR Foreign Language BOOKS** has planned to bring out a series of bilingual dictionaries in which important English words have been translated into other languages, with Roman transliteration in case of languages that have different scripts. This is a humble attempt to bring people of the word closer through the medium of language, thus making communication easy and convenient.

Under this series of *one-to-one dictionaries*, we have published over 35 languages, the list of which has been given in the opening pages. These have all been compiled and edited by teachers and scholars of the relative languages.

Publishers.

Bilingual Dictionaries in this Series

English-Afrikaans / Afrikaans-English	Abraham Venter
English-Albanian / Albanian-English	
English-Amharic / Amharic-English	Girun Asanke
English-Arabic / Arabic-English	Rania-al-Qass
English-Bengali / Bengali-English	Amit Majumdar
English-Bosnian / Bosnian-English	Boris Kazanegra
English-Bulgarian / Bulgarian-English	Vladka Kocheshkova
English-Cantonese / Cantonese-English	Nisa Yang
English-Chinese (Mandarin) / Chinese (Mandarin)-Eng	Y. Shang & R. Yao
English-Croatian / Croatain-English	Vesna Kazanegra
English-Czech / Czech-English	Jindriska Poulova
English-Dari / Dari-English	Amir Khan
English-Estonian / Estonian-English	Lana Haleta
English-Farsi / Farsi-English	Maryam Zaman Khani
English-Greek / Greek-English	Lina Stergiou
English-Gujarati / Gujarati-English	Sujata Basaria
English-Hindi / Hindi-English	Sudhakar Chaturvedi
English-Hungarian / Hungarian-English	Lucy Mallows
English-Latvian / Latvian-English	Julija Baranovska
English-Lithuanian / Lithuanian-English	Regina Kazakeviciute
English-Marathi / Marathi-English	Sharad Thackerey
English-Nepali / Nepali-English	Anil Mandal
English-Pashto / Pashto-English	Amir Khan
English-Polish / Polish-English	Magdalena Herok
English-Punjabi / Punjabi-English	Teja Singh Chatwal
English-Romanian / Romanian-English	Georgeta Laura Dutulescu
English-Russian / Russian-English	Katerina Volobuyeva
English-Serbian / Serbian-English	Vesna Kazanegra
English-Slovak / Slovak-English	Zozana Horvathova
English-Somali / Somali-English	Ali Mohamud Omer
English-Tagalog / Tagalog-English	Jefferson Bantayan
English-Tamil / Tamil-English	Sandhya Mahadevan
English-Thai / Thai-English	Suwan Kaewkongpan
English-Turkish / Turkish-English	Nagme Yazgin
English-Ukrainian / Ukrainian-English	Katerina Volobuyeva
English-Urdu / Urdu-English	S. A. Rahman
English-Vietnamese / Vietnamese-English	Hoa Hoang

More languages in print

STAR Foreign Language BOOKS
55, Warren Street, LONDON W1T 5NW (UK)

ENGLISH-YORUBA

a *a.* á
aback *adv.* sẹ́hìn
abandon *v.t.* kọ̀sílẹ̀
abase *v.* rẹ̀sílẹ̀
abashed *adj.* ìtìjú
abate *v.t.* dawọ́ duro
abbey *n.* ilé àlù fáà
abbot *n.* àlù fáà
abbreviate *v.t* ké kúrú
abbreviation *n.* ìké kúrú
abdicate *v.t.* fipo sílẹ̀
abdication *n.* ìfipo sílẹ̀
abdomen *n.* ikùn
abdominal *a.* ti ikùn
abduct *v.t.* jíni gbé
abduction *n.* ìjíni gbé
aberrant *adj.* yapa
aberration *n.* ìyapa
abet *v.* ìrànwọ́
abeyance *n.* ìdáwọ́ kọ́
abhor *v.* kó rira
abhorrence *n.* ìkó rira
abhorrent *adj.* akó rira
abide *v.i* gbé
abiding *adj.* gbígbé
ability *n.* nípá
abject *adj.* òtòṣì
abjure *v.* ìbúra
ablaze *adv.* gbaná
able *adj.* ipá
ablutions *n.* àlù wàlá
abnormal *adj.* ìlòdì
aboard *adv.* wọ́nú
abolish *v.t.* parun
abolition *v.* ìparun
abominable *adj.* ìríra

abominate *v.* ríra
aboriginal *adj.* onílẹ̀
abort *v.i* ṣẹyún
abortion *n.* ìṣẹ yún
abortive *adj.* ṣíṣẹ yún
abound *v.i* pọ̀
about *adv.* nípa
about *prep.* nípa
above *adv.* òkè
above *prep.* sókè
abrasion *n.* ara hìhọ
abrasive *adj.* ìhọra
abreast *adv.* ẹ̀gbẹ́
abridge *v.t.* ní ṣókí
abroad *adv.* òkè òkun
abrogate *v.* dópin
abrupt *adj.* òjijì
abscess *n.* ọyún
abscond *v.* sálọ
absence *n.* kòwà
absent *adj.* kòwà
absentee *n.* ìsáń sá
absolute *adj.* pọ́n bélé
absolution *n.* pọ́n bélé
absolve *v.* fijì
absorb *v.* fàmu
abstain *v.* yẹra fún
abstinence *n.* ìyẹra fún
abstract *adj.* ṣókí
abstruse *adj.* ìrújú
absurd *adj.* àì lòye
absurdity *adj.* àì fòyesí
abundance *n.* lọ́pọ̀ lọpọ̀
abundant *v.t.* pọ̀
abuse *v.* èébú
abusive *adj.* ẹkéèbú
abut *v.* ìpàlà
abysmal *adj.* ti ọgbun

abyss n. ọgbun
academic adj. ti ẹkọ́
academy n. ilé ẹ̀kọ́
accede v. gbà
accelerate v. sáré
accelerator n. eré sísá
accent n. ìsọ̀rọ̀
accentuate v. sísọ̀rọ̀
accept v. gbà
acceptable adj. ṣe égbà
acceptance n. gbígbà
access n. ráàyè
accessible adj. ráàyè sí
accession n. ìrá àyè
accessory n. ẹ̀ṣọ́
accident n. ìjà mbá
accidental adj. ṣèè ṣì
acclaim v. kírà fún
acclimatise v.t. bára mu
accolade n. ìwúrí
accommodate v. gbà sílé
accommodation n. ilé gbé
accompaniment n. ìṣiṣe pọ̀
accompany v. rìnpọ̀
accomplice n. agbó degbà
accomplish v. ṣe yọrí
accomplished adj. ṣàṣe yọrí
accomplishment n. ìṣe yọrí
accord v. ìṣọkan
accordance n. bíi
according adv. gẹ́gẹ́ bí
accordingly adv. gẹ́gẹ́ bíi
accost v. dojú kọ
account n. àkọ sílẹ̀
accountable adj. ti àkọsílẹ̀
accountancy n. ìkọwé owó
accountant n. àkọwé owó
accoutrement n. irinṣẹ́

accredit v. ṣàyẹ̀wò
accredited adj. ti ṣàyẹ̀wò
accretion n. pípọ̀
accrue v.t. pọ̀
accumulate v. kójọ
accumulation n. àkó jọ
accurate adj. pé
accusation n. ìfẹ̀sùn kàn
accuse v. fẹsùn kàn
accused v.t. tifi ẹ̀sùn kàn
accustom v. mọ́ra
accustomed adj. ti mọ́ra
ace n. àyò
acerbic adj. kanra
acetate n. kan
acetone n. kíkan
ache n. ríro
achieve v. ṣeyọrí
achievement n. àṣe yọrí
acid n. kan
acidity n. kí kan
acknowledge v. fihàn
acknowledgement n. àfi hàn
acme n. òkè
acne n. irorẹ́
acolyte n. òjíṣẹ́
acorn n. irú gbìn
acoustic adj. èlò orin
acquaint v. súnmọ́
acquaint v. súnmọ́
acquaintance n. sí súnmọ́
acquiesce v. fara mọ́
acquiescence n. ìfara mọ́
acquire v. gbi lẹ̀
acquisition n. gbalẹ̀
acquit v. dá sílẹ̀
acquittal n. ìdá sílẹ̀
acre n. sare

acrid *adj.* fín
acrimony *n.* ìkùn sínú
acrobat *n.* oló kìtì
acrobatic *adj.* tà kìtì
across *adv.* ìkọjá
acrylic *adj.* ike
act *v.* ṣeré
acting *n.* eré ṣíṣe
acting *adj.* ṣebíi
actinium *n.* ohun olóró
action *n.* ìgbéṣẹ
actionable *adj.* gbẹ́ṣẹ̀
activate *v.* mú ṣiṣẹ́
active *adj.* ṣiṣẹ́
activist *n.* ajàfẹ́tọ
activity *n.* iṣẹ́
actor *n.* òṣèrè kùnrin
actress *a.* òṣèrè bìnrin
actual *adj.* ṣerí
actually *adv.* bó ṣerí
actuary *n.* ìmọ̀ adójú tòfò
actuate *v.* múni ṣiṣẹ́
acumen *n.* làá kàyè
acupuncture *n.* alá bẹ́rẹ́
acute *adj.* líle
adamant *adj.* yarí
adapt *v.* yímọ́
adaptation *n.* àyímọ́
add *v.* fikún
addendum *n.* àfikún
addict *n.* alámu para
addicted *adj.* ti ìmu para
addiction *n.* ìmu pani
addition *n.* àròpọ̀
additional *adj.* ti ìròpọ̀
additive *n.* ìròpọ̀
addled *adj.* pòpọ̀
address *n.* àdí rẹ́sì

addressee *n.* ọlọ́rọ̀
adduce *v.* múwá
adept *adj.* ní ìmọ̀
adequacy *n.* ótó
adequate *adj.* ti ótó
adhere *v.* tẹ̀lé
adherence *n.* ìtẹ̀lé
adhesive *n.* èlò ìlẹ̀pọ̀
adieu *n.* ódàbọ̀
adjacent *adj.* ní ìdagun
adjective *n.* ọ̀rọ̀ àpọ́nlé
adjoin *v.* sún mọ́
adjourn *v.* súnsí wájú
adjournment *n.* ìsún síwájú
adjudge *v.t.* dájọ́
adjudicate *v.* ṣè dájọ́
adjunct *n.* àlàyé ọ̀rọ̀
adjust *v.* tunṣe
adjustment *n.* àtúnṣe
administer *v.* ṣà kóso
administration *n.* ìṣà kóso
administrative *adj.* ti ìṣà kóso
administrator *adj.* alá kóso
admirable *adj.* dúnwò
admiral *n.* ọ̀gá ogun
admiration *n.* ìjọ lójú
admire *v.* jọ lójú
admissible *adj.* ṣe égbà
admission *n.* ìgbà wọlé
admit *v.* gbà wọlé
admittance *n.* ìgbà wọlé
admonish *v.* báwí
ado *n.* àní àní
adobe *n.* alámọ̀
adolescence *n.* ọ̀dọ́
adolescent *adj.* ti ọ̀dọ́
adopt *v.* sọ dọmọ
adoption *n.* ìsọ dọmọ

adoptive *adj.* asọni dọmọ
adorable *adj.* dùnfẹ́
adoration *n.* ìfífẹ́ hànsí
adore *v.t.* fífẹ́ hànsí
adorn *v.t.* ṣe lọ́ṣọ̀
adrift *adj.* rù kiri
adroit *adj.* mọ́ọ́ṣe
adsorb *v.* fàmu
adulation *n.* ìyìn
adult *n.* àgbà
adulterate *v.* ṣe àbùlà
adulteration *n.* abùlà
adultery *n.* àgbèrè
advance *v.* tẹsí wájú
advance *n.* àlù bánsì
advancement *n.* ìtẹ̀ síwájú
advantage *v.t.* ní ànfàní
advantage *n.* ànfàní
advantageous *adj.* ṣe ànfàní
advent *n.* bíbọ̀ wá
adventure *n.* ìrìn àjò
adventurous *adj.* arìn rìnàjò
adverb *n.* ọ̀rọ̀ ẹ̀yán
adversary *n.* elé nìní
adverse *adj.* òdì
adversity *n.* ìlòdì
advertise *v.* polówó
advertisement *n.* ìpo lówó
advice *n.* àmọ̀ ràn
advisable *adj.* fìmọ̀ràn
advise *v.* gba ìmọ̀ràn
advocate *n.* agbẹjọ́ rò
advocate *v.* gbẹjọ́ rò
aegis *n.* ààbò
aerial *n.* lójú sánmọ̀
aeon *n.* ìgbà pípẹ́
aerobatics *n.* àrà ojú sánmọ̀
aerobics *n.* eré ìdáraya

aerodrome *n.* pápákọ̀ òfu rufú
aeronautics *n.* ìmọ fífò lókè
aeroplane *n.* ọkọ̀ òfu rufú
aerosol *n.* pàntí afẹ́fẹ́
aerospace *n.* ìmọ̀ ẹ̀rọ̀
aesthetic *adj.* dídára
aesthetics *n.* tó dára
afar *adv.* jín jìn
affable *adj.* kóni mọ́ra
affair *n.* àṣírí
affect *v.* kàn
affectation *n.* ìwà kiwà
affected *adj.* tó kàn
affection *n.* ìfẹ́
affectionate *adj.* ti ìfẹ́
affidavit *n.* ìwé ìbúra
affiliate *v.* lá jọṣe
affiliation *n.* àjọṣe
affinity *n.* súnmọ́
affirm *v.* tẹnu mọ́
affirmation *n.* ìtẹnu mọ́
affirmative *adj.* gbàfún
affix *v.t.* fimọ́
afflict *v.* pọ́n lójú
affliction *n.* ìpọ́njú
affluence *n.* ìlọ́rọ̀
affluent *adj.* lọ́rọ̀
afford *v.t.* rọ́wọ́ yọ
afforestation *n.* igi gbígbìn
affray *n.* ìjà ìgboro
affront *n.* ìyájú sí
afield *adv.* jìnà
aflame *adj.* laná
afloat *adj.* lórí omi
afoot *adv.* nítòsí
afraid *adj.* bẹ̀rù
afresh *adv.* ní titun
African *adj.* ti Afríkà

aft adv. níwájú
after adv. ẹ̀hìn
after conj. lẹ́hìn
after prep. lẹ́hìn
again adv. ẹ̀kansi
against prep. kọjúsí
agate n. agate
age n. ọjọ́ orí
aged adj. ti ọjọ́
ageism n. ọjọ́
ageless adj. ọlọ́jọ́
agency n. ilé iṣẹ́
agenda n. ètò
agent n. aṣojú
agglomerate v. kópapọ̀
aggravate v. dákún
aggravation n. ìdá kún
aggregate n. àrò papọ̀
aggression n. aápọn
aggressive adj. ṣaápọn
aggressor n. alápọn
aggrieve v. fa ẹ̀dùn
aghast adj. yanu
agile adj. ta pọ́ún
agility n. ìta pọ́ún
agitate v. rú sókè
agitation n. ìrú sókè
agnostic n. aláì mọkàn
ago adv. sẹ́hìn
agog adj. yayọ̀
agonize v. jẹ rora
agony n. ìrora
agrarian adj. ti oko
agree v. ládèhún
agreeable adj. sà déhùn
agreement n. àdé hùn
agricultural adj. ti iṣẹ́ àgbẹ̀
agriculture n. iṣẹ́ àgbẹ̀

aground adj. kanlẹ̀
ahead adv. ṣáájú
aid n. ìrànwọ́
aide n. àtìlẹ́hìn
aids n. àwọ́n ìrànwọ́
ail v. ṣàìsàn
ailing adj. láìsàn
ailment n. àìsàn
aim v.i. fojú sùn
aim n. àfojú sùn
aimless adj. làì bìkítà
air n. afẹ́fẹ́
aircraft n. ọkọ̀ òfurufú
airy adj. latẹ́gùn
aisle n. àárín ile
ajar adv. ṣíṣí
akin adj. jọra
alacritous n. ní yara
alacrity n. ìyára
alarm n. ìbòsí
alarm n. kíbòsí
alas conj. págà
albeit conj. bóti jẹ́pé
album n. álú bọ́mù
albumen n. funfun ẹyin
alchemy n. ìmọ̀ àtijọ́
alcohol n. ọtí
alcoholic adj. ọ̀mùtí
alcove n. kọ̀rọ̀ yàrá
ale n. ọtí
alert adj. tatí were
algebra n. ìṣìrò
alias adv. àdà pè
alias n. àdà pè
alibi n. àwí jàre
alien adj. àjòjì
alienate v.i. yẹra fún
alight v.t. sọ̀kalẹ̀

align v. bámu
alignment n. ìbámu
alike adj. dàbíi
alimony n. owó ìkọ̀yàwó
alive adj. láàyé
alkali n. sódà
all adj. gbogbo
allay v. dádúró
allegation n. ẹ̀sùn
allege v. fẹ̀sùn
allegiance n. ìsowọ́ pọ̀
allegory n. ohun ìyànjú
allergen n. àmódi
allergic adj. làmódi
allergy n. àmódi
alleviate v. dẹ́rùn
alleviation n. ìdẹ̀rùn
alley n. ọ̀nà tóró
alliance n. ìrẹ́pọ̀
allied adj. ti ìrẹ́pọ̀
alligator n. ọ̀nì
alliterate v. ṣàpè túnpè
alliteration n. àpè túnpè
allocate v. pín
allocation n. ìpín
allot v. pín
allotment n. ìpín
allow v. gbàyè
allowance n. owó ìyọ̀nda
alloy n. ìlọ rinpọ̀
allude v.t. sọ
allure n. dùńwò
alluring adj. tó dùńwò
allusion n. ìsọ̀rọ̀
ally n. abá nirẹ́
almanac n. ìwé ọdún
almighty adj. kìkì agbára
almond n. èso

almost adv. ku díẹ̀
alms n. ìtọrẹ
aloft adv. lókè
alone adv. dáwà
along prep. kálọ
alongside prep. kálọ
aloof adj. takété
aloud adv. sókè
alpha n. álfà
alphabet n. álfábẹ́tì
alphabetical adj. ti álfábẹ́tì
alpine adj. igi páínì
already adv. ti tẹ́lẹ̀
also adv. pẹ̀lú
altar n. pẹpẹ
alter v. yípadà
alteration n. àyí padà
altercation n. ìyí padà
alternate v.t lọnà míràn
alternative adj. ọ̀nà míràn
although conj. bótilẹ̀ jẹ́pé
altitude n. ibi gíga
altogether adv. papọ̀
altruism n. ìkàkún
aluminium n. ayọ́
alumnus n. akẹ́kọ̀ jáde
always adv. gbogbo ìgbà
amalgam n. sísopọ̀
amalgamate v. sopọ̀
amalgamation n. àsopọ̀
amass v. kójọpọ̀
amateur n. ojẹ̀ wẹ́wẹ́
amateurish adj. ti ojẹ̀ wẹ́wẹ́
amatory adj. tìfẹ́
amaze v. yà lẹ́nu
amazement n. ìyà lẹ́nu
amazon n. akọni bìnrin
ambassador n. mínísítà òkèrè

amber n. ámbà
ambient adj. káàkiri
ambiguity n. ìdàrú
ambiguous adj. ti ìdàrú
ambit n. ìkáwọ́
ambition n. ìlépa
ambitious adj. lépa
ambivalent adj. nítumọ̀ méjì
amble v. rọra rìn
ambrosia n. àdídùn
ambulance n. ọkọ̀ ilé ìwòsàn
ambush n. ìdènà
ameliorate v. múdára
amelioration n. ìmúdára
amend v. túnṣe
amendment n.pl. àtúnṣe
amenable adj. ní àtúnṣe
amiable adj. ọmọ lúàbí
amicable adj. pẹ̀lẹ́ pùtù
amid prep. ààrín
amiss adj. tàsé
amity n. ìrẹ́pọ̀
ammunition n. ìhá mọ́ra
amnesia n. ìgbà gbé
amnesty n. ìdáríjì
amok adv. ṣiwèrè
among prep. láàrín
amoral adj. ifẹ́ kúfẹ̀ẹ́
amorous adj. ti ìfẹ́
amorphous adj. tó fọ́pọ
amount n. iye
ampere n. ámpíà
ampersand n. àti
amphibian n. ẹranko omi
amphitheatre n. gbàngàn
ample adj. púpọ̀
amplification n. ìgbóhùn jáde
amplifier n. agbóhùn jáde
amplify v. gbóhùn jáde
amplitude n. ìgbòòrò
amulet n. nkan àwúre
amuse v. dunnú
amusement n. ìdùnnú
an adj. kan
anachronism n. ohun àtijọ́
anaemia n. àìtó ẹ̀jẹ̀
anaesthesia n. àìnírora
anaesthetic n. ògùn ìrora
anal adj. ibi ìyàgbẹ́
analgesic n. ògùn ìrora
analogous adj. báramu
analogue adj. tójọra
analogy n. àfiwé
analyse v. ṣàfiwé
analysis n. àfiwé
analyst n. awòye
analytical adj. ti àfiwé
anarchism n. ìṣọ̀tá ìjọba
anarchist n. ọtá ìjọba
anarchy n. àìsí ìjọba
anatomy n. ìmọ̀ ẹ̀yàara
ancestor n. babańlá
ancestral adj. ti ìran
ancestry n. ìran
anchor n. ìdákọ̀ró
anchorage n. àyè ìdákọ̀ró
ancient adj. tóti pẹ́
ancillary adj. ìrànlọ́wọ́
and conj. àti
android n. ándrọidì
anecdote n. àpárá
anew adv. ọ̀tun
angel n. ángélì
anger n. ìbínú
angina n. àngínà
angle n. igun

angry adj. bínú
anguish n. àròdùn
angular adj. onígun
animal n. ẹranko
animate v. sọ dàyè
animated adj. ìsọ dàyè
animation n. ìdára yá
animosity n. ìlara
aniseed n. aniseedì
ankle n. kókósẹ̀
anklet n. ọ̀ṣọ́ kókósè
annals n. ìtàn ìlù
annex v. fimọ́
annexation n. àfimọ́
annihilate v. parun
annihilation n. ìparun
anniversary n. ọdún
annotate v. ọ̀rọ̀ kékeré
announce v. kéde
announcement n. ìkéde
annoy v. dánúbí
annoyance n. ìbínú
annual adj. lọ́dún
annuity n. owó ìdójútòfò
annul v. fòpinsí
anode n. anode
anoint v. fi òróró kùn
anomalous adj. ti kàyéfì
anomaly n. kàyéfì
anonymity n. àì dárúkọ
anonymous adj. lágbájá
anorexia n. àìlè jẹun
another adj. òmíràn
answer n. ìdáhùn
answerable adj. jíṣẹ́ fún
ant n. èèrà
antacid adj. òògùn àyàtíta
antagonism n. ìkanra

antagonist n. oní kanra
antagonize v. kanra mọ́
Antarctic adj. Antátíkì
antecedent n. ìṣẹ̀lẹ̀ ìṣájú
antedate v. ọjọ́ ìṣájú
antelope n. àgbọ̀nrín
antenna n. áńtẹ́nà
anthem n. orin orílẹ̀
anthology n. oríṣi òwe
anthropology n. ìmọ ìṣẹ̀ṣe
anthrax n. àìsan ẹranko
anti n. ìṣòdì
antibiotic n. ògùn apa kòkòrò
antibody n. sọ́jà ara
antic n. àpárá
anticipate v. nírètí
anticipation n. ìrètí
anticlimax n. ìyọrí aburú
antidote n. aporó
antioxidant n. atún ara ṣe
antipathy n. ìkórira
antiperspirant n. asé òógùn
antiquarian n. ìlò ohun àtijọ́
antiquated adj. ti àtijọ́
antique n. ohun àtijọ́
antiquity n. ohun àtijọ́
antiseptic adj. apa kòkòrò
antisocial adj. ìwà kòtọ̀
antithesis n. ohun ọ̀tọ̀
antler n. ìwo
antonym n. ìdàkejì
anus n. ilé ìyàgbẹ́
anvil n. otaro ògún
anxiety n. àníyàn
anxious adj. ṣàníyàn
any adj. èyí
anyhow adv. èyíkèyí
anyone pron. ẹnikẹ́ni

anything *pron.* ohun kóhun
anywhere *adv.* ibi kíbi
apace *adv.* ní kíá
apart *adv.* yà sọ́tọ̀
apartheid *n.* amúni sìn
apartment *n.* ilé ìgbé
apathy *n.* àgunlá
ape *n.* ọ̀bọ
aperture *n.* ihò fótóró
apex *n.* ibi gíga jùlọ
aphorism *n.* ọ̀rọ̀ ọgbọ́n
apiary *n.* ilé oyin
aplomb *n.* ọ̀yàyà
apocalypse *n.* ìfihàn
apologize *v.* tọrọ àforíjì
apology *n.* ìtọrọ àforíjì
apoplectic *adj.* àìsàn orí
apostate *n.* apa ẹ̀sìndà
apostle *n.* àpọ́stélì
apostrophe *n.* àmì ìfolẹ́tà
appal *v.* fòyà
apparatus *n.* irinṣẹ́
apparel *n.* ẹ̀wù
apparent *adj.* hàn
appeal *v.t.* bẹ̀bẹ̀
appear *v.* fara hàn
appearance *n.* ìfara hàn
appease *v.* ṣìpẹ̀ fún
append *v.* fọwọ́sí
appendage *n.* àsomọ́
appendicitis *n.* àìsàn ìfun
appendix *n.* ìfun
appetite *n.* ìfẹ́jẹun
appetizer *n.* ohun àkọ́jẹ
applaud *v.* pàtẹ́wọ́
applause *n.* àtẹ́wọ́
apple *n.* èso ápù
appliance *n.* irinṣẹ́

applicable *adj.* tó nílò
applicant *n.* awáṣẹ́
application *n.* ìwé ìbèrè
apply *v.t.* bèèrè fun
appoint *v.* yàn sípò
appointment *n.* ìyàn sípò
apportion *v.t.* pín
apposite *adj.* tó yẹ
appraise *v.* mọ ìwọ̀n
appreciable *adj.* dídára
appreciate *v.* moore
appreciation *n.* ìmoore
apprehend *v.* rímú
apprehension *n.* òye
apprehensive *adj.* fòyà
apprentice *n.* ọmọ ìkọ́ṣẹ́
apprise *v.* sọ
approach *v.* súnmọ́
appropriate *adj.* dárató
appropriation *n.* ìṣètò
approval *n.* ìfàṣẹsí
approve *v.* fàṣẹsí
approximate *adj.* mú súnmọ́
apricot *n.* èso
apron *n.* aṣọ pélébé
apt *adj.* já fáfá
aptitude *n.* ìjá fáfá
aquarium *n.* ilé ẹja
aquatic *adj.* ìmọ omi
aqueous *adj.* ṣíṣàn
Arab *n.* Árábù
Arabian *n.* ti Árábù
Arabic *n.* Lárúbáwá
arable *adj.* ilẹ̀ oko
arbiter *n.* oní làjà
arbitrary *adj.* bótiwuni
arbitrate *v.* làjà
arbitration *n.* ìlàjà

arbitrator *n.* oní làjà
arbour *n.* ibòji
arc *n.* ara òbìrì
arcade *n.* ibi ìtajá
arch *n.* títẹ̀
archaeology *n.* ìmọ ìṣẹ̀ṣe
archaic *adj.* pípẹ́
archangel *n.* áńgẹ́lì àgbà
archbishop *n.* bíṣọ́bù àgbà
archer *n.* tafà tafà
architect *n.* ayà wòrán ilé
architecture *n.* ìyà wòrán ilé
archives *n.* ibi ìkówesí
Arctic *adj.* Áktíkì
ardent *adj.* tiraka
ardour *n.* ìti raka
arduous *adj.* tiraka
area *n.* agbè gbè
arena *n.* gbà gede
argue *v.* jiyàn
argument *n.* àríyàn jiyàn
argumentative *adj.* ìjayàn
arid *adj.* gbígbẹ
arise *v.* dìde
aristocracy *n.* ipò ọlọ́lá
aristocrat *n.* ọlọ́lá
arithmetic *n.* ìṣirò
arithmetical *adj.* ti ìṣirò
ark *n.* àpótí
arm *n.* apá
armada *n.* ọkọ̀ ológun
Armageddon *n.* Ama gẹ́dọ̀nì
armament *n.* irinṣẹ́ ogun
armistice *n.* àdéhùn
armour *n.* ìhámọ́ra ogun
armoury *n.* ibi ìkógun sí
army *n.* ológun
aroma *n.* òòrùn dídùn

aromatherapy *n.* egbògi ara
around *adv.* yípo
arouse *v.* rúsókè
arrange *v.* tò
arrangement *n.* ṣètò
arrant *adj.* gajù
array *n.* títò sílẹ̀
arrears *n.* àjẹẹ́lẹ̀
arrest *v.* gbámú
arrival *n.* dídé
arrive *v.* dé
arrogance *n.* ìgbé raga
arrogant *adj.* gbé raga
arrogate *v.* gbẹ̀tọ́
arrow *n.* ọfà
arsenal *n.* èèlò ogun
arsenic *n.* májèlé
arson *n.* ìdáná sílé
art *n.* iṣẹ́ ọnà
artefact *n.* ohun àtijọ́
artery *n.* fánrán ọkàn
artful *adj.* gbọ́n
arthritis *n.* aromọ léegun
artichoke *n.* ẹ̀fọ́
article *n.* nkan
articulate *adj.* mọ̀rọ́sọ
artifice *n.* ẹ̀tàn jẹ
artificial *adj.* àtọwọ́ dá
artillery *n.* ìbọn títóbi
artisan *n.* oníṣẹ́ ọwọ́
artist *n.* ayà wòrán
artistic *adj.* ti ìṣọ̀nà
artless *adj.* láì ṣẹ̀tàn
as *adv.* bíi
asbestos *n.* èèlò ìkọ́lé
ascend *v.* gòkè
ascendant *adj.* lékè
ascent *n.* gígòkè

ascertain v. mọ́pé
ascetic adj. àìṣafẹ́ ayé
ascribe v. fi fún
aseptic adj. àìní kòkòrò
asexual adj. làìbá abo lò
ash n. éérú
ashamed adj. tijú
ashore adv. bèbè omi
Asian adj. ti Aṣíà
aside adv. sí ẹ̀gbẹ́
asinine adj. ráda ràda
ask v. bèèrè
askance adv. bákan
askew adv. sí ẹ̀gbẹ́
asleep adj. sùn
asparagus n. ẹ̀fọ́
aspect n. abala
asperity n. ìwà líle
aspersions n. ìpurọ́mọ́
asphyxiate v. fínmú kú
aspirant n. adíje
aspiration n. ìlépa
aspire v. lépa
ass n. kẹ́tẹ́ kẹ́tẹ́
assail v. kọlù
assassin n. apànì yàn
assassinate v. pànìyàn
assassination n. ìpànìyàn
assault n. ìfìyàjẹ
assemblage n. pípéjọ
assemble v. péjọ
assembly n. ìpéjọ
assent n. lọ́wọ́ sí
assert v. gbìyànjú
assess v. ṣàyẹ̀wò
assessment n. àyẹ̀wò
asset n. ohun ìní
assiduous adj. kára kára

assign v. fún
assignation n. fifún
assignment n. ìfúníṣẹ́
assimilate v. wọnú
assimilation n. ìwọnú
assist v. rànlọ́wọ́
assistance n. ìràn lọ́wọ́
assistant n. olù rànlọ́wọ́
associate v. darapọ̀
association n. ẹgbẹ́
assonance n. àpè túnpè
assorted adj. lóríṣi
assortment n. oríṣiríṣi
assuage v. dínkù
assume v. gbèrò
assumption n. ìgbèrò
assurance n. ìdáni lójú
assure v. dálójú
assured adj. dájú
asterisk n. àmì ìràwọ̀
asteroid n. ìràwọ̀ ńlá
asthma n. àìsàn séèmí
astigmatism n. àìsàn ojú
astonish v. yàlẹ́nu
astonishment n. ìyàlẹ́nu
astound v. yànu
astral adj. ti ìràwọ̀
astray adv. ṣìnà
astride prep. latan
astrologer n. awò ràwọ̀
astrology n. ìwò ràwọ̀
astronaut n. ástí rónọ́tì
astronomer n. onímọ̀ ìràwọ̀
astronomy n. ìmọ̀ ìràwọ̀
astute adj. jí sájé
asunder adv. yà
asylum n. ààbò ìlù
at prep. ní

atavistic *adj.* ìwà àtijọ́
atheism *n.* àì gbàgbọ̀
atheist *n.* aláì gbàgbọ̀
athlete *n.* eléré pápá
athletic *adj.* eré pápá
atlas *n.* àwọrán ayé
atmosphere *n.* kùru kùru
atoll *n.* eré kùṣù
atom *n.* átọ́mù
atomic *adj.* ti átọ́mù
atone *v.* ṣe ètùtù
atonement *n.* ètùtù
atrium *n.* atriumù
atrocious *adj.* búburú
atrocity *n.* aburú
attach *v.* so mọ́
attaché *n.* alá kóso
attachment *n.* àsomọ́
attack *v.* kọlù
attain *v.* dépò
attainment *n.* ìmú dépò
attempt *v.* gbì yànjú
attempt *v.* gbì yànjú
attend *v.* péjọ
attendance *n.* ìṣe dédé
attendant *n.* òṣìṣẹ́
attention *n.* ìfetí sílẹ̀
attentive *adj.* fetí sílẹ̀
attest *v.* jẹ́rìí
attic *n.* òkè ilé
attire *n.* aṣọ
attitude *n.* ìwà
attorney *n.* agbẹ jọ́rò
attract *v.* fàmọ́ra
attraction *n.* ìfàmọ́ra
attractive *adj.* jọjú
attribute *v.* gbógo fún
aubergine *n.* èso ẹ̀fọ́

auction *n.* gbànjo
audible *adj.* gbọ́ ìró
audience *n.* èrò
audio *n.* ìgbóhùn
audit *n.* ìṣàyẹ̀wò
audition *n.* àyẹ̀wò
auditorium *n.* gbàngàn
augment *v.* ṣàfikún
August *n.* Ògún
aunt *n.* àntí
aura *n.* ògo
auspicious *adj.* lójú rere
austere *adj.* rorò
Australian *n.* ti Austirelià
authentic *adj.* ti ojú lówó
authenticity *n.* ojú lówó
author *n.* òǹkọ̀wé
authoritative *adj.* ti aláṣẹ
authority *n.* aláṣẹ
authorize *v.* gbàṣẹ
autism *n.* àrùn ọpọlọ
autobiography *n.* ìtàn ayé
autocracy *n.* ìfipá ṣèjọba
autocrat *n.* afipá ṣèjọba
autocratic *adj.* ti àfipáṣe
autograph *n.* ìfọwọ́ síwè
automatic *adj.* àìfi ọwọ́yi
automobile *n.* ọkọ̀ ayọ́ kẹ́lẹ́
autonomous *adj.* dáwà
autopsy *n.* àyẹ̀wò òkú
autumn *n.* ìgbà ìkórè
auxiliary *adj.* ti ìràn lọ́wọ́
avail *v.* ṣení rere
available *adj.* tówà
avalanche *n.* àwó palẹ̀ yìyín
avarice *n.* ọ̀kàn jùà
avenge *v.* gba ẹ̀san
avenue *n.* pópó ọ̀nà

average *n.* agbede méjì
averse *adj.* lòdì
aversion *n.* ìlòdì
avert *v.* dá dúró
average *n.* agbede méjì
averse *adj.* lòdì
aversion *n.* ìlòdì
avert *v.* dá dúró
aviary *n.* ilé ẹyẹ
aviation *n.* ètò ọkọ̀ òfurufú
aviator *n.* àwakọ̀ òfurufú
avid *adj.* tìkara
avidly *adv.* kára
avocado *n.* èso
avoid *v.* sáfún
avoidance *n.* sísá fún
avow *v.* jẹ́ ẹ̀jẹ́
avuncular *adj.* bí ìbátan
await *v.* dúró de
awake *v.* jí
awaken *v.* tají
award *v.* gba ẹ̀bùn
aware *adj.* mọ̀ nípa
away *adv.* lọ
awe *n.* ìyanu
awesome *adj.* tì yanu
awful *adj.* burú
awhile *adv.* fúngbà díẹ̀
awkward *adj.* àì rọrùn
awry *adv.* yíwọ́
axe *n.* àáké
axis *n.* orígun
axle *n.* ìkòkò dí

babble *v.* káti kàti
babe *n.* ọmọ
Babel *n.* Bábélì

baboon *n.* ìnàkí
baby *n.* ìkókó
bachelor *n.* àpọ́n
back *n.* ẹ̀hìn
backbone *n.* ọ̀pá ẹ̀hìn
backdate *v.* padà sẹ́hìn
backdrop *n.* aṣọ títa
backfire *v.* dáná padà
background *n.* lẹ́hìn
backhand *n.* ẹ̀hìn ọwọ́
backing *n.* wà lẹ́hìn
backlash *n.* ìlẹ́hìn
backlog *n.* iṣẹ́ tilẹ̀
backpack *n.* báàgì ẹ̀hìn
backside *n.* ẹ̀hìn
backstage *adv.* ẹ̀hìn ìtàgé
backtrack *v.* ọ̀nà ẹ̀hìn
backward *adj.* padà sẹ́hìn
backwater *n.* omi ẹ̀hìn
bacon *n.* ẹran ẹlẹ́dẹ̀
bacteria *n.* kòkòrò
bad *adj.* burú
badge *n.* àlẹ̀ máyà
badly *adv.* búbu rú
badminton *n.* eré agbá ìyẹ́
baffle *v.* rúlójú
bag *n.* báàgì
baggage *n.* ẹrù
baggy *adj.* tí tóbi
baguette *n.* búrẹ́dì
bail *n.* béèlì
bailiff *n.* belífì
bait *n.* ìmú ẹja
bake *v.* yíyan
baker *n.* ayan búrẹ́dì
bakery *n.* ilé iṣẹ́ búrẹ́dì
balance *n.* ọgbọ̀ gba
balcony *n.* bán kónì

bald adj. párí
bale n. béèlì
ball n. bọ́ọ̀lù
ballad n. orin arò
ballet n. ijó òyìnbó
balloon n. fèrè
ballot n. ìbò
balm n. ìkunra
balsam n. oje
bamboo n. ọparun
ban v. fi òfìn dè
banal adj. lérèfé
banana n. pá rántà
band n. ẹgbẹ́ olórin
bandage n. aṣọ ìdi eegun
bandit n. ọlọ́ṣà
bane n. ìparun
bang n. ìbú gbàgà
banger n. báńgà
bangle n. ẹ̀ṣọ́ ọwọ́
banish v. lé dànù
banishment n. ìfi òfìn dè
banisters n. òpo àtẹ̀gùn
banjo n. báńjò
bank n. báńkì
banker n. òṣìṣẹ́ báńkì
bankrupt adj. jẹ gbèsè
bankruptcy n. ìjẹ gbèsè
banner n. àsìá
banquet n. àsè ńlá
banter n. tàkù rọsọ
baptism n. ìrìbọmi
Baptist n. Oní tẹ̀bọmi
baptize v. ṣe ìrìbọmi
bar n. ilé ọtí
barb n. ẹ̀gún
barbarian n. ara oko
barbaric adj. ti oko

barbecue n. àsun
barbed adj. ẹlẹ́ẹ̀gún
barber n. oní gbàjámọ̀
bard n. òwe
bare adj. ti bó
barely adv. ku díẹ̀
bargain n. kárà kátà
barge n. ọkọ̀ omi
bark n. èpo igi
barley n. bálì
barn n. àká
barometer n. bàró mítà
baron n. olóyé
barrack n. ilé ṣọ́jà
barracuda n. bàrà kúdà
barrage n. ìbọn àyìnpọ̀
barrel n. àgbá
barren adj. ahoro
barricade n. odi ìdènà
barrier n. ìdènà
barring prep. dídènà
barrister n. amòfin
barter v. pàrọ̀
base n. ìdí
baseless adj. àìní ìdí
basement n. abẹ́ ilé
bashful adj. tijú
basic n. ìpìlẹ̀
basil n. èròjà
basilica n. gbàngàn ìjọ́sìn
basin n. abọ́
basis n. èrèdí
bask v. yá
basket n. agbọ̀n
bass n. ohùn kíkẹ
bastard n. ọmọ àlè
baste v. rán aṣọ
bastion n. odi ogun

20

bat n. àdán
batch n. ọ̀wọ́
bath n. ìwẹ̀
bathe v. wẹ̀
bathos n. àyí padà ọ̀rọ̀
batik n. bàtíìkì
baton n. kóndó
battalion n. ikọ̀ ológun
batten n. sí sanra
batter n. lílù
battery n. bátìrì
battle n. ogun
bauble n. ẹ̀ṣọ́ pókú
baulk v. dádúró
bawl v. kígbe
bay n. etí omi
bayonet n. ọ̀bẹ orí ìbọn
bazaar n. ọjà ìkówójọ
bazooka n. ìbọn kànkà
be v. jẹ́
beach n. etí òkun
beacon n. iná ìtọ́ni
bead n. ilẹ̀kẹ̀
beady adj. bi ilẹ̀kẹ̀
beagle n. ajá bígùlù
beak n. ẹnu ẹyẹ
beaker n. békà
beam n. òpó
bean n. ẹ̀wà
bear v.t. gbé
bear n. béárì
beard n. irùn gbọ̀n
bearing n. ìṣesí
beast n. ẹran ko
beastly adj. ìṣe ẹran ko
beat v. lù
beautician n. aṣaralóge
beautiful adj. rẹwà

beautify v. múrẹwà
beatitude n. alá bùkún
beauty n. ẹwà
beaver n. ẹranko
becalmed adj. múwálẹ̀
because conj. nítorí
beck n. ìṣẹ́ wọ́sí
beckon v. ṣẹ́ wọ́sí
become v. dà
bed n. ìbùsùn
bedding n. aṣọ ìbùsùn
bedlam n. wà hálà
bedraggled adj. wúru wùru
bee n. oyin
beech n. igi beeṣì
beef n. ẹran màálù
beefy adj. lẹ́ran
beep n. dídún
beer n. bíà
beet n. ewébẹ̀
beetle n. ọbọ bọùn
beetroot n. ohun jíjẹ
befall v. ṣẹ lẹsí
befit v. yẹ
before adv. ṣáájú
beforehand adv. ṣáájú
befriend v. ṣọ̀rẹ́
befuddled adj. dàrú
beg v. bẹ̀bẹ̀
beget v. bí
beggar n. alágbe
begin v. bẹ̀rẹ̀
beginning n. ìbẹ̀rẹ̀
beguile v. tàn jẹ
behalf n. dípò
behave v. hùwà
behaviour n. ìwà
behead v. bẹ́ lórí**

21

behold v. wo
beholden adj. ti mú
beige n. àwọ̀ èrùpẹ̀
being n. abẹ̀mí
belabour v. nínà
belated adj. pípẹ́
belay v. gígùn òkè
belch v. gùfẹ̀
beleaguered adj. gbógun ti
belie v. díbọn
belief n. ìgbà gbọ́
believe v. gbà gbọ́
belittle v. kéré
bell n. agogo
belle n. arẹwà
bellicose adj. rorò
belligerent adj. oníjà
bellow v. pa riwo
bellows n. ìpa riwo
belly n. ikùn
belong v. jẹ́ ti
belongings n. ohun ìní
beloved adj. olùfẹ́
below prep. lábẹ́
belt n. bẹ́lìtì
bemoan v. ṣàáró
bemused adj. gbọkàn
bench n. ìjokò
bend v. tẹ̀
beneath adv. lábẹ́
benediction n. ìsúre
benefactor n. aláànú
benefice n. ìní àlùfáà
beneficent adj. ṣe rere
beneficial adj. ṣe ànfàní
benefit n. ànfàní
benevolence n. ìṣe rere
benevolent adj. aṣe oore

benign adj. dára
bent adj. nífẹ̀ sí
bequeath v. jogún
bequest n. ogún
berate v. báwí
bereaved v. sọnù
bereavement n. ìpà dánù
bereft adj. pà dánù
bergamot n. igi ọsàn
berk n. ọ̀dẹ̀
berry n. èso bẹ́rrì
berserk adj. sínwín
berth n. ibùsùn ọkọ̀
beseech v. bẹ̀bẹ̀
beset v. yíká
beside prep. ní ẹ̀gbẹ́
besiege v. gbógun ti
besmirch v. bàjẹ́
besom n. ìgbálẹ̀
besotted adj. di ọ̀dẹ̀
bespoke adj. fún ẹni
best adj. dára jù
bestial adj. bi ẹranko
bestow v. fi fún
bestride v. la àkàkà
bet v. ta tẹ́tẹ́
betake v. fi ara fún
betray v. sẹ
betrayal n. sí sẹ
better adj. dára sí
between adv. láàrín
bevel n. dagun
beverage n. ohun mímu
bevy n. ìkójọ pọ̀
bewail v. dáró
beware v. ṣọ́ra
bewilder v.t. dárú
bewitch v. sa ògùn sí

beyond *adv.* síwájú
bi *comb.* èjì
biannual *adj.* mejì lọ́dún
bias *n.* ojú ṣàájú
biased *adj.* ṣojú ṣàájú
bib *n.* aṣọ pélébé
Bible *n.* Bíbélì
bibliography *n.* ìtòkọ orúkọ
bibliophile *n.* olùfẹ́ ìwé
bicentenary *n.* igba ọdún
biceps *n.* iṣan apá
bicker *v.* jiyàn
bicycle *n.* kẹ̀kẹ́
bid *v.* dúnà dúrà
biddable *adj.* jẹ́jẹ́
bidder *n.* oníbàárà
bide *v.* dúró de
bidet *n.* èlò ìwẹ̀
biennial *adj.* ọlọ́dún méjì
bier *n.* pósí
bifocal *adj.* ìgò ojú
big *adj.* tóbi
bigamy *n.* fífẹ́ ju ẹnìkan
bigot *n.* alágídí ẹ̀sìn
bigotry *n.* agídí ẹ̀sìn
bike *n.* kẹ̀kẹ́
bikini *n.* aṣọ ìlú wẹ̀ẹ́
bilateral *adj.* ti àdéhùn
bile *n.* òronró
bilingual *adj.* elédè méjì
bill *n.* ìwé ìrajà
billet *n.* igi ìdáná
billiards *n.* ayò onígi
billion *n.* bílíọ̀nù
billionaire *n.* olówó bílíọ̀nù
billow *v.* fẹ́lù
bin *n.* àmù ìdọ̀tí
binary *adj.* oníbejì

bind *v.* dè
binding *n.* dídè
binge *n.* ìmutí
binocular *adj.* ìgò ìwònà jíjìn
biochemistry *n.* sáyẹ́nsi abẹ̀mí
biodegradable *adj* jíjẹrà
biodiversity *n.* oríṣi ẹ̀yà
biography *n.* ìtàn ìgbésí ayé
biologist *n.* onímọ̀ abẹ̀mí
biology *n.* ìmọ̀ abẹ̀mí
biopsy *n.* àyẹ̀wò ara
bipartisan *adj.* ṣẹgbẹ́ òṣèlú méjì
birch *n.* igi
bird *n.* ẹyẹ
bird flu *n.* àìsan ẹyẹ
birth *n.* ìbí
biscuit *n.* bisikítì
bisect *v.* là sí méjì
bisexual *n.* ti takọ tabo
bishop *n.* bíṣọ́bù
bison *n.* bísónì
bit *n.* ìjánu ẹṣin
bitch *n.* abo ajá
bite *v.* géjẹ
biting *adj.* bunijẹ
bitter *adj.* kí korò
bizarre *adj.* réde rède
blab *v.* janu
black *adj.* dúdú
blackberry *n.* èso bẹ́rì
blackboard *n.* pátákó dúdú
blacken *v.* mú dúdú
blacklist *n.* àtòkọ ọdaràn
blackmail *n.* ìfi ẹ̀tàn ṣe
blackout *n.* òkùn kùn
blacksmith *n.* alá gbẹ̀dẹ
bladder *n.* àpò ìtọ̀
blade *n.* abẹ fẹ́lẹ́

blain *n.* àìsàn òtútù
blame *v.* dá lẹ́bi
blanch *v.* di funfun
bland *adj.* jẹ́jẹ́
blank *adj.* ṣófo
blanket *n.* kíjìpá
blare *v.* fífọn
blarney *n.* àpọ́n lé
blast *n.* ìbú gbàmù
blatant *adj.* ṣàṣe hàn
blaze *n.* iná
blazer *n.* aṣọ ìlékè
bleach *adj.* sọdi funfun
bleak *adj.* àìní ìrètí
bleat *v.i.* igbe ẹran
bleed *v.* ṣe ẹ̀jẹ̀
bleep *n.* ìró kíún
blemish *n.* àbà wọ́n
blench *v.* bẹ̀rù
blend *v.t.* lọ
blender *n.* ẹ̀rọ ìlọta
bless *v.* bù kún
blessed *adj.* alà bùkún
blessing *n.* ìbù kún
blight *n.* àìsàn ewé
blind *adj.* afọ́jú
blindfold *v.* dì lójú
blindness *n.* ìfọ́jú
blink *v.* ṣẹ́jú
blinkers *n.* adijú ẹṣin
blip *n.* ìdúró ránpẹ́
bliss *n.* ayọ̀
blister *n.* ara títa
blithe *adj.* láyọ̀
blitz *n.* ìparùn látòkè
blizzard *n.* ìjì yìnyín
bloat *v.* wúga
bloater *n.* ìwúga

blob *n.* tondó
bloc *n.* àjọ
block *n.* búlọ́ọ̀kì
blockade *n.* ìdènà
blockage *n.* ìdíwọ́
blog *n.* búlọ́ọ̀gì
bloke *n.* ọkùnrin
blonde *adj.* irun funfun
blood *n.* ẹ̀jẹ̀
bloodshed *n.* ìtàjẹ̀ sílẹ̀
bloody *adj.* ṣẹ̀jẹ̀
bloom *v.* taná
bloomers *n.* ìtà ná
blossom *n.* ìrú wé
blot *n.* parẹ́
blotch *n.* pála pàla
blouse *n.* bùbá
blow *v.* fọn
blowsy *adj.* ìwọ̀ kuwọ̀
blub *v.* ké
bludgeon *n.* kùmọ̀
blue *adj.* búlù
bluff *v.* díbọ́n
blunder *n.* àṣìṣe
blunt *adj.* kú
blur *v.* ṣújú
blurb *n.* ìwé ṣókí
blurt *v.* sọ̀rọ̀ jàù
blush *v.* mójú pọ́n
blusher *n.* àkùn sójú
bluster *v.* janu
boar *n.* akọ ẹlẹ́dẹ̀
board *n.* pákó
boast *v.* janu
boat *n.* ọkọ̀ omi
bob *v.* lòkè lọ̀lẹ̀
bobble *n.* bọ́ọ̀lù olówù
bode *v.* fura pé

bodice *n.* àwọ̀ tẹ́lẹ̀
bodily *adv.* ti ara
body *n.* ara
bodyguard *n.* ẹ̀ṣọ́ ẹni
bog *n.* irà
bogey *n.* ẹ̀mí èṣù
boggle *v.* lọ́ tìkọ̀
bogus *adj.* òfegè
boil *v.i.* se omi
boiler *n.* ẹ̀rọ ìse omi
boisterous *adj.* líle
bold *n.* ṣọkàn akin
boldness *n.* akin
bole *n.* ara igi
bollard *n.* òpó ìsokọ̀
bolt *n.* kánsà
bomb *n.* àdó èèbó
bombard *v.* ṣíná bolẹ̀
bombardment *n.* ìṣíná bolẹ̀
bomber *n.* ọkọ̀ òfurufú aládò
bonafide *adj.* tòótọ́
bonanza *n.* ìdíje oríire
bond *n.* àso pọ̀
bondage *n.* ìdè
bone *n.* egun
bonfire *n.* iná òde
bonnet *n.* ìborí
bonus *n.* èlé
bony *adj.* léegun
book *n.* ìwé
booklet *n.* ìwé kékeré
bookmark *n.* okùn ìwé
bookseller *n.* òn tàwé
bookish *adj.* nífẹ̀sí ìwé
booklet *n.* ìwé kékeré
boom *n.* bú jáde
boon *n.* àì níwà
boor *n.* kàram bàní

boost *v.* wú sókè
booster *n.* ìwú sókè
boot *n.* bàtà aláwọ
booth *n.* ṣọ́ọ̀bù pákó
bootleg *adj.* ọjà òfin
booty *n.* ìkó gun
border *n.* bodè ìlú
bore *v.* lu íhò
born *adj.* bí
borough *n.* agbè gbè
borrow *v.* yá
bosom *n.* àyà
boss *n.* ọ̀gá
bossy *adj.* jẹ gàba
botany *n.* ìmọ ewéko
both *adj.& pron.* méjèjì
bother *v.* yọ lẹ́nu
bottle *n.* ìgò
bottom *n.* ìsàlẹ̀
bough *n.* ẹ̀ka igi
boulder *n.* òkúta ńlá
boulevard *n.* pópó nà
bounce *v.* ta sókè
bouncer *n.* aléni jáde
bound *v.* dì
boundary *n.* ìpàlà
boundless *adj.* àìní ààlà
bountiful *adj.* púpọ̀
bounty *n.* pọ
bouquet *n.* àkópọ òdòdò
bout *n.* sáà
boutique *n.* ilé ìtajà
bow *n.* ọrún ọfà
bow *v.* tẹríba
bowel *n.* inú
bower *n.* ilé òdòdó
bowl *n.* abọ́
box *n.* àpótí

25

boxer n. akàn ṣẹ́
boxing n. ẹ̀ṣẹ́ kíkàn
boy n. ọmọ ọkùnrín
boycott v. kọ̀yìn sí
boyhood n. ayé ọmọdé
bra n. ìkọ́mú
brace n. ìdìpọ̀
bracelet n. ẹ̀ṣọ́ ọwọ́
bracket n. àkápọ̀
brag v. fọ́nnu
Braille n. Bráílì
brain n. ọpọlọ
brake n. búréékì
branch n. ẹ̀ka igi
brand n. ìsàmì sí
brandish v. halẹ̀
brandy n. ọtí
brash adj. yánu
brass n. Idẹ
brave adj. ṣakin
bravery n. akín kanjú
brawl n. ìjà
bray v. fọnpè
breach v. ní ihò
bread n. búrẹ́dì
breadth n. ìdàbú
break v. fọ́
breakage n. fífọ́
breakfast n. oúnjẹ àárọ̀
breast n. ọmú
breath n. èémí
breathe v. mí
breech n. oyún ìdàbú
breeches n. aṣọ ìwọ̀ gẹẹsin
breed v. ọsìn
breeze n. afẹ́fẹ́
brevity n. kí kúrú
brew v. pọntí

brewery n. ìlé ìpọntí
bribe v.t. gba rìbá
brick n. bíríkì
bridal adj. ti ìyàwó
bride n. ìyàwó
bridegroom n. ọkọ
bridge n. afárá
bridle n. ìjánu ẹṣin
brief adj. ní kíkúrú
briefing n. kúkúrú
brigade n. ikọ̀ ogun
brigadier n. ọgá gún
bright adj. mọ́lẹ̀
brighten v. tàn si
brilliance n. ìmọ̀wè
brilliant adj. mọ̀wè
brim n. ẹkún
brindle adj. abìlà
brine n. omi iyọ̀
bring v. múwá
brinjal n. ewébẹ̀
brink n. bèbè
brisk adj. yára
bristle n. rúga
British adj. ti Gẹ̀ẹ́sì
brittle adj. ẹlẹgẹ́
broach adj. bẹ̀rẹ̀ ọ̀rọ̀
broad adj. gbòrò
broadcast v.t. tàn kálẹ̀
brocade n. aṣọ gíní
broccoli n. ewébẹ̀
brochure n. ìwé ètò
broke adj. sáfẹ́ẹ́rẹ́
broken adj. àkúfọ́
broker n. òṣìṣẹ́ ìpín okòwò
bronchial adj. tìfun
bronze n. idẹ
brood n. ràgàbò

26

brook n. odò
broom n. ìgbálẹ̀
broth n. ọbẹ̀
brothel n. ilé aṣẹ́wó
brother n. ará kùnrin
brotherhood n. ẹgbẹ́
brow n. irun ojú
brown n. àwọ̀ ara
browse v. wò ìwé
browser n. awòwé
bruise n. ìpa lára
brunch n. oúnjẹ ààrọ̀ pípẹ́
brunette n. irun dúdú
brunt n. ẹrù
brush n. búrọ́ṣì
brusque adj. líle
brutal adj. burú
brute n. oníwà búburú
bubble n. ifóòfó
buck n. akọ ehoro
bucket n. péèlì
buckle n. bọ́kúlù
bud n. tan ná
budge v. mì
budget n. ètò ajé
buffalo n. màálù
buffer n. àgbà òpònú
buffet n. àpè jẹ
buffoon n. aláwàdà
bug n. kòkòrò
buggy n. kẹ̀kẹ́ ẹṣin
bugle n. fèèrè
build v. kọ́
building n. Ilé
bulb n. rubutu
bulge n. wuga
bulimia n. wọbìà
bulk n. tóbi

bulky adj. tótóbi
bull n. akọ màálù
bulldog n. ajá
bullet n. ọta ìbọn
bulletin n. ìwé ìkéde
bullion n. ọkọ̀ owó
bullish adj. bi màálù
bullock n. akọ màálù
bully n. ìkà
bulwark n. ìdótì
bum n. dẹ̀pẹ̀
bumble n. bi oyin
bump n. ìkọlù
bumper n. iwájú ọkọ̀
bumpkin n. ará oko
bumpy adj. géle gèle
bun n. àkà rà
bunch n. pádi
bundle n. dídì
bung n. ìdérí ìgò
bungalow n. ilé ilẹ̀
bungle v. ba iṣẹ́ jẹ́
bunk n. ibù sùn
bunker n. yàrá
buoy n. ìmú léfòó
buoyant adj. léfòó
buoyancy n. ìléfòó
burble v. rẹ̀rín
burden n. ẹrù
bureau n. ilé iṣẹ́
bureaucracy n. iṣẹ̀ ìjọba
bureaucrat n. òṣìṣẹ́ ọba
burgeon v. rúwé
burger n. bọ́gà
burglar n. olè
burglary n. olè jíjà
burial n. ìsìn kú
burlesque n. ìsín jẹ

burn v. jóná
burner n. ìdá ná
burning adj. ńjó ná
burrow n. wíwa ihò
bursar n. aká pò
bursary n. ọ́físì akápò
burst v. bẹ́
bury v. sin
bus n. bọ́ọ̀sì
bush n. igbó
bushy adj. di igbó
business n. ìṣò wò
businessman n. oní ṣòwò
bust n. òkè ara
bustle v. yára
busy adj. ṣiṣẹ́
but conj. ṣù gbọ́n
butcher n. alá patà
butler n. olórí ìránṣẹ́
butter n. bọ́tà
butterfly n. laba lábá
buttock n. ìdí
button n. bọ́ tìnì
buy n. rà
buyer n. oní bàárà
buzz n. kùn
buzzard n. ẹyẹ
buzzer n. aláago
by prep. nípa
by-election n. àtúndì ìbò
bygone adj. ti kọjá
byline n. ọrọ̀ míì
bypass n. ọ̀nà míì
byre n. ilé màálù
bystander n. èrò ìwòran
byte n. bítì

C

cab n. ọkọ̀ èrò

cabaret n. eré ṣíṣe
cabbage n. ewé jíjẹ
cabin n. yàrá ọkọ̀ omi
cabinet n. pákó ìtòwè
cable n. kébù
cacao n. kòkó
cache n. ìpa mọ
cachet n. àmì
cackle n. ìró adìẹ
cactus n. kakí túsì
cad n. oníwà búburú
cadaver n. òkú
caddy n. abáni kógi
cadaver n. òkú
cadet n. ọmọ ogun
cadmium n. kádmí ọ́mù
cadre n. ipele
caesarean n. ti késárì
café n. ilé ọtí
cafeteria n. ilé oúnjẹ
cage n. àgò
cahoots n. ìgbìmọ̀ ibi
cajole n. tàn
cake n. kéèkì
calamity n. àjálù
calcium n. kálṣíọ́mù
calculate v. ṣírò
calculator n. èrọ ìṣírò
calculation n. ìṣí rò
calendar n. kàlẹ́ndà
calf n. ọmọ ẹran
calibrate v. wọn
calibre n. inú ọpá ìbọn
call v. pè
calligraphy n. ìṣọwọ́ kọwé
calling n. ńpè
callous adj. ọdájú
callow adj. màjẹ̀ sín
calm adj. pa lọ́lọ́

calorie n. agbára oúnjẹ
calumny n. ìba nijẹ́
camaraderie n. ìrẹ́ pọ̀
camber n. ọ̀nà òkè
cambric n. aṣọ òwú
camcorder n. ẹ̀rọ ayà wòrán
camel n. rà kúnmí
cameo n. òkúta ẹ̀ṣọ́
camera n. ká mẹ́rà
camp n. ìpà gọ́
campaign n. ètò òṣèlú
camphor n. kám fọ̀
campus n. ọgbà ilé ẹ̀kọ́
can n. agolo
can n. lè
canal n. kòtò omi
canard n. irọ́
cancel v. parẹ́
cancellation n. ìparẹ́
cancer n. àìsàn jẹjẹrẹ
candela n. kàndẹ́là
candid adj. tòótọ́
candidate n. adíje
candle n. àbẹ́là
candour n. oló dodo
candy n. àdí dùn
cane n. ẹgba
canine adj. ti ehín
canister n. ife
cannabis n. igbó
cannibal n. ajẹ̀ nìà
cannon n. ìbọn ńlá
canny n. jí sájé
canoe n. ọkọ̀ omi
canon n. àfoní fojì
canopy n. àtí bàbà
cant n. àbò sí
cantankerous adj. pamí nkú

canteen n. ilé oúnjẹ
canton n. ìpín orílẹ̀ èdè
cantonment n. ibùgbé ṣọ́jà
canvas n. aṣọ kíjìpá
canvass v. kéde
canyon n. àfoní fojì
cap n. filà
capability n. agbára
capable adj. la gbára
capacious n. láàyè
capacitor n. kapá sítọ̀
capacity n. ààyè
caparison v. aṣọ ẹṣin
cape n. àwọ kọ́rùn
capital n. olú ìlú
capitalism n. ìmúni lọ́rọ̀
capitalist n.&adj. olọ́rọ̀
capitalize n. sọdi lẹ́tà ńlá
capitation n. owó ìlú
capitulate v. gbà fún
caprice n. ìyíwá padà
capricious adj. ti ìyíwá padà
capsicum n. èso aláta
capsize v. yí dànù
capstan n. òpó yíyí
capsule n. kóró ògùn
captain n. ọgá ogun
captaincy n. ipò ọ̀gágun
caption n. àkọlé
captivate n. gbámú
captive n. ìgbè kùn
captivity n. ìgbè kùn
captor n. amúni
capture v. mú
car n. mọ́tò
caramel n. ṣúgà dúdú
carat n. ìwọn góòlù
caravan n. ẹgbẹ́ àjàpá

carbohydrate n. afúni lókun
carbon n. kábónì
carbonate adj. aféfé otí
carboy n. ìgò
carcass n. òkú
card n. káàdì
cardamom n. òórùn dídùn
cardboard n. páálí
cardiac adj. ti okàn
cardigan n. aṣọ òtútù
cardinal n. pàtàkì
cardiograph n. èro ìtójú okàn
cardiology n. ìmọ ìtójú okàn
care n. ìtójú
career n. iṣé
carefree adj. ṣe bótiwù
careful adj. rọra ṣe
careless adj. àìrọra ṣe
carer n. olù tójú
caress v. fowó pa
caretaker n. kátikà
cargo n. erù
caricature n. àwò rán
carmine n. aláwò pupa
carnage n. ìpa run
carnal adj. ti ara
carnival n. àjò dún
carnivore n. ajẹ ran
carol n. orin ayò
carpal adj. eegun ọwó
carpenter n. kápín tà
carpentry n. ìṣé kápín tà
carpet n. ẹní àtẹẹká
carriage n. kẹkẹ èrò
carrier n. akéérò
carrot n. kárótì
carry v. gbé
cart n. kẹkẹ ẹṣin

cartel n. ẹgbé oníṣòwò
cartilage n. iṣan
carton n. pálí
cartoon n. eré ọmọdé
cartridge n. pálí ìkádòsí
carve v. gbégi
carvery n. gbí gbégi
Casanova n. Òṣọmọ
cascade n. dídà sílẹ
case n. ẹjọ́
casement n. fèrè sé
cash n. owó
cashew n. kaṣú
cashier n. òn kawó
Cashmere n. aṣọ onírun
casing n. ìbora
casino n. ilé tẹtẹ
cask n. àgbá
casket n. pósí
casserole n. àwo
cassock n. aṣọ àlùfáà
cast v. rọ irin
castaway n. ìta nù
caste n. ipò àwùjọ
castigate v. banijẹ
casting n. irin rírọ
castle n. ilé ìṣọ
castor n. ìgò iyò
castrate v. yọ kórópòn
castor oil a. òróró kásitò
casual adj. láìròtì
casualty n. ìjà mbá
cat n. olóńgbò
Cataclysm n. ìyí padà òjijì
Catalogue n. àtòkọ ìwé
catalyse v. múṣé yá
catalyst n. amú ṣéyá
cataract n. àìsàn ojú

catastrophe n. ìṣẹ̀lẹ̀ òjijì
catch v. mú
catching adj. fani mọ́ra
catchy adj. fani mọ́ra
catechism n. ìwádì ìgbàgbọ́
categorical adj. ní odidi
categorize v. pínsí ìsọrí
category n. ìsọrí
cater v. ṣétò oúnjẹ
caterpillar n. kata kata
catharsis n. ṣíṣe gáá
cathedral n. olú ṣọ́ọ̀ṣì
catholic adj. kátó líìkì
cattle n. agbo ẹran
catty n. foró yáró
Caucasian adj. Aláwọ̀ funfun
cauldron n. apẹ
cauliflower n. òdòdó ewébè
causal adj. fa ìdi
causality n. ìdí abájọ
cause n. ìdí
causeway n. ọ̀nà
caustic adj. ti sódà
caution n. àkí yèsí
cautionary adj. kíyè sí
cautious adj. ṣàkí yèsí
cavalcade n. ìrìnpọ̀ ẹlẹ́ṣin
cavalier adj. ẹlẹ́ṣin
cavalry n. ṣọ́jà ẹlẹ́ṣin
cave n. ihò àpáta
caveat n. ìdènà ìgbéjọ́
cavern n. ihò àpáta
cavernous adj. níhò
cavity n. ihò ehín
cavort v. fò bí ẹṣin
cease v. da dúró
ceasefire n. ogun tán
ceaseless adj. tí kòtán

cedar n. kédárì
cede v. fi fún
ceiling n. òrùlé
celandine n. ewéko
celebrant n. alá yẹyẹ
celebrate v. ṣe ayẹyẹ
celebration n. ayẹyẹ
celebrity n. gbajú mọ̀
celestial adj. tọ̀run
celibacy n. àì láya
celibate adj. aláì láya
cell n. yàrá kótópó
cellar n. yàrá ọtí
cellphone n. fóònù ìléwọ́
cellular adj. ti fóònù
cellulite n. ọrá ara
celluloid n. Ike
cellulose n. ṣúgà oúnjẹ
Celsius n. Kẹ́lsíùsì
Celtic adj. ti Kẹ́ltì
cement n. sì mẹ́n tì
cemetery n. itẹ́
censer n. àwo tùrárí
censor n. ìṣọ́ àgbé jáde
censorship n. ètò ṣíṣọ́
censorious adj. alárísọ
censure v. ṣè báwí
census n. ìkànì yàn
cent n. ọgọ́rùn
centenary n. ọgọ́rùn ọdún
centennial n. ọgọ́rùn ọdún
center n. ààrín
centigrade adj. ìwọn ooru
centimetre n. ìwọn mítà
centipede n. ọkùn
central adj. láàrín
centralize v. fisí ààrín
centre n. ààrín

century *n.* ọgọ́rùn ọdún
ceramic *n.* alámọ
cereal *n.* ọkà
cerebral *adj.* ti agbárí
ceremonial *adj.* ti ayẹyẹ
ceremonious *adj.* ti òde
ceremony *n.* ayẹyẹ
certain *adj.* tòótọ́
certainly *adv.* tòótọ́
certifiable *adj.* jẹ́ ẹ̀rí sí
certificate *n.* ìwé ẹ̀rí
certify *v.* jẹ́ ẹ̀rí
certitude *n.* ìjẹ́ ẹ̀rí
cervical *adj.* ti abẹ́
cessation *n.* jí jọ̀wọ́
cession *n.* jọ̀wọ́
chain *n.* ṣéè nì
chair *n.* àga
chairman *n.* alága
chaise *n.* kẹ̀kẹ́ ẹṣin
chalet *n.* ilé onígi
chalice *n.* ife ọtí
chalk *n.* ẹfun
challenge *n.* ìpè níjà
chamber *n.* yàrá
chamberlain *n.* ìránṣẹ́ ọba
champagne *n.* ọtí wáìnì
champion *n.* olú borí
chance *n.* ákọsẹ̀ bá
chancellor *n.* kánsẹ́lọ
Chancery *n.* Kóòtù
chandelier *n.* itaná àsọrọ̀
change *v.* pàrọ̀
channel *n.* odò
chant *n.* àwí túnwí
chaos *n.* dàrú dàpọ̀
chaotic *adj.* dí dàrú
chapel *n.* ilé ìjọ́sìn

chaplain *n.* àlù fáà
chapter *n.* orí
char *v.* jóná díẹ̀
character *n.* ìwà
characteristic *n.* ìhùwà sí
charcoal *n.* èédú
charge *v.* fisùn
charge *n.* ẹ̀sùn
charger *n.* àtẹ
chariot *n.* kẹ̀kẹ́ ogun
charisma *n.* ògo
charismatic *adj.* ní ògo
charitable *adj.* ṣè ìtọrẹ
charity *n.* ìtọrẹ
charlatan *n.* èníà lásán
charm *n.* ọ̀yàyà
charming *adj.* lọ́yàyà
chart *n.* ìṣètò
charter *n.* ìwé ẹ̀tọ́
chartered *adj.* nímọ̀ ijìnlẹ̀
chary *adj.* ṣọ́ra
chase *v.* lé
chassis *n.* ṣásìsì
chaste *adj.* mọ́
chasten *v.* báwí
chastise *v.* báwí
chastity *n.* ìwà mímọ́
chat *v.i* báni sọ̀rọ̀
chateau *n.* ilé
chattel *n.* ẹrù kíkó
chatter *v.* sọ̀rọ̀ jù
chauffeur *n.* dírẹ̀ bà
chauvinism *n.* ìjọra ẹ́ni lójú
chauvinist *n.&adj.* ajọra lójú
cheap *adj.* pọ́kú
cheapen *v.t.* tara lọ́pọ̀
cheat *v.* ṣe òjóró
cheat *n.* oní òjóró

check v. yẹ̀wò
checkmate n. òpin ayò
cheek n. ẹ̀rẹ̀ kẹ́
cheeky adj. lẹ́nu
cheep n. ohùn ẹyẹ
cheer v.t. yayọ̀
cheerful adj. yọ̀
cheerless adj. àìláyọ̀
cheery adj. aláyọ̀
cheese n. wàrà
cheetah n. àmọ́ tẹ́kùn
chef n. alásè
chemical adj. kẹ́mí kàlì
chemist n. ilé itaògùn
chemistry n. ìmọ̀ sáyẹ́nsì
chemotherapy n. ìtọ́jú jẹjẹrẹ
cheque n. sọ̀wé dowó
cherish v. ṣìkẹ́
chess n. ṣẹ́ẹ̀sì
chest n. àyà
chestnut n. èkù rọ́
chevron n. ilà títẹ̀
chew v. jẹ
chic adj. dára lójú
chicanery n. àréké rekè
chicken n. òròmọ diẹ
chickpea n. ọkà ewébẹ̀
chide v. báwí
chief n. olóyè
chiefly adv. pàtàkì jù
chieftain n. olóyè
child n. èwe
childhood n. ìgbà èwe
childish adj. bí èwe
chill n. òtútù
chilli n. ata
chilly adj. mú òtútù
chime n. ríró aago

chimney n. ọnà èéfìn
chimpanzee n. ìjí mèrè
chin n. àgbọ̀n
china n. ṣáínà
chip n. kíun
chirp v. ké bí ẹyẹ
chisel n. ṣísù
chit n. lẹ́tà gbèsè
chivalrous adj. ṣe rere
chivalry n. ìṣe rere
chlorine n. kiloríní
chloroform n. akunni lórun
chocolate n. kòkó jíjẹ
choice n. yíyàn
choir n. akọrin
choke v. fún lọ́rùn
cholera n. onígbá méjì
choose v.t. ṣàyàn
chop v. gé
chopper n. ìgégi
chopstick n. igi ìjẹun
choral adj. ti orin
chord n. ilà
chorus n. orin
Christ n. Krístì
Christian adj. Krìstẹ́nì
Christianity n. Ẹsìn Krìstẹ́nì
Christmas n. Kérésì mesì
chrome n. krómù
chronic adj. líle
chronicle n. kró níkà
chronology n. kro nọ́lọ́jì
chronograph n. ẹ̀rọ kronọ́lọ́jì
chuckle v. rín ẹ̀rín
chum n. ṣẹ̀ṣẹ̀ dé
chunk n. apá kan
church n. ṣọ́ọ̀sì
churchyard n. àgbàlá ṣọ́ọ̀sì

churn v. pòpọ̀
chutney n. oúnjẹ aláta
cider n. ọtí ápù
cigar n. sìgá nlá
cigarette n. sìgá
cinema n. sini má
cinnamon n. síná mónì
circle n. òbìrí
circuit n. ọ̀nà yíká
circular adj. olóbìrí
circulate v. pín ká
circulation n. yíká
circumcise v. dákó
circumference n. etí òbìrí
circumscribe v. dálọ́ wọ́kọ́
circumspect adj. rìn dédé
circumstance n. ìṣẹ̀lẹ̀
circus n. eré ọjẹ̀
cist n. sístì
cistern n. àgbá omi
citadel n. ilé ìṣọ́
cite v. mẹ́nu bà
citizen n. ọmọ ìlú
citizenship n. ọmọ onílẹ̀
citrus n. ọṣàn
citric adj. ti ọṣàn
city n. ìlú
civic adj. tìlú
civics n. ẹ̀kọ́ ìlú
civil adj. ti ará ìlú
civilian n. ará ìlú
civilization n. ọ̀làjù
civilize v. lajú
clad adj. wọ
cladding n. aṣọ
claim v. lẹ́tọ̀ sí
claimant n. alẹ̀tọ́
clammy adj. ńwa omi

clamour n. ariwo
clamp n. dè mọ́lẹ̀
clan n. ìletò
clandestine adj. ṣè ìranú
clap v. pa àtẹ́wọ́
clarify v. ṣe àlàyé
clarification n. àlàyé
clarion adj. kíkan
clarity n. àsọyé
clash v. kọlù
clasp v. gbámú
class n. kílá àsì
classic adj. toyàtọ̀
classical adj. ti ótipẹ́
classification n. ìsọ̀rí
classify v. pínsí ìsọ̀rí
clause n. gbóló hùn
claustrophobia n. ẹ̀rù àyè kékeré
claw n. èkáná ẹranko
clay n. amọ̀
clean adj. mímọ́
cleanliness n. ìmọ́tótó
cleanse v. fọ̀mọ́
clear adj. pa mọ́
clearance n. ìpamọ́
clearly n. mọ́ gara
cleave v. so mọ́
cleft n. ihò
clemency n. àánú
clement adj. ṣe àánú
Clementine n. Kílẹ́mẹ́ntinì
clench v. dìpọ̀
clergy n. ìránṣẹ́ olúwa
cleric n. iṣẹ́ ìránṣẹ́
clerical adj. iṣẹ́ akọ̀wé
clerk n. akọ̀wé
clever adj. gbọ́n

click *n.* dún
client *n.* oní bàárà
cliff *n.* orí àpáta
climate *n.* ojú ọjọ́
climax *n.* gbèn déke
climb *v.i.* gòkè
clinch *v.* gbà
cling *v.* dìmọ́
clinic *n.* ilé ìwòsàn
clink *n.* kàn pọ̀
clip *n.* amúnkan pọ̀
cloak *n.* aṣọ ìlekè
clock *n.* aago
cloister *n.* sísopọ̀
clone *n.* ṣèdà
close *adj.* padé
closet *n.* kọ́mbọ́dù
closure *n.* títì pa
clot *n.* ẹ̀jẹ̀ dídì
cloth *n.* aṣọ
clothe *v.* wọṣọ
clothes *n.* àwọn aṣọ
clothing *n.* aṣọ
cloud *n.* àwọ sánmọ̀
cloudy *adj.* ṣú
clove *n.* ìdì pọ̀
clown *n.* alá wàdà
cloying *adj.* ṣe àṣejù
club *n.* ẹgbẹ́
clue *n.* àrí gbámú
clumsy *adj.* dẹ̀
cluster *n.* alá sopọ̀
clutch *v.t.* dìmú
coach *n.* olù kọ́ni
coal *n.* èédú
coalition *n.* àjọṣe pọ̀
coarse *adj.* wúru wùru
coast *n.* etí òkun

coaster *n.* ọkọ̀ etí òkun
coat *n.* aṣọ kóòtù
coating *n.* ọ̀dà kíkùn
coax *v.* pẹ̀tù sí
cobalt *n.* kóbáltì
cobble *n.* bàtà rírán
cobbler *n.* arán bàtà
cobra *n.* sèbé
cobweb *n.* jàn kárìwọ̀
cocaine *n.* ko kéènì
cock *n.* àkùkọ
cockade *n.* kọkédì
cockpit *n.* ìjokò awakọ̀
cockroach *n.* aáyán
cocktail *n.* ọtí
cocky *adj.* gbé raga
cocoa *n.* kòkó
coconut *n.* àgbọn
cocoon *n.* kò kúnù
code *n.* kóòdù
co-education *n.* ẹ̀kọ́ takọ tabo
coefficient *n.* nọ́mbà ìṣirò
coerce *v.* bẹ
coeval *adj.* akẹ́ gbẹ́
coexist *v.* jọ gbépọ̀
coexistence *n.* àjọ gbé pọ̀
coffee *n.* kọfí
coffer *n.* àpò
coffin *n.* pósí
cog *n.* ìdíwọ́
cogent *adj.* pàtàkì
cogitate *v.* rò jínlẹ̀
cognate *adj.* fọ̀rọ̀ wọ́rọ̀
cognizance *n.* ìmọ̀ nípa
cohabit *v.* jọgbé
cohere *v.* sopọ̀
coherent *adj.* já gara
cohesion *n.* lílẹ̀ pọ̀

cohesive adj. lẹpọ̀
coil n. kọ́ìlì
coin n. owó onírin
coinage n. owó onírin
coincide v. ṣẹlẹ̀ papọ̀
coincidence n. ìṣẹlẹ̀ papọ̀
coir n. irun àgbọn
coke n. kóòkì
cold n. tutù
colic n. ìwọ́ inú
collaborate v. fọwọ́ sowọ́
collaboration n. ìfọwọ́ sowọ́
collage n. àwòrán yíyà
collapse v. wó
collar n. ọrùn aṣọ
collate n. ṣe àkópọ̀
collateral n. ohun ìdúró
colleague n. ẹlẹ́gbẹ́
collect v. kópọ̀
collection n. àkó jọpọ̀
collective adj. kíkó jọpọ̀
collector n. alá kópọ̀
college n. ilé ẹ̀kọ́ gíga
collide v. kọlù
colliery n. ìní ìwakùsá
collision n. ìkọlù
colloquial adj. ọ̀rọ̀ àtijọ́
collusion n. àjọmọ̀
cologne n. ló fíndà
colon n. kólọ́ nù
colonel n. ọgágún
colonial adj. ti ìmúni sìn
colony n. ilẹ̀ ìmúni sìn
colossal adj. bàbàrà
colossus n. nkan bàbàrà
column n. òpó
colour n. àwọ̀
colouring n. aláwọ̀
colourless n. aláì láwọ̀
coma n. ìdákú
comb n. ìya run
combat n. ìjà
combatant n. jagun jagun
combination n. àmú mọ
combine v. múpọ̀
combustible adj. ohun ìní
combustion n. gbaná
come v. wá
comedian n. alá wàdà
comedy n. áwà dà
comet n. ìrà wọ̀
comfort n. ìtù nú
comfort n. tù nínú
comfortable adj. ní ìrọ̀rùn
comic adj. apani lẹ́rìn
comma n. kọmá
command v. pàṣẹ
commandant n. ọ̀gá ogun
commander n. ọ̀gá ológun
commando n. ológun
commemorate v. ṣè ìrántí
commemoration n. ní ìrántí
commence v. bẹ̀rẹ̀
commencement n. ìbẹ̀rẹ̀
commend v. sọrọ̀ ìwúrí
commendable adj. ti ìwúrí
commendation n. ọ̀rọ̀ ìwúrí
comment n. sọ sí
commentary n. ìròhìn ìṣẹ̀lẹ̀
commentator n. oní ròhìn
commerce n. okòwò
commercial adj. ti okòwò
commiserate v. bá kẹ́dùn
commission n. ilé iṣẹ́
commissioner n. alá mójú tó
commissure n. ibi àsopọ̀

commit v. fi jìn
commitment n. ìfara jìn
committee n. àjọ
commode n. kọ́mbọ́dù
commodity n. ọjà
common adj. wọ́ pọ̀
commoner n. mẹ̀ kúnù
commonplace adj. pọ̀ jù
commonwealth n. àjọ ìlú ọba
commotion n. ìdàrú dàpọ̀
communal adj. ti ìlú
commune n. ìbání sọ̀rọ̀
communicable adj. tàn ká
communicant n. olu sọ̀rọ̀
communicate v. báni sọ̀rọ̀
communication n. ìbáni sọ̀rọ̀
communion n. ìgbara olúwa
communism n. ìjọba àjọpín
community n. àdú gbò
commute v. wíwọ kọ̀
compact adj. kìpọ̀
companion n. alá bàrìn
company n. ilé iṣẹ́
comparative adj. alá fiwé
compare v. ṣe àfiwé
comparison n. àfi wé
compartment n. àyé kékeré
compass n. ẹ̀rọ̀ atọ́nà
compassion n. àànú
compatible adj. bá ramu
compatriot n. ará ìlú
compel v. rọ̀
compendious adj. kórò hìnjọ
compendium n. ìkó ròhìn jọ
compensate v. san padà
compensation n. sísan padà
compere n. atọ́ kùn
compete v. figa gbága

competence n. ìdáńtọ́
competent adj. dáńtọ́
competition n. ìdí je
competitive adj. díje
competitor n. adí je
compile v. tùjọ
complacent adj. tutù jù
complain v. wíjọ́
complaint n. ẹ̀sùn
complaisant adj. di ọdẹ̀
complement n. ìbára mu
complementary adj. bára mu
complete adj. pé
completion n. parí
complex adj. tó le
complexity n. ohun líle
complexion n. àwọ ara
compliance n. ìtẹ̀lé
compliant adj. tẹ̀lé
complicate v. múle
complication n. líle si
complicit n. agbóde gbà
complicity n. ìgbóde gbà
compliment n. ìyìn
compliment n. yìn
comply v. tẹ̀lé
component n. ẹ̀yà nkan
comport v. hùwà
compose v. kọ
composer n. olùkọ
composite adj. móríṣi
composition n. àrò kọ
compositor n. alá ròkọ
compost n. ilẹ̀dú
composure n. ìkóra níjanu
compound n. agbolé
comprehend v. yé
comprehensible adj. àlàyé

comprehension n. àkàyé
comprehensive adj. ti àkàyé
compress v. kì mọ́lẹ̀
compression n. àkì mọ́lẹ̀
comprise v. jẹ́ ara
compromise n. juwọ́ sílẹ̀
compulsion n. dan dan
compulsive adj. pọn dan dan
compulsory adj. ní dan dan
compunction n. dan dan
computation n. ìṣirò
compute v. ṣírò
computer n. kọ̀mpútà
computerize v. lílo kọ̀mpútà
comrade n. ọmọ ẹgbẹ́
concatenation n. oríṣi ìṣẹ̀lẹ̀
concave adj. ti jígí
conceal v. gbé pamọ́
concede v. gbà fún
conceit n. ìgbé raga
conceivable adj. ṣe érò
conceive v.t. lóyún
concentrate v. fojú sí
concentration n. ìfojú sí
concept n. ìgbèrò
conception n. ìlóyún
concern v. kọmi nú
concerning prep. nípa
concert n. orin kíkọ
concerted adj. pàmọ́ pọ̀
concession n. ìgbìmọ̀ pọ̀
conch n. kọ́nṣì
conciliate v. parí ìjà
concise adj. ní ṣókí
conclude n. ìparí
conclusion n. òpin
conclusive adj. dópin
concoct v. sèpọ̀

concoction n. àsè pọ̀
concomitant adj. ṣíṣẹ̀ ntẹ̀lé
concord n. àdé hùn
concordance n. àtòkọ ọ̀rọ̀
concourse n. àpé jọpọ̀
concrete n. kọn kéré
concubine n. àlè
concur v. gbà
concurrent adj. tó tẹ̀léra
concussion n. ìforí lù
condemn v. dá lẹ́bi
condemnation n. ìdá lẹ́bi
condense v. di omi
condescend v. rẹra sílẹ̀
condiment n. èrò jà
condition n. ipò
conditional adj. àsọ tẹ́lẹ̀
conditioner n. ìṣerun lóge
condole v. kẹ́ dùn
condolence n. ìbá kẹ́dùn
condom n. rọ́bà ìbá lòpọ̀
condominium n. ilé gbè
condone v. fara mọ
conduct n. ìwà
conduct v. darí
conductor n. kọ̀ndọ̀ kítọ̀
cone n. kóònù
confection n. oúnjẹ àdídùn
confectioner n. kétí rà
confectionery n. ohun àdídùn
confederate adj. ṣàtì lẹ́hìn
confederation n. àjọ orílẹ̀ èdè
confer v. fijẹ
conference n. ìpàdé
confess v. jẹ́wọ́
confession n. ìjẹ́wọ́
confidant n. ọlọ́rọ̀
confide v. sọ̀rọ̀ fún

confidence n. ìfọkàn balẹ̀
confident adj. fọkàn balẹ̀
confidential adj. àṣí rí
configuration n. àtò jọ
confine v. hámọ́
confinement n. àhá mọ́
confirm v. mù dúró
confirmation n. ìmù dúró
confiscate v. gba nkan
confiscation n. ìgba nkan
conflate v. papọ̀
conflict n. rògbò dìyàn
confluence n. ìpàpọ̀ odò méjì
confluent adj. para pọ̀
conform v. dàbí
conformity n. ìdàbí
confront v. dojú kọ
confrontation n. ìdojú kọ
confuse v. dàrú
confusion n. ìdà rú
confute v. lòdì sí
congenial adj. dí dára
congenital adj. àbí mọ́
congested adj. pọ̀jù
congestion n. àpọ̀ jù
conglomerate n àsopọ̀ iléeṣẹ́
conglomeration n. àso papọ̀
congratulate v. kí
congratulation n. ìkíni
congregate v. péjọ
congress n. ìpéjọ pọ̀
congruent adj. kán gun
conical adj. yọ sókè
conjecture n. &v. lérò
conjugal v.t. & i ti ìgbé yàwó
conjugate v. oríṣi ọ̀rọ̀ ìṣe
conjunct n. sopọ̀
conjunction n. ọ̀rọ̀ àsopọ̀

conjunctivitis n. ojú wíwú
conjuncture n. àrí dájù
conjure v. pidán
conker n. eré mọdé
connect v. somọ́
connection n. àso mọ́
connive v. gbìmọ̀ pọ̀
conquer v. ṣẹ́ gun
conquest n. ìṣẹ́ gun
conscience n. ẹ̀rí ọkàn
conscious adj. mọ ìṣẹ̀lẹ̀
consecrate v. yàsí mímọ́
consecutive adj. tó tẹ̀lé
consecutively adv. tó tẹ̀lẹ́ra
consensus n. fìmọ̀ ṣọkan
consent n. ìyọn da
consent v.t ìyọn da
consequence n. àbá yọrí
consequent adj. ìyọ rísí
conservation n. ìtọ́ jú
conservative adj. rọra ṣe
conservatory n. rí tọ̀jú
conserve v.t tọ́jú
consider v. gbe yẹ̀wò
considerable adj. tabua
considerate adj. mẹ̀tọ
consideration n. èrò rere
considering prep. wòpé
consign v. fi jìn
consignment n. ìfojà ṣọwọ́
consist v. wà
consistency n. ìtẹra mọ́
consistent adj. tẹra mọ́
consolation n. ìtù nú
console v.t. tù nínú
consolidate v. múlẹ̀
consolidation n. ìfẹsẹ̀ múlẹ̀
consonant n. kọ́nsó nántì

consort n. gbìmọ̀ pọ̀
consortium n. ìgbìmọ̀
conspicuous adj. ní gbangba
conspiracy n. ìpawọ́ pọ̀
conspirator n. agbóde gbà
conspire v. pawọ́ pọ̀
constable n. kọ́n stébù
constabulary n. ọlọ́pà agbè
constant adj. kòyí padà
constellation n. àwọn ìràwọ̀
consternation n. ìyà lẹ́nu
constipation n. inú kíkún
constituency n. agbègbè aṣojú
constituent adj. ti agbègbè ìṣojú
constitute v. ṣàgbé kalẹ̀
constitution n. ìwé òfin
constitutional adj. bófin mu
constrain v. kàn nípà
constraint n. ìkàn nípà
constrict v. fún pọ̀
construct v. kọ́
construction n. ìkọ́ lé
constructive adj. wúlò
construe v. róye
consul n. aṣojú orílẹ̀ èdè
consular n. kọ́n súlà
consulate n. kọ́nsú léètì
consult v. gbà mọ̀ràn
consultant n. akọ́ṣẹ́ mọṣẹ́
consultation n. ìgbà mọ̀ràn
consume v. jẹ
consumer n. òn rajà
consummate v. mọṣẹ́
consumption n. ìṣọwọ́ lò
contact n. ìfara kàn
contagion n. àìsàn títàn ká
contagious adj. tó ràn

contain v.t. gba
container n. kọ̀n ténà
containment n. ìkápá
contaminate v. dọ̀tí
contemplate v. gbèrò
contemplation n. ìgbè rò
contemporary adj. akẹ gbẹ́
contempt n. ìkẹ́ gàn
contemptuous adj. kẹ́ gàn
contend v. dojú kọ
content adj. ti inú
content n. ìtẹ́ lọ́rùn
contention n. ìdojú kọ
contentment n. ìtẹ́ lọ́rùn
contentious adj. fà jọ̀gbọ̀n
contest n. ìdí je
contestant n. adí je
context n. odidi ọ̀rọ̀
contiguous adj. sún mọ́
continent n. kọ́ntí nẹ́ntì
continental adj. ti kọ́ntí nẹ́ntì
contingency n. ohun kóhun
continual adj. nígbà gbo gbo
continuation n. ìtẹ̀ síwájú
continue v. tẹ̀ síwájú
continuity n. ìtẹ̀ síwájú
continuous adj. tẹ̀ síwájú
contort v. yírọ̀
contour n. yọ igun
Contra prep. òdì kejì
contraband n. ẹrù òfin
contraception n. ìfẹ̀tò sọ́mọ ìbí
contraceptive n. èlò ìfẹ̀tò sọ́mọ bíbí
contract n. àdéhùn iṣẹ́
contract n. àdéhùn iṣẹ́
contractual adj. ti àdéhùn iṣẹ́
contractor n. kọn gílá

contradiction n. ìtakò
contraction n. ìsún kí
contradict v. takò
contrary adj. ní lòdìsí
contrast n. ìdà kejì
contravene v. tàpá sí
contribute v. ṣètọ́
contribution n. ètọ́ ṣíṣe
contrivance n. ìrújú
contrive v. rú lójú
control n. ìdarí
controller n. òlù darí
controversial adj. ṣe awuye
controversy n. awuye wuye
contusion n. àì lógbẹ́
conundrum v.t. pa òwe
conurbation n. àjámọ́ra ìlú
convene v. pe ìpàdé
convenience n. ìrààyè
convenient adj. rààyè
convent n. ilé àwọn sistá
convention n. ìpà gọ́
converge v. kóra jọ
conversant adj. mọ nípa
conversation n. ọ̀rọ̀ sísọ
converse v. sọ̀rọ̀
conversion n. ìyí padà
convert n. àtúnbí
convert v. yí padà
convey v. gbé
conveyance n. gbí gbé
convict n. ọdaràn
convict v. débi fún
conviction n. ìdáni lójù
convince v. mú dájú
convivial adj. dáa dáa
convocation n. ìpé jọpọ̀ ńlá
convoy n. ìkọ́wọ rìn

convulse n. ṣe gìrì
convulsion n. gìrì
cook n. alásè
cook v. sè
cooker n. irinṣẹ́ àsè
cookie n. bisi kítì
cool adj. tutù
coolant n. amẹ́rọ tutù
cooler n. amú nkan tutù
cooper n. kúpà
cooperate n. sowọ́ pọ̀
cooperation n. ìsowọ́ pọ̀
cooperative adj. àsowọ́ pọ̀
coordinate v.t. bójú tó
coordination n. àbójú tó
cope v. káwọ́
copier n. ẹ̀rọ ìṣẹ̀dà
copious adj. púpọ̀
copper n. kọ́pà
copulate v. dàpọ̀
copy n. ìṣẹ̀dà
copy v. ẹ̀dà
coral n. kọ́ rálì
cord n. okùn
cordial adj. bárẹ́
cordon n. ìsé mọ́lé
core n. inú
coriander n. ewé bẹ̀
cork n. ìdérí
corn n. ọkà
cornea n. ẹ̀yà ojú
corner n. kọ̀rọ̀
cornet n. fèrè
coronation n. ìdá dé
coroner n. aṣà yẹ̀wò síkú
coronet n. adé kéke ré
corporal n. kọ́ pùrù
corporate adj. ti ilé iṣẹ́

corporation n. ilé iṣẹ́
corps n. àjọ
corpse n. òkú
corpulent adj. sanra
correct adj. déédé
correct v. tún ṣe
correction n. àtún ṣe
corrective adj. ṣàtún ṣe
correlate v. tó báramu
correlation n. ìbá mu
correspond v. dàbí
correspondence n. lẹ́tà gbígbà
correspondent n. oní ròhìn
corridor n. ààrín ilé
corroborate v. gbe ọ̀rọ̀
corrode v. dípẹtà
corrosion n. ìdí pẹtà
corrosive adj. leè jẹrà
corrugated adj. àsún pọ̀
corrupt adj. ṣé bàjẹ̀
corrupt n. alájẹ bánu
corruption n. àjẹ bánu
cortisone n. kọ́tí sónù
cosmetic adj. ìṣoge
cosmetic n. ìṣara lóge
cosmic adj. ti àgbáyé
cosmology n. ìmọ̀ àgbáyé
cosmopolitan adj. ti ágbáyé
cosmos n. àgbáyé
cost v. èló
costly adj. wọ́n
costume n. aṣọ aláré
cosy adj. ibi ìtẹ́rùn
cot n. ibù sùn kéke ré
cottage n. ilé kéke ré
cotton n. òwú
couch n. ìjo kòó

couchette n. oní jokò
cough v. wúkó
council n. kán sù
councillor n. kán sílọ̀
counsel n. ìmọ̀ ràn
counsel v. gbàní mọ̀ràn
counsellor n. olùdá mọràn
count v. kà
countenance n. ìrísí
counter n. oùnkà
counter v.t. kojú
counteract v. lòdì sí
counterfeit adj. aye dèrú
counterfoil n. ẹ̀dà tíkítì
countermand v. ṣàyí padà
counterpart n. irú kan
countless ài mọye
country n. orílẹ̀ èdè
county n. ìjọba ìbílẹ̀
coup n. ìgbà jọba
coupe n. mótò
couple n. tọkọ taya
couplet n. kúpú lẹ́tì
coupon n. kùpọ́ nù
courage n. ìgbo yà
courageous adj. ní gboyà
courier n. ifinkan ṣọwọ́
course n. ètò ẹ̀kọ́
court n. kóòtù
courteous adj. níwà
courtesan n. aṣẹ́ wó
courtesy n. ìwà rere
courtier n. oní mọràn ọba
courtly adj. nìwà rere
courtship n. ìfẹ́ sọ́nà
courtyard n. àgbà lá
cousin n. ọmọ lẹ́bí
cove n. etí òkun

cover n. ìbò mọlẹ̀
covenant n. májẹ̀ mú
cover v. bò mọlẹ̀
covert adj. lábẹ́ lẹ̀
covet v. ṣojú kòkòrò
cow n. màálù
coward n. ojo
cowardice n. ìwà ojo
cower v. gbọn
coy adj. tijú
cozy adj. ibi ìtẹ́rùn
crab n. akàn
crack n. sán
crack v. fọ́
cracker n. pákó bisikí
crackle v. dún
cradle n. ibùsùn ọmọ
craft n. iṣẹ́ ọwọ́
craftsman n. oníṣẹ́ ọwọ́
crafty adj. àréké rekè
cram v. gbé rù
cramp n. pajá pajá
crane n. ọrùn nína
crinkle v. rún
crash v. fọ́
crass adj. agọ̀
crate n. kírétì
cravat n. àwọ̀ kọ́rùn
crave v.t. nífẹ̀ sí
craven adj. bẹ̀rù
crawl v. fà
crayon n. kere yọ́nù
craze n. gba wèrè
crazy adj. ya wèrè
creak n. dídún
creak v. dún
cream n. ìpara
crease n. rírún

create v. ṣẹdá
creation n. ìṣẹ̀dá
creative adj. lèdá
creator n. aṣẹ̀dá
creature n. ẹ̀dá
crèche n. ìlé ìkọ́mọ sí
credentials n. àwọn ìwé ẹ̀rí
credible adj. tóṣe jẹ́rìí
credit n. àwìn
creditable adj. ti oríyìn
creditor n. ayáni lówó
credulity adv. gbà gbọ́
creed n. ìlà nà
creek n. odò
creep v. wọ́ rìn
creeper n. wọ́ rìn
cremate v. sun òkú
cremation n. ìdáná sun òkú
crematorium n. ìlé sísun òkú
crescent n. oṣù
crest n. góngó òkè
crew n. ará ibiṣẹ́
crib n. jíjí wò
cricket n. eré afigi gbá
crime n. ọ̀ràn
criminal n. ọda ràn
criminology n. ìmọ̀ dídá ọ̀ràn
crimson n. pupa
cringe v. kájọ
cripple n. arọ
crisis n. wà hálà
crisp adj. gan
criterion n. àtòkọ
critic n. aṣe àyẹ̀wò
critical adj. ti ìbàjẹ́
criticism n. iṣẹ bàjẹ́
criticize v. ṣè bàjẹ́
critique n. àgbé yẹ̀wò

croak n. ohùn ọpọlọ
crochet n. aṣọ híhun
crockery n. abọ́ amọ̀
crocodile n. ọ̀nì
croissant n. oúnjẹ ìyẹ̀fun
crook n. ọda ràn
crooked adj. ọlọ́ gbọ́n ẹ̀wẹ́
crop n. ohun ọ̀gbìn
cross n. àgbé lébù
crossing n. ifò nà
crotchet n. aṣọ híhun
crouch v. bẹ̀rẹ̀
crow n. kana káná
crowd n. èrò
crown n. adé
crown v. dé ádé
crucial adj. ṣe kókó
crude adj. luko
cruel adj. burú
cruelty adv. aburú
cruise v. wakọ̀
cruiser n. ọkọ̀ omi
crumb n. èérún
crumble v. dàwó
crumple v. rún
crunch v. rún
crusade n. ìsọ jí
crush v. fún pọ
crust n. awọ búrẹ́dì
crutch n. ọpá ìtẹ̀lẹ̀
crux n. kókó
cry n. ẹkún
cry v. sọkún
crypt n. yàrá abẹ́ ṣọ́ọ̀ṣì
crystal n. krístálì
cub n. ọmọ ẹkùn
cube n. kúbù
cubical adj. ti kúbù

cubicle n. yàrá kótópó
cuckold n. ọkọ àṣẹ́wó
cuckoo n. ẹyẹ kùkù
cucumber n. kùkú mbà
cuddle v. gbé mọ́ra
cuddly adj. gbígbé mọ́ra
cudgel n. pọ́npọ́
cue n. àwò ṣe
cuff n. ọwọ́ aṣọ
cuisine n. oúnjẹ sísè
culinary adj. ti àsè
culminate v. dé òkè
culpable adj. rú fin
culprit n. arú fin
cult n. ẹgbẹ́ ikọ̀kọ̀
cultivate v. roko
cultural adj. ti àṣà
culture n. àṣà
cumbersome adj. ní wàhálà
cumin n. kú mìnì
cumulative adj. pípọ̀ si
cunning adj. ọlọ́ gbọ́n ẹ̀wẹ́
cup n. lfe
cupboard n. kọ́mbọ́dù
cupidity n. ojú kòkò rò
curable adj. tó gbóògùn
curative adj. ṣèwò sàn
curator n. kuré tọ
curb v.t. ṣè díwọ́
curd n. wàrà
cure v.t. wò sàn
curfew n. ìséde
curiosity n. àyojú ràn
curious adj. yọjú ràn
curl v. ká
currant n. ohun mímu
currency n. owó
current adj. lọ́wọ́ lọ́wọ́

current n. tẹ̀ kọ́rọ́
curriculum n. ètò ẹ̀kọ́
curry n. korí
curse n. ègún
cursive adj. aláso pọ̀
cursor n. kọ́sọ̀
cursory adj. wàrà wàrà
curt adj. gbọ́ń kú
curtail v. dẹ́kun
curtain n. kọ́ tìnì
curve n. tẹ̀ kọ́rọ́
cushion n. kú ṣìnì
custard n. kọ́stá dì
custodian n. olù tọ́jú
custody n. ìṣẹ̀ tọ́jú
custom n. àṣà ìbílẹ̀
customary adj. ti ìbílẹ̀
customer n. oníbà árà
customize v. ṣebí atifẹ́
cut v. gé
cute adj. dáa
cutlet n. súyà
cutter n. ìgé nkan
cutting n. pépà gígé
cyan n. síánì
cyanide n. síá náidì
cyber comb. sáíbà
cyberspace n. ààyè sáíbà
cycle n. àyípo
cyclic adj. ti ìyípo
cyclist n. agun kẹ̀kẹ́
cyclone n. ìjì
cylinder n. agolo
cynic n. aláì gbani gbọ́
cynosure n. àwò tunwò
cypress n. igi síprẹ́sì
cyst n. oówo
cystic adj. ti oówo

D

dab v. fikó
dabble v. fi ṣeré
dacoit n. jàn dùkú
dad n. bàbá
daffodil n. dáfódílì
daft adj. gọ̀
dagger n. ọbẹ
daily adj. lójúmọ́
dainty adj. rẹwà
dairy n. mílíkì
dais n. pákó kíkàn
daisy n. òdòdó
dale n. àfoní fojì
dally v. ṣeré
dalliance n. ìfini ṣeré
dam n. dídá odò
damage n. ìpa lára
dame n. oyè obìnrin
damn v. lọ sí iná
damnable adj. tó burú
damnation n. ìkọ̀ síná
damp adj. tútù
dampen v. dami tutùsí
damper n. ìba nújẹ́
dampness n. tó tutù
damsel n. ọmọge
dance v. jó
dancer n. oníjó
dandelion v. ewéko
dandle v. gbélé itan
dandruff n. èẹ́ṣí
dandy n. dídára
danger n. ewu
dangerous adj.
dangle v.i. jìnpọ̀
dank adj. tutù

45

dapper *adj.* múra dáa
dapple *v.* lóríṣi àwọ̀
dare *v.* gbì dánwò
daring *adj.* danwò
dark *adj.* dúdú
darkness *n.* òkùn kùn
darken *v.* kó dúdú
darling *n.* olùfẹ́
darn *v.* ranṣọ
dart *n.* ìyọ fòtì
dash *v.* tètè
dashboard *n.* dáṣí bọọ̀dù
dashing *adj.* múra dáa
dastardly *adj.* ìwà ìkà
data *n.* détà
database *n.* báńkì détà
date *n.* déètì
date *n.* déètì
datum *n.* détà kan
daub *v.* kun lọ́dà
daughter *n.* ọmọ bìnrin
daughter-in-law *v.* aya ọmọ-ọkùnrin
daunt *v.* fòyà
dauntless *adj.* láì fòyà
dawdle *v.* lọ́ra
dawn *n.* fẹ̀ẹ̀rẹ̀
day *n.* ọjọ́
daze *v.* mójú ṣú
dazzle *v.t.* tàn
dead *adj.* kú
deadline *n.* gbèn déke
deadlock *n.* àì fẹnukò
deadly *adj.* la ikúlọ
deaf *adj.* yadi
deafening *adj.* pariwo
deal *n.* ìbáwí
deal *v.i.* pín káàdì

dealer *n.* oní ṣòwò
dean *n.* olórí àlùfáà
dear *adj.* tó súnmọ́
dearly *adv.* súnmọ́
dearth *n.* àì nító
death *n.* ikú
debacle *n.* àtú palẹ̀
debar *v.t.* dá dúró
debase *v.* ban kanjẹ́
debatable *adj.* jà níyàn
debate *n.* àríyàn jiyàn
debate *v.t.* jiyàn
debauch *v.* ba ayéjẹ́
debauchery *n.* ọ̀bà yéjẹ́
debenture *n.* rìsíìtì gbèsè
debilitate *v.* káàrẹ̀
debility *n.* àárẹ̀
debit *n.* owó sísan
debonair *adj.* ní gboyà
debrief *v.* wádìí ọ̀rọ̀
debris *n.* pàntí
debt *n.* gbèsè
debtor *n.* aji gbèsè
debunk *v.* taná sọ́rọ̀
debut *n.* àkọ́ṣe eré
debutante *n.* alàkọ́ṣe eré
decade *n.* ọdún mẹ́wàá
decadent *adj.* ti bàjẹ́
decaffeinated *adj.* àìní kọfí
decamp *v.* sá légbẹ́
decant *v.* da ọtí
decanter *n.* dì kántà
decapitate *v.* bẹ́ lọ́rí
decay *v.i.* jẹrà
decease *n.* ikú
deceased *adj.* òkú
deceit *n.* ẹ̀tàn
deceitful *adj.* ẹlẹ̀tàn

deceive v. tànjẹ
decelerate v. dín eré kù
December n. Ọ̀wàwà
decency n. ìwà rere
decent adj. oníwà rere
decentralize v. pín agbára
deception n. ìṣẹ̀tàn
deceptive adj. ti ẹ̀tàn
decibel n. ìwọ̀n ariwo
decide v. pin nu
decided adj. ti pinnu
decimal adj. dẹ́sí málì
decimate v. parun
decipher v. mọ ìtumọ̀
decision n. ìpinnu
decisive adj. ṣè pinnu
deck n. àwọn káàdì
deck n. ilẹ̀ ẹ́lẹ̀ ọkọ̀
declaim v. ṣáátá
declaration n. Ìkéde
declare v.t. kéde
declassify v. di àì láṣìrí
decline v.t. lọ sílẹ̀
declivity n. ìlọ sílẹ̀
decode v. rí ìtúmọ̀
decompose n. jẹrà
decomposition v.t. jí jẹrà
decompress v. múbọ̀ sípò
decongestant n. òògùn ọ̀fìnkín
deconstruct v. ṣàyẹ̀wò èdè
decontaminate v. pa kòkòrò
décor n. ẹwà ìlé
decorate v. mú rẹwà
decoration n. ẹ̀ṣọ́
decorative adj. ẹlẹ́ṣọ̀
decorous adj. ìwà pẹ̀lẹ́
decorum n. ìwà rere
decoy n. ohun ẹ̀tàn

decrease v. dínkù
decree n. àṣẹ
decrement v.t. ṣà dínkù
decrepit adj. tí ógbó
decriminalize v. yọ lọ́ràn
decry v. tà bùkù
dedicate v. yà sọ́tọ̀
dedication n. ìyà sọ́tọ̀
deduce v. ri dájú
deduct v. yọ kúrò
deduction n. àrí gbámú
deed n. ìṣe
deem v. rí ipé
deep adj. jìn
deer n. àgbọ̀nrín
deface v. bàjẹ́
defamation n. ìbà lórúkọ jẹ́
defame v. bà lórúkọ jẹ́
default n. iba nkanjẹ́
defeat v.t. borí
defeatist n. ìjá kulẹ̀
defecate v. yàgbẹ́
defect n. àléébù
defective adj. ní àléébù
defence n. ààbò
defend v. dá bòbò
defendant n. olù jéjọ́
defensible adj. aláàbò
defensive adj. fún ààbò
defer v. sún síwájú
deference n. ìgbọ́ràn sí
defiance n. àì gbọ́ràn sí
deficiency n. àìní nkan
deficient adj. tí kòní
deficit n. àì nító
defile v.t. bàjẹ́
define v. túmọ̀
definite adj. pàtó

definition n. ìtumọ̀
deflate v. tẹ afẹ́fẹ́ jáde
deflation n. títẹ afẹ́fẹ́ jáde
deflect v. ta padà
deforest v. gígé igi
deform v. bà nkan jẹ́
deformity n. àbùdá
defraud v. jà lólè
defray v. sanwó
defrost v. yọ yìyín
deft adj. yáwọ́
defunct adj. tíkò símọ́
defuse v. sọdi àì lágbára
defy v. kọ fún
degenerate v. burú si
degrade v. já ràwọ̀
degree n. dìgríì
dehumanize v. ṣebí ẹ̀ranko
dehydrate v. yọ omi kúrò
deify v. sọdi ọlọ́run
deign v. rò wípé
deity n. òrìṣà
déjà vu n. ìrántí
deject v. ba nújẹ́
dejection n. ìba nújẹ́
delay v.t. ńpẹ́
delectable adj. dídùn
delectation n. ìgbá dùn
delegate n. aṣojú
delegation n. ikọ̀
delete v.i. parẹ́
deletion n. pí parẹ́
deleterious adj. pa lára
deliberate adj. mọ̀ọ́mọ̀
deliberation n. ìforí korí
delicacy n. oúnjẹ àdídùn
delicate adj. ẹlẹgẹ́
delicatessen n. ohun ẹlẹgẹ́

delicious adj. alá dídùn
delight v.t. láyọ̀
delightful adj. fún láyọ̀
delineate v. ṣàpè júwe
delinquent adj. alágídí
delirious adj. ṣìràn rán
delirium n. ìràn rán
deliver v. tú sílẹ̀
deliverance n. ìtú sílẹ̀
delivery n. ọjà jíjá
dell n. dẹ́ẹ̀lì
delta n. dẹ́ltà
delude v. ṣẹ̀tàn
deluge n. ìṣàn omi
delusion n. ìṣẹ̀ tàn
deluxe adj. tó dárajù
delve v. tọ wọ́bọ̀
demand n. kàńpá
demanding adj. ìkàn nípá
demarcation n. pa àlà
demean v. wọ́ nílẹ̀
demented adj. sín wín
dementia n. àrùn ọpọlọ
demerit n. àì dára
demise n. ikú
demobilize v. yọ̀nda
democracy n. ìjọba tiwan tiwa
democratic adj. àkóso tiwan-tiwa
demography n. ìmọ̀ ènìyàn
demolish v. wó
demon n. ẹ̀mí èṣù
demonize v. lẹ́mì èṣù
demonstrate v. ṣà fihàn
demonstration n. ìṣà fihàn
demoralize v. kàbùkù
demote v. já ràwọ̀
demur v. yí ohùn

demure *adj.* fara balẹ̀
demystify *v.* tú àṣírí
den *n.* ihò
denationalize *v.* sísọdi àdáni
denial *n.* sísẹ́
denigrate *v.* ṣááta
denomination *n.* ìsọ̀rí
denominator *n.* àfi pín
denote *v.t.* sàmì
denounce *v.* tàbùkù
dense *adj.* ọ́pọ̀
density *n.* pípọ̀ sí
dent *n.* títẹ̀
dental *adj.* ti ehín
dentist *n.* dókítà ehín
denture *n.* ehín àtọwọ́ dá
denude *v.* ṣí láwọ̀
denunciation *n.* ìtà bùkù
deny *v.i.* sẹ́
deodorant *n.* lọ́fíńdà
depart *v.* lọ
department *n.* ìsọ̀rí ilé iṣẹ́
departure *n.* àlọ
depend *v.* fẹ̀hìn tì
dependant *n.* àǹbẹ lọ́run
dependency *n.* ìgbára lé
dependent *adj.* gbára lé
depict *v.* ṣà fihàn
depilatory *adj.* ayọrun
deplete *v.* já wálẹ̀
deplorable *adj.* àì bójúmu
deploy *v.* rán jáde
deport *v.t.* dá padà
depose *v.* yọ nípò
deposit *n.* àsań lẹ̀
depository *n.* àyè ẹrù
depot *n.* àyè ìkẹ́rù sí
deprave *v.* da ìpá nle

deprecate *v.* àyè ìkẹ́rù sí
depreciate *v.* já níye
depreciation *n.* ìjá níye
depress *v.* binú jẹ́
depression *n.* onírò bìnújẹ́
deprive *v.* fẹ̀tọ́ dùn
depth *n.* jíjìn
deputation *n.* aṣojú
depute *v.* ṣojú fún
deputy *n.* ìgbá kejì
derail *v.t.* dànù
deranged *adj.* sín wín
deregulate *v.* yọ òfin kúrò
deride *v.* kẹ́gàn
derivative *adj.* rí láti
derive *v.* rígbà
derogatory *adj.* ṣè bàjẹ́
descend *v.* sọ kalẹ̀
descendant *n.* ìran ìdílé
descent *n.* ìsọ̀ kalẹ̀
describe *v.* ṣàpè júwe
description *n.* àpè júwe
desert *v.* sálọ
deserve *v.t.* yẹ
design *n.* ìṣètò fún
designate *v.* ṣètò fún
desirable *adj.* jọjú
desire *n.* ìfẹ́
desirous *adj.* ní ìfẹ́sí
desist *v.* ṣíwọ́
desk *n.* tábìlì
desolate *adj.* dahoro
despair *n.* ìké rora
desperate *adj.* àì kọkú
despicable *adj.* ìkó rìra
despise *v.* kó rìra
despite *prep.* láìwo ti
despondent *adj.* àì nírètí

49

despot *n.* olórí ìkà
dessert *n.* oúnjẹ dídùn
destabilize *v.* dàrú
destination *n.* ibi àfojú sùn
destiny *n.* àyàn mọ́
destitute *adj.* aláìní
destroy *v.* parun
destroyer *n.* apani run
destruction ìpa run
detach *v.* ya kúrò
detachment *n.* ayapa
detail *n.* ètò
detain *v.t.* fisá tìmọ́lé
detainee *n.* ẹlẹ́wọ̀n
detect *v.* ṣàwárí
detective *n.* ọ̀tẹlẹ̀ múyẹ́
detention *n.* àtì mọ́lé
deter *v.* ṣèdíwọ́
detergent *n.* ọṣẹ àbùfọ̀
deteriorate *v.* bàjẹ̀ si
determinant *n.* kókó
determination *n.* ìpinu
determine *v.t.* pinu
deterrent *n.* ìdí wọ́
detest *v.* kó rìra
dethrone *v.* gbadé lórí
detonate *v.* bú gbàmù
detour *n.* ọ̀nà míràn
detoxify *v.* yọ́ oró
detract *v.* yọ kúrò
detriment *n.* ìpa lára
detritus *n.* iyẹ̀pẹ̀
devalue *v.* dín níye
devastate *v.* parun
develop *v.* dàgbà sókè
development *n.* ìdàgbà sókè
deviant *adj.* kàràm bàní
deviate *v.* yapa
device *n.* irinṣẹ́
devil *n.* èṣù
devious *adj.* ẹlẹ́tàn
devise *v.* gbèrò
devoid *adj.* láìsí
devolution *n.* ìpín agbára
devolve *v.* pín agbára
devote *v.* fara jìn
devotee *n.* oní gbàgbọ́
devotion *n.* ìfara jìn
devour *v.* jẹtán
devout *adj.* tòótọ́
dew *n.* ìrì
dexterity *n.* yíyáwọ́
diabetes *n.* àrùn ṣúgà
diagnose *v.* mọ àrùn
diagnosis *n.* mímọ àrùn
diagram *n.* àwòrán
dial *n.* ojú aago
dialect *n.* èdè
dialogue *n.* ọ̀rọ̀ àjọsọ
dialysis *n.* ìtọ́jú ẹ̀jẹ̀
diameter *n.* ìlà inú òbìrí
diamond *n.* díámọ́ndì
diaper *n.* ìdèdí
diarrhoea *n.* ìgbẹ́ gburu
diary *n.* ìwé ìṣẹ̀lẹ̀ ojúmọ́
Diaspora *n.* Òkè òkun
dice *n.* ítayò
dictate *adj.* pe ọ̀rọ̀
dictation *n.* àpèkọ
dictator *n.* aláṣẹ
diction *n.* ìpe ọ̀rọ̀
dictionary *n.* ìwé ìtumọ̀
dictum *n.* àṣamọ̀
didactic *adj.* ti ẹ̀kọ́ kíkọ́
die *v.* kú
diesel *n.* dísù

diet n. oúnjẹ pípé
dietitian n. onímọ́ oúnjẹ
differ v. yàtọ̀
difference n. ìyàtọ̀
different adj. tó yàtọ̀
difficult adj. líle
difficulty n. wàhálà
diffuse v. títú palẹ̀
dig v. gbẹ́lẹ̀
digest v. róye ọ̀rọ̀
digestion n. ìróye ọ̀rọ̀
digit n. dígítì
digital adj. dígítà
dignified adj. lọ́lá
dignify v. buọlá fún
dignitary n ọlọ́lá
dignity n. ọ̀wọ̀
digress v. yà kúrò
dilapidated adj. àlàpà
dilate v. yí padà
dilemma n. hílà hílo
diligent adj. àkín kanjú
dilute v. fomi sí
dim adj. ṣíṣú
dimension n. ìwọn
diminish v. kéré
diminution n. ìké kúrú
din n. ariwo
dine v. jẹun
diner n. ilé oúnjẹ
dingy adj. ibi ìdọ̀tí
dinner n. oúnjẹ alẹ́
dinosaur n. dáínósọ
dip v.t. kìí bọ̀
diploma n. díplọ́mà
diplomacy n. ṣìṣojú orílẹ̀ èdè
diplomat n. aṣojú orílẹ̀ èdè
diplomatic adj. ìṣojú orílẹ̀ èdè

dipsomania n. ògidì ọmùtí
dire adj. tóle
direct adj. tààrà
direction n. ìjúwe
directive n. àṣẹ
directly adv. tààrà
director n. olù darí
directory n. ìwé ìlànà
dirt n. ìdọ̀tí
dirty adj. dọ̀tí
disability n. àìpé ara
disable v. sọdi àìpé
disabled adj. àkàndá
disadvantage n. àì dára
disaffected adj. àì tẹ́lọ́rùn
disagree v. yarí
disagreeable adj. alá kọrí
disagreement n. àì fẹnukò
disallow v. mágbà fún
disappear v. para mọ́
disappoint v. dójútì
disapproval n. kíkọ̀
disapprove v. kọ̀
disarm v. gba èlò ìjà
disarmament n. ìgba èlò ìjà
disarrange v. dàrú
disarray n. ìdàrú dàpọ̀
disaster n. ìparun
disastrous adj. oní parun
disband v. túká
disbelief n. àìní gbàgbọ́
disburse v. pín
disc n. dískì
discard v. dànù
discern v. wò
discharge v. tú jáde
disciple n. ọmọ ẹ̀hìn
discipline n. ìfì yàjẹ

disclaim v. yọ ara
disclose v. fihàn
disco n. dísíkò
discolour v. ba àwọ̀jẹ́
discomfit v. fi arani
discomfort n. ìni lára
disconcert v. dánúbí
disconnect v. jákùn
disconsolate adj. oní pọ̀njú
discontent n. àìsí ìtẹ́lọ́rùn
discontinue v. dáwọ́ dúró
discord n. asọ̀
discordant adj. àìní rètí
discount n. ẹ̀dín kù
discourage v. mú kàárẹ̀
discourse n. ìkọ́ni
discourteous adj. àì níwà
discover v. ṣàwárí
discovery n. àwárí
discredit v. ṣè bajẹ́
discreet adj. jẹ́jẹ́
discrepancy n. àì báramu
discrete adj. lọ́tọ̀
discriminate v. yà sọ́tọ̀
discursive adj. ti inú konú
discuss v. finú konú
discussion n. ìfinú konú
disdain n. ìdẹ́yẹ sí
disease n. àrùn
disembark v. sọkalẹ̀
disembodied adj. àìrí gbámú
disempower v. sọdi àìlágbára
disenchant v. yọ lọ́kàn
disengage v. yọ níṣẹ́
disentangle v. yọ ara
disfavour n. àìrí ore
disgrace n. ojútì
disgruntled adj. àì dunú

disguise v. pajú dà
disgust n. ìrira
dish n. àwo oúnjẹ
dishearten v. bọkàn jẹ́
dishonest adj. àìlòótọ́
dishonour n. àìlọ́lá
disillusion v. rúlójú
disincentive n. àìwúrí
disinfect v. pa kòkòrò
disingenuous adj. tójù bẹ́ẹ̀
disinherit v. yọ lógún
disintegrate v. rún
disjointed adj. àìso pọ̀
dislike v. kórìra
dislocate v. yẹ ségbẹ̀
dislodge v. yọ nípò
disloyal adj. ọlọtẹ̀
dismal adj. ìbọkànjẹ́
dismantle v. tú palẹ̀
dismay n. ìrújú
dismiss v. lé kúrò
dismissive adj. ìlé kúrò
disobedient adj. aláì gbọràn
disobey v. ṣàì gbọràn
disorder n. ìdo júrú
disorganized adj. àìlétò
disorientate v. dàrú
disown v. kọ ohun
disparity n. àfo
dispassionate adj. ti àìṣègbè
dispatch v. ránṣẹ́
dispel v. túká
dispensable adj. ṣeé rọ́pò
dispensary n. ìlé ìgbògùn
dispense v. fún lóògùn
disperse v. fọnká
dispirited adj. mú rẹ̀wẹ̀sì
displace v.t. gbapò

display v. ṣà fihàn
displease v. dánúbí
displeasure n. àì dunú
disposable adj. àlò sọnù
disposal n. ìda lẹ̀nù
dispose v.t. dànù
dispossess v. jágbà
disproportionate adj. àì dọ́gba
disprove v. sọ àwíjàre
dispute v.i. jiyàn
disqualification n. ìjá kúrò
disqualify v. já kúrò
disquiet n. ariwo
disregard v.t. àì kàkún
disrepair n. ìbàjẹ́
disreputable adj. tì borúkọjẹ́
disrepute n. ìba orúkọ jẹ́
disrespect n. àì bọ̀wọ̀ fún
disrobe v. bọ́ṣọ
disrupt v. ṣè díwọ́
dissatisfaction n. àìní tẹ̀lọ́rùn
dissect v. gé
dissent v. bọ́hùn
dissertation n. àkọ gboyè
dissident n. akata kítí
dissimulate v. fèrò pamọ́
dissipate v. pòórá
dissolve v.t. tú sómi
dissuade v. yí lọ́kàn
distance n. ìjì nàsí
distant adj. ọ̀nà jíjìn
distaste n. ìkó rira
distil v. pọntí
distillery n. ilé ìpọntí
distinct adj. fa kọyọ
distinction n. ìfa kọyọ
distinguish v.t. dá yàtọ̀
distort v. yípọ̀

distract v. ṣíjú kúrò
distraction n. ìṣíjú kúrò
distress n. ìnira
distribute v. pín
distributor n. alárà túntà
district n. agbè gbè
distrust n. àìfọ kàntán
disturb v. dàlá àmú
ditch n. ọ̀fín
dither v. ṣiyè méjì
ditto n. báka náà
dive v. bẹ́
diverge v. yàsí
diverse adj. oríṣi
diversion n. yíyàsí
diversity n. oríṣi ríṣi
divert v.t. yàlọsí
divest v. túká
divide v. pín
dividend n.
divine adj. àtọ̀run wá
divinity n. ìdàbí ọlọ́run
division n. ìpín
divorce n. ìpínyà tọkọ taya
divorcee n. akọkọ/ akaya
divulge v. sọ̀rọ̀
do v. ṣe
docile adj. ìfara balẹ̀
dock n. èbúté
docket n. ìwé ọjà
doctor n. dókítà
doctorate n. ọmọ̀wé
doctrine n. ìlànà
document n. ìwè pàtàkì
documentary n. àkọ sílẹ̀
dodge v.t. sáfún
doe n. abo àgbọ̀nrín
dog n. ajá

dogma *n.* ìpète
dogmatic *adj.* ṣa gídí
doldrums *n.* ìdákú rekú
doll *n.* bèbí
dollar *n.* dọ́là
domain *n.* ààỳè ìpín
dome *n.* dómù
domestic *adj.* ti ilé
domicile *n.* ibù gbé
dominant *adj.* gbórín jù
dominate *v.* jẹ gàba
dominion *n.* ìká wọ́
donate *v.* tọrẹ
donkey *n.* kẹ́tẹ́ kẹ́tẹ́
donor *n.* afún ni
doom *n.* ìparun
door *n.* ilẹ̀kùn
dormitory *n.* ilé gbè
dose *n.* ìwọ̀n òguǹ
dossier *n.* àkópọ̀ fáìlì
dot *n.* tondó
dote *v.* ṣìkẹ́
double *adj.* méjì
doubt *n.* iyè méjì
dough *n.* ìyẹ̀fun
down *adv.* sílẹ̀
downfall *n.* ìṣubú
download *v.* ṣàgbé wálẹ̀
downpour *n.* ọ̀wàrà òjò
dowry *n.* owó orí
doze *v.i.* tògbé
dozen *n.* méjìlá
drab *adj.* ráda ràda
draft *n.* díráftì
drag *v.t.* wọ́
dragon *n.* drágónì
drain *v.t.* fà
drama *n.* eré ìtàgé

dramatic *adj.* eré ṣíṣe
dramatist *n.* òṣèré
drastic *adj.* ìgbésẹ̀ akin
draught *n.* afẹ́fẹ́
draw *v.* ya àwòrán
drawback *n.* ìfà sẹ́hìn
drawer *n.* ayà wòrán
drawing *n.* ìyà wòrán
dread *v.t.* bẹ̀rù
dreadful *adj.* bú burú
dream *n.* àlá
dreary *adj.* rúdu rùdu
drench *v.* tutù
dress *v.* wọṣọ
dressing *n.* àṣọ wíwọ̀
drift *v.* fẹ́lọ
drill *n.* ìgbẹ́hò
drink *v.t.* mu
drip *v.i.* kán
drive *v.* wakọ̀
driver *n.* awakọ̀
drizzle *n.* òjò fífọ́n
droll *adj.* oní yẹ̀yẹ́
droop *v.* ṣàn wálẹ̀
drop *v.* jù sílẹ̀
dross *n.* ràlẹ̀ rálẹ̀
drought *n.* ọgbẹlẹ̀
drown *v.* momi kú
drowse *v.* tògbé
drug *n.* òguǹ
drum *n.* ìlù
drunkard *adj.* ọmùtí
dry *adj.* gbígbẹ
dryer *n.* díráyà
dual *adj.* oníṣẹ́ méjì
dubious *adj.* afurasí
duck *n.* pẹ́pẹ́ yẹ
duct *n.* fánrán

dudgeon *n.* gegele
due *adj.* ti ẹ̀tọ̀
duel *n.* fàá kája
duet *n.* orin ẹ́ni méjì
dull *adj.* àì mọ́wé
dullard *n.* olódo
duly *adv.* ní títọ́
dumb *adj.* odi
dummy *n.* ọ̀dẹ̀
dump *n.* dà sílẹ̀
dung *n.* imí
dungeon *n.* ihò túbú
duo *n.* méjì
dupe *v.* gbá lówó
duplex *n.* ilé oníbejì
duplicate *adj.* ẹ̀dà kejì
duplicity *n.* ìtàn jẹ
durable *adj.* alá lòpẹ́
duration *n.* àkókò
during *prep.* láàrín
dusk *n.* alẹ́
dust *n.* eruku
duster *n.* dọ́stà
dutiful *adj.* ìṣojú ṣe
duty *n.* ojúṣe
duvet *n.* aṣọ ìbùsùn
dwarf *n.* arárá
dwell *v.* gbé
dwelling *n.* ibùgbé
dwindle *v.t.* kéré
dye *n.* aró
dynamic *adj.* ti ìwúlò
dynamics *n.* ìlò
dynamite *n.* ẹ̀tù abúgbà
dynamo *n.* dínámò
dynasty *n.* ìran ọba
dysentery *n.* ìgbẹ́ gburu
dysfunctional *adj.* àì ṣiṣẹ́
dyslexia *n.* inú kíkún
dyspepsia *n.* inú kíkún

E

each *adj.* ìkọ̀kan
eager *adj.* yára
eagle *n.* ìdì
ear *n.* etí
earl *n.* olóyè
early *adj.* ní bẹ̀rẹ̀
earn *v.* pa owó
earnest *adj.* nítara
earth *n.* ayé
earthen *adj.* alámọ
earthly *adj.* ti ayé
earthquake *n.* ilẹ̀ mímì
ease *n.* ìrọ̀rùn
east *n.* ìlà oòrùn
Easter *n.* Àjínde
eastern *adj.* nílà oòrùn
easy *adj.* ní rọ̀rùn
eat *v.* jẹun
eatery *n.* ilé oúnjẹ́
eatable *adj.* dára ní jíjẹ
ebb *n.* dínkù
ebony *n.* igi dúdú
ebullient *adj.* ọ̀yàyà
eccentric *adj.* lorí kórí
echo *n.* ẹ̀kò
eclipse *n.* bíbò
ecology *n.* ẹ̀kọ́ lójì
economic *adj.* ọrọ̀ ajé
economical *adj.* ìṣọ́ wóná
economics *n.* ẹ̀kọ́ ọrọ̀ ajé
economy *n.* ètò ìṣúná
ecstasy *n.* ayọ̀ ńlá
edge *n.* ténté

55

edgy *adj.* fòyà
edible *adj.* ṣeé jẹ
edict *n.* ìwé àṣẹ
edifice *v.* ilé gàgàrà
edit *v.* ṣà tòpọ̀
edition *n.* àtòpọ̀
editor *n.* èdítọ̀
editorial *adj.* ọ̀rọ̀ èdítọ̀
educate *v.* kẹ́kọ̀ọ́
education *n.* ẹ̀kọ́
efface *v.* gbà gbé
effect *n.* ìṣokùn fà
effective *adj.* ṣiṣẹ́
effeminate *adj.* bí obìrin
effete *adj.* àì lágbára
efficacy *n.* lágbára
efficiency *n.* ìkájúẹ̀
efficient *adj.* kájúẹ̀
effigy *n.* ère
effort *n.* ìgbì yànjú
egg *n.* ẹyin
ego *n.* ìgbé raga
egotism *n.* ìwà ìgbé raga
eight *adj. & n.* mẹ́jọ
eighteen *adj & n.* méjì dínlógún
eighty *adj & n.* ọgọ́rin
either *adv.* èyí kèyí
ejaculate *v.* da àtọ̀
eject *v.t.* yọ jáde
elaborate *adj.* púpọ̀
elapse *v.* kọjá
elastic *adj.* rọ́bà
elbow *n.* igun pá
elder *adj.* alàgbà
elderly *adj.* àgbà
elect *v.* dì bòyàn
election *v.* ìdìbò
elective *adj.* ìfibò yàn

electorate *n.* olù dìbò
electric *adj.* ẹ̀lẹ́tríkì
electrician *n.* òṣìṣẹ́ ẹ̀lẹ́tríkì
electricity *n.* iná ẹ̀lẹ́kríkì
electrify *v.* múná wọ
electrocute *v.* gan mọ́ná
electronic *adj.* ẹ̀rọ aloná
elegance *n.* aláfẹ́
elegant *adj.* ológe
element *n.* ẹ́límẹ́ntì
elementary *adj.* ti ìbẹ̀rẹ̀
elephant *n.* erin
elevate *v.* gbé sókè
elevator *n.* ẹlifetọ̀
eleven *adj. & n.*
elf *n.* ẹni kékeré
elicit *v.* tọrọ
eligible *adj.* dángá jíá
eliminate *v.* mu kúrò
elite *n.* gbajúmọ̀
ellipse *n.* olóbìrí
elocution *n.* ìmọ̀rọ̀ ọ́sọ
elongate *v.* fààgùn
elope *v.* sálọ pẹ̀lú
eloquence *n.* mọ̀rọ̀ ọ́sọ
else *adv.* míràn
elucidate *v.t.* ṣàlàyé
elude *v.* sáfún
elusion *n.* sí sáfún
elusive *adj.* ṣàjèjì
emaciated *adj.* tínrín
email *n.* ímeèlì
emancipate *v.t.* dásílẹ̀
emasculate *v.* dẹ agbára
embalm *v.* tọ́jú òkú
embankment *n.* odi mímọ
embargo *n.* ìfòfin dè
embark *v.t.* bẹ̀rẹ̀

embarrass v. dójú tì
embassy n. ẹ̀mbásì
embattled adj. ìdojú kọ
embed v. wọnú
embellish v. ṣẹ̀ṣọ́
embitter v. fi ìkorò sí
emblem n. àpè júwe
embodiment v.t. ṣe àpẹrẹ
embolden v. gbóyà
emboss v. ẹ̀mbọ́sì
embrace v. dìmọ́
embroidery n. àṣọ híhun
embryo n. ọlẹ̀
emend v. ṣà túnṣe
emerald n. ẹ̀mẹ́ráldì
emerge v. jáde
emergency n. pàjá wìrì
emigrate v. jáde nílùú
eminence n. ìlọ́lá
eminent adj. ọlọ́lá
emissary n. ikọ̀
emit v. tu jáde
emollient adj. olùfẹ́ àláfíà
emolument n. àjẹ mọ́nú
emotion n. èrò ọkàn
emotional adj. ti èrò ọkàn
emotive adj. ti ọkàn
empathy n. ojú àànú
emperor n. ọba aláṣẹ
emphasis n. ìtẹnu mọ
emphasize v. tẹnu mọ
emphatic adj. àtẹnu mọ
empire n. ilẹ̀ ọba aláṣẹ
employ v. gbà síṣẹ́
employee n. òṣìṣẹ́
employer n. ògá iṣẹ́
empower v. gbé agbára wọ
empress n. ọba obìrin

empty adj. tán
emulate v.t. wò kọ́ṣe
enable v. ràn lọ́wọ́
enact v. ṣòfin
enamel n. ọ̀dà
enamour v.t. fẹ́
encapsulate v. ní ṣókí
encase v. yí sínú
enchant v. fi ògùn mú
encircle v.t. yíká
enclave n. agbè gbè
enclose v. fi sínú
enclosure n. ìpamọ́
encode v. pa àrokò
encompass v. lẹ́ẹ̀kan si
encore n. lẹ́ẹ̀kan si
encounter v. pàdé
encourage v. ṣe kóríyá
encroach v. kọjá ààyè
encrypt v. di àrokò
encumber v. dí lọ́wọ́
encyclopaedia n. ìwé kòkárí
end n. òpin
endanger v. fi wéwu
endear v. nífẹ̀
endearment n. ọ̀rọ̀ ìfẹ́
endeavour v. gbìyànjú
endemic adj. tànká
endorse v. fọwọ́ sí
endow v. bùkún
endure v. fara da
enemy n. ọtá
energetic adj. lá gbára
energy n. agbára
enfeeble v. sọdi àìlókun
enfold v. kámọ́ra
enforce v. múṣẹ
enfranchise v. gbẹ̀tọ́ ìdìbò

engage v. dána
engagement n. ìdána
engine n. ẹ́ngìnì
engineer n. ẹnginíà
English n. Gẹ̀ẹ́sì
engrave v. tẹ ọ̀rọ̀ sí
engross v. gbọkàn
engulf v. dàbò
enigma n. ẹni ìjìnlẹ̀
enjoy v. gbádùn
enlarge v. mú gbòòrò
enlighten v. tànmọ́lẹ̀ sí
enlist v. forúkọ sílẹ̀
enliven v. ṣọ̀yàyà
enmity n. ìṣọ́tá
enormous adj. tóbi
enough adj. ótó
enquire v. bèrè
enquiry n. ìbéèrè
enrage v. mú inúbí
enrapture v. dun inúsí
enrich v. bùkún fún
enrol v. darapọ̀ mọ́
enshrine v. ṣètójú
enslave v. mú lẹ́rú
ensue v. tó tẹ̀le
ensure v. mu dájú
entangle v.t. lílọ́ pọ̀
enter v. wọlé
enterprise n. iṣẹ́
entertain v. dára yá
entertainment n. ìdára yá
enthral v. gbà lọ́kàn
enthrone v. mú jọba
enthusiasm n. inú dídùn
enthusiastic n. nínú dídùn
entice v. tàn
entire adj. gbogbo

entirety n. ohun gbogbo
entitle v. fún ní àkòrì
entity n. nkan
entomology n. ìmọ̀ kòkòrò
entourage n. ikọ̀
entrails n. ìfun
entrance n. ẹnu ọ̀nà
entrap v.t. gbámú
entreat v. bẹ̀bẹ̀
entreaty v.t fi ẹ̀bẹ̀ ṣe
entrench v. fisọlẹ̀
entrepreneur n. olù dáṣẹ́ sílẹ̀
entrust v. fisí kàwọ̀
entry n. àbá wọlé
enumerate v.t. ṣe ònkà
enunciate v. sọ̀rọ̀ jẹ́jẹ́
envelop v. yimọ́
envelope n. àpò ìwé
enviable adj. fa owú
envious adj. jowú
environment n. àyíká
envisage v. fojú sùn
envoy n. ikọ̀
envy n. owú
epic n. ohun pípẹ́
epicure n. olùfẹ́ oúnjẹ
epidemic n. àjà kálẹ̀ àrùn
epidermis n. awọ ara
epigram n. àkọọ́lẹ̀ ṣókí
epilepsy n. wárá pá
epilogue n. àfikún ìtàn
episode n. apá
epistle n. èpístélì
epitaph n. àkọọ́lẹ̀ òkú
epitome n. àpẹrẹ
epoch n. iṣe pàtàkì
equal adj. ìdọ́gba
equalize v.t. bára dọ́gba

equate v. jásí
equation n ìjásí
equator n. agbede méjì ayé
equestrian adj. ti ìgẹṣin
equidistant adj. lagbede méjì
equilateral adj. onípò kanáà
equilibrium n. pípé
equip v. gbara dì
equipment n. irin iṣẹ́
equitable adj. ìpín kárí
equity n. ìpín ìdókòwò
equivalent adj. iye kanáà
equivocal adj. ọ̀rọ̀ àyé
era n. ìgbà
eradicate n. parẹ́
erase v. parẹ́
erect adj. nàró
erode v. wóyan rìn
erogenous adj. elérò ìfẹ́
erosion n. ìwọ́ yanrìn
erotic adj. ti èrò ìfẹ́
err v. ṣè
errand n. ìrán níṣẹ́
errant adj. tó yapa
erratic adj. ségè sègè
erroneous adj. tíkòrí bẹ́ẹ̀
error n. àṣìṣe
erstwhile adj. tẹ́lẹ̀
erudite adj. onímọ̀
erupt v. rú jáde
escalate v. rú sókè
escalator n. ẹskalétọ̀
escapade n. eré géle
escape v.i. sálọ
escort n. aláàbò
esoteric adj. òye ọ̀tọ̀
especial adj. pàtàkì
especially adv. ní pàtàkì

espionage n. amí
espouse v. tẹ́wọ́ gbà
espresso n. kọfí
essay n. àròkọ
essence n. kókó
essential adj. ṣe kókó
establish v. fìdí múlẹ̀
establishment n. ifìdí múlẹ̀
estate n. ogún
esteem n. ìgbé lárugẹ
estimate v.t. ṣe ìṣirò
estranged adj. arẹ́ tẹ́lẹ̀
et cetera adv. àti béẹ̀béẹ̀ lọ
eternal adj. ayé rayé
eternity n. àtayé báyé
ethic n. iṣe rere
ethical n. iṣe ìlànà
ethnic adj. ẹ̀yà
ethos adj. iṣe òde
etiquette n. àtiṣe
etymology n. ìmọ̀ ọ̀rọ̀
eunuch n. ìwẹ̀fà
euphoria n. ayọ̀
euro n. euro
European n. Òyìnbó
euthanasia n. ikú àánú
evacuate v. kó kúrò
evade v.t. sáfún
evaluate v.i. ṣà gbéwò
evaporate v. hó sókè
evasion n. ìsáfún
evasive adj. sáfún
eve n. kuọ̀la
even adj. kúná
evening n. ìrọ̀lẹ́
event n. ayẹyẹ
eventually adv. lẹ́hìn ò rẹhìn
ever adv. láí

59

every *adj.* gbogbo
evict *v.* lé jáde
eviction *n.* ìlé jáde
evidence *n.* ẹ̀rí
evident *adj.* kedere
evil *adj.* aburú
evince *v.* fihàn
evoke *v.* rú sókè
evolution *n.* ìyíra padà
evolve *v.* yíra padà
exact *adj.* gangan
exaggerate *v.* fọ́nnu
exaggeration *n.* ìfọ́nnu
exalt *v.* gbéga
exam *n.* ìdánwò
examination *n.* àyẹ̀wò
examine *v.* ṣà yẹ̀wò
examinee *n.* ẹni ayẹ̀wò
example *n.* àpẹẹrẹ
exasperate *v.* dá núbí
excavate *v.* walẹ̀
exceed *v.* kọjá
excel *v.* tayọ
excellence *n.* ìtayọ
excellency *n.* ọlọ́lá jùlọ
excellent *adj.* tayọ
except *prep.* àyàfi
exception *n.* dá yàtọ̀
excerpt *n.* àyọ́wò
excess *n.* àpọ̀jù
excessive *adj.* pà pọ̀jù
exchange *v.t.* pààrọ̀
exchequer *n.* ìṣura
excise *n.* ìmú kúrò
excite *v.i.* yayọ̀
excitement *n.* ayọ̀
exclaim *v.* pariwo
exclamation *n.* ariwo

exclude *v.* yọ sílẹ̀
exclusive *adj.* ti ọ̀tọ̀
excoriate *v.* sọrọ̀ sí
excrete *v.* yágbẹ́
excursion *n.* ìrìnàjò afẹ́
excuse *v.* ṣe àwáwí
execute *v.* ṣètò
execution *n.* ìṣètò
executive *n.* ìṣà kóso
executor *n.* aṣojú elétò
exempt *adj.* yọ̀nda
exercise *n.* eré ìdárayá
exert *v.* tiraka
exhale *v.* mí síta
exhaust *v.* tan
exhaustive *adj.* tó rinlẹ̀
exhibit *v.* pàtẹ
exhibition *n.* ìpàtẹ
exhilarate *v.* dunnú
exhort *v.* gbàní yànjú
exigency *n.* pàjá wìrì
exile *n.* àjòjì
exist *v.* wà
existence *n.* wíwà
exit *n.* àbá jáde
exonerate *v.* wẹ̀mọ́
exorbitant *adj.* wọ́n
exotic *adj.* àtọ̀hún wá
expand *v.* fẹ̀
expanse *n.* fífẹ̀
expatriate *n.* àjèjì
expect *v.* retí
expectant *adj.* nírètí
expedient *adj.* ṣe pàtàkì
expedite *v.* múṣẹ́ yá
expedition *n.* ìrìnàjò
expel *v.t.* lé kúrò
expend *v.* lòtán**

expenditure *n.* owó ìná
expense *n.* ìnáwó
expensive *adj.* wọ́n
experience *n.* ìrírí
experiment *n.* ìwádìí
expert *n.* onímọ̀ ìjìnlẹ̀
expertise *n.* ìmọ̀ ìjìnlẹ̀
expiate *v.* káànú
expire *v.* tán
expiry *n.* ìparí
explain *v.* ṣe àlàyé
explicit *adj.* àlàyé
explode *v.* bú gbàmù
exploit *v.t.* iṣẹ́ akin
exploration *n.* ìrìnàjò ìmọ̀
explore *v.* rín wádìí
explosion *n.* ìbú gbàmù
explosive *adj.* abú gbàmù
exponent *n.* ẹnimọ iṣẹ́
export *v.t.* fojà ṣọwọ́
expose *v.* ṣí sílẹ̀
exposure *n.* ìṣí sílẹ̀
express *v.* túraká
expression *n.* ìtú raká
expressive *adj.* túraká
expropriate *v.* gba dúkìá
expulsion *n.* lílé dànù
extant *adj.* àkọsílẹ̀ pípẹ́
extend *v.* súnsí wájú
extension *n.* ìsúnsí wájú
extent *n.* ibi tódé
exterior *adj.* òde
external *adj.* ti tódé
extinct *adj.* kòsí mọ́
extinguish *v.* paná
extirpate *v.* bá kanlẹ̀
extort *v.* fipá gbà
extra *adj.* àfikún

extract *v.t.* mú jáde
extraction *n.* ìmú jáde
extraordinary *adj.* àì lẹ́gbẹ́
extravagance *n.* àṣe hàn
extravagant *adj.* láṣe jù
extravaganza *n.* àṣe hàn
extreme *adj.* pà pọ̀jù
extremist *n.* aláṣe hàn
extricate *v.* yọ jáde
extrovert *n.* ọlọ́ yàyà
extrude *v.* fọ́n síta
exuberant *adj.* láyọ̀
exude *v.* rùn jáde
eye *n.* ojú
eyeball *n.* ẹyinjú
eyesight *n.* ìríran
eyewash *n.* ìfojú
eyewitness *n.* ẹlẹ́rìí

F

fable *n.* fàbú
fabric *n.* aṣọ
fabricate *v.* rọ irin
fabulous *adj.*
facade *n.* iwájú ilé
face *n.* ojú
facet *n.* ojú apákan
facetious *adj.* alápará
facial *adj.* oge ojú
facile *adj.* àìro núsí
facilitate *v.* mú rọrùn
facility *n.* àmúlò
facing *n.* ìkojú sí
facsimile *n.* èdà
fact *n.* àrí gbámú
faction *n.* apákan
factitious *adj.* ẹ̀tàn jẹ

factor n. ara ìdí
factory n. ilé iṣẹ́
faculty n. ilé ìkẹ́kọ̀
fad n. àṣà òde
fade v.i. tóṣá
Fahrenheit n. Fárẹ́nháìtì
fail v. kùnà
failing n. ti nkùnà
failure n. ìkùnà
faint adj. dákú
fair adj. mọ́ra
fairing n. ìṣesí
fairly adv. ìpín dọ́gba
fairy n. iwin
faith n. ìgbàgbọ́
faithful adj. oló dodo
faithless adj. aláì gbàgbọ́
fake adj. ayé dèrú
falcon n. àṣá
fall v. ṣubú
fallacy n. irọ́
fallible adj. lè ṣìṣe
fallow adj. oko àìro
false adj. bẹ́ẹ̀kọ́
falsehood n. àì sòótọ́
falter v. kọsẹ̀
fame n. òkìkí
familiar adj. mọra
family n. ìdílé
famine n. ìyàn
famished adj. ebi
famous adj. oló kìkí
fan n. abẹ̀bẹ̀
fanatic n. alá kata kítí
fanciful adj gbèrò ire
fancy n. èrò ire
fanfare n. aṣeyẹ
fang n. ehín ejò

fantasize v. ní èrò ire
fantastic adj. ódára
fantasy n. ìfẹ inú
far adv. jìnà
farce n. àfibojú
fare n. owó
farewell interj. ódàbọ̀
farm n. oko ọgbìn
farmer n. àgbẹ̀
fascia n. pátákó
fascinate v. jọ lójú
fascism n. ìjọba àdáṣe
fashion n. oge
fashionable adj. ológe
fast adj. yára
fasten v. so
fastness n. ìyára
fat n. sanra
fatal adj. la ẹmí lọ
fatality n. òfò ẹmí
fate n. kádàrá
fateful adj. ìṣe pàtàkì
father n. bàbá
fathom n. rí òye
fatigue n. ìrẹ̀
fatuous n. ti àpárá
fault n. ẹ̀bi
faulty adj. bàjẹ́
fauna n. gbogbo ẹranko
favour n. ojú rere
favourable adj. tó dára
favourite adj. àtàtà
fax n. ìfìwé ránṣẹ́
fear n. ẹ̀rù
fearful adj. ìbẹ̀rù
fearless adj. láìbẹ̀rù
feasible adj. tó ṣeéṣe
feast n. àpẹ̀jẹ

feat n. ìṣe akin
feather n. ìyẹ́
feature n. ìkópa
febrile adj. ará òbalẹ̀
February n. Èrèlé
feckless adj. aì wúlò
federal adj. ìjọba àpapọ̀
federate v. ṣè jọba
federation n. ìjọba àpapọ̀
fee n. iye owó
feeble adj. aì lókun
feed v. jẹun
feeder n. èlò ìjẹun
feel v. fowọ́ kàn
feeling n. ìlérò
feign v. díbọ́n
feisty adj. akí kanjú
felicitate v. yayọ̀
felicitation n. ìyayọ̀
felicity n. ìlayọ̀
fell v. ti ṣubú
fellow n. ará
fellowship n. àpé jọpọ̀
felon n. ọdaràn
female adj. abo
feminine adj. ti abo
feminism n. ẹ̀tọ́ obìrin
fence n. ọgbà
fencing n. ìṣọgbà
fend v. ṣè tójú
feng shui n. feng ṣui
fennel n. ewébẹ̀
feral adj. tigbó
ferment v. kan
fermentation n. kíkan
fern n. ewéko
ferocious adj. búburú
ferry n. ọkọ̀ omi

fertile adj. lọ́rà
fertility n. ìbímọ
fertilize v. lílo ajílẹ̀
fertilizer n. ajílẹ̀
fervent adj. kára kára
fervid adj. tó kára
fervour n. ìkára
fester v. kẹ
festival n. àjọ̀dún
festive adj. ọdún
festivity n. àjọ̀dún
fetch v. pọn
fete n. òde ìkówó jọ
fetish n. olóògún dúdú
fettle n. ara líle
fetus n. ọlẹ̀ inú
feud n. ìjà
feudalism n. ìsingbà
fever n. ibà
few adj. díẹ̀
fey adj. fani mọ́ra
fiancé n. àfẹ́ sọ́nà
fiasco n. ìdà kudà
fibre n. inú èso
fickle adj. ti aìpé
fiction n. ìwé àròkọ
fictitious adj. àròsọ
fiddle n. fífí ṣeré
fidelity adj. afọkàn tán
field n. pápá
fiend n. èṣù
fierce adj. burú
fiery adj. & n. hóná
fifteen adj. & n. mẹ́ẹ̀ dógún
fifty adj. & n. àádọ́ta
fig n. ọpọ̀tọ́
fight v.t. jà
fighter n. oníjà

figment n. ohun
figurative adj. lérò
figure n. nọ́mbà
figurine n. ère
filament n. wáyà
file n. fáìlì
filings n. àfákù irin
fill v. fikún
filler n. èlò ìdíhò
filling n. ihò dídí
fillip n. kóríyá
film n. fíìmù
filter n. asẹ́
filth n. ẹ̀gbin
filtrate n. sísẹ́
fin n. ìpẹ́
final adj. àṣe kágbá
finalist n. aláṣè kágbá
finance n. ètò ìṣura
financial adj. ìṣura
financier n. agbá tẹrù
find v. rí
fine adj. dára
finesse n. ọlọ gbọ́n
finger n. ìka
finial n. ọ̀ṣọ́ orí ọ̀wọ̀n
finicky adj. alá ṣejù
finish v. òpin
finite adj. lópin
fir n. fírì
fire n. iná
firewall n. adènà àjáwọ̀
firm adj. lilé
firmament n. òfurufú
first adj. & n. ìkínní
first aid n. ìtọ́jú àkọ́kọ́
fiscal adj. owó ìlú
fish n. ẹja

fisherman n. apẹja
fishery n. ẹja pípa
fishy adj. bí ẹja
fissure n. ògiri lanu
fist n. ìkúùkù
fit adj. bámú
fitful adj. díẹ̀ díẹ̀
fitter n. fítà
fitting n. bójú mu
five adj. & n. márùn
fix v. túnṣe
fixation n. ẹ̀yinjú
fixture n. ìdíjé
fizz v. lafẹ́fẹ́
fizzle v. jó lọlẹ̀
fizzy adj. ẹlẹ́rìn dodo
fjord n. odò
flab n. ọ̀rá
flabbergasted adj. ìyà lẹ́nu
flabby adj. ti ọlọ́rà
flaccid adj. rọ
flag n. àsìá
flagellate v. jẹgba
flagrant adj. ní gbangba
flair n. abí nibí
flake n. fílékì
flamboyant adj. àlá pẹpẹ
flame n. iná
flammable adj. rannà
flank n. ẹ̀gbẹ́
flannel n. aṣọ fẹ́lẹ́
flap v. fẹ́
flapjack n. kéèkì olóyin
flare n. gbanà
flash v. ṣána
flash light n. tọ́ọ̀ṣì
flask n. ìgò
flat adj. pẹlẹbẹ

flatten v.t. tẹ́ mọ́lẹ̀
flatter v. móríwú
flatulent adj. run inú
flaunt v. ṣakọ
flavour n. adùn
flaw n. àbà wọ́n
flea n. ìdun
flee v. sáré
fleece n. irun àgùtàn
fleet n. ayára bíàṣá
flesh n. ẹran
flex v. nà
flexible adj. gba mọ́ra
flexitime n. ìṣiṣẹ́ ìrọrùn
flick v. jù
flicker v.t. ṣẹ́jú
flight n. fífò lókè
flimsy adj. aṣọ fẹ́lẹ́
flinch v. gbọnra
fling v. jù sọnù
flint n. akọ òkúta
flip v. jù sókè
flippant adj. àì kàkún
flipper n. ìlú wẹ́ẹ́
flirt v.i. tage
flit v. sá kiri
float v. léfòó
flock n. agbo
floe n. ìléfò yìyín
flog v. nà légba
flood n. àgbàrá
floodlight n. iná aràngbò
floor n. ilẹ̀
flop v. já kulẹ̀
floppy adj. títóbi
flora n. oríṣi ewéko
floral adj. ti òdodò
florist n. oló dodò

floss n. ìtayín
flotation n. líléfò
flounce v. bínú rìn
flounder v. parìdà
flour n. ìyẹ̀fun
flourish v. gbilẹ̀
flow v.i. ṣán
flower n. òdòdó
flowery adj. lódodò
flu n. àìsàn
fluctuate v. ṣe sége
fluent adj. já gere
fluff n. ìrúyẹ̀
fluid n. olómi
fluke n. òfegè
fluorescent adj. flọrí sẹ́ntì
fluoride n. flóráìdì
flurry n. ní wàrà wàrà
flush v. fomi ṣàn
fluster v. gbọnra
flute n. fèrè
flutter v. gbọ̀nyẹ́
fluvial adj. ti ìṣàn omi
flux n. àyí padà
fly v.i. fò
foam n. hó ọṣẹ
focal adj. àfojú sí
focus n. àfojú sùn
fodder n. oúnjẹ gbígbẹ
foe n. abínú ẹni
fog n. kùru kùru
foil v. dàrú
fold v.t. ṣẹ́po
foliage n. àwọn ewé
folio n. fólíò
folk n. ara
follow v. tẹ̀lé
follower n. ọmọ ẹ̀hìn

fondle v. fọwọ́ pa
font n. fọ́ntì
food n. oúnjẹ
fool n. òmùgọ̀
foolish adj. agọ̀
foolproof adj. àì láṣìṣe
foot n. ẹsẹ̀
footage n. fíìmù kúkúrú
football n. bọ́ọ̀lù ẹlẹ́sẹ̀
footing n. ìgbésẹ̀
footling adj. káti kàti
for prep. fún
foray n. ìsúré ṣe
forbear v. ṣáájú
forbid v. má ṣegbà
force n. ìkàn nípá
forceful adj. kànpá
forceps n. irinṣẹ́ ìgbẹ̀bí
forcible adj. tipá tipá
fore adj. ìṣáájú
forearm n. apá
forebear n. ìfara dà
forecast v.t. sọtẹ́lẹ̀
forefather n. baba ńlá
forefinger n. ìka
forehead n. iwájú orí
foregoing adj. ti ìṣáájú
foreign adj. òkèèrè
foreigner n. àjòjì
foreknowledge n. àmọ̀ tẹ́lẹ̀
foreleg n. ẹsẹ̀ iwájú
foreman n. fọ́manù
foremost adj. ṣe kókó
forename n. orúkọ ìsámí
forensic adj. ìmọ̀ ìwádìí
foreplay n. eré ìṣáájú
forerunner n. aṣáájú
foresee v. ríwájú

foresight n. ìrí wájú
forest n. ijù
forestall v. dáwọ́ kọ́
forestry n. ìṣọ́gbó
foretell v. sọtẹ́lẹ̀
forever adv. láí
foreword n. ọ̀rọ̀ ìṣáájú
forfeit v. pàdánù
forge v.t. ṣáyé dèrú
forgery n. áyé dèrú
forget v. gbàgbé
forgetful adj. ti ìgbàgbé
forgive v. dáríjì
forgo v. fisílẹ̀
fork n. fọ́kì
forlorn adj. àì nírètí
form n. fọ́ọ̀mù
formal adj. alá kọ̀wè
formality n. ti alá kọ̀wè
format n. ìṣètò
formation n. ààtò
former adj. tẹ̀lé
formerly adv. ti tẹ̀lé
formidable adj. lágbára
formula n. fọ́múlà
formulate v. ṣààtò
forsake v. kọsílẹ̀
forswear v. búra sílẹ̀
fort n. ilé ààbò
forte n. pípa riwo
forth adv. síwá
forthcoming adj. tómbọ̀
forthwith adv. ìsinyílọ
fortify v. dira ogun
fortitude n. àmú mọ́ra
fortnight n. ọ̀sẹ̀ méjì
fortress n. ilé agbára
fortunate adj. ṣe oríire

fortune n. oríire
forty adj. & n. ogójì
forum n. ìpàdé
forward adv. & adj. ṣíwájú
fossil n. fósìlì
foster v. ṣe ìtọ́jú
foul adj. èèrú
found v. tiríi
foundation n. ìpìlẹ̀
founder n. olù dásílẹ̀
foundry n. ilé iṣẹ́ onírin
fountain n. ìsun omi
four adj. & n. mẹ́rin
fourteen adj. & n. mẹ́rìnlá
fourth adj. & n. ìkẹ́rin
fowl n. adìyẹ
fox n. ìkokò
foyer n. ààyè ìpàdé
fraction n. díẹ̀
fractious adj. oní wàhálà
fracture v.t. ṣẹ́ léegun
fragile adj. ẹlẹgẹ́
fragment n. àfọ́kù
fragrance n. òórùn dídùn
fragrant adj. lòórùn dídùn
frail adj. aì lókun
frame n. fírémù
framework n. àtì lẹ́hìn
franchise n. ẹ̀tọ́ ìdìbò
frank adj. sọjúnù
frankfurter n. sọ́séjì
frantic adj. tagìrì
fraternal ti mọlẹ́bí
fraternity n. ẹlẹ́gbẹ́ dé
fraud n. jìbìtì
fraudulent adj. oníjìbìtì
fraught adj. kún fún
fray v. tú

freak n. aṣìèrè
freckle n. àmì ara
free adj. lọ́fẹ̀ẹ́
freebie n. ẹ̀bùn ọfẹ́
freedom n. ìdá sílẹ̀
freeze v. di yìnyín
freezer n. ẹ̀rọ adi yìnyín
freight n. ẹrù kíkó
freighter n. ọkọ̀ ìkẹ́rù
French adj. ti Faransé
frenetic adj. dàmú
frenzy n. ìṣe wèrè
frequency n. iye ìgbà
frequent adj. lọ́pọ̀ ìgbà
fresh adj. ti òòjọ́
fret v.t. ṣè yọnu
fretful adj. yọnu
friable adj. ẹlẹgẹ́
friction n. ìlọ́ papọ̀
Friday n. Ẹtì
fridge n. fìríjì
friend n. ọ̀rẹ́
fright n. ẹ̀rù
frighten v. ṣẹ̀rù bà
frigid adj. tutù púpọ̀
frill n. ìṣẹ́pọ aṣọ
fringe n. ténté
frisk v. fọwọ́ wá
fritter v. ṣàṣìlò
frivolous adj. awú rúju
frock n. aṣọ
frog n. ọpọ̀lọ́
frolic v.i. bẹkiri
from prep. láti
front n. iwájú
frontbencher n. ará ilé aṣòfin
frontier n. bọ́dà
frost n. ìdi yìnyín

frosty adj. adi yìnyín
froth n. ìfóòfòó
frown v.i. lejú
frowsty adj. run ilé
frugal adj. ṣọ́wọ́ná
fruit n. èso
fruitful adj. ni èso
frump n. ìmúra oko
frustrate v. ṣè díwọ́
fry v. dín
fudge n. súítì
fuel n. epo
fugitive n. asá fófin
fulcrum n. ìmú dúró
fulfil v. múṣẹ
fulfilment n. ìmúṣẹ
full adj. kíkún
fulsome adj. kọ̀rọ̀ púpọ̀
fumble v. ṣìṣe
fume n. èéfín
fumigate v. fín ilé
fun n. ìgbádùn
function n. ìṣiṣẹ́
functional adj. tó ṣiṣẹ́
functionary n. òṣìṣẹ́
fund n. ìkowósí
fundamental adj. ti ìpìlẹ̀
funeral n. ìsìnkú
fungus n. olú
funky adj. gbáfẹ́
funnel n. àrọ
funny adj. pani lẹ́rín
fur n. irun ẹranko
furious adj. bínú
furl v. wépọ̀
furlong n. ìwọn gígùn
furnace n. iná ńlá
furnish v. ṣètọ́jú ilé

furnishing n. ẹrù ilé
furniture n. ẹrù ilé
furore n. wàhálà
furrow n. ebè kíkọ
further adv. jìnásí
furthermore adv. ṣíwájú síi
furthest adj. & adv. jìnnà jù
fury n. ìbínú
fuse v. lẹ̀pọ̀
fusion n. ìlẹ̀pọ̀
fuss n. àṣejù
fussy adj. ṣàṣejù
fusty adj. rírùn
futile adj. lásán
futility n. asán
future n. ọjọ́ iwájú
futuristic adj. lọjọ́ iwájú

G

gab v. ẹ̀bùn
gabble v.t. yára sọ̀rọ̀
gadget n. ẹ̀rọ kékeré
gaffe n. àṣìṣe
gag n. ìfaṣọ dínu
gaga adj. jáwé jura
gaiety n. apẹpẹ
gaily adv. gẹngẹ
gain v. jèrè
gainful adj. tó lérè
gait n. ìrìn
gala n. gálà
galaxy n. àkópọ̀ ìràwọ̀
gale n. ẹ̀fúùfù
gall n. ìwà búburú
gallant adj. ṣe akin
gallantry n. ìwà akin
gallery n. ááyè òkè

gallon *n.* gálọ̀nù
gallop *n.* ìfòrìn
gallows *n.* ibi ìpànìà
galore *adj.* rẹpẹtẹ
galvanize *v.i.* tì ṣiṣẹ́
gambit *n.* ìgbésẹ̀ àkọ́kọ́
gamble *n.* ta tẹ́tẹ́
gambler *n.* onítẹ́tẹ́
gambol *v.* fòkiri
game *n.* eré
gamely *adj.* ṣeré
gammy *adj.* ẹsẹ̀ dídùn
gamut *n.* onírurú
gang *n.* ẹgbẹ́
gangling *adj.* lẹ́gẹ́ lẹ́gẹ́
gangster *n.* ọmọ ìsọta
gangway *n.* ààrín ọ̀nà
gap *n.* àfo
gape *v.* lanu
garage *n.* gáréjì
garb *n.* aṣọ iṣẹ́
garbage *n.* ẹ̀gbin
garble *v.* wírè égbè
garden *n.* ọgbà òdòdó
gardener *n.* aṣọgbà
gargle *v.* fọnu
garish *adj.* aláwọ̀ títàn
garland *n.* ẹ̀ṣọ́ olódòdó
garlic *n.* gálíkì
garment *n.* aṣọ
garner *v.* kópọ̀
garnet *n.* gánẹ̀tì
garnish *v.* ṣẹ̀ṣọ́ foúnjẹ
garret *n.* yàrá òkè
garrulous *adj.* sọ̀rọ̀ jù
garter *n.* rọ́bà ìbọ̀sẹ̀
gas *n.* afẹ́fẹ́
gasket *n.* gáskẹ̀tì
gasp *n.* séèmí
gastric *adj.* ti inú
gastronomy *n.* oúnjẹ yíyàn
gate *n.* géètì
gateau *n.* kéèkì
gather *v.* ṣàkójọ
gaudy *adj.* alárà barà
gauge *n.* géèjì
gaunt *adj.* gbẹ
gauntlet *n.* ìbọ̀wọ́
gauze *n.* gọ́ọ̀sì
gawky *adj.* àì baralẹ̀
gay *adj.* ṣe apẹpẹ
gaze *v.* tẹjúmọ́
gazebo *n.* ilé kékeré
gazette *n.* ìwé àkíyésí
gear *n.* gíà
geek *n.* ranjú
gel *n.* jẹ́ẹ̀lì
geld *v.* yọ ẹpọ̀n
gem *n.* òkúta iyebíye
gender *n.* akọ/ abo
general *adj.* gbogbo gbò
generalize *v.* ṣàkópọ̀
generate *v.* mú jáde
generation *n.* ìran ènìà
generator *n.* ẹ̀rọ amú náwá
generosity *n.* ìtọrẹ
generous *adj.* lawọ́
genesis *n.* ìbẹ̀ẹ̀rẹ̀
genetic *adj.* ti èjẹ̀
genial *adj.* kóní mọ́ra
genius *n.* ọlọ́pọlọ pípé
genteel *adj.* tutù jù
gentility *n.* ìtutù jù
gentle *adj.* jẹ́jẹ́
gentleman *n.* ọmọ lúàbí
gentry *n.* ẹni iyì

genuine *adj.* ojú lówó
geographer *n.* onímọ̀ àgbáyé
geographical *adj.* ti àgbáyé
geography *n.* ìmọ̀ àgbáyé
geologist *n.* onímọ̀ àgbáyé
geology *n.* ìmọ̀ ti ayé
geometric *adj.* ti wíwọ̀n
geometry *n.* ìwọn
germ *n.* kòkòrò àìrí
German *n.* Jámánì
germane *adj.* sọmọ́
germinate *v.* hù
germination *n.* híhù
gerund *n.* ọ̀rọ̀ orúkọ
gestation *n.* ìlóyún
gesture *n.* fara sọ
get *v.* gbà
geyser *n.* ẹ̀rọ omi sísè
ghastly *adj.* búbu rú
ghost *n.* ẹbọra
giant *n.* òmìrán
gibber *v.* wírè égbè
gibe *v.* ṣe yẹ̀yẹ́
giddy *adj.* pòyì
gift *n.* ẹ̀bùn
gifted *adj.* lẹ́bùn
gigabyte *n.* ọ̀pọ̀ bítì
gigantic *adj.* gàgàrà
giggle *v.t.* rẹ́rìn ín
gild *v.* fi góòḷù kùn
gilt *adj.* oní góòlù
gimmick *n.* àlúmọ̀ kọ́rọ́yí
ginger *n.* jínjà
gingerly *adv.* rọra
giraffe *n.* ìgunu
girder *n.* gádà
girdle *n.* okùn aṣọ
girl *n.* ọmọ bìrin

girlish *adj.* tọmọ bìrin
giro *n.* ọ̀nà ìsanwó
girth *n.* ààyé yíká
gist *n.* ìtàkù rọ̀sọ̀
give *v.* fún
given *adj.* ti fún
glacial *adj.* ti yìnyín
glacier *n.* yìnyín
glad *adj.* láyọ̀
gladden *v.* fayọ̀sí
glade *n.* ọ̀dàn
glamour *n.* afẹ́fẹ́ yẹ̀yẹ̀
glance *v.i.* sáré wò
gland *n.* ẹ̀yà ara
glare *v.i.* tàn gbòò
glass *v.t.* jígí
glaze *v.* ṣe jígí
glazier *n.* oníṣẹ́ jígí
gleam *v.* tan iná
glean *v.* ṣa nkan
glee *n.* ayọ̀
glide *v.* yọ̀ lori
glider *n.* ẹní tó nyọ̀
glimmer *v.* tàn díẹ̀
glimpse *n.* ìyọjú wò
glisten *v.* dán
glitch *n.* àbà wọ́n
glitter *v.* ṣáná
gloat *v.* ńyọ̀
global *adj.* ti àgbáyé
globalization *n.* ìsopọ̀ àgbáyé
globe *n.* òbìrí ayé
globetrotter *n.* aràjò kiri ayé
gloom *n.* òkùn
gloomy *adj.* ṣó òkùn
glorification *n.* ìṣògo
glorify *v.* fògo
glorious *adj.* lógo

glory *n.* ògo
gloss *n.* gílọ́sì
glossary *n.* ìtumọ̀ ọ̀rọ̀
glossy *adj.* dídán
glove *n.* ìbọ̀wọ́
glow *v.* taná
glucose *n.* glúkósì
glue *n.* ìlẹ̀pọ̀
glum *adj.* rojú
glut *n.* àpọ̀jù
glutton *n.* alájẹjù
gluttony *n.* àjẹjù
glycerine *n.* glisi rínì
gnarled *adj.* lọ́pọ̀
gnat *n.* eṣin ṣin
gnaw *v.* jẹ
go *v.t.* lọ
goad *v.* tì síwájú
goal *n.* àmì ayọ̀
goalkeeper *n.* golí
goat *n.* ewúrẹ́
gob *n.* ẹnu
gobble *v.* kómì
goblet *n.* ife
god *n.* ọlọ́run
godchild *n.* ọmọ ìsàmì
goddess *n.* òrìṣà obìrin
godfather *n.* bàbá ọmọ ìsàmì
godly *adj.* ìwà bí ọlọ́run
godmother *n.* ìyá ọmọ ìsàmì
goggle *n.* gọ́gù
going *n.* ìlọ
gold *n.* góòlù
golden *adj.* àfi góòlù ṣe
goldsmith *n.* gosi míìtì
golf *n.* eré onígi
gondola *n.* ọkọ̀ omi
gong *n.* ago

good *adj.* dára
goodbye *excl.* ódàbọ̀
goodness *n.* dí dára
goodwill *n.* ìdára sí
goose *n.* tòló tòló
gooseberry *n.* èso bẹ́rì
gore *n.* ìpalára
gorgeous *adj.*
gorilla *n.* ìnàkí
gory *adj.* ẹ̀jẹ̀ ṣàn
gospel *n.* ìròyìn ayọ̀
gossip *n.* ọ̀rọ̀ ẹ̀yín
gouge *v.* wa ihò
gourd *n.* akè règbè
gourmand *n.* alá jẹjù
gourmet *n.* alásè
gout *n.* àìsàn eegun
govern *v.* ṣe àkóso
governance *n.* ìṣà kóso
governess *n.* olù tọ́jú
government *n.* ìjọba
governor *n.* gómìnà
gown *n.* kaba
grab *v.* gbámú
grace *n.* oore ọ̀fẹ́
graceful *adj.* loore ọ̀fẹ́
gracious *adj.* láànú
gradation *n.* ìlà wíwọ̀n
grade *n.* ipò
gradient *n.* ìdagun
gradual *adj.* díẹ̀ díẹ̀
graduate *n.* oníwè ẹ̀rì kíní
graffiti *n.* àwòrán ògiri
graft *n.* àjẹ bánu
grain *n.* ọkà
gram *n.* gírámù
grammar *n.* gírámà
gramophone *n.* giramo fónù

granary n. ilé ọkà
grand adj. tólekú
grandeur n. ólekú
grandiose adj. kànkà
grandmother n. màmá àgbà
grange n. ilé oko
granite n. gránáìtì
grant v. gbàfún
granule n. hóró
grape n. grépù
graph n. àwòrán ìṣirò
graphic adj. hàn kedere
graphite n. lẹ́ẹ̀dì
grapple v.t. dìmọ́
grasp v. gbámú
grass n. koríko
grasshopper n. tata
grate v.t. ha
grateful n. fi ìmore hàn
grater n. ìrẹ́lá
gratification n. ìtẹ́ lọ́rùn
gratify v. tẹni lọ́rùn
grating n. híha
gratis adv & adj. lọ́fẹ̀ẹ́
gratitude n. ìmore
gratuitous adj. láì nídìí
gratuity n. owó ìfẹ̀hìntì
grave n. isá òkú
gravel n. gíráfù
graveyard n. ibojí
gravitas n. ìmọ̀wọ̀n
gravitate v. fàsí
gravitation n. ìfàsí
gravity n. ifàsílẹ̀
gravy n. ọbẹ̀ omi ẹran
graze v. jẹko
grease n. gíríìsì
great adj. tóbi

greatly adv. púpọ̀
greed n. ojú kòkòrò
greedy adj. lójú kòkòrò
green adj.& n. aláwọ̀ ewé
greengrocer n. eléwé
greenery v.t. láwọ̀ ewé
greet n. kí
greeting n. ìkíni
grenade a. àdó olóró
grey n. àwọ̀ gírè
greyhound n. ajá eléré
grid n. àkànpọ̀
griddle n. irin olóbìrì
grief n. ìbanú jẹ́
grievance n. ìbànú jẹ́
grieve v. banújẹ́
grievous adj. bàní nújẹ́
grill v. finá sè
grim adj. tó le
grime n. ìdọ̀tí
grin v. fẹyín
grind v. lọ̀
grinder n. ọlọ
grip v. dìmú
gripe v. ṣàròyé
grit n. ìgboyà
groan v. ké rora
grocer n. òntàjà
grocery n. ọjà
groggy adj. pòòyì
groin n. abẹ́
groom v. tọ́jú ẹṣin
groove n. ojú lílà
grope v. fọwọ́ wá
gross adj. sanra
grotesque adj. burẹ́wà
grotto n. ilé inú ọgbà
ground n. ilẹ̀

groundless adj. kòlẹ́sẹ̀ ńlẹ̀
group n. ẹgbẹ́
grouping n. ẹlẹ́ gbẹ́dé
grout n. ohun àlẹ̀pọ̀
grovel v. bẹ̀bẹ̀
grow v.i. dàgbà
growl v. gbó
growth n. ìdàgbà sókè
grudge n. ìlọ́ra
grudging adj. lọ́ra
gruel n. oúnjẹ ọkà
gruesome adj. búburú
grumble v. kùn
grumpy adj. kanra
grunt v.i. ró hùn
guarantee v.t. ṣè lérí
guarantor n. oní dúró
guard v. ṣọ́
guarded adj. ti ìṣọ́
guardian n. olùṣọ́
guava n. gúrọ́fà
gudgeon n. ẹja kékeré
guerrilla n. ológun
guess v.i. lérò
guest n. àlejò
guffaw n. rẹ́rìn ín
guidance n. ìtọ́ sọ́nà
guide n. tọ́ sọ́nà
guidebook n. ìwé atọ́nà
guild n. ẹgbẹ́ òṣìṣẹ́
guile n. àréké rekè
guillotine n. ẹ̀rọ agéwè
guilt n. ẹ̀bi
guilty adj. jẹbi
guise n. lábẹ́ aṣọ
guitar n. gìtá
gulf n. bèbè odò
gull n. ẹyẹ

gullet n. ọ̀fun
gullible adj. yọ̀dẹ̀
gully n. kòtò
gulp v. gbemì
gum n. erìgì
gun n. ìbọn
gurdwara n. ẹnu ọ̀nà gúrú
gurgle v. ìtú jáde
gust n. afẹ́fẹ́ lílé
gut n. ikùn
gutsy adj. gbóyà
gutter n. kòtò omi
guy n. ọkùnrin
guzzle v. dàjẹ
gymnasium n. gbọ̀gàn ìṣeré
gymnast n. oló kìtì
gymnastic n. eré olókìtì
gynaecology n. ìmọ̀ ìtọ́jú obìrin
gypsy n. gipsí
gyrate v. yíyí po

H

habit n. ìṣe
habitable adj. tó ṣeégbé
habitat n. ibùdó
habitation n. ibùgbé
habituate v.t. fi kọ́ra
habitué n. alá bẹ̀wò
hack v. gé
hackneyed adj. kò wúlò
haemoglobin n. ẹ̀jẹ̀
haemorrhage n. ẹ̀jẹ̀ dídà
haft n. kùkú
hag n. ìyá burúkú
haggard adj. wúru wùru
haggle v. yowó
hail n. òjò yìyín

hair *n.* irun
haircut *n.* irun gígé
hairstyle *n.* àrà irun
hairy *adj.* nírun púpọ̀
hajj *n.* hájjì
halal *adj.* hàlálì
hale *adj.* okun
halitosis *n.* ẹnu rírùn
hall *n.* gbàngàn
hallmark *n.* àmì ìyàtọ̀
hallow *v.* bọ̀wọ̀
hallucinate *n.* ṣìràn ràn
halogen *n.* halo gẹ́nì
halt *v.* dúró
halter *n.* okùn ẹṣin
halting *adj.* dákú dájí
halve *v.* gesí méjì
halyard *n.* okùn àsìà
ham *n.* ẹran ẹlẹ́dẹ̀
hamburger *n.* bọ́gà
hamlet *n.* ìletò
hammer *n.* òòlù
hammock *n.* ibùsùn àsokọ́
hamper *n.* agbọ̀n
hamster *n.* èkúté ilé
hamstring *n.* iṣan ẹ̀hìn ẹsẹ̀
hand *n.* ọwọ́
handbag *n.* báàgì
handcuff *n.* ṣẹ́kẹ́ ṣẹkẹ̀
handbill *n.* ìwé ìléwọ́
handbook *n.* ìwé
handcuff *n.* ṣẹ́kẹ́ ṣẹkẹ̀
handful *n.* ẹ̀kún wọ́
handicap *n.* ìdíwọ́
handicapped *n.* ìní díwọ́
handicraft *n.* iṣẹ́ ọnà
handiwork *n.* iṣẹ́ owọ́
handkerchief *n.* ìnujú

handle *v.t.* dìmú
handout *n.* ìtọrẹ
handshake *n.* ìbọ̀ lọ́wọ́
handsome *adj.* dáa lọ́kùnrin
handy *adj.* wúlò
hang *v.i.* sokọ́
hangar *n.* háńgà
hanger *n.* ìkọ́ aṣọ
hanging *n.* ìfikọ́
hangover *n.* àìsàn ọlọ́tí
hank *n.* lílọ́ òwú
hanker *v.* nífẹ̀ púpọ̀sí
haphazard *adj.* láì ṣètò
hapless *adj.* aláì mọwọ́
happen *v.* ṣẹlẹ̀
happening *n.* ìṣẹlẹ̀
happiness *n.* ìdùnnú
happy *adj.* dunnú
harass *n.* halẹ̀ mọ́
harassment *n.* ìhamọ́
harbour *n.* èbúté
hard *adj.* líle
hard drive *n.* awa kọ̀mpútà
hardback *n.* elépo líle
harden *v.* múle
hardly *adv.* fi bẹ́ẹ̀
hardship *n.* ìnira
hardy *adj.* lá faradà
hare *n.* ehoro
harelip *n.* ẹnu lílà
harem *n.* ilé obìrin
hark *v.* gbọ́
harlequin *n.* alá wàda
harm *n.* ìpa lára
harmful *adj.* pani lára
harmless *adj.* àìṣèkà
harmonious *adj.* ní ìrẹ́pọ̀
harmonium *n.* èèlò orin

harmonize v. répọ̀
harmony n. ìrépọ̀
harness n. okùn ẹṣin
harp n. hárpù
harpy n. iwin
harrow n. ìtúlẹ̀
harrowing adj. ìdààmú
harsh adj. tóle
harvest n. ìkórè
harvester n. ẹ̀rọ ìkórè
hassle n. làálà
hassock n. pílò kékeré
haste n. ìkánjú
hasten v. yára
hasty adj. kánjú
hat n. fìlà
hatch n. ẹran òjẹ
hatchet n. àáké
hate v.t. kó rìra
hateful adj. akó rìra
haughty adj. gbé raga
haulage n. ìfọkọ̀ kẹ́rù
haulier n. akẹ́rù
haunch n. èrò
haunt v. yọnú
haunted adj. ní yọnú
have v. ní
haven n. ìsinmi
havoc n. ìparun
hawk n. àwòdì
hawker n. oní kiri
hawthorn n. igbó
hay n. koríko gbígbẹ
hazard n. ìjàmbá
hazardous adj. ní ìjàmbá
haze n. ṣíṣú
hazy adj. ṣú
he pron. òun

head n. orí
headache n. orí fífọ́
heading n. àkòrí
headlight n. iná ọkọ̀
headline n. kókó
headmaster n. ọ̀gá ìlé àkọ́bẹ̀rẹ̀
headphone n. àgbé karí
headquarters n. olú ilé iṣẹ́
headstrong adj. lá gídí
heady adj. lorí kunkun
heal v. wòsàn
health n. ìlera
healthy adj. ní lera
heap n. ebè
hear v. gbọ́
hearing n. etì gbọ́
hearse n. ọkọ̀ ìgbó kúsí
heart n. ọkàn
heartache n. èdùn ọkàn
heartbreak n. oró ọkàn
heartburn n. àyà títa
hearten v. dunnú
heartening adj. múnú dùn
heartfelt adj. àtọkàn wá
hearth n. ibi ìdáná
heartless adj. láì láànú
hearty adj. lá tọkàn
heat n. ooru
heater n. ẹ̀rọ omi síse
heath n. ilẹ̀ títẹ́
heathen n. kèfèrí
heather n. ewéko
heating n. ìmú gbóná
heave v. gbé
heaven n. ọ̀run
heavenly adj. tọrun
heavy adj. wúwo
heckle v. já sọ̀rọ̀

hectare *n.* sarè
hectic *adj.* ṣiṣẹ́ púpọ̀
hector *v.* hamọ́
hedge *n.* ọgbà
hedonism *n.* ìgbafẹ́ kiri
heed *v.* gbọ́rọ̀
heel *n.* gìgí sẹ̀
hefty *adj.* tóbi
hegemony *n.* ìjọba ìlú mîì
height *n.* gíga
heighten *v.* ga sókè
heinous *adj.* búbu rú
heir *n.* ajogún
helicopter *n.* hẹlikọ́ptà
heliport *n.* ibùdó hẹlikọ́ptà
hell *n.* àpáàdì
helm *n.* ìwakọ̀
helmet *n.* koto
help *v.* ṣè rànwọ́
helpful *adj.* rani lọ́wọ́
helping *n.* oúnjẹ ẹ̀kan
helpless *adj.* àìní rànwọ́
hem *n.* etí aṣọ
hemisphere *n.* ààbọ̀ òbìrì
hen *n.* adìyẹ
hence *adv.* nítorí nà
henceforth *adv.* látì sinyílọ
henchman *n.* olù tẹ̀lé
henna *n.* làálì
henpecked *adj.* ti ìbáwí
hepatitis *adj.* hẹpa táìtísì
heptagon *n.* onígun méje
her *pron.* òun
herald *n.* ìkéde
herb *n.* ewé
herculean *adj.* ti agbára
herd *n.* ọ̀wọ́ ẹran
here *adv.* níbí

hereabouts *adv.* nítòsí
hereafter *adv.* lẹ́hìn èyí
hereby *adv.* ní báyìí
hereditary *adj.* àfijọ
heredity *n.* ìfijọ
heritage *n.* ogún
hermetic *adj.* tíkò láàyè
hermit *n.* adágbé
hermitage *n.* ilé adágbé
hernia *n.* ìpá
hero *n.* akin
heroic *adj.* ṣakin
heroine *n.* akọni obìrin
herpes *n.* àìsàn ara
herring *n.* ẹja
hers *pron.* tirẹ̀
herself *pron.* òun fúnrarẹ̀
hesitant *adj.* lọ́ tìkọ̀
hesitate *v.* dúró díẹ̀
heterogeneous *adj.* lóríṣi
heterosexual *adj.* ìlopọ̀ takọ tabo
hew *v.* gégi
hexogen *n.* ohun olóró
heyday *n.* ìgbà tódára
hibernate *v.* orun pípẹ́
hiccup *n.* èsúkè
hide *v.t.* pamọ́
hideous *adj.* kò ṣeérí
hierarchy *n.* oní pele
high *adj.* ga
highlight *v.* ṣà fihán
highly *adv.* tóga
Highness *n.* Ọlọ́lá jùlọ
highway *n.* márosẹ̀
hijack *v.* jágbà
hike *n.* gbé sókè
hilarious *adj.* dẹ́rìn pa

hilarity *n.* ìrẹ̀rìn
hill *n.* òkè
hillock *n.* òkè kékeré
hilt *n.* èkù idà
him *pron.* òun
himself *pron.* òun fúnrarẹ̀
hinder *v.* dí lọ́wọ́
hindrance *n.* ìdíwọ́
hindsight *n.* ìbojú wẹ̀hìn
hinge *n.* ìgbé lẹ̀kùn
hint *n.* ìtúwò
hip *n.* eegun itan
hire *v.t.* háyà
hirsute *adj.* nírun púpọ̀
his *adj.* tirẹ̀
hiss *v.i.* pọ̀sẹ́
histogram *n.* àwòrán ìṣirò
historian *n.* òpìtàn
historic *adj.* ti ìtàn
historical *adj.* onítàn
history *n.* ìtàn
hit *v.* gbá
hitch *v.* sopọ̀
hither *adv.* síhìn
hitherto *adv.* tẹ́lẹ̀
hive *n.* ilé oyin
hoard *n.* kó pamọ́
hoarding *n.* ìkó pamọ́
hoarse *adj.* há
hoax *n.* ẹ̀tàn jẹ
hob *n.* hóọ̀bù
hobble *v.* tiro rìn
hobby *n.* ìnífẹ̀ sí
hobgoblin *n.* kúré kùré
hockey *n.* eré onígi
hoist *v.* ká sókè
hold *v.t.* dìmú
holdall *n.* àpò

hole *n.* ihò
holiday *n.* ìsinmi
holistic *adj.* ló dindi
hollow *adj.* níhò
holly *n.* igi họ́lì
holmium *n.* hól míúmù
holocaust *n.* ikú ọ̀pọ̀ ènìà
hologram *n.* ìlo fótò
holster *n.* àpò ìbọn
holy *adj.* mímọ́
homage *n.* ìbọ̀wọ̀ fún
home *n.* ibùgbé
homely *adj.* ti ilé
homicide *n.* ìpànì yàn
homogeneous *adj.* tó bámu
homoeopath *n.* ìtọ́jú aláìsàn
homeopathy *n.* onítọ́jú aláìsàn
homogeneous *a.* báramu
homophobia *n.* akórira ìṣe sódómù
homosexual *n.* ìṣe sódómù
honest *adj.* lóòtọ́
honesty *n.* òtítọ́
honey *n.* oyin
honeycomb *n.* afárá oyin
honeymoon *n.* ìgbá ladún ìfẹ́
honk *n.* fífọn
honorary *adj.* ìdá lọ́lá
honour *n.* buọlá fún
honourable *adj.* ọlọ́lá
hood *n.* ìborí
hoodwink *v.* tànjẹ
hoof *n.* pátákó ẹṣin
hook *n.* ìkọ́
hooked *adj.* ti kọ́
hooligan *n.* jàn dùkú
hoop *n.* róbótó
hoopla *n.* eré olóbìrì

77

hoot n. pariwo
hoover n. ẹ̀rọ ìgbálẹ̀
hop v. fò
hop v.t. fífò
hope n. ìrètí
hopefully adv. pẹ̀lú ìrètí
hopeless adj. àì nírètí
horde n. èrò púpọ̀
horizon n. òkè ọ̀hún
horizontal adj. ìdàbú
hormone n. èròjà ẹ̀jẹ̀
horn n. fèrè
hornet n. agbọ́n
horoscope n. ìwò ràwọ̀
horoscope n. ìwò ràwọ̀
horrendous adj. burú jáì
horrible adj. burú jù
horrid adj. burú gan
horrific adj. burú púpọ̀
horrify v. ṣé aburú
horror n. aburú
horse n. eṣin
horsepower n. agbára eṣin
horticulture n. òdòdó gbígbìn
hose n. ìbọ̀sẹ̀ àmután
hosiery n. ibi ìbọ̀sẹ̀ títà
hospice n. ilé ìwòsàn
hospitable adj. kóni mọ́ra
hospital n. ilé ìwòsàn
hospitality n. ìgbà lejò
host n. olù gbálejò
hostage n. ìgbè kùn
hostel n. ibùgbé
hostess n. olù gbálejò
hostile adj. kanra
hostility n. ìkanra
hot adj. gbóná
hotchpotch n. àdàlú

hotel n. hòtẹ̀ẹ́lì
hound n. ajá ọdẹ
hour n. wákàtí
house n. ilé
housewife n. ìyá ilé
housing n. àwọn ilégbè
hovel n. ahéré
hover v. fò lójúkan
how adv. báwo
however adv. àmọ́
howl n. fẹ̀fun
howler n. àṣìṣe
hub n. họ́bù
hubbub n. ariwo
huddle v. kóra jọ
hue n. igbe kíké
huff n. mí hẹlẹ
hug v. dìmọ́
huge adj. firì gbọ̀n
hulk n. àfọ́kù ọkọ̀ omi
hull n. ẹgbẹ́ ọkọ̀ omi
hum v. kùn kọrin
human adj. ti ènìà
humane adj. aláànú
humanism n. ọmọ nìyàn
humanitarian adj. tọmọ nìyàn
humanity n. ọmọ nìyàn
humanize v. sọdi ènìà
humble adj. ní rẹ̀lẹ̀
humid adj. gbí gbóná
humidity n. omi afẹ́fẹ́
humiliate v. dójú tì
humility n. ìrẹ̀lẹ̀
hummock n. ilẹ̀ gíga
humorist n. ẹlẹ́fẹ̀
humorous adj. ṣẹ̀fẹ̀
humour n. àwàdà
hump n. iké

hunch v. tẹ̀yìn
hundred adj.& n. ọgọ́rùn
hunger n. ebi
hungry adj. ebi pípa
hunk n. àgékù
hunt v. ṣọdẹ
hunter n. ọdẹ
hurdle n. igi fífò
hurl v. jù dànù
hurricane n. àjà
hurry v. yára
hurt v. ṣèṣe
hurtle v. sáré púpọ̀
husband n. ọkọ
husbandry n. àgbẹ̀
hush v.i. dákẹ́
husk n. pádi
husky adj. sín gbọnlẹ̀
hustle v. lé kúrò
hut n. ahéré
hutch n. ilé ehoro
hybrid n. àgbìn pọ̀
hydrant n. ẹ̀rọ̀ omi
hydrate v. fomi sí
hydraulic adj. hàìdrọ́ líìkì
hydrofoil n. amọ́kọ sáré
hydrogen n. gásì afẹ́fẹ́
hyena n. kọ̀lọ̀ kọ̀lọ̀
hygiene n. ìmọ́ tótó
hymn n. orin ìyìn
hype n. àsọ dùn
hyper pref. àpọ̀jù
hyperactive adj. àpọ̀jù eré
hyperbole n. àpọ̀jù ọ̀rọ̀
hypertension n. ìfúnpá gíga
hyphen n. ìlà ìso ọ̀rọ̀pọ̀
hypnosis n. ìra níyè
hypnotism n. ríra níyè

hypnotize v. ra níyè
hypocrisy n. àgàbà gebè
hypocrite n. alágàbà gebè
hypotension n. ìfúnpá kékeré
hypothesis n. àgbé kalẹ̀ èrò
hypothetical adj. ìgbé kalẹ̀
hysteria n. ìbara jẹ́
hysterical adj. bara jẹ́

I

I pron. Èmi
ice n. yìnyín
iceberg n. yìnyín òkun
ice-cream n. ohun mímu dídì
icicle n. yìnyín gbọọrọ
icing n. ṣùgà kéèkì
icon n. ère ènìà mímọ́
icy n. dídì
idea n. èrò
ideal n. bótiyẹ
ideally adv. bótiyẹ
idealism n. bótiyẹ kórí
idealist n. aṣe bótiyẹ
idealistic adj. ṣe bótiyẹ
idealize v. gbèrò tóyẹ
identical adj. jọra
identification n. ìdá nimọ̀
identity n. ìmọ̀ nìyàn
identity v. mọ̀ nìyàn
ideology n. èrò
idiocy n. ìwà òmùgọ̀
idiom n. ọ̀rọ̀ àpèjúwe
idiomatic adj. àpè júwe
idiosyncrasy n. ìhùwà sí
idiot n. òpè
idiotic adj. bí òpè
idle adj. tó dilẹ̀

idleness *n.* àì ṣiṣẹ́
idler *n.* aláì ṣiṣẹ́
idol *n.* òrìṣà
idolatry *n.* ìbọ̀ rìṣà
idolize *v.* sọ dòrìṣà
idyll *n.* ibùdó áyọ
if *conj.* tí
igloo *n.* ilé yìnyín
igneous *adj.* akọ òkúta
ignite *v.* dáná
ignition *n.* ìṣíná
ignoble *adj.* àì lọ́lá
ignominy *n.* ìtìjú
ignominious *adj.* ojútì
ignoramus *n.* òpònú
ignorance *n.* àì mọ̀kan
ignorant *adj.* aláì mọ̀kan
ignore *v.* má wobẹ̀
ill *adj.* láìsàn
illegal *adj.* lòdì sófin
illegible *adj.* kò ṣeékà
illegibility *n.* àì ṣeékà
illegitimate *adj.* ọmọ àlè
illicit *adj.* tíkò bójúmu
illiteracy *n.* àìkàwé
illiterate *n.* àláì kàwé
illness *n.* àìsàn
illogical *adj.* àìronú
illuminate *v.* tàn mọ́lẹ̀
illumination *n.* ìtàn mọ́lẹ̀
illusion *v.t.* tan rajẹ
illusory *adj.* atan rajẹ
illustrate *n.* ṣe àkàwé
illustration *n.* ìṣà kàwé
illustrious *adj.* oló kìkí
image *n.* àwòràn
imagery *n.* àpẹẹrẹ
imaginary *adj.* lérò

imagination *n.* èrò ọkàn
imaginative *adj.* ìlérò
imagine *v.t.* gbèrò
imbalance *n.* àìfẹsẹ̀ múlẹ̀
imbibe *v.* gbà sára
imbroglio *n.* ìrújú
imbue *v.* ní tara
imitate *v.* sínjẹ
imitation *n.* ìsínijẹ
imitator *n.* asínijẹ
immaculate *adj.* pípé
immanent *adj.* ti inú
immaterial *adj.* kò níṣe
immature *adj.* kògbó
immaturity *n.* àìgbó
immeasurable *adj.* kò níye
immediate *adj.* lẹ́sẹ̀ kẹsẹ̀
immemorial *adj.* tó tipẹ́
immense *adj.* púpọ̀
immensity *n.* tí tóbi
immerse *v.* rì bọmi
immersion *n.* ìrì bọmi
immigrant *n.* àjòjì
immigrate *v.* wọ̀lù míràn
immigration *n.* iwọ̀lù míràn
imminent *adj.* súnmọ́
immoderate *adj.* pàpọ̀jú
immodest *n.* àì kàkún
immodesty *a.* láì kàkún
immolate *v.* rúbọ sísun
immoral *adj.* àìtọ̀
immorality *n.* àìtọ̀nà
immortal *adj.* tí kìíkú
immortality *n.* àìkú
immortalize *v.* sọdi màni gbà gbé
immovable *adv.* fìdí múlẹ̀
immune *adj.* lájẹ sára

immunity n. àjẹ sára
immunize v. gbàjẹ sára
immunology n. ìmọ̀ àjẹsára
immure v. paramọ́
immutable adj. àìyí padà
impact n. ipa
impair v. dí bàjẹ́
impalpable adj. àì ṣeémú
impart v. ṣà múwá
impartial adj. aláì ṣègbè
impartiality n. àì ṣègbè
impassable adj. kò ṣeégbà
impasse n. àì tẹ̀síwájú
impassioned adj. kára kára
impassive adj. àì fihàn
impatient adj. aláìní sùúrù
impeach v. yọ nípò
impeachment n. ìyọ nípò
impeccable adj. àì lábàwọ́n
impede v. dí lọ́wọ́
impediment n. àbàwọ́n
impel v. tì
impending adj. tímbọ̀
impenetrable adj. kò ṣeéwọ̀
imperative adj. ṣe pàtàkì
imperfect adj. ti kòpé
imperfection n. àìpé
imperial adj. ti ọba
imperialism n. ìjọba amúni sìn
imperil v. wéwu
impersonal adj. àí mọni
impersonate v. ṣebíi ẹlòmíì
impersonation n. ìṣebí ẹlòmíì
impertinence n. àìfọ̀wọ̀ fún
impertinent adj. aláì nání
impervious adj. láì nání
impetuous adj. abẹbẹ lúbẹ
impetus n. kóríyá

impious adj. ìtàpá sí
implacable adj. kò ṣeétù
implant v. fi sínú
implausible adj. tíkò nídìí
implement n. àgbé kalẹ̀
implicate v. ṣà kóbá
implication n. àkóbá
implicit adj. tí tabá
implode v. fọ sínú
implore v.t. bẹ̀bẹ̀
imply adj. tọ́ka sí
impolite adj. kòyẹ
import v. kọ́jà wọlú
importer n. akọ́jà wọlú
importance n. pàtà kì
important adj. ṣe pàtàkì
impose v. gbelé
imposing adj. ṣe gàgàrà
imposition n. ìgbélé
impossibility n. àì ṣeéṣe
impossible adj. kò ṣeéṣe
imposter n. adíbọ́n
impotence n. àì lèṣe
impotent adj. kò lèṣe
impound v. mú mọ́lẹ̀
impoverish v. sọdi aláìní
impracticable adj. àìlè ṣàmúlò
impractical adj. àìṣeé múlò
impress v. jọ lójú
impression n. ìjọ lójú
impressive adj. jọjú
imprint v. tẹ
imprison v. fisẹ́ wọ̀n
improbable adj. kò dàbípé
improper adj. kò dára
impropriety n. àì dára
improve v. ṣiṣẹ́ kún
improvement n. ìṣiṣẹ́ kún

improvident *adj.* láìṣètò ọla
improvise *v.* dọ́gbọ́n sí
imprudent *adj.* òmùgọ̀
impudent *adj.* ráda ràda
impulse *n.* àìrò tẹ́lẹ̀
impulsive *adj.* láìrò tẹ́lẹ̀
impunity *n.* àì jófin
impure *adj.* ní dọ̀tí
impurity *n.* ìdọ̀tí
impute *v.* gbé sórí
in *prep.* nínú
inability *n.* àìlá gbára
inaccurate *adj.* alá ṣìṣe
inaction *n.* àìṣe nkan
inactive *adj.* aláìṣe
inadequate *adj.* kòtó
inadmissible *adj.* kòṣeé gbà wọlé
inadvertent *adj.* ṣèṣì
inane *adj.* àì lóye
inanimate *adj.* àì lẹ́mì
inapplicable *adj.* kò ṣeélò
inappropriate *adj.* kò wọ̀
inarticulate *adj.* àìlè sọ̀rọ̀
inattentive *adj.* àìfo júsí
inaudible *adj.* jẹnu wúyẹ́
inaugural *adj.* gbé jàde
inaugurate *v.* ṣàgbé jàde
inauspicious *adj.* lámì ìjákulẹ̀
inborn *adj.* abínibí
inbred *adj.* àmú tọ̀runwá
incalculable *adj.* kò lónkà
incapable *adj.* àì lágbára
incapacity *adj.* àì kájúẹ̀
incarcerate *v.* fiṣẹ́ wọn
incarnate *adj.* nínú ara
incarnation *n.* àtúnwá
incense *n.* tù rárí

incentive *n.* kòrí yá
inception *n.* ìbẹ̀rẹ̀
incest *n.* ìbá lòpọ̀ tẹbí
inch *n.* ìwọ̀n ínṣì
incidence *n.* ibi ìṣẹ̀lẹ̀
incident *n.* ìṣẹ̀lẹ̀
incidental *adj.* ara ìṣẹ̀lẹ̀
incisive *adj.* adá rúgúdù
incite *v.* fa rúgúdù
inclination *n.* ìdagun
incline *v.* dagun
include *v.* mú pẹ̀lú
inclusion *n.* àmúmọ́
inclusive *adj.* tó pẹ̀lú
incoherent *adj* wí rèégbè
income *n.* àpa wọlé
incomparable *adj.* kòlá fiwé
incompatible *adj.* kò bamu
incompetent *adj.* kòká júẹ̀
incomplete *adj.* kòpé
inconclusive *adj.* kò parí
inconsiderate *adj.* àì bìkítà
inconsistent *adj.* àìṣe dédé
inconsolable *adj.* kò ṣeérẹ̀
inconspicuous *adj.* kò farahàn
inconvenience *n.* ìni lára
incorporate *v.* ìni lára
incorporation *n.* àpapọ̀
incorrect *adj.* kòrí bẹ́ẹ̀
incorrigible *adj.* kòlá tunṣe
incorruptible *adj.* kògbà pábẹ́
increase *v.* pọ̀síi
incredible *adj.* tóga jù
increment *n.* àlékún
incriminate *v.i.* ṣà kóbá
incubate *v.* sísà ba
inculcate *v.* fi sínú

incumbent adj. tówà nípò
incur v. fọwọ́ fà
incurable adj. kò gbóògùn
incursion n. ìjá wọlé
indebted adj. jẹ gbèsè
indecency n. àì bójúmu
indecent adj. kò bójúmu
indecision n. àìmèwo
indeed adv. bẹ́ẹ̀ni
indefensible adj. kò ṣeébò
indefinite adj. tó dìgbà
indemnity n. owò ìpalára
indent v. dá àpá
indenture n. àdéhùn tólọ́jọ́
independence n. òmìnira
independent adj. dá dúró
indescribable adj. kò lákàwé
index n. àtò iwé
Indian n. Ara Índíà
indicate v. tọ́ka
indication n. ìtọ́ka sí
indicative adj. tọ́ka sí
indicator n. atọ́ka
indict v. fẹsùn kàn
indictment n. ìfẹsùn kàn
indifference n. àì bìkítà
indifferent adj. kò bìkítà
indigenous adj. tí agbègbè
indigestible adj. kòbá kùngbé
indigestion n. inú kíkún
indignant adj. bínú sí
indignation n. ìbínú
indignity n. ìtìjú
indigo n. aró
indirect adj. kòlọ tààrà
indiscipline n. àì gbẹ̀kọ̀
indiscreet adj. kò láṣìrí
indiscretion n. àì láṣìrí

indiscriminate adj. láì mèrò
indispensable adj. kò ṣeémànì
indisposed adj. kò ráàyè
indisputable adj. kò ṣeékojú
indistinct adj. kòhàn
individual adj. tẹnì kọ̀kan
individualism n. ìdaṣe
individuality n. ẹnì kọ̀kan
indivisible adj. kòṣeé pínyà
indolent adj. yọ̀lẹ
indomitable adj. kòṣeé borí
indoor adj. lábẹ́ ilé
induce v. tìlá tiṣe
inducement n. tí tìṣe
induct v. gbà wọlé
induction n. ìgbà wọlé
indulge v. gbádùn
indulgence n. ìgbá dùn
indulgent adj. jẹ̀ gbádùn
industrial adj. ti ilé iṣẹ́
industrious adj. já fáfá
industry n. ilé iṣẹ
ineffective adj. kò ṣiṣẹ́
inefficient adj. kò kápá
ineligible adj. kò tẹwọ̀n
inequality n. àì dọ́gba
inert adj. láì mira
inertia n. àì mira
inescapable adj. àìlè sáfún
inevitable adj. kò lèyẹ̀
inexact adj. kòpé
inexcusable adj. kòsá wàwí
inexhaustible adj. kòní tán
inexorable adj. kòyí padà
inexpensive adj. kò wọn
inexperience n. àìní rìírí
inexplicable adj. kòlá láyè
inextricable adj. kò ṣeéyà

infallible adj. kò láṣìṣe
infamous adj. oní súná bú
infamy n. ìbàjẹ́
infancy n. ìgbà èwe
infant n. èwe
infanticide n. pípa ọmọdé
infantile adj. ti ọmọdé
infantry n. ológun orílẹ̀
infatuate v. fẹ́ràn
infatuation n. fí fẹ́ràn
infect v. kóràn
infection n. àkóràn
infectious adj. leèràn
infer v. rídìmú
inference n. àrí dìmú
inferior adj. tó kérésí
inferiority n. ìkéré sí
infernal adj. oníná
infertile adj. kòlè bímọ
infest v. pọ̀ yanturu
infidelity n. ṣìná
infighting n. ìjà abẹ́lé
infiltrate v. yọ́ wọlé
infinite adj. kòní wọ̀n
infinity n. ayé rayé
infirm adj. káàrẹ̀
infirmity n. ààrẹ̀
inflame v. ran iná
inflammable adj. tólé ran iná
inflammation n. ara wíwú
inflammatory adj. ohun íbìnú
inflate v. fọn
inflation n. ọ̀wọ́n
inflect v. yí ohùn
inflexible adj. kòtẹ̀
inflict v. fìyà jẹ
influence n. ìlò agbára
influential adj. lo ágbára

influenza n. àìsàn
influx n. ìwọlé
inform v. sọfún
informal adj. láìṣe ti iṣẹ
information n. ìròyìn
informative adj. àfi kọ́gbọ́n
informer n. améjọ́ rò
infrastructure n. iṣẹ ìlú
infrequent adj. kò wọ́pọ̀
infringe v. lu òfin
infringement n. òfin lílù
infuriate v. dánúbí
infuse v. kó sínú
infusion n. ìkó sínú
ingrained adj. di bárakú
ingratitude n. àìmọ pẹ̀dá
ingredient n. èròjà
inhabit v. gbé
inhabitable adj. ṣeégbé
inhabitant n. olùgbé
inhale v. mí sínú
inhaler n. ìfà símú
inherent adj. àbímọ́
inherit v. jogún
inheritance n. ogún
inhibit v. dí lọ́wọ́
inhibition n. ìdíwọ́
inhospitable adj. àìlè gbàlejò
inhuman adj. àìtọ́ sénìyàn
inimical adj. ṣè díwọ́
inimitable adj. àìlè fiwé
initial adj. ní bẹ̀rẹ̀
initiate v. bẹ̀rẹ̀ iṣẹ́
initiative n. ìlànà titun
inject v. gún abẹ́rẹ́
injection n. abẹ́rẹ́
injudicious adj. àì dájọ́ rere
injunction n. àṣẹ kóòtù

injure v. ṣèṣe
injurious adj. ṣè palára
injury n. ìpa lára
injustice n. àìsí dàjọ́
ink n. tàdá àwa
inkling n. ìmọ̀ kíún
inland adj. ara ibùgbè
inmate n. ara ilé
inmost adj. tinú
inn n. ilé ìtura
innate adj. abí nibí
inner adj. ti inú
innermost adj. àtinú wá
innings n. àkókò àfigigbá
innocence n. ọkàn mímọ́
innocent adj. ẹni mímọ́
innovate v. ṣà túntò
innovation n. ìṣà túntò
innovator n. aláà túntò
innumerable adj. àì níye
inoculate v. fún lábẹ́rẹ́
inoculation n. àjẹ sára
inoperative adj. kò ṣiṣẹ́
inopportune adj. àyè kòsí
inpatient n. agbàtọ́jú nílé ìwòsàn
input n. àfikún
inquest n. ìwádì
inquire v. béèrè
inquiry n. ìbéèrè
inquisition n. ìbéèrè ọ̀ràn
inquisitive adj. abéèrè ọ̀ràn
insane adj. alárùn ọpọlọ
insanity n. àrùn ọpọlọ
insatiable adj. àìní tẹ̀lọ́rùn
inscribe v. kọ ọ̀rọ̀
inscription n. ọ̀rọ̀ kíkọ
insect n. kòkòrò
insecticide n. apa kòkòrò
insecure adj. àìsí àábò
insecurity n. àábò tó mẹ́hẹ
insensible adj. àì mọkan
inseparable adj. kòṣeé pínyà
insert v. kì wọlé
insertion n. kíkì wọlé
inside n. inú
insight n. ojú inú
insignificance n. àìgbé wọ̀n
insignificant n. kògbé wọ̀n
insincere adj. aláì lóòtọ́
insincerity adv. àì lòótọ́
insinuate v. fẹnu ṣáátá
insinuation n. ìfẹnu ṣáátá
insipid adj. alátẹ́
insist v. tẹnu mọ́
insistence n. ìtẹnu mọ́
insistent adj. alátẹ numọ́
insolence n. àì gbẹ̀kọ́
insolent adj. aláì gbẹ̀kọ́
insoluble adj. aláì lèyọ́
insolvency adj. àìlè san gbèsè
insolvent adj. aji gbèsè
inspect v. ṣà bẹ̀wò
inspection n. ìbẹ̀wò
inspector n. rìpẹ́tọ̀
inspiration n. ìróye
inspire v. róye
instability n. àìfì dímúlẹ̀
install v. fi sípò
installation n. ìfi sípò
instalment n. san díẹdíẹ
instance n. lọ́wọ́
instant adj. ẹ́sẹ̀ kẹsẹ̀
instantaneous adj. lẹ́sẹ̀ kẹsẹ̀
instead adv. dípò
instigate v. dá nkan sílẹ̀

instil v. dá nkan sílẹ̀
instinct n. kí kọ́ni
instinctive adj. làtinú wá
institute n. ilé iṣẹ́
institution n. ilé ẹ̀kọ́
instruct v. kọ́
instruction n. ìkọ́ni
instructor n. olù kọ́ni
instrument n. irin iṣẹ́
instrumental adj. agbá tẹrú
instrumentalist n. eléré èèlò-orin
insubordinate adj. aláì tẹ̀láṣẹ
insubordination n. àì tẹ̀láṣẹ
insufficient adj. àìtó
insular adj. alá dáṣe
insulate v. ṣàbò fún
insulation n. ìṣàbò fún
insulator n. èèlò ìṣàbòfún
insulin n. insu líní
insult v.t. tàbùkù
insupportable adj. adojúkọ ìjọba
insurance n. adójú tòfò
insure v. dójú tòfò
insurgent n. adojúkọ ìjọba
insurmountable adj. àìlè borí
insurrection n. ìdojúkọ ìjọba
intact adj. lódidi
intake n. ìkómì
intangible adj. àìrí gbámú
integral adj. tó pàtàkì
integrity n. ìdúró ṣinṣin
intellect n. orí pípé
intellectual adj. olórí pípé
intelligence n. làá kàyè
intelligent adj. oní làá kàyè
intelligible adj. léèyé

intend v. gbèrò
intense adj. le púpọ̀
intensify v. mú pọ̀síi
intensity n. àpọ̀jú
intensive adj. àkọjú sí
intent n. ìdí
intention n. èrò
intentional adj. mọ̀ọ́mọ̀
interact v. nípa
intercede v. gbẹnu sọ
intercept v. dá lọ́nà
interception n. ìdá lọ́nà
interchange v. àjọrò
intercom n. ìbásọ̀rọ̀ àárín òṣìṣẹ́
interconnect v. síso pọ̀
intercourse n. ìbá lòpọ̀
interdependent adj. àjọṣe pọ̀
interest n. èlé
interesting adj. gbani lọ́kàn
interface n. ojú ìpàdé
interfere v. dídá sí
interference n. ìdíwọ́
interim n. àárín ìgbà
interior adj. nínú
interject v. jálù
interlink v. síso pọ̀
interlock v. somọ́ ra
interlocutor n. alájọ sọ
interloper n. alá ìyẹ
interlude n. àárín nkan
intermediary n. alá rìnà
intermediate adj. agbede méjì
interminable adj. àpéjù
intermission n. ìdúró díẹ̀
intermittent adj. dákú dájí
intern v. jù séwọ̀n
internal adj. nínú
international adj. láàrín orílẹ̀-

èdè

internet n. ayé lujára
interplay n. ìṣepọ̀
interpret v. túmọ̀ èdè
interpreter n. ògbifọ̀
interracial adj. láàrín ẹ̀yà
interrelate v. níṣe pọ̀
interrogate v. fọ̀rọ̀ wàdìí
interrogative adj. ti ìfọ̀rọ̀ wàdìí
interrupt v. jálù
interruption n. ìjálù
intersect v. pádé
interstate n. ààrín ìpínlẹ̀
interval n. nínú
intervene v. dásí
intervention n. ìdásí
interview n. ìfọ̀rọ̀ wọ́rọ̀
intestine n. ìfun
intimacy n. àjọṣe pọ̀
intimate adj. alá jọṣe
intimidate v. ṣẹ̀rù bà
intimidation n. ìṣẹ̀rù bà
into prep. wọnú
intolerable adj. àìlè múmọ́ra
intolerant adj. àìlá mùmọ́ra
intone v. rọra sọ
intoxicate v. mutí yó
intoxication n. àmu para
intractable adj. ìṣòro
intranet n. ààrin nẹ́ẹ̀tì
intransitive adj. láì kọjá
intrepid adj. láì fòyà
intricate adj. lọ́lù
intrigue v. dìtẹ̀
intrinsic adj. ojú lówó
introduce v. fimọ̀
introduction n. ìmọ ẹbí
introductory adj. àfi bẹ̀rẹ̀

introspect v. wonú
introspection n. ìwonú
introvert n. ẹni jẹ́jẹ́
intrude v. jáwọ̀
intrusion n. ìjáwọ̀
intrusive adj. ajáwọ̀
intuition n. ìlóye
intuitive n. lílóye
inundate v. dààbò
invade v. ya wọ̀lú
invalid n. aláàrẹ̀
invalidate v. sọ dòfo
invaluable adj. àìlè díyelé
invariable adj. kan náà
invasion n. ìya wọ̀lú
invective n. èébú
invent v. ṣẹ̀dá
invention n. ṣí ṣẹ̀dá
inventor n. olú ṣẹ̀dá
inventory n. àtòkọ
inverse adj. ódì kejì
invert v. dorí kodò
invest v.t. dó kòwò
investigate v. ṣè wádìí
investigation n. ìwádìí
investment n. ìdó kòwò
invigilate adj. mójútó ìdánwò
invigilator n. alá mòjútó ìdánwò
invincible adj. lá gbára
inviolable adj. àìlè tàpásí
invisible adj. àìrí
invitation n. ìfì wépè
invite v. fiwé pè
inviting adj. fani mọ́ra
invocation n. ìpè jáde
invoice n. ìwé ọjà
invoke v. pè jáde

87

involve v. dásí
invulnerable adj. kò ṣeémú
inward adj. ti inú
irate adj. oni bínú
ire n. ìbínú ńlá
iris n. dúdú ojú
irksome v. níni lára
iron n. irin
ironical adj. ọ̀rọ̀ àìpapọ̀
irony n. àì papọ̀
irradiate v. da agbára bò
irrational adj. àì ronú
irreconcilable adj. àìlè rẹ́pọ̀
irredeemable adj. àìlè ràpadà
irrefutable adj. kòṣeé jàníyàn
irregular adj. kòṣe dédé
irregularity n. àìṣe dédé
irrelevant adj. kòní ṣe
irreplaceable adj. kòṣeé rọ́pò
irresistible adj. kòṣeé kọ̀
irresolute adj. àì mèwo
irrespective adj. àì fiṣé
irresponsible adj. àì wúlò
irreversible adj. àìlè yípadà
irrevocable adj. àìlè yípadà
irrigate v. bomi rin
irrigation n. ìbomi rin
irritable adj. oní kanra
irritant n. ìyọnu
irritate v. yọnu
irruption n. ìjáwọ̀
Islam n. Ìsìlámù
island n. eré kùṣù
isle n. eré kùṣù
islet n. eré kùṣù kékeré
isobar n. ìlà mápù
isolate v. yọ sílẹ̀
isolation n. ìyọ sílẹ̀

issue n. kòkò ọ̀rọ̀
it pron. ó
italic adj. lẹ́tà dída gun
itch v.i. yún
itchy adj. ayun
item n. ohun kan
iterate v. túnsọ
itinerary n. ètò ìrìn
itself pron. tirẹ̀
ivory n. ehin erin
ivy n. ewéko

J

jab v. figún
jabber v. sọ kába kàba
jack n. agbọ́kọ̀ sókè
jackal n. akátá
jackass n. ọ̀dẹ
jacket n. jákẹ́ẹ̀tì
jackpot n. tẹtẹ oríire
Jacuzzi n. Jàkúsì
jade n. sísúni
jaded adj. tó súni
jagged adj. jága jàga
jail n. túbú
jailer n. olùṣọ́ túbú
jam v.t. kọlù
jam n. ohun dídùn
jamboree n. ayẹyẹ
janitor n. jánítọ̀
January n. Ṣẹẹrẹ
jar n. abọ́
jargon n. ìrégbè
jasmine n. òdòdó
jaundice n. ibà apọ́njú
jaunt n. ìrìn ráńpé
jaunty adj. ṣakọ

javelin n. ọkọ
jaw n. párì
jay n. ẹyẹ
jazz n. orin jásì
jazzy adj. ti orin jásì
jealous adj. ṣè lara
jealousy n. ìlara
jeans n. jínsì
jeep n. ọkọ jíìpù
jeer v. ṣe yẹ̀yẹ́
jelly n. oúnjẹ dídùn
jellyfish n. ẹja jẹ́lì
jeopardize v. ṣe jàmbá
jeopardy n. ìjàmbá
jerk n. ìjà pàtì
jerkin n. jẹ́kínì
jerry can n. kẹ̀ẹ̀gì
jersey n. aṣọ jẹsí
jest n. ẹ̀fẹ̀
jester n. ẹlẹ́fẹ̀
jet n. jẹ́ẹ̀tì
jet lag n. àárẹ̀ jẹ́ẹ̀tì
jewel n. ẹ̀ṣọ́
jeweller n. ẹlẹ́ ṣọ́ọ́
jewellery n. ìṣẹ̀ṣọ́
jibe n. àbùkù
jig n. àjó kára
jiggle v. jìnpọ̀
jigsaw n. eré àtòpọ̀
jingle n. orin kúkúrú
jinx n. ẹtì
jitters n. jìnì jìnì
job n. iṣẹ́
jockey n. agẹṣin sáré
jocose adj. oní yẹ̀yẹ́
jocular v.t. dápà árá
jog v. sáré
joggle v. fò sókè sílẹ̀

join v. kópọ̀
joiner n. alá kanpọ̀
joint n. ojúgun
joist n. òpó
joke n. àwàdà
joker n. alá wàdà
jolly adj. alá rinrin
jolt v.t. tari
jostle v.t. figa gbága
jot v.t. kíkọ sílẹ̀
journal n. ìwé ìròyìn
journalism n. iṣẹ́ ìròyìn
journalist n. oní ròyìn
journey n. àjò
jovial adj. lọ́ yàyà
joviality adv. ṣe ọ̀yàyà
joy n. ayọ̀
joyful adj. láyọ̀
joyous adj. aláyọ̀
jubilant adj. ṣeṣe ayọ̀
jubilation n. ìyayọ̀
jubilee n. ìyayọ̀ ọdún
judge n. adájọ́
judgement n. ìdájọ́
judicial adj. ti ìdájọ́
judiciary n. ètò ìdájọ́
judicious adj. mòye
judo n. júdò
jug n. ago
juggle v. jùsókè sílẹ̀
juggler n. alájù pọ̀
juice n. oje
juicy adj. aládùn
July n. Agẹmọ
jumble n. ìkó papọ̀
jumbo adj. tí tóbi
jump v.i. fò
jumper n. ẹni tóńfò

89

jumper *n.* aṣọ òtútù
junction *n.* oríta
juncture *n.* ìkó ríta
June *n.* Òkudù
jungle *n.* ijù
junior *adj.* ọmọ lẹ́yìn
junior *n.* ẹni kékeré
junk *n.* pàntí
Jupiter *n.* Júpítà
jurisdiction *n.* àṣẹ kóòtù
jurisprudence *n.* ìmọ̀ òfin
jurist *n.* onímọ̀ òfin
juror *n.* adájọ́
jury *n.* ìgbìmọ̀ adájọ́
just *adj.* oló dodo
justice *n.* oní dàjọ́
justifiable *adj.* leè jàre
justification *n.* ìdá láre
justify *v.* dá láre
jute *n.* okùn
juvenile *adj.* èwe

K

kaftans *n.* àwọn káftánì
kaleidoscope *n.* èèlò wíwò
kangaroo *n.* kangarú
karaoke *n.* orin àìlóhùn
karate *n.* kàrátè
karma *n.* ìgbé ayé
kebab *n.* súyá
keel *n.* ìsàlẹ̀ ọkọ̀
keen *adj.* nítara
keenness *n.* ìtara
keep *v.* pamọ́
keeper *n.* olù pamọ́
keeping *n.* ìpamọ́
keepsake *n.* nkan ìrántí

keg *n.* àgbá kékeré
kennel *n.* ilé ajá
kerb *n.* ẹ̀gbẹ́ títì
kerchief *n.* gèlè
kernel *n.* èkùrọ́
kerosene *n.* epo èèbó
ketchup *n.* ọbẹ̀ ìgò
kettle *n.* àgé
key *n.* kọ́kọ́rọ́
keyboard *n.* dùrù onínọ́
keyhole *n.* ihò kọ́kọ́rọ́
kick *v.* fẹ́sẹ̀ gbá
kid *n.* ọmọ ewúrẹ́
kidnap *v.* jígbé
kidney *n.* kín dìrín
kill *v.* pa
killing *n.* pípa
kiln *n.* ẹbu
kilo *n.* kílò
kilobyte *n.* kílò báìtì
kilometre *n.* ìwọ̀n gígùn
kilt *n.* aṣọ híhun
kimono *n.* aṣọ kìmónò
kin *n.* ẹbí
kind *n.* irú
kindergarten *n.* jẹ́léó simi
kindle *n.* kiná bọ
kindly *adv.* inú rere
kinetic *adj.* agbára àìdúró
king *n.* ọba
kingdom *n.* ìjọba
kink *n.* ìlọ́pọ̀
kinship *n.* ìbátan
kiss *v.t.* fẹnu konu
kit *n.* àkópọ́ èèlò
kitchen *n.* ilé ìdáná
kite *n.* ẹyẹ
kith *n.* ọ̀rẹ́

kitten *n.* ọmọ ológbò
kitty *n.* àpò owó
knack *n.* ọgbọ́n
knacker *v.* rẹ ara
knave *n.* ẹlẹ̀tàn
knead *v.* pòpọ̀
knee *n.* orún kún
kneel *v.* kúnlẹ̀
knickers *n.* ṣòkòtò pénpé
knife *n.* ọ̀bẹ
knight *n.* olóyè
knighthood *n.* ipò olóyè
knit *v.* hunṣọ
knob *n.* róndó ilẹ̀kùn
knock *v.* kàn kùn
knot *n.* kókó
knotty *adj.* ta kókó
know *v.* mọ̀
knowing *adj.* mọ̀ nípa
knowledge *n.* ìmọ̀
knuckle *n.* kókó ọwọ́
kosher *adj.* kọ́ṣà
kudos *n.* oríyìn
kung fu *n.* ìjà tọwọ́ tẹsẹ̀

L

label *n.* ìsàmì
labial *adj.* ti ètè
laboratory *n.* ilé sáyẹ̀nsì
laborious *adj.* iṣe làálà
labour *n.* iṣẹ́
labourer *n.* lébìrà
labyrinth *n.* ilé ìdojúrú
lace *n.* léèsì
lacerate *v.* ṣá lógbẹ́
lachrymose *adj.* atètè sọkún
lack *n.* àìní

lackey *n.* ìránṣẹ́ kùnrin
lacklustre *adj.* àì faraṣe
laconic *adj.* lọ́rọ̀ kíún
lacquer *n.* ìkunlẹ̀
lacrosse *n.* eré igi àwọ̀n
lactate *v.* sẹ̀ omi ọmú
lactose *n.* ṣúgà omi ọmú
lacuna *n.* ìṣófo
lacy *adj.* ti léèsì
lad *n.* ọmọ kùnrin
ladder *n.* àtẹ̀gùn
laden *n.* ẹrù gbígbé
ladle *n.* ṣíbí ọbẹ̀
lady *n.* ìyá àfin
ladybird *n.* kòkòrò
lag *v.* fà sẹ́hin
lager *n.* ọtí
laggard *n.* afà sẹ́hin
lagging *n.* fífà sẹ́hin
lagoon *n.* adágún omi
lair *n.* ibùbà ẹranko
lake *n.* adágún odò
lamb *n.* ọmọ àgùtàn
lambast *v.* tàbùkù
lame *adj.* arọ
lament *n.* sun ẹkún
lamentable *adj.* sọkún
laminate *v.* fọ́rá bò
lamp *n.* fìtílà
lampoon *v.* ta ẹrẹ̀sí
lance *n.* ọ̀kọ̀
lancer *n.* ọlọ́kọ̀
lancet *n.* ọ̀bẹ dókítà
land *n.* ilẹ̀
landing *n.* ìgúnlẹ̀
landlady *n.* obìrin onílé
landlord *n.* ọkùnrin onílé
landscape *n.* ilẹ̀ àfojúrí

lane n. ọ̀nà tóóró
language n. èdè
languid adj. láì lókun
languish v. ṣà módi
lank adj. tẹ́ẹ́rẹ́
lanky adj. tọ pala
lantern n. àtùpà
lap n. itan
lapse n. ìkọjá àkókò
lard n. ọ̀rá ẹlẹ́dẹ̀
larder n. ibi ìkónjẹ sí
large adj. fẹ̀nfẹ̀
largesse n. ẹ̀bùn owó ńlá
lark n. ẹyẹ olórin
larva n. ìdin
larynx n. ọ̀fun
lasagne n. oúnjẹ
lascivious adj. ìfẹ́ kúfẹ̀
laser n. iná lésà
lash v. nà légba
lashings n. ọ̀pọ̀
lass n. ọdọ́ mọbìrin
last adj. kẹ́hìn
lasting adj. pípẹ́
latch n. kánsà
late adj. olóògbé
lately adv. láìpẹ́
latent adj. àìrí
lath n. pákó tínrín
lathe n. ẹ̀rọ ìlọrin
lather n. híhó ọṣẹ
latitude n. ìlà ìdàbù ayé
latrine n. ilé ìgbọ̀nsẹ̀
latte n. kọfí mímu
latter adj. ìkẹhìn
lattice n. irin fèrẹ̀sé
laud v. yìn
laudable adj. tóyìn

laugh v. rẹ́rìn
laughable adj. apani lẹ́rìn
laughter n. ẹ̀rín
launch v. gbé jáde
launder v. fọ aṣọ
launderette n. ilè ìfẹ̀rọ fọṣọ
laundry n. ilé ìfọṣọ
laurel n. oyè ìdálọ́lá
laureate n. olóyè
lava n. ìṣàn gbígbóná
lavatory n. balùwẹ̀
lavender n. lọ́fíńdà
lavish adj. lọ́pọ̀
law n. òfin
lawful adj. ti òfin
lawless adj. àìbọ́wọ̀ fún òfin
lawn n. pápá
lawyer n. agbẹ jọ́rò
lax adj. jáfara
laxative n. òògùn ìyàgbẹ́
laxity n. ìjá fara
lay v. yé
layer n. ipele
layman n. òṣìṣẹ́ ìjọ
laze v. fàkókò ṣòfò
lazy adj. yọ̀lẹ
leach v. fọ̀ dànù
lead n. lẹ́ẹ̀dì
lead v. ṣíwájú
leaden adj. wúwo
leader n. aṣí wájú
leadership n. ìpò aṣíwájú
leaf n. ewé
leaflet n. ìwé pélébé
league n. àkójọ pọ̀
leak v. jò
leakage n. jíjò
lean v. tínrín

92

leap v. fò
learn v. kọ́ ẹ̀kọ́
learned adj. onímọ̀
learner n. akẹ́kọ̀
learning n. ìkẹ́kọ̀
lease n. ìyálò
leash n. okùn ajá
least adj.& pron. kéré jù
leather n. awọ
leave v.t. kúrò
lecture n. ẹ̀kọ́
lecturer n. olù kọ́ni
ledge n. àyọ síta
ledger n. ìwé àkọ́ọ́lẹ̀
leech n. èṣúṣú
leek n. ewébẹ̀
left n. òsì
leftist n. alòsì
leg n. ẹsẹ̀
legacy n. ogún
legal adj. bófin mu
legality n. ìbófin mu
legalize v. sọ dòfin
legend n. ìtàn
legendary adj. gbajú mọ̀
leggings n. sòkòtò fífún
legible adj. tó ṣeékà
legion n. ìṣọ̀rí ológun
legislate v. ṣòfin
legislation n. ìṣòfin
legislative adj. ti ìṣòfin
legislator n. aṣòfin
legislature n. ìgbìmọ̀ aṣòfin
legitimacy n. ìbófin mu
legitimate adj. bófin mu
leisure n. fàájì
leisurely adj. ní fàájì
lemon n. òrombò kíkan

lemonade n. ọtí òrombò
lend v. yá
length n. gígùn
lengthy adj. gùn púpọ̀
leniency n. àánú
lenient adj. ṣàánú
lens n. jígí ojú
lentil n. kóró
Leo n. Léò
leopard n. àmọ̀ tẹ́kùn
leper n. adẹ́tẹ̀
leprosy n. ẹ̀tẹ̀
lesbian n. oníwá sódómù
less adj.& pron. kéré sí
lessee n. ayá ilẹ̀lò
lessen v. dínkù
lesser adj. kéré
lesson n. dínkù
lessor n. oní nkàn
lest conj. kíó maṣe
let v. jẹ́kí
lethal adj. aṣè jàmbá
lethargic adj. káàrẹ̀
lethargy n. àárẹ̀ ọkàn
letter n. lẹ́tà
level n. ìdọ́gba
lever n. ẹ̀rọ ìgbé sókè
leverage n. agbára
levity n. ọwọ́ yẹpẹrẹ
levy v. gba owó
lewd adj. ti ìfẹ́kúfẹ̀
lexical adj. ti èdè
lexicon n. àtòkọ ọ̀rọ̀
liability n. ìdúró fún
liable adj. oní dúró
liaise v. báṣepọ̀
liaison n. ìṣiṣẹ́ pọ̀
liar n. òpùrọ́

libel *n.* ìbani lórúkọ jẹ́
liberal *adj.* lawọ́
liberate *v.* tú sílẹ̀
liberation *n.* ìtú sílẹ̀
liberator *n.* atúni sílẹ̀
liberty *n.* òmì nira
libido *n.* ìfẹ́ ìbásùn
Libra *n.* Líbrà
librarian *n.* olútọ́jú ìwé
library *n.* ilé ìkówèsí
licence *n.* ìwé àṣẹ
licensee *n.* oníwè àṣẹ
licentious *adj.* oníwà kiwà
lick *v.* lá
lid *n.* ìdérí
lie *v.* parọ́
liege *n.* olórí
lien *n.* àṣẹ lórí ìní ajigbèsè
lieu *n.* ipò
lieutenant *n.* ọ̀gágun
life *n.* ìgbésí ayé
lifeless *adj.* di òkú
lifelong *adj.* títí
lift *v.t.* gbé
ligament *n.* iṣan
light *n.* ìmọ́lẹ̀
lighten *v.* mú fúyẹ́
lighter *n.* èlò ìṣáná
lighting *n.* èlò ìtaná
lightly *adv.* jẹ́jẹ́
lightening *n.* mímọ́ lẹ
lignite *n.* èédú
like *prep.* fẹ́ràn
likeable *adj.* dùn fẹ́ràn
likelihood *n.* ànfàní
likely *adj.* ṣeéṣe
liken *v.* fiwé
likeness *n.* àfijọ

likewise *adv.* bẹ́ẹ̀
liking *n.* nífẹ̀ sí
lilac *n.* àwò àlùko fẹ́rẹ́
lily *n.* òdòdó
limb *n.* ẹ̀sẹ̀ àti apá
limber *v.* eré ìdárayá
limbo *n.* àìfọwọ́ kàn
lime *n.* ọsàn wẹ́wẹ́
limelight *n.* ìbọ́ sáyé
limerick *n.* òwe àkọsílẹ̀
limit *n.* òdiwọ̀n
limitation *n.* ìdíwọ́
limited *adj.* tí kòpọ̀
limousine *n.* limosíní
limp *v.* tiro rìn
line *n.* ìlà
lineage *n.* ìran
linen *n.* aṣọ ọ̀gbọ̀
linger *v.* lọ́ra
lingerie *n.* àwọ̀ tẹ́lẹ̀ obìrin
lingo *n.* èdè míràn
lingua *n.* èdè àjọsọ
lingual *n.* ìpèdè
linguist *adj.* onímọ̀ èdè
linguistic *adj.* ìkẹ́kọ̀ èdè
lining *n.* ítẹ́nú aṣọ
link *n.* ìsopọ̀
linkage *n.* àsopọ̀
linseed *n.* linsidì
lintel *n.* líntẹ̀lì
lion *n.* kìnìún
lip *n.* ètè
liposuction *n.* fífa ọ̀rá ara
liquefy *v.* yọ́
liquid *n.* bí omi
liquidate *v.* san gbèsè
liquidation *n.* ìtà san gbèsè
liquor *n.* ọtí

lisp *n.* ìfahán sọ̀rọ̀
lissom *adj.* rìn gbẹ̀rẹ̀
list *n.* àtòkọ
listen *v.* gbọ́
listener *n.* olùgbọ́
listless *adj.* àì lókun
literal *adj.* gẹ́gẹ́ bótirí
literary *adj.* ti ìwé
literate *adj.* olù kàwé
literature *n.* lítíréṣọ̀
lithe *adj.* ara rírọ̀
litigant *n.* olù pẹ̀jọ́
litigate *v.* pẹjọ́
litigation *n.* ìpẹ̀jọ́
litre *n.* jálá
litter *n.* pàntírí
little *adj.* kéré
live *v.* wà láyé
livelihood *n.* ọ̀nà ìpawó
lively *adj.* dárayá
liven *v.* mára yá
liver *n.* ẹ̀dọ̀ki
livery *n.* àmì ilé iṣẹ́
living *n.* abẹ̀mí
lizard *n.* alángbá
load *n.* ẹrù
loaf *n.* búrẹ́dì
loan *n.* ẹ̀yáwó
loath *adj.* lọ́ tìkọ̀
loathe *v.* kórira
loathsome *adj.* ríni lára
lobby *n.* yàrá ìgbàlejò
lobe *n.* jọ̀bọ̀ etí
lobster *n.* ala kàṣa
local *adj.* ti ìbílẹ̀
locale *n.* agbè gbè
locality *n.* ibì kan
localize *v.* sọdi tibìkan

locate *v.* ṣàwárí
location *n.* ipò
lock *n.* oní kọ́kọ́rọ́
locker *n.* kọ́mbọ́dì
locket *n.* ọ̀ṣọ́ àgbékọ́rùn
locomotion *n.* àrìnká
locomotive *n.* ẹ̀rọ reluwé
locum *n.* adelé
locus *n.* ọ̀gángán
locust *n.* èéṣú
locution *n.* ìsọ̀rọ̀ sí
lodge *n.* ilé
lodger *n.* ayálé gbé
lodging *n.* ibùwọ̀
loft *n.* yàrá òkè
lofty *adj.* gíga
log *n.* ìtì igi
logarithm *n.* ìṣirò
logic *n.* lójíkì
logical *adj.* ríro ọ̀rọ̀
logistics *n.* ìpèsè èlò
logo *n.* ìsàmì
loin *n.* ìbàdí
loiter *v.* fẹsẹ̀ gbálẹ̀
loll *v.* fẹ̀hìn sùn
lollipop *n.* swíìtì ńlá
lolly *n.* lọ́llì
lone *adj.* nìkan
loneliness *n.* dí dáwà
lonely *adj.* dáwà
loner *n.* àdáwà
lonesome *adj.* dánìkan wà
long *adj.* gùn
longevity *n.* ẹmí gígùn
longing *n.* ayun
longitude *n.* ìlà òró ayé
loo *n.* ilé ìgbọ̀nsẹ̀
look *v.* wòó

look *n.* ìwò
lookalike *n.* jí jọra
loom *n.* ẹ̀rọ aṣọ híhún
loop *n.* nkan yíyí
loose *adj.* títú
loosen *v.* tú
loot *n.* ẹrù olè
lop *v.* gé igi
lope *v.* sáré rìn
lopsided *adj.* wíwọ́
lord *n.* olúwa
lordly *adj.* gbé raga
lore *n.* àṣà
lorry *n.* ọkọ̀ akẹ́rù
lose *v.* pàdá nù
loss *n.* àdánù
lot *pron.* ìpò
lotion *n.* ìpara
lottery *n.* tẹ́tẹ́
lotus *n.* òdòdó etí omi
loud *adj.* pariwo
lounge *v.* dẹra sílẹ̀
lounge *n.* yàrá ìgbàlejò
louse *n.* iná orí
lousy *adj.* káàrẹ̀
lout *n.* oníwà búburú
Louvre *n.* Lúfásì
lovable *adj.* dùnfẹ́
love *n.* ìfẹ́
lovely *adj.* dára dára
lover *n.* oló lùfẹ́
low *adj.* lọọ́lẹ̀
lower *adj.* wálẹ̀
lowly *adj.* ní rẹ̀lẹ̀
loyal *adj.* ṣàtì lẹyìn
loyalist *n.* alátì lẹyìn
lozenge *n.* ògùn ọ̀fun
lubricant *n.* bi òróró

lubricate *v.* fòróró pa
lubrication *n.* ìfòróró pa
lucent *adj.* ti ìmọ́lẹ̀
lucid *adj.* ti àlàyé
lucidity *adv.* alá làyé
luck *n.* oríire
luckless *adj.* orí burúkú
lucky *adj.* ṣorí ire
lucrative *adj.* pawó
lucre *n.* ìfẹ́ owó
ludicrous *adj.* kòbójú mu
luggage *n.* ẹrù
lukewarm *adj.* lọ́ wọ́rọ́
lull *v.* wálẹ̀
lullaby *n.* orin ọmọdé
luminary *n.* olùkọ́ ńlá
luminous *adj.* tí óntàn
lump *n.* kókó
lunacy *n.* ìsín wín
lunar *adj.* ti òṣùpá
lunatic *n.* asín wín
lunch *n.* oúnjẹ ọ̀sán
luncheon *n.* àsè ọ̀sán
lung *n.* ẹ̀dọ̀ fóró
lunge *n.* fi ìdà bẹ
lurch *n.* ta gìrì
lure *v.* tàn
lurid *adj.* àwọ̀ títàn
lurk *v.* lúgọ
luscious *adj.* dùn
lush *adj.* tutù
lust *n.* ìfẹ́ kúfẹ́
lustful *adj.* tara tara
lustre *n.* dídán
lustrous *adj.* dán
lusty *adj.* pẹ̀lú agbára
lute *n.* fèrè orin
luxuriant *adj.* lọ́lá

luxurious adj. ọlọ́lá
luxury n. ọlá
lychee n. èso jíjẹ
lymph n. omi ara
lynch n. àlù bolẹ̀
lyre n. èèlò orin olókùn
lyric n. ọ̀rọ̀ orin
lyrical adj. forin sọ́rọ̀
lyricist n. akọ ọ̀rọ̀ orin

M

macabre adj. ti ikú
machine n. ẹ̀rọ
machinery n. àwọn ẹ̀rọ
macho adj. ti ọkùnrin
mackintosh n. aṣọ ìgbòjò
mad adj. ya wèrè
madam n. ìyáàfin
madcap adj. eré géle
Mafia n. Máfíà
magazine n. àpò èèlò ogun
magenta n. àwọ̀ màjẹ́ntà
magic n. idán
magician n. pidán pidán
magisterial adj. ti májístréètì
magistrate n. májístréètì
magnanimous adj. lójú àànú
magnate n. olówó
magnet n. ònfà irin
magnetic adj. fa irin
magnetism n. irin fífà
magnificent adj. dídára
magnify v. gbéga
magnitude n. títóbi
magpie n. ẹyẹ aláriwo
mahogany n. igi gẹdú
mahout n. atọ́jú erin

maid n. ọ̀dọ́ mọbìrin
maiden n. ọmọge
mail n. ìfìwé ṣọwọ́
mail order n. ìfi ọjà ṣọwọ́
maim v. ṣe léṣe
main adj. ṣe kókó
mainstay n. kókó
maintain v. túnṣe
maintenance n. àtúnṣe
maisonette n. ilé alájà
majestic adj. dán sákì
majesty n. kábí yèsí
major adj. tó pọ̀
majority n. ọ̀pọ̀ lọpọ̀
make v. ṣe
makeup n. oge ojú
making n. ìdí iṣẹ́
maladjusted adj. aìbá láramu
maladministration n. àṣìṣe àkóso
malady n. àmódi
malaise n. àìsàn
malaria n. ibà
malcontent n. àìtẹ́ lọ́rùn
male n. akọ
malediction n. ègún
malefactor n. ọ̀daràn
malformation n. àì tòpé
malfunction v. yọnu
malice n. odì yíyàn
malicious adj. ṣe ìkà
malign adj. ṣè bàjẹ́
malignant adj. di jẹjẹrẹ
mall n. ilé ìtàjà
malleable adj. irin tó ṣeélù
mallet n. òòlù
malnutrition n. àì jẹun tódára
malpractice n. ṣiṣẹ́ burúkú

malt n. ọtí ọkà
maltreat v. fìyà jẹ
mammal n. ẹran ko
mammary adj. ọlọ́mú
mammon n. mámónì
mammoth n. gàgàrà
man n. ọkùnrin
manage v. ṣàkóso
manageable adj. ọwọ́ káa
management n. ìṣà kóso
manager n. alá kóso
managerial adj. àkóso
mandate n. ìfìbò yàn
mandatory adj. dan dan
mane n. irun púpọ̀
manful adj. ṣakin
manganese n. èèlò irin líle
manger n. ibùjẹ ran
mangle v. fọ́pọ̀
mango n. mángò
manhandle n. ìfa gbáraṣe
manhole n. ihò ilẹ̀
manhood n. nkan ọmọkùnrin
mania n. ya wèrè
maniac n. wèrè
manicure n. ẹ̀wà èkáná
manifest adj. fihàn
manifestation n. àfihàn
manifesto n. ètò
manifold adj. oríṣi ríṣi
manipulate v. darí
manipulation n. ìdarí
mankind n. ọmọ nìyàn
manly adj. ti ọkùnrin
manna n. mánnà
mannequin n. bèbí títóbi
manner n. ìwà
mannerism n. ìhùwà

manoeuvre n. ìdọ́gbọ́n sí
manor n. ilé ńlá
manpower n. àwọn òṣìṣẹ́
mansion n. ilé tótóbi
mantel n. orí pẹpẹ
mantle n. ẹ̀wù ìlékè
mantra n. àwí túnwí
manoeuvre n. ìdọ́gbọ́n sí
manor n. ilé ńlá
manpower n. àwọn òṣìṣẹ́
mansion n. ilé tótóbi
mantel n. orí pẹpẹ
mantle n. ẹ̀wù ìlékè
mantra n. àwí túnwí
manual adj. àfọwọ́ ṣe
manufacture v. ṣíṣe nkan títà
manufacturer n. onílé iṣẹ́
manumission n. òmìnira
manure n. imí ẹran
manuscript n. ìwé àfọwọ́kọ
many adj. ọ̀pọ̀
map n. àwòrán àgbayé
maple n. igi mápùlù
mar v. bàn kanjẹ́
marathon n. eré ọ̀nà jíjìn
maraud v. jalè
marauder n. olé jíjà
marble n. òkúta ọṣọ́
march n. ẹrẹ́nà
march v. yan
mare n. abo ẹṣin
margarine n. maji rínì
margin n. etí ìwé
marginal adj. letí ìwé
marigold n. òdòdó
marina n. ibùdó ọkọ̀ omi
marinade n. àpòpọ̀ ọtí
marinate v. fẹja sí ọtí

marine *adj.* ti omi
mariner *n.* atukọ̀ orí omi
marionette *n.* bèbí àfokùnyí
marital *adj.* tìgbé yàwó
maritime *adj.* ti òkun
mark *n.* àpá
marker *n.* ìkọ̀wé
market *n.* ọjà
marketing *n.* ìpo lówó ọjà
marking *n.* ààmì
marksman *n.* ata mátàsé
marl *n.* amọ̀ àti láìmù
marmalade *n.* oúnjẹ ọlọ́sàn
maroon *n.* àwọ̀ rẹ́sú rẹ́sú
marquee *n.* àtíbàbà ńlá
marriage *n.* ìgbé yàwó
marriageable *adj.* ṣeéfẹ́
marry *v.* ṣè yàwó
Mars *n.* Mársì
marsh *n.* irà
marshal *n.* ọ̀gágun
marshmallow *n.* súùtí
marsupial *n.* ẹranko
mart *n.* ọjà
martial *adj.* ti ológun
martinet *n.* ẹni líle
martyr *n.* ajẹ́rì kú
martyrdom *n.* ìjẹ́rì kú
marvel *v.i.* yà lẹ́nu
marvellous *adj.* ìyà lẹ́nu
Marxism *n.* ti Márksì
marzipan *n.* àfibo kéèkì
mascara *n.* ìkun ojú
mascot *n.* àwúre
masculine *adj.* ti ọkùnrin
mash *v.t.* fọ́ mọ́lẹ̀
mask *n.* ìbojú
masochism *n.* ìṣìkà jayé

mason *n.* afọ́ òkúta
masonry *n.* òkúta fífọ́
masquerade *n.* égún
mass *n.* ọ̀pọ̀ nkan
massacre *n.* ìpa kúpa
massage *n.* ìfọwọ́ to ara
masseur *n.* àfọwọ́ to ara
massive *adj.* ṣe jànràn
mast *n.* òpó àsía
master *n.* ọ̀gá
mastermind *n.* olórí pípé
masterpiece *n.* olúborí iṣẹ́
mastery *n.* ìborí
masticate *v.* feyín rún
masturbate *v.* fọwọ́ rara
mat *n.* ẹní
matador *n.* afìjà pa màálù
match *n.* ìdíje
matchmaker *n.* alá rinà
mate *n.* ẹgbẹ́
material *n.* aṣọ
materialism *n.* ìfẹ́ ohun ìní
materialize *v.* mú ṣẹlẹ̀
maternal *adj.* ti ìyá
maternity *n.* abi yamọ
mathematical *adj.* ti ìṣirò
mathematician *n.* onímọ̀ ṣirò
mathematics *n.* ìṣirò
matinee *n.* eré ìtàgé ọ̀sán
matriarch *n.* ìyá nlá
matricide *n.* ọmọ tópa ìyá
matriculate *v.* gbà wọlé
matriculation *n.* ìgbà wọlé
matrimonial *adj.* ti ìgbé yàwó
matrimony *n.* ètò ìgbé yàwó
matrix *n.* inú
matron *n.* alá bòjútó
matter *n.* ìṣẹ̀lẹ̀

mattress *n.* ìbùsùn
mature *adj.* dàgbà
maturity *n.* àgbà
maudlin *adj.* ronú
maul *v.* fàya
maunder *v.* ráhùn
mausoleum *n.* ilé itẹ́ ọlọ́lá
maverick *n.* alá dàṣe
maxim *n.* ìlànà
maximize *v.* mú gbòòrò
maximum *n.* ibi tógajù
May *n.* Èbìbí
may *v.* leè
maybe *adv.* bóyá
mayhem *n.* dàrú dàpọ̀
mayonnaise *n.* ọbẹ̀ ẹlẹ́yin
mayor *n.* olórí ìlú
maze *n.* ọ̀nà ìrújú
me *pron.* mi
mead *n.* ọtí oyin
meadow *n.* pápá
meagre *adj.* tí kòtó
meal *n.* oúnjẹ
mealy *adj.* àì nàtán
mean *v.* pète
meander *v.* rìnká
meaning *n.* ìtumọ̀
means *n.* ọ̀nà
meantime *adv.* ní báyì
meanwhile *adv.* nísi sìyí
measles *n.* ẹ̀yi
measly *adj.* péréte
measure *v.* wọ̀n
measure *a.* wíwọ̀n
measured *adj.* níwọ̀n
measurement *n.* ìwọ̀n
meat *n.* ẹran
mechanic *n.* mẹkáníkì

mechanical *adj.* ti ẹ̀rọ
mechanics *n.* ìmọ̀ ẹ̀rọ
mechanism *n.* iṣẹ́ ẹ̀rọ
medal *n.* àmì ẹ̀yẹ
medallion *n.* ọ̀ṣọ́ ọrùn
medallist *v.i.* alámì ẹ̀yẹ
meddle *v.* tojú bọ
media *n.* oníṣẹ́ ìròyìn
median *adj.* tàárín
mediate *v.* pẹ̀tù sọ́rọ̀
mediation *n.* ìpẹ̀tù sọ́rọ̀
medic *n.* oní ṣègùn
medical *adj.* ti ìṣègùn
medication *n.* òògùn
medicinal *adj.* lóògùn
medicine *n.* ìṣègùn
medieval *adj.* lójọ́ pípẹ́
mediocre *adj.* ti ofege
mediocrity *n.* ofege
meditate *v.* ṣe àṣàrò
mediation *n.* àṣàrò
meditative *adj.* ti àṣàrò
Mediterranean *adj.* Tòkè òkun
medium *n.* agbede méjì
medley *n.* oríṣi
meek *adj.* lọ́kàn tútù
meet *v.* pàdé
meeting *n.* ìpàdé
mega *adj.* mẹ́gá
megabyte *n.* mẹ́gá báìtì
megahertz *n.* mẹ́gá hẹẹ̀sì
megalith *n.* òkúta ìrántí
megalithic *adj.* ti òkúta ìrántí
megaphone *n.* agbóhùn sókè
megapixel *n.* ìwọn fótò
melamine *n.* ọrá ààbò
melancholia *n.* binú jẹ
melancholy *n.* ìbinú jẹ

melange *n.* ìdàpọ̀
meld *n.* ìwọnú
melee *n.* ìdá gìrì
meliorate *v.* dínkù
mellow *adj.* pípọ́n
melodic *adj.* ládùn
melodious *adj.* alá dùn
melodrama *n.* eré onísẹ
melodramatic *adj.* sẹré
melody *n.* orin aládùn
melon *n.* ẹ̀gúsí
melt *v.* yọ́
member *n.* ọmọ ẹgbẹ́
membership *n.* àwọn ẹgbẹ́
membrane *n.* awọ fẹ́lẹ́
memento *n.* ohun ìrántí
memo *n.* ìwé ìkèrò sílẹ̀
memoir *n.* ìtàn ìrírì
memorable *adj.* máni gbàgbé
memorandum *n.* ìwé àdéhùn
memorial *n.* ní ìrántí
memory *n.* ìrántí
menace *n.* ayọni lẹ́nu
mend *v.* ṣe àtúnṣe
mendacious *adj.* onírọ́
mendicant *adj.* alágbe
menial *adj.* iṣẹ́ kíṣẹ́
meningitis *n.* yírùn yírùn
menopause *n.* ìdúró oṣù
menstrual *adj.* ti oṣù
menstruation *n.* nkan oṣù
mental *adj.* ti ọpọlọ
mentality *n.* èrò ọpọlọ
mention *v.* mẹ́nu bà
mentor *n.* àwò kọ́ṣe
menu *n.* àṣàyàn
mercantile *adj.* ti òwò
mercenary *adj.* alá gbàṣe
merchandise *n.* okòwò
merchant *n.* oní ṣòwò
merciful *adj.* aláànú
mercurial *adj.* ti mẹ́kúrì
mercury *n.* mẹ́kúrì
mercy *n.* àànú
mere *adj.* tí kòju
meretricious *adj.* ṣojú yòyò
merge *v.* dara pọ̀
merger *n.* ìdara pọ̀
meridian *n.* ọ̀sán
merit *n.* tọ́sí
meritorious *adj.* oníyì
mermaid *n.* ọmọ omi
merry *adj.* láyọ̀
mesh *n.* àwọn
mesmeric *adj.* ti ìra níyè
mesmerize *v.* ra níyè
mess *n.* rúdu rùdu
message *n.* ìráni níṣẹ́
messenger *n.* ìránṣẹ́
messiah *n.* olù gbàlà
messy *adj.* rúdu rùdu
metabolism *n.* iwọra oúnjẹ
metal *n.* irin
metallic *adj.* onírin
metallurgy *n.* ìmọ irin
metamorphosis *n.* ìyí padà
metaphor *n.* àpè júwe
metaphysical *adj.* ti ìgbáyé
metaphysics *n.* ìmọ̀ ìgbáyé
mete *v.* wọ̀n
meteor *n.* ìràwọ̀
meteoric *adj.* ti ìràwọ̀
meteorology *n.* ìwò ràwọ̀
meter *n.* míta
method *n.* ètò
methodical *adj.* mètò

methodology *n.* ìlànà ètò
meticulous *adj.* fara balẹ̀ ṣiṣẹ́
metre *n.* mítà
metric *adj.* mẹ́tríkì
metrical *adj.* ti mẹ́tríkì
metropolis *n.* ìlú pàtàkì
metropolitan *adj.* ti ìlú pàtàkì
mettle *n.* àfo rítì
mettlesome *n.* ìfo rítì
mew *v.* dún bí ológbò
mews *n.* ohùn ológbò
mezzanine *n.* àrín gòkè
miasma *n.* kò ṣeérí
mica *n.* ohun fẹ́lẹ́
microbiology *n.* ìmọ̀ kòkòrò àìrí
microchip *n.* ṣípù kékeré
microfilm *n.* fíìmù kékeré
micrometer *n.* ẹ̀rọ wíwọ̀n
microphone *n.* gbóhùn gbohùn
microprocessor *n.* kọ̀mpútà kékeré
microscope *n.* ẹ̀rọ ìmútóbi
microscopic *adj.* àìfo júrí
microsurgery *n.* iṣẹ́ abẹ
microwave *n.* ẹ̀rọ oúnjẹ
mid *adj.* láàrín
midday *n.* ọjọ́ kanrí
middle *adj.* áàrín
middleman *n.* oní bàràndà
middling *adj.* bàràndà
midget *n.* àgbohùn sílẹ̀
midnight *n.* ọ̀gànjọ́ òru
midriff *n.* àyà
midst *adj.* láàrín
midsummer *adj.* láàrín oru
midway *adv.* láàrín ọ̀nà
midwife *n.* agbẹ̀bí
might *n.* leè

mighty *adj.* lágbára
migraine *n.* túúlu
migrant *n.* àjòjì
migrate *v.* rìnrìn àjò
migration *n.* ìrìn àjò
mild *adj.* ṣẹ́ pẹ́ẹ́rẹ́
mile *n.* máìlì
mileage *n.* ìwọ̀n máìlì
milestone *n.* òkúta ìsàmì ọ̀nà
milieu *n.* agbè gbè
militant *adj.* jagun
militant *n.* jagun jagun
military *adj.* ti ológun
militate *v.* bá jagun
militia *n.* ológun
milk *n.* mílìkì
milkshake *n.* mílìkì aládùn
milky *adj.* oní mílìkì
mill *n.* ọlọ
millennium *n.* ẹgbẹ̀rún ọdún
millet *n.* ọkà bàbà
milligram *n.* grámù kékeré
millimetre *n.* mítà kékeré
milliner *n.* ònta fìlà obìrin
million *n.* míllíọ́nù
millionaire *n.* olówó míllíọ́nù
millipede *n.* ọ̀kùn
mime *n.* eré àìsọ̀rọ̀
mime *n.* kọrin láì sọ̀rọ̀
mimic *n.* aṣín nijẹ
mimicry *n.* ìsínjẹ
minaret *n.* ibi ìpèrun
mince *v.* gésí wẹ́wẹ́
mind *n.* iyè
mindful *adj.* fiyèsí
mindless *adj.* àì fiyèsí
mine *pron.* tèmi
miner *n.* awa kùsà

mineral *n.* àlù mọ́nì
mineralogy *n.* ìmọ̀ àlùmọ́nì
minestrone *n.* ọbẹ̀ ẹ̀fọ́
mingle *n.* pápọ̀
mini *adj.* fiyèsí
miniature *adj.* àwòrán kékeré
minibus *n.* bọ́ọ̀sì kékeré
minicab *n.* tasí kékeré
minim *n.* mínímù
minimal *adj.* díẹ̀
minimize *v.* mú kéré
minimum *n.* kéré jù
minion *n.* ọ̀jẹ̀ wẹ́wẹ́
miniskirt *n.* aṣọ pénpé
minister *n.* òjíṣẹ́
ministerial *adj.* iṣẹ́ jíjẹ́
ministry *n.* iṣẹ́ ìránṣẹ́
mink *n.* aṣọ otútù
minor *adj.* ọmọdé
minority *n.* ẹgbẹ́ kékeré
minster *n.* ṣọ́ọ̀ṣì títóbi
mint *n.* efin rin
minus *prep.* yọ kúrò
minuscule *adj.* kékeré
minute *n.* ìṣẹ́jú
minute *adj.* kééré
minutely *adv.* díẹ̀
minx *n.* aláì níwà
miracle *n.* ìyanu
miraculous *adj.* ti ìyanu
mirage *n.* ìṣújú
mire *n.* ẹrẹ̀
mirror *n.* jígí
mirth *n.* inú dídùn
mirthful *adj.* dunnú
misadventure *n.* àrìn fẹsẹ̀sí
misalliance *n.* àṣìkò
misapply *v.* ṣìlò

misapprehend *v.* ṣìni mọ̀
misapprehension *n.* ìṣìni mọ̀
misappropriate *v.* ṣìlò
misappropriation *v.* àṣìlò
misbehave *v.* ṣìwà hù
misbehaviour *n.* ìṣìwà hù
misbelief *n.* ìgbàgbọ́ òdì
miscalculate *v.* ṣìrò
miscalculation *n.* àṣìrò
miscarriage *n.* ìṣẹ́nú
miscarry *v.* ṣẹ́nú
miscellaneous *adj.* oni rúrú
mischance *n.* àṣìṣe
mischief *n.* ìṣè jọgbọ̀n
mischievous *adj.* oní jọgbọ̀n
misconceive *v.* gbà sódì
misconception *n.* ìgbà sódì
misconduct *n.* ìṣìwà hù
misconstrue *v.* yí ọ̀rọ̀
miscreant *n.* ènìà kénìà
misdeed *n.* ìwà ìkà
misdemeanour *n.* ìpánle
misdirect *v.* ṣì lọ́nà
miser *n.* ahun
miserable *adj.* ba nújẹ́
miserly *adj.* láhun
misery *n.* ìba nújẹ́
misfire *v.* ṣì bọnyìn
misfit *n.* ìṣì bámu
misfortune *n.* àdánù
misgive *v.* ṣiyè méjì
misgiving *n.* ìṣiyè méjì
misguide *v.* ṣì darí
mishandle *v.* ṣìlò
mishap *n.* ìjàmbá
misinform *v.* ṣìwí fún
misinterpret *v.* ṣì túmọ̀
misjudge *v.* ṣi ẹjọ́ dá

mislay v. sọnù
mislead v. ṣì lọ́nà
mismanagement n. àì bójútó
mismatch n. àì dọ́gba
misnomer n. àìjẹ́ bẹ́ẹ̀
misplace v. ṣì pamọ́
misprint n. àṣìtẹ̀
misquote v. ṣì ọ̀rọ̀
misread v. ṣìwé kà
misrepresent v. ṣi iṣẹ́ jẹ́
misrule n. àìmọ́ ṣe
miss v. tàsé
miss n. omidan
missile n. ata mátàsé
missing adj. tó sọnù
mission n. iṣẹ́ jíjẹ́
missionary n. òjíṣẹ́ olúwa
missive n. ìwé aláṣẹ
misspell v. ṣi ọ̀rọ̀ pè
mist n. kùru kùru
mistake n. èèṣì
mistaken adj. ṣèèṣì
mistletoe n. àfòmọ́
mistreat v. fìyà jẹ
mistress n. ìyá ilé
mistrust v. ṣàì gbekẹ̀lé
misty adj. ṣẹ ìrì
misunderstand v. sàì gbọ́yé
misunderstanding n. àì gbọ́yé
misuse v. ṣìlò
mite n. kín kíní
mitigate v. ṣà dínkù
mitigation n. ìdínkù
mitre n. adé
mitten n. ìbọ̀wọ́
mix v. pòpọ̀
mixer n. èrọ ìpòpọ̀
mixture n. àdàpọ̀

moan n. ìké rora
moat n. odò tóyí léká
mob n. ọ̀pọ̀ èèyàn
mobile adj. alá gbèkà
mobility n. tóṣeé múkiri
mobilize v. gba radì
mocha n. irú kọfí
mock v. ṣé yẹ̀yẹ́
mockery n. yẹ̀yẹ́
modality n. ọ̀nà
mode n. ìṣe
model n. àwòṣe
modem n. módẹ̀mù
moderate adj. níwọ̀n ba
moderation n. ìwọ̀n ba
moderator n. atọ́kùn
modern adj. ti ìgbà lódé
modernity n. ìgbà lódé
modernize v. sọdi tìgbà lódé
modernism n. ìṣe ìgbàlódé
modest adj. níwọ̀n ba
modesty n. ìrọra ṣe
modicum n. díẹ̀
modification n. àyí padà
modify v.t. yí padà
modish adj. ológe
modulate v. yíhùn padà
module n. ẹ̀yà kékèké
moil v. ṣiṣẹ́ kára
moist adj. lómi díẹ̀
moisten v. fomi sí
moisture n. omi kíún
moisturize v. fomi sí
molar n. ehín kọ̀rọ̀
molasses n. omi ìrèké
mole n. àmì ara
molecular adj. ti mólé kùlù
molecule n. mó lékù

molest v. yọ lẹ́nu
molestation n. ìyọ lẹ́nu
mollify v. tù nínú
molten adj. tó tiyọ́
moment n. ìṣẹ́jú kan
momentary adj. nìṣẹ́jú kan
momentous adj. pàtàkì
momentum n. ìlá gbára
monarch n. ọba
monarchy n. ìṣè jọba
monastery n. ilé àlùfáà
monastic adj. ti ìṣe àlùfáà
monasticism n. ìṣe àlùfáà
Monday n. Ajé
monetarism n. ètò owó
monetary adj. ti owó
money n. owó
monger n. alá ròyé
mongoose n. ẹranko
mongrel n. ajá
monitor n. mọ́nítọ̀
monitory adj. amó jútó
monk n. àlùfáà
monkey n. ọ̀bọ
mono n. oríṣi kan
monochrome n. àláì láwọ̀
monocle n. jígí ojúkan
monocular adj. ti jígí ojú kan
monody n. àmódi kan
monogamy n. níní aya kan
monogram n. ìkọ rúkọ
monograph n. ìwé iṣẹ́
monolatry n. ọlọ́run kan
monolith n. òkúta pàlàbà
monologue n. ìdá sọ̀rọ̀
monophonic adj. ti ohùn kan
monopolist n. àdánì kànjẹ
monopolize v. dákó

monopoly n. àdáni
monorail n. ọ̀nà reluwé
monosyllable n. ọ̀rọ̀ kúkùkú
monotheism n. olùsin ọlọ́run kan
monotheist n. ìsìn ọlọ́run kan
monotonous adj. ti kanáà
monotony n. ọ̀kanáà
monsoon n. afẹ́fẹ́ ẹ́ṣíà
monster n. ewèlè
monstrous n. elé wèlè
monstrous adj. ya ewèlè
montage n. àpapọ̀ eré
month n. oṣù
monthly adj. lóṣù
monument n. ohun ìrántí
monumental adj. ṣe kànkà
moo v. mù
mood n. ìpò ọ̀kàn
moody adj. kanra
moon n. òṣùpá
moonlight n. ìtánsàn òṣùpá
moor n. ilẹ̀ títẹ́
moorings n. okùn síso ọkọ̀
moot adj. ìjayàn
mop n. ìnulẹ̀
mope v. fa ojúro
moped n. ọ̀kadà
moraine n. òkúta wẹ́wẹ́
moral adj. ẹ̀kọ́ ilé
morale n. oríyá
moralist n. olùkọ́ ìwà
morality n. ìwà rere
moralize v. fẹ̀kọ́ kọ
morass n. àbàtà
morbid adj. àì lẹ́ra
morbidity adv. ṣàì lẹ́ra
more n. jùlọ

moreover *adv.* jù bẹ́ẹ̀lọ
morganatic *adj.* ti ìgbé yàwó
morgue *n.* ilé ìgbókù sí
moribund *adj.* forí ṣánpọ́n
morning *n.* òwúrọ̀
moron *n.* òpònú
morose *adj.* ṣónú
morphine *n.* ògùn ìrora
morphology *n.* ìmọ̀ ẹranko
morrow *n.* ọla
morsel *n.* òkèlè
mortal *adj.* ti ikú
mortality *n.* ikú
mortar *n.* odó
mortgage *n.* ìfi dógò
mortgagee *n.* ayání lówó
mortgagor *n.* afi ohun yáwó
mortify *v.* rẹ̀ sílẹ̀
mortuary *n.* ilé ìgbókù sí
mosaic *n.* àwòrán alárà
mosque *n.* mọ́ṣá láṣí
mosquito *n.* ẹ̀fọn
moss *n.* ewédò
most *n.* tópọ̀jù
mote *n.* èérún igi
motel *n.* ilé ìtura
moth *n.* àfò piná
mother *n.* ìyá
mother *n.* màmá
motherboard *n.* bọ́ọ̀dù kọ̀mpúta
motherhood *n.* ìṣe ìyá
mother-in-law *n.* ìyá ọkọ / aya
motherly *adj.* bí ìyá
motif *n.* àrà barà
motion *n.* àbá
motionless *adj.* lójú kanáà
motivate *v.* ṣe kóríyá

motivation *n.* kóríyá
motive *n.* ìdí
motley *adj.* lonírú rú
motor *n.* mọ́tò
motorcycle *n.* ọ́kadà
motorist *n.* oní mọ́tò
motorway *n.* títì
mottle *n.* tótòtó
motto *n.* ọ̀rọ̀ àkọ mọ̀nà
mould *n.* ewú
moulder *v.* ṣùpọ̀
moulding *n.* àfibò
moult *v.* tùyẹ́
mound *n.* ilẹ̀ gíga
mount *v.* ṣàgbé kalẹ̀
mountain *n.* òkè ńlá
mountaineer *n.* apọ́nkè
mountaineering *n.* òkè pípọ́n
mountainous *adj.* lókè
mourn *v.* ṣọ̀fọ̀
mourner *n.* ọlọ́fọ̀
mournful *adj.* ṣe ọ̀fọ̀
mourning *n.* ọ̀fọ̀ ṣíṣe
mouse *n.* eku
mousse *n.* oúnjẹ dídùn
moustache *n.* irun mú
mouth *n.* ẹnu
mouthful *n.* ẹ̀kún ẹnu
movable *adj.* ṣeégbé
move *v.* ṣípò padà
movement *n.* ìṣípò padà
mover *n.* olùdá àbá
movies *n.* fíìmù
moving *adj.* tónlọ
mow *v.* géko
mozzarella *n.* wàrà
much *pron.* púpọ̀
mucilage *n.* gọ́ọ̀mù

muck *n.* imí ẹran
mucous *adj.* ti ikun
mucus *n.* ikun mú
mud *n.* pẹ̀tẹ̀ pẹ́tẹ̀
muddle *v.* dàrú
muesli *n.* ọkà mímu
muffin *n.* búrẹ́dì dídùn
muffle *v.* palénu mọ́
muffler *n.* ìborùn
mug *n.* ìmumi
muggy *adj.* móoru
mulatto *n.* mùlá tò
mulberry *n.* igi eléso
mule *n.* ìbáákà
mulish *adj.* lágídí
mull *v.* ronú sí
mullah *n.* mọ́là
mullion *n.* igi fèrèsé
multicultural *adj.* oríṣi àṣà
multifarious *adj.* oríṣi ríṣi
multiform *adj.* oríṣi ara
multilateral *adj.* oríṣi ẹgbẹ́
multimedia *n.* oríṣi ètò afẹ́
multiparous *adj.* ìbímọ púpọ̀ lẹ́ẹ̀kan
multiple *adj.* ọ̀pọ̀ lọpọ̀
multiplex *n.* sinimá
multiplication *n.* ìlọ́po
multiplicity *n.* ìsọdi púpọ̀
multiply *v.* sọdi púpọ̀
multitude *n.* ọ̀pọ̀ ènìà
mum *n.* màámi
mumble *v.* kùn sọ̀rọ̀
mummer *n.* òṣèré
mummify *v.* tọ́jú òkú
mummy *n.* màámi
mumps *n.* ṣegede
munch *v.* rún lẹ́nu

mundane *adj.* ti ayé
municipal *adj.* ti ìlú
municipality *n.* agbègbè ìlú
munificent *adj.* lawọ́
muniment *n.* ìwé dúkìá
munitions *n.* èlò ogun
mural *n.* àwòrán yíyà
murder *n.* ìpànìà
murderer *n.* apànìà
murk *n.* òkùn kùn
murky *adj.* ṣòòkùn
murmur *v.* kùn
muscle *n.* iṣan
muscovite *n.* ti mọ́skò
muscular *adj.* ti iṣan
muse *n.* ṣíṣe àṣàrò
museum *n.* ilé ohun pàtàkì
mush *n.* àdàlú
mushroom *n.* olú
music *n.* orin
musical *adj.* ti orin
musician *n.* olórin
musk *n.* ẹtà
musket *n.* ìbọn
musketeer *n.* ṣọ́jà oníbọn
Muslim *n.* Mùsù lùmí
muslin *v.* aṣọ fẹ́lẹ́fẹ́lẹ́
mussel *n.* múṣẹ́lì
must *v.* gbọ́dọ̀
mustang *n.* ẹṣin kékeré
mustard *n.* mústádì
muster *v.* kó jọ
musty *adj.* bíbà jẹ́
mutable *adj.* tóṣeé yípadà
mutate *v.* yíra padà
mutation *n.* ìyíra padà
mutative *v.* àyí padà
mute *adj.* odi

mutilate v. ṣe jàmbá ara
mutilation n. ìjàmbá ara
mutinous adj. ṣọ̀tẹ̀
mutiny n. ọ̀tẹ̀
mutter v. jẹnu wúyẹ́
mutton n. ẹran àgùtàn
mutual adj. ṣọ́tùn sósì
muzzle n. ìdè lẹ́nu
muzzy adj. mójú ṣú
my adj. tèmi
myalgia n. ara ríro
myopia n. àrùn ojú
myopic adj. àìrí ọ́ọ́kán
myosis n. àrùn ojú
myriad n. onírú rú
myrrh n. òjìá
myrtle n. igi
myself pron. ní tèmi
mysterious adj. jìnlẹ̀
mystery n. ìjìnlẹ̀
mystic n. ohun ìjìnlẹ̀
mystical adj. tì ìjìnlẹ̀
mysticism n. ìṣe ìjìnlẹ̀
mystify v. fi rúlójú
mystique n. ìrú lójú
myth n. ìtàn àròsọ
mythical adj. ti ìtàn
mythological adj. nípa ìtàn
mythology n. ìpìtàn

N

nab v. gbámú
nabob n. adarí
nacho n. oúnjẹ
nadir n. àsìkò búburú
nag v.t. báwí
nail n. ìṣó

naivety n. àì mọ̀kan
naked adj. ní hòhò
name n. orúkọ
namely n. ní pípè
namesake n. olórúkọ ẹni
nanny n. alá gbàtọ́
nap n. ìtògbé
nape n. ẹ̀hìn ọrùn
naphthalene n. naftalínì
napkin n. aṣọ ìnuwọ́
nappy n. ìdèdí ọmọ
narcissism n. ìfẹ́ ara ẹni
narcissus n. ewéko
narcotic n. ògùn olóró
narrate v. sọ ìtàn
narration n. ìtàn sísọ
narrative n. ìsọ̀tàn
narrator n. asọ̀tàn
narrow adj. tóóró
nasal adj. ti imú
nascent adj. àṣẹ̀ṣẹ̀ bẹ̀rẹ̀
nasty adj. burú
natal adj. ti ìbí
natant adj. léfòó
nation n. orílẹ̀ èdè
national adj. ti orílẹ̀ èdè
nationalism n. ìfẹ́ orílẹ̀ èdè
nationalist n. olùfẹ́ orílẹ̀ èdè
nationality n. orílẹ̀ èdè abínibí
nationalization n. ìsọdi tìjọba
nationalize v. di tìjọba
native n. ọmọ onílù
nativity n. ọmọ ìlú
natty adj. tó dára
natural adj. ti ìṣe ẹ̀dá
naturalist n. onímọ̀ abẹ̀mí
naturalize v. dọmọ onílù
naturalization n. ìdọmọ onílùú

naturally adv. àbímọ́
nature n. ẹdá
naturism n. oní hòhò
naughty adj ṣe eréepá
nausea n. èébì
nauseate v. bì
nauseous adj. fẹ́ bì
nautical adj. ti ọkọ̀ omi
naval adj. ti ológun omi
nave n. àárín ṣọ́ọ̀ṣì
navigable adj. ṣeé tukọ̀ gbà
navigate v. tukọ̀
navigation n. ìtukọ̀
navigator n. atukọ̀
navy n. ogun ojú omi
nay adv. rárá
near adv. súnmọ́
nearby adv. ní tòsí
near v.i. súnmọ́
nearest adj. súnmọ́ jù
nearly adv. ku díẹ̀
neat adj. rí bàìbàì
nebula n. eruku
nebulous adj. rí bàìbàì
necessarily adv. gbọ́dọ̀
necessary adj. àgbọ́dọ̀ ṣe
necessitate v. ṣokùn fà
necessity n. ọran yàn
neck n. ọrùn
necklace n. ẹ̀gbà ọrùn
necklet n. ẹ̀ṣọ́ ọrùn
necromancy n. ìbóku sọ̀rọ̀
necropolis n. itẹ́ òkú
nectar n. oje òdòdó
nectarine n. èso
need v. nílò
needful adj. ṣe pàtàkì
needle n. abẹ́rẹ́

needless adj. kò nílò
needy adj. aláìní
nefarious adj. ìwà ìkà
negate v. takò
negation n. àtakò
negative adj. kòrí bẹ́ẹ̀
negativity n. àìrí bẹ́ẹ̀
neglect v. dá àgunlá
negligence n. ìdá gunlá
negligent adj. dá gunlá
negligible adj. kòtó nkan
negotiable adj. ti àdéhùn
negotiate v. ṣe àdéhùn
negotiation n. àdéhùn
negotiator n. abẹ nugọ
negress n. obìrin dùdú
negro n. ọkùnrin dùdú
neigh n. ìró ẹṣin
neighbour n. alá dùgbò
neighbourhood n. àdú gbò
neighbourly adj. bí alá dùgbò
neither adj. kìíṣe
nemesis n. ìdájọ́
neoclassical adj. ti àtijọ
Neolithic adj. Ìbẹ̀rẹ̀
neon n. gáàsì àtùpà
neophyte n. aṣẹ̀ṣẹ̀ bẹ̀rẹ̀
nephew n. ará kùnrin
nepotism n. ojú ṣàájú
Neptune n. Nẹ́ptúnì
nerd n. onífẹ̀ ìwè
nerve n. iṣan
nerveless adj. láì mókun
nervous adj. bẹ̀rù
nervy adj. gbọ̀n
nescience adj. òpè
nest n. ilé ẹyẹ
nestle v. fara mọ́

nestling n. ìfara mọ́
net n. àwọn
nether adj. ti ìsàlẹ̀
netting n. àwọn
nettle n. ẹ̀gún
network n. nẹ́tí wọkì
neural adj. tiṣan
neurologist n. dókítà
neurology n. ìmọ̀ iṣan
neurosis n. àìsàn ọpọlọ
neurotic adj. aláìsàn ọpọlọ
neuter adj. ti méjèjì
neutral adj. àìṣè gbè
neutralize v. pa oró
neutron n. níú trónì
never n. láílái
nevertheless adv. síbẹ̀ síbẹ̀
new adj. tun tun
newly adv. ní tuntun
news n. ìròyìn
next adj. tó tẹ̀le
nexus n. àjọ ṣepọ̀
nib n. ẹnu kálámù
nibble adj. bùjẹ
nice adj. sunwọ̀n
nicety n. ìsunwọ̀n
niche n. àyè ọtọ̀
nick n. gé ara
nickel n. épìnì
nickname n. ìna gijẹ
nicotine n. tábà
niece n. ará bìnrin
niggard n. ahun
niggardly adj. háwọ́
nigger n. ẹni dúdú
niggle v. ṣe àròyé
nigh adv. súnmọ́
night n. alẹ́

nightingale n. ẹyẹ olórin
nightmare n. àlá kálà
nightie n. ẹ̀wù àwọsùn
nihilism n. àìgbà gbọ́
nil n. òfo
nimble adj. yára
nimbus n. àwọ sánmọ̀
nine adj. & n. mẹ́sàn
nineteen adj. & n. ọ̀kàn dín lógún
nineteenth adj.& n. mọ́kàn dín lógún
ninetieth adj. & n. àádọ́rùn
ninth adj. & n. kẹsàn
ninety adj. & n. àádọ́rùn
nip v. jájẹ
nipple n. orí ọmú
nippy adj. sáré
nirvana n. ìgbá ládùn
nitrogen n. náítrójẹn
no adj. kòsí
nobility n. onípò ọlá
noble adj. ẹni ọlá
nobleman n. ọlọ́lá
nobody pron. kòsẹ́ni
nocturnal adj. ti alẹ́
nod v. mí orí
node n. ibi ìrúwé
noise n.ariwo
noisy adj. pariwo
nomad n. alá rìnká
nomadic adj. àrìnká
nomenclature n. ìsọ lórúkọ
nominal adj. gbórúkọ sórí
nominate v. fà kalẹ̀
nomination n. ìfà kalẹ̀
nominee n. adíje
non-alignment n. àìlá tìlẹyìn
nonchalance n. àì bìkítà

nonchalant adj. làì bìkítà
nonconformist n. àì farawé
none pron. kòsí
nonentity n. ẹni lásán
nonplussed adj. dọkàn rú
nonetheless a. láì fiṣe
nonpareil adj. kò lóro gún
nonplussed adj. dọkàn rú
nonsense n. káti kàti
nonstop adj. láì dúró
noodles n. nọ́dùsì
nook n. kọ̀rọ̀
noon n. ìyá lẹ́ta
noose n. okùn ọrùn
nor conj. & adv. tàbí
Nordic adj. Nọ́dìkì
norm n. àṣà
normal adj. nipò àláfíà
normalcy n. ipò àláfíà
normalize v. múbọ̀ sípò
normative adj. bó tiyẹ
north n. àríwá
northerly adj. ti àríwá
northern adj. ní àríwá
nose n. imú
nostalgia n. ìrántí ọjọ́
nostril n. ìhò imú
nostrum n. ayédèrú òguǹ
nosy adj. yọjú ràn
not adv. àì
notable adj. làmí
notary n. lí lámì
notation òǹkà
notch n. ọ̀nà tóró òkè
note n. àkí yèsí
notebook n. ìwé àjákọ
noted adj. fiyèsi
noteworthy adj. kíyèsi

nothing pron. kòsí
notice n. àkí yèsi
noticeable adj. ṣeérí
noticeboard n. pátákó àkíyèsi
notifiable adj. gbọ́dọ̀ sọ
notification n. àkí yèsi
notify v. kànsí
notion n. èrò
notional adj. ti èrò
notoriety n. pátákó àkíyèsi
notorious prep. ní òkìkí
notwithstanding prep.
nougat n. súìtì
nought n. òfo
noun n. ọ̀rọ̀ orúkọ
nourish v. bọ́
nourishment n. bíbọ́
novel n. ìwé àròkọ
novelette n. ìwé kékeré
novelist n. òǹkọ̀wé
novelty n. àrà titun
november n. belu
novice n. ṣẹ̀sẹ̀ dé
now adv. wàyí
nowhere adv. láìsí níbì kan
noxious adj. lóró
nozzle n. ẹnu
nuance n. ìyàtọ̀ díẹ̀
nubile a. ọlọ́ mọge
nuclear adj. olóró
nucleus n. àárín
nude adj. ní hòhò
nudge v. fapá gún
nudist n. oní hòhò
nudity n. ìhòhò ara
nudge v. fapá gún
nugatory adj. láì nídì
nugget n. ìṣùpọ̀

nuisance n. oní wàhálà
null adj. di asàn
nullification n. ìṣọdi asán
nullify v. ṣọdi asán
numb adj. gan
number n. nọ́mbà
numberless adj. àìní nọ́mbà
numeral n. nọ́mbà
numerator n. nọ́mbà òké
numerical adj. ti nọ́mbà
numerous adj. pọ̀
nun n. núnì
nunnery n. ilé àwọn núnì
nuptial adj. ti ìgbé yàwó
nurse n. nọ́ọ̀sì
nursery n. jẹ́lè ósimi
nurture v. tọ́
nut n. èkùrọ́
nutrient n. èròjà oúnjẹ
nutrition n. ètò oúnjẹ
nutritious adj. ṣera lóore
nutritive adj. aṣara lóore
nutty adj. ẹlẹ́pà
nuzzle v. fàmọ́
nylon n. lẹ́dà
nymph n. yemọja

O

oaf n. afọ́fun
oak n. igi apádò
oar n. igi ìtukọ̀
oasis n. omi ààrín aginjù
oat n. oúnjẹ ọkà
oath n. ìbúra
oatmeal n. ìyẹ̀fun ọkà
obduracy n. agídí
obdurate adj. lágídí

obedience n. ìgbọ̀ràn
obedient adj. gbọ́ràn
obeisance n. ìtẹ ríba
obesity n. ìsanra
obese adj. sanra
obey v. gbọ́rọ̀
obfuscate v. dọ̀rọ̀ rú
obituary n. ìkéde òkú
object n. ohun rírí
objection n. ìtakò
objectionable adj. àtakò
objective adj. láí ṣègbè
objectively adv. láí ṣègbè
oblation n. ọrẹ ẹbọ
obligated adj. kíkàn ńpá
obligation n. ìkàn nípá
obligatory adj. kàn nípá
oblige v. kàn ńpá
obliging adj. oní núre
oblique adj. pẹ́ ọ̀rọ̀ sọ
obliterate v. parun
obliteration n. ìparun
oblivion n. àìmọ̀ kan
oblivious adj. kòmọ̀ kan
oblong adj. gbọrọ
obloquy adj. ìpẹ̀gàn
obnoxious adj. bàjẹ́
obscene adj. ríni lára
obscenity n. ìríra
obscure adj. dí lójú
obscurity n. ìdí lójú
observance n. ìkí yèsi
observant adj. láki yèsì
observation n. àkí yèsi
observatory n. ilá kiyèsi
observe v. kíyè si
obsess v. gbà lọ́kàn
obsession n. ìgbà lọ́kàn

obsolescent *adj.* di tàtijọ́
obsolete *adj.* tàtijọ́
obstacle *n.* ìdíwọ́
obstinacy *n.* orí kunkun
obstinate *adj.* lorí kunkun
obstruct *v.* dínà
obstruction *n.* ìdínà
obstructive *adj.* ṣe ìdínà
obtain *v.* gbà gbà
obtainable *adj.* ṣeégbà
obtrude *v.* yọjú ràn
obtuse *adj.* fọ́fun
obverse *n.* ìdà kejì
obviate *v.* mú kúrò
obvious *adj.* hàn
occasion *n.* òde
occasional *adj.* lẹ́ kọ̀kan
occasionally *adv.* ẹ̀kọ̀ kan
occident *n.* òyìnbó
occidental *adj.* ti òyìnbó
occlude *v.* dínà
occult *n.* ẹgbẹ́ ìkọ̀kọ̀
occupancy *n.* ilé gbé
occupant *n.* olù gbé
occupation *n.* iṣẹ́
occupational *adj.* ti iṣẹ́
occupy *v.* gbilẹ̀
occur *v.* ṣẹlẹ̀
occurrence *n.* ṣíṣẹ lẹ̀
ocean *n.* ọ̀sà
oceanic *adj.* ti ọ̀sà
octagon *n.* onígun méjọ
octave *n.* ìkẹjọ
octavo *n.* búlọ́ọ̀kì
October *n.* Ọ̀wàwà
octogenarian *n.* ọgọ́rin ọdún
octopus *n.* ẹranko alápá méjọ
octroi *n.* owó ìlú

ocular *adj.* ti ojú
odd *adj.* yàtọ̀
oddity *n.* ìyàtọ̀
odds *n.* ànfàní
ode *n.* ọ̀rọ̀ òwe
odious *adj.* ìrí lára
odium *n.* ìríra
odorous *adj.* lòórùn
odour *n.* òórùn
odyssey *n.* àjò oní rìrí
of *prep.* ti
off *adv.* kúrò
offence *n.* ẹ̀ṣẹ̀
offend *v.* ṣẹ̀
offender *n.* ẹlẹ́ṣẹ̀
offensive *adj.* mú inúbí
offer *v.* fi fún
offering *n.* ìfi fún
office *n.* ibi iṣẹ́
officer *n.* olórí
official *adj.* lábẹ́ àṣẹ
officially *adv.* pẹ̀lú àṣẹ
officiate *v.* bójú tó
officious *adj.* alá ṣejù
offset *v.* mú kórò
offshoot *n.* ẹ̀ka
offshore *adj.* lókèèrè
offside *adj.* nípò àìtọ́
offspring *n.* ọmọ
oft *adv.* ọ̀pọ̀ ìgbà
often *adv.* ní ọ̀pọ̀ ìgbà
ogle *v.* fẹjú mọ́
oil *n.* òróró
oil *a.* òróró
oily *adj.* ní òróró
ointment *n.* ìpara
okay *adj.* ó dára
old *adj.* gbó

oligarchy *n.* ìjọba àwọn díè
Olive *n.* ólífì
Olympic *adj.* Òlímpíkìì
omelette *n.* ẹyin dídín
omen *n.* àmì
ominous *adj.* léwu
omission *n.* àyọ kúrò
omit *v.* yọ kúrò
omnibus *n.* àkó jọpọ̀ ìwè
omnipotence *n.* ìlá gbára olùwà
omnipotent *adj.* ní gbogbo agbára
omnipresence *n.* ìwà níbi gbogbo
omnipresent *adj.* awà níbi gbogbo
omniscience *n.* ìmọ ohun gbogbo
omniscient *adj.* amọ ohun gbogbo
on *prep.* lórí
once *adv.* ẹ̀kan
one *n.& adj.* ọkan
oneness *n.* ìṣọ̀ kan
onerous *adj.* líle
oneself *pron.* ẹni
onion *n.* àlù bọ́sà
onlooker *n.* òn wòran
only *adv.* nìkan
onomatopoeia *n.* ọ̀rọ̀ dídún bíi tejò
onset *n.* ní bẹ̀rẹ̀
onslaught *n.* ìkọlù
ontology *n.* ìmọ̀ ìṣẹ̀dá
onus *n.* ẹrù
onward *adv.* síwájù
onyx *n.* òkúta iyebíye
ooze *v.i.* tú jáde

opacity *n.* ìṣúsí
opal *n.* ópálì
opaque *adj.* ṣú
open *adj.* ṣíṣí
opening *n.* ìṣí sílẹ̀
openly *adv.* kedere
opera *n.* eré olórin
operate *v.* mú ṣiṣẹ́
operation *n.* iṣẹ́ abẹ
operational *adj.* tó nṣiṣẹ́
operative *adj.* tó ṣiṣẹ́
operator *n.* òṣìṣẹ́
opine *v.* lérò
opinion *n.* èrò
opium *n.* ògùn orun
opponent *n.* alá takò
opportune *adj.* lànfàní
opportunism *n.* ìlo ànfàní
opportunity *n.* ànfàní
oppose *v.* takò
opposite *adj.* nídà kejì
opposition *n.* òdì kejì
oppress *v.* fa rani
oppression *n.* ifa rani
oppressive *adj.* fa rani
oppressor *n.* afa rani
opt *v.* yàn
optic *adj.* ti ojú
optician *n.* oníṣègùn ojú
optimism *n.* ìgbèrò rere
optimist *n.* èlérò rere
optimistic *adj.* ìlérò rere
optimize *v.* ṣà múlò
optimum *adj.* ìmúlò
option *n.* ànfàní yíyàn
optional *adj.* lànfàní yíyàn
opulence *n.* ọlánlá
opulent *adj.* ti ọlánlá

or *conj.* tàbí
oracle *n.* òrìṣà
oracular *adj.* ti òrìṣà
oral *adj.* ti ẹnu
orally *adv.* ti ọ̀rọ̀ ẹnu
orange *n.* ọsàn
oration *n.* ọ̀rọ̀ sísọ
orator *n.* sọ̀rọ̀ sọ̀rọ̀
oratory *n.* ìsọ̀rọ̀
orb *n.* òbìrí
orbit *n.* ọ̀nà òbìrí
orbital *adj.* lọ́nà òbìrí
orchard *n.* ọgbà àjàrà
orchestra *n.* àwọn olórin
orchestral *adj.* ti àwọn olórin
orchid *n.* òdódó
ordeal *n.* ìpọ́njú
order *n.* ètò
orderly *adj.* létò létò
ordinance *n.* ìlànà
ordinarily *adv.* ní ojú lásán
ordinary *adj.* lójú lásán
ordnance *n.* ìlànà
ore *n.* irin tútú
organ *n.* ẹ̀yà ara
organic *adj.* ti ẹ̀yà ara
organism *n.* ohun abẹ̀mí
organization *n.* ṣíṣe ètò
organize *v.* ṣètò
orgasm *n.* àtọ̀
orgy *n.* àyọ̀ káyọ̀
orient *n.* ìlà òrùn
oriental *adj.* ti ìlà òrùn
orientate *v.* ṣí lọ́kànsí
origami *n.* orígamì
origin *n.* ìpi lẹ̀ṣẹ̀
original *adj.* ti àkọ́ṣe
originality *n.* àì légbẹ́

originate *v.* ṣẹwá
originator *n.* olù pilẹ̀ṣẹ̀
ornament *n.* ohun ọ̀ṣọ́
ornamental *adj.* ọlọ́ṣọ́ọ́
ornamentation *n.* ẹ̀ṣọ́
ornate *adj.* pọ́n ọ̀rọ̀
orphan *n.* àìlóbìí
orphanage *n.* ilé àláì lóbì
orthodox *adj.* nítẹ̀wọ́ gbà
orthodoxy *n.* ìtẹ̀wọ́ gbà
orthopaedics *n.* ìṣègùn eegun
oscillate *v.* yí sọ́tùn sósì
oscillation *n.* ìyí sọ́tùn sósì
ossify *v.* mú dúró
ostensible *adj.* tó dàbí
ostentation *n.* ìfẹlá
osteopathy *n.* eegun títọ̀
ostracize *v.* yọ légbẹ́
ostrich *n.* ògòngò
other *adj. & pron.* òmíràn
otherwise *adv.* bíbẹ́ẹ̀ kọ́
otiose *adj.* lásán
otter *n.* oteri
ottoman *n.* àga gígùn
ounce *n.* ounsì
our *adj.* tiwa
ourselves *pron.* fún rawa
oust *v.* yọ nípò
out *adv.* sóde
outbid *v.* yege
outboard *adj.* ní ẹ̀gbẹ́ ọkọ̀
outbreak *n.* ìgbòde kan
outburst *n.* asọ̀
outcast *n.* àpatì
outclass *v.* tayọ
outcome *n.* àbá jáde
outcry *n.* ariwo
outdated *adj.* tó tipẹ́

115

outdo v. ṣeju
outdoor adj. lóde
outer adj. níta
outfit n. aṣọ òde
outgoing adj. tí ónlọ
outgrow v. ga jùlọ
outhouse n. ilé kékeré òde
outing n. ìjáde
outlandish adj. jáku jàku
outlast v. ŕẹyìn
outlaw n. arúfin
outlay n. owó ìrajà
outlet n. ṣọ́ọ̀bù
outline n. etetí
outlive v. pẹ́lá yéju
outlook n. ìwọ̀nà
outlying adj. lẹ́hìn odi
outmoded adj. tóti kọjá
outnumber v. kọjá níye
outpatient n. ìgbà tọ́jú látilé
outpost n. ìletò tó jìnà
output n. iṣẹ àṣe parí
outrage n. ìbínú nlá
outrageous adj. lá ṣeju
outrider n. ọlọ́ kadá
outright adv. ní gbangba
outrun v. sá kọjá
outset n. ìbẹ̀rẹ̀
outshine v. tàn ju
outside n. ìta
outsider n. ará ìta
outsize adj. tí tóbi
outskirts n. ọ̀nà jíjìn
outsource v. gbé iṣẹ́ fún
outspoken adj. yánu sọ̀rọ̀
outstanding adj. fakọ yọ
outstrip v. ré kọjá
outward adj. sí ìta

outwardly adv. ní gbangba
outweigh v. tẹ̀wọ̀n ju
outwit v. gbọ́n tayọ
oval adj. roboto
ovary adj. ilé ẹyin obìrin
ovate adj. pàtẹ́wọ́
ovation n. pípà tẹ́wọ́
oven n. ohun àsè
over prep. lórí
overact v. ṣe àṣejù
overall adj. lákò tán
overawe v. ṣẹ̀rù bà
overbalance v. dànù
overbearing adj. jẹgàba
overblown adj. pàpọ̀ jù
overboard adv. láṣe jù
overburden v. dẹrù pa
overcast adj. ṣùbò
overcharge v. dí yelé
overcoat n. ẹ̀wù ìlekè
overcome v. borí
overdo v. ṣeju ipá
overdose n. àpọ̀jù òógùn
overdraft n. ìgbowó kọ́já
overdraw v. gbowó kọ́já
overdrive n. sáré kọjá
overdue adj. pẹ́jù
overestimate v. gbé gajù
overflow v. kún dànù
overgrown adj. tó kúnjù
overhaul v. ṣà túnṣe
overhead adv. àgbé forí
overhear v. fetíkọ́
overjoyed adj. láyọ púpọ̀
overlap adj. gun orí
overleaf adv. sójú ewé
overload v. dẹrù pọkọ̀
overlook v. fojú fò

overly adv. fibò
overnight adv. mójú mọ́
overpass n. àfò kọjá
overpower v. bo mọ́lẹ̀
overrate v. gbé gajù
overreach v. ṣe kọjá
overreact v. fara ya
override v. borí
overrule v. wọ́gi lé
overrun v. tẹ̀ mọ́lẹ̀
overseas adv. tòkè òkun
oversee v. mójú tó
overseer n. alá mòjútó
overshadow v. síji bò
overshoot v. ré kọjá
oversight n. àfojú fò
overspill n. àpọ̀jù èníà
overstep v. kọjá
overt adj. mímọ̀
overtake v. yà sílẹ̀
overthrow v. bì ṣubú
overtime n. pẹ́ lẹ́nu iṣẹ́
overtone n. ifọ̀ gbọ́nsọ
overture n. ìmú lọ́rẹ̀ẹ́
overturn v. sojú dé
overview n. àlàyé ṣókí
overweening adj. láṣe jù
overwhelm v. bò mọ́lẹ̀
overwrought adj. gbọ̀n rìrì
ovulate v. mú ẹyin jáde
owe n. ìjẹ gbèsè
owing adj. jẹ gbèsè
owl n. òwìwí
own adj.& pron. tèmi
owner n. oní nkan
ownership n. oní hun
ox n. akọ màálù
oxide n. ọ́sáìdì

oxygen n. gásì ìmí sínú
oyster n. iṣán
ozone n. gásì afẹ́fẹ́

P

pace n. ìgbésẹ̀
pacemaker n. abẹ́ ṣájú
pacific n. pa rọ́rọ́
pacifist n. oní làjà
pacify v. tù
pack n. ẹrù
package n. ẹrù dídì
packet n. páálí
packing n. palẹ̀ mọ́
pact n. àdé hùn
pad n. fùkẹ̀ fùkẹ̀
padding n. fóòmù
paddle n. ìwalẹ̀
paddock n. ọgbà ẹṣin
padlock n. àgádá godo
paddy n. oko ìrẹsì
paediatrician n. oní ṣègùn ọmọdé
paediatrics n. ìṣègùn ọmọdé
paedophile n. abọ́mọ délò
pagan n. kèfèrí
page n. ojú ewé
pageant n. ìwòran
pageantry n. ayẹyẹ
pagoda n. ilé òrìṣà
pail n. péèlì
pain n. ìrora
painful adj. ríro
painkiller n. ògùn ìrora
painstaking adj. fara balẹ̀
paint n. kùn
painter n. apọ̀dà

painting *n.* ọdà kíkùn
pair *n.* awẹ́ méjì
paisley *n.* àrà
pal *n.* ọ̀rẹ́
palace *n.* ààfin
palatable *adj.* ládùn
palatal *adj.* àferì gìpè
palate *n.* òkè ẹnu
palatial *adj.* bíi ààfin
pale *adj.* jooro
palette *n.* pákó olùyà
paling *n.* ọgbà onírin
pall *n.* aṣọ orí pósí
pallet *n.* ìbùsùn koríko
palm *n.* àtẹ́wọ́
palmist *n.* awò ràwọ̀
palmistry *n.* ìwò ràwọ̀
palpable *adj.* tóyé
palpitate *v.* gbígbọ̀n
palpitation *n.* ìgbọ̀n rìrì
palsy *n.* àrùn ẹ̀gbà
paltry *adj.* kéré
pamper *v.* kẹ́jù
pamphlet *n.* ìwé pélébé
pamphleteer *n.* ònkọ ìwé pélébé
pan *n.* ìkòkò
panacea *n.* ọ̀nà àbáyọ
panache *n.* ìfínjú
pancake *n.* kéèkì dídín
pancreas *n.* ẹ̀yà inú
panda *n.* pánda
pandemonium *n.* ìdá gìrì
pane *n.* jígí fèrésé
panegyric *n.* àkọ́ọ́lẹ̀ yíyìn
panel *n.* ara ilẹ̀kùn
pang *n.* ara ríro
panic *n.* ìjayà

panorama *n.* ìrí jìnà
pant *v.* mí hẹlẹ
pantaloon *n.* ṣòkòtò
pantheism *n.* ìsìn òrìṣà púpọ̀
pantheist *adj.* olùsìn òrìṣà púpọ̀
panther *n.* àmọ́ tẹ́kùn
panties *n.* pátá
pantomime *n.* eré aláwà dà
pantry *n.* kọ́mbọ́dù oúnjẹ
pants *n.* ṣòkòtò
papacy *n.* ipò pópù
papal *adj.* ti póòpù
paper *n.* pépà
paperback *n.* àkàwé
par *n.* ọgbọ gba
parable *n.* òwe
parachute *n.* páráṣútì
parachutist *n.* alo páráṣútì
parade *n.* àṣehàn
paradise *n.* párádísè
paradox *n.* ọ̀rọ̀ tibi tire
paradoxical *adj.* jẹ́ tibi tire
paraffin *n.* parafín
paragon *n.* egbin
paragraph *n.* àyé orílà ìwé
parallel *n.* ìjọra
parallelogram *n.* onígun mẹ́rin
paralyse *v.* yarọ
paralysis *n.* ìyarọ
paralytic *adj.* ayarọ
paramedic *n.* òṣìṣẹ́ ìṣègùn
parameter *n.* pàrá mítà
paramount *adj.* olórí
paramour *n.* olùfẹ́
paraphernalia *n.* ohun ọ̀ṣọ́
paraphrase *v.* ṣe àlàyé
parasite *n.* àfòmọ́

parasol *n.* agbòrùn
parcel *n.* ẹ̀bùn
parched *adj.* gbẹ
pardon *n.* ìdá ríjì
pardonable *adj.* toṣeé dáríjì
pare *v.* gé
parent *n.* òbí
parentage *n.* òbí ẹni
parental *adj.* ti òbí
parenthesis *n.* àmì àkámọ́
pariah *n.* ìtanù
parish *n.* ìjọ
parity *n.* ìdọ́gba
park *n.* ọgbà ńlá
parky *adj.* ti otútù
parlance *n.* ìsọ̀rọ̀ sì
parley *n.* ìpẹ̀tù síjà
parliament *n.* ìgbìmọ̀ aṣòfin
parliamentarian *n.* aṣòfin
parliamentary *adj.* ti ìgbìmọ̀ aṣòfin
parlour *n.* pálọ̀
parochial *adj.* ti ìjọ
parody *n.* àpárá ṣíṣe
parole *n.* ìdá sílẹ̀
parricide *n.* pípa òbí ẹni
parrot *n.* odí dẹ́rẹ́
parry *v.* gbá dànù
parse *v.* pípín gbóló hùn
parsimony *n.* ìháwọ́
parson *n.* àlùfáà
part *n.* apá
partake *n.* bápín
partial *v.* ṣègbè
partiality *n.* ìṣè gbè
participate *v.* kópa
participant *n.* akópa
participation *n.* ìkópa

particle *n.* kiní
particular *adj.* pàá pàá
parting *n.* ìpín yà
partisan *n.* ìtì lẹ́hìn
partition *n.* ìpín
partly *adv.* lápá kan
partner *n.* àjọṣe
partnership *n.* àjọṣe pọ̀
party *n.* ayẹyẹ
pass *v.* kọjá
passable *adj.* ṣeégbà
passage *n.* ọ̀nà
passenger *n.* èrò ọkọ̀
passing *adj.* ní kọjá
passion *n.* ìká lára
passionate *n.* ká lára
passive *adj.* ní sùrù
passport *n.* ìwé ìwolé
past *adj.* kọjá
pasta *n.* oúnjẹ ìyẹ̀fun
paste *n.* kíki
pastel *n.* àwọ̀ fẹ́rẹ́fẹ́
pasteurized *adj.* bíbọ̀
pastime *n.* ìyàn láàyọ̀
pastor *n.* àlùfáà
pastoral *adj.* ti àlùfáà
pastry *n.* pastírì
pasture *n.* pápá
pasty *n.* ohun kíki
pat *v.* fọwọ́ lù
patch *n.* ìfaṣọ lẹ̀
patchy *adj.* faṣọ lẹ̀
patent *n.* àṣẹ olùdá
paternal *adj.* ti bàbá
paternity *n.* ìpò bàbá
path *n.* ipa ọ̀nà
pathetic *adj.* káànú
pathology *n.* ìmọ̀ àrùn

pathos *n.* ìkẹ́ dùn
patience *n.* sùúrù
patient *adj.* nísù úrù
patient *n.* aláìsàn
patio *n.* àyè níta
patisserie *n.* ṣọ́ọ̀bù kéékì
patriarch *n.* olórí ẹbí
patricide *n.* pípa bàbá
patrimony *n.* ogún bàbá
patriot *n.* olùfẹ́ orílẹ̀ èdè
patriotic *adj.* nífẹ́ orílẹ̀ èdè
patriotism *n.* ìfẹ̀ orílẹ̀ èdè
patrol *v,* ṣọ́ kiri
patron *n.* baba ìsàlẹ̀
patronage *n.* ìbárà
patronize *v.* oní bàárà
pattern *n.* àwòṣé
patty *n.* ẹran
paucity *n.* àìtó
paunch *n.* ìyọkùn
pauper *n.* aláìní
pause *n.* ìdúró
pave *v.* fòkú tatẹ́
pavement *n.* pèpé le
pavilion *n.* àgó
paw *n.* ọwọ́ ẹranko
pawn *n.* ọmọ ayò
pawnbroker *n.* ayáni lówó
pay *v.* sanwó
payable *n.* sísan
payee *n.* ẹní gbawó
payment *n.* ìsanwó
pea *n.* kóró
peace *n.* àlá fíà
peaceable *adj.* lálàfíà
peaceful *adj.* ní àláfíà
peach *n.* èso
peacock *n.* ọ̀kín

peahen *n.* abo ọkín
peak *n.* góngó
peaky *adj.* wò hàùn
peal *n.* ariwo ńlá
peanut *n.* ẹ̀pà
pear *n.* péárì
pearl *n.* péálì
peasant *n.* àgbẹ̀ òtòṣì
peasantry *n.* òtòṣì àgbẹ̀ lápapọ̀
pebble *n.* òkúta wẹ́wẹ́
pecan *n.* pekàn
peck *v.i.* ṣájẹ
peculiar *adj.* tó yàtọ̀
pedagogue *n.* olùkọ́
pedagogy *n.* ìkọ́ni
pedal *n.* ìfẹ sẹ̀tẹ̀
pedant *n.* ẹ̀ṣọ́ ọrùn
pedantic *adj.* tẹ̀ṣọ́ ọrùn
peddle *v.* kiri ọjà
pedestal *n.* ìsàlẹ̀ ère
pedestrian *n.* afẹsẹ̀ rìn
pedicure *n.* ìtójú èékáná
pedigree *n.* àṣe sílẹ̀ rere
pedlar *n.* oní kiri
pedometer *n.* ìwọ̀n ìrìn
peek *v.* sáré wò
peel *n.* bó
peep *v.* yọjú
peer *n.* ẹgbẹ́
peer *v.* wò fínífíní
peerage *n.* ẹlẹgbẹ́
peerless *adj.* àì légbé
peg *n.* eèkàn
pejorative *adj.* kọmi nú
pelican *n.* ẹyẹ ofu
pellet *n.* ọta ìbọn
pelmet *n.* pákó òkè fèrèsé
pelt *v.* jù nkan

pelvis n. egun ìbàdí
pen n. kálá mù
penal adj. ti ìjìyà
penalize v. jẹ níyà
penalty n. ìjìyà
penance n. ìjẹ raníyà
penchant n. nífẹ́
pencil n. léẹ̀dì ìkọ̀wé
pendant n. ọ̀ṣọ́ ọrùn
pendent adj. sí sorọ̀
pending adj. àì parí
pendulum n. ìsorọ̀
penetrate v. wọlé
penetration n. wíwọlé
penguin n. ẹranko omi
peninsula n. ilẹ̀ tómi yíká
penis n. okó
penitent adj. ronú pìwàdà
penniless adj. àìníkóbọ̀
penny n. epìnì
pension n. owó ìfẹ̀hìntì
pensioner n. afẹ̀hìn tì
pensive adj. rònú
pentagon n. onígun márùn
penthouse n. ilé òkè
penultimate adj. ókùkan
people n. ọ̀pọ̀ ènià
pepper n. ata
peppermint n. ata yẹ́rí
peptic adj. ti inú
per prep. fún
perambulate v.t. rìn
perceive v. róye
perceptible adj. aróye
percentage n. ìdá ọgọ́rùn
perceptible adj. aróye
perception n. ìróye
perceptive adj. wòye

perch n. ìbasí
percipient adj. oní làá kàyè
percolate v. kọfí sísè
percolator n. ẹ̀rọ kọfí
perdition n. ìparun
perennial adj. lọ́dọ̀ dún
perfect adj. pé
perfection n. pípé
perfidious adj. làì ṣòótọ́
perforate v. dálu
perforce adv. pẹ̀lú agbára
perform v. ṣeré
performance n. eré ṣíṣe
performer n. òṣèré
perfume n. lọ́fíndà
perfume adv. fín lọ́fíndà
perfunctory adj. ti ojúṣe
perhaps adv. bóyá
peril n. ewu
perilous adj. lewu
period n. ìgbà
periodic adj. nígbà
periodical adj. nígbà dé gbà
periphery n. ténté
perish v. parun
perishable adj. lè parun
perjure v. búra èké
perjury n. ìbúra èké
perk v. dárayá
perky adj. mú arayá
permanence n. ìdúró pé
permanent adj. wà títí
permeable adj. ìwọ̀ lára
permissible adj. leè yọ̀nda
permission n. ìyọ̀n da
permissive adj. gbàyè
permit v. gbà láàyè
permutation n. àtòpọ̀

121

pernicious *adj.* nípa lára
perpendicular *adj.* kọgun sí
perpetrate *v.* ṣẹ̀
perpetual *adj.* lọ títí
perpetuate *v.t.* mú kópẹ́
perplex *v.* dàmú
perplexity *n.* ìdàmú
perquisite *n.* ìtọ́sí ìpín
perry *n.* pẹ́rrì
persecute *v.* dà láàmú
persecution *n.* ìdà láàmú
perseverance *n.* àfo rítì
persevere *v.i.* forítì
persist *v.* tẹra mọ́
persistence *n.* ìtẹramọ́
persistent *adj.* nítẹra mọ́
person *n.* ẹni
persona *n.* ìhùwà sí
personage *n.* ènìà nlá
personal *adj.* ti tẹni
personality *n.* irú ẹni
personification *n.* ìmọ̀ nítẹni
personify *v.* sọdi tẹni
personnel *n.* òṣìṣẹ́
perspective *n.* ìwo sáàkun
perspicuous *adj.* àlàyé
perspiration *n.* òógùn
perspire *v.t.* làágùn
persuade *v.* rọ̀
persuasion *n.* àrọwà
pertain *v.* kángun
pertinent *adj.* tó níṣe
perturb *v.* dàmú
perusal *n.* ìwé kíkà
peruse *v.* kàwé
pervade *v.* kún fún
perverse *adj.* aṣòdì sí
perversion *n.* ìlòdì sí

perversity *n.* lílòdì sí
pervert *v.* lòdì sí
pessimism *n.* àìro rere
pessimist *n.* aláìro rere
pessimistic *adj.* àìlé ròrere
pest *n.* ajẹni run
pester *v.* yọ lẹ́nu
pesticide *n.* apa kòkòrò
pestilence *n.* àjàkálẹ̀ àrùn
pet *n.* ẹran ọ̀sìn
petal *n.* awẹ́ òdòdó
petite *adj.* rùmú rùmú
petition *n.* ìfẹ̀ sùn kàn
petitioner *n.* afẹ̀ sùn kàn
petrify *v.* dẹ́rù bà
petrol *n.* epo
petroleum *n.* epo rọ̀bì
petticoat *n.* ṣinmí
pettish *adj.* ṣebí ọmọdé
petty *adj.* kò wúlò
petulance *n.* ìkanra
petulant *adj.* kanra
phantom *n.* èrò lásán
pharmaceutical *adj.* ti ìpògùn
pharmacist *n.* apògùn
pharmacy *n.* ìlé ògùn
phase *n.* abala
phenomenal *adj.* tiṣẹ̀lẹ̀ ńlá
phenomenon *n.* ìṣẹ̀lẹ̀ ńlá
phial *n.* ìgò kékeré
philanthropic *adj.* ṣáánú
philanthropist *n.* olójú ǎánú
philanthropy *n.* iṣe ǎánú
philately *n.* ìmọ̀ stámpù
philological *adj.* ti ìmọ̀ èdè
philologist *n.* onímọ̀ èdè
philology *n.* ìmọ̀ èdè
philosopher *n.* onímọ̀ ìṣẹ̀dá

philosophical adj. nípa ìṣẹ́dá
philosophy n. ìmọ̀ ìṣẹ́dá
phlegmatic adj. oní sùúrù
phobia n. ìbẹ̀rù
phoenix n. ẹyẹ ìtàn
phone n. fóònù
phonetic adj. ti ìró ohùn
phosphate n. fós fétì
phosphorus n. fós fórúsì
photo n. fọ́tò
photocopy n. ẹ̀dà ṣíṣe
photograph n. fọ́tò
photographer n. fọ́tò
photographic adj. ti fótò
photography n. ìmọ̀ fótò
photostat n. ìṣẹ̀dà
phrase n. kìkì ọ̀rọ̀
phraseology n. ìtò ọ̀rọ̀
physical adj. ti ara
physician n. oní ṣègùn
physics n. ìmọ̀ nipa agbára
physiognomy n. bí ojú tirí
physiotherapy n. ìtọ́jú egun
physique n. ìrísí ènìà
pianist n. atẹ dùrù
piano n. dùrù
piazza n. ojúde ìlú
pick v. ṣà
picket n. adá rúgúdù
pickings n. owó ìfà
pickle n. oúnjẹ ewébẹ̀
picnic n. oúnjẹ àgbé dání
pictograph n. àwòrán
pictorial adj. alá wòrán
picture n. àwòrán
picturesque adj. alá wòrán
pie n. oúnjẹ
piece n. awẹ́

piecemeal adv. oúnjẹ oníyẹ̀fun
pier n. ọ̀wọ̀n
pierce v. lu
piety n. ìsìn ọlọ́run
pig n. ẹlẹ́dẹ̀
pigeon n. ẹyẹlé
pigeonhole n. ihò lẹ́tà
piggery n. ẹlẹ́dẹ̀ sísìn
pigment n. aró
pigmy n. aràrá
pike n. ọ̀kọ̀
pile n. jẹ̀dí
pilfer v. jí
pilgrim n. àtìpó
pilgrimage n. ìṣe àtìpó
pill n. kóró ògùn
pillar n. òpó
pillow n. ìrọ̀rí
pilot n. awakọ̀ òfurufú
pimple n. irorẹ́
pimple n. irorẹ́
pin n. pínì
pincer n. ìyọ̀ṣó
pinch v. fowọ́ tọ́
pine v. kẹ́dùn
pineapple n. ọ̀pẹ̀ èèbó
pink adj. àwọ̀ pinki
pinnacle n. ṣónṣó
pinpoint v. tọ́ka sí
pint n. jálá kékeré
pioneer n. aṣájú
pious adj. afọkàn sìn
pipe n. ìkòkò tábà
pipette n. pípẹ́ tì
piquant adj. oní lara
pique n. ìlara
piracy n. olèjíjà ojú omi
pirate n. olè ojú omi

123

pistol *n.* ìbọn ìléwọ́
piston *n.* ara ẹ́njìnì
pit *n.* kòtò
pitch *n.* ọ̀dà
pitcher *n.* ìkòkò omi
piteous *adj.* yọ́nú sí
pitfall *n.* ìṣubú
pitiful *adj.* láànú
pitiless *adj.* ọ̀dájú
pity *n.* ìkáànú
pivot *n.* ohun ìdúró lé
pivotal *adj.* ìdúrólé
pixel *n.* písẹ́lì
pizza *n.* písà
placard *n.* pákó ìfihàn
placate *v.* pẹ̀tù sí
place *n.* ibi
placement *n.* ìfi sípò
placid *adj.* rírọ̀
plague *n.* ìtàn kálẹ̀ àrùn
plain *adj.* kedere
plaintiff *n.* olù pẹ̀jọ́
plaintive *adj.* ti arò
plait *n.* irun dídì
plan *n.* èróngbà
plane *n.* ibi tótéjù
planet *n.* ayékan
planetary *adj.* ti ayékan
plank *n.* pákó
plant *n.* ewékò
plantain *n.* ọgẹ̀dẹ̀
plantation *n.* oko ọ̀gbìn
plaque *n.* ìdọ̀tí ehín
plaster *n.* àlẹ̀mọ́ egbò
plastic *n.* ike
plate *n.* àwo
plateau *n.* òkè títẹ́
platelet *n.* èròjà ẹ̀jẹ̀

platform *n.* pẹpẹ
platinum *n.* plàtí nọ́mù
platonic *adj.* àìní nkan
platoon *n.* ìsọ̀rí ṣọ́jà
platter *n.* àwo nlá
plaudits *n.* ìyìn
plausible *adj.* ìdí abájọ
play *v.i.* ṣeré
playground *n.* àyè ìṣeré
playwright *n.* ònkọ̀wé eré
player *n.* akópa eré
plaza *n.* ojú táyé
plea *n.* ẹ̀bẹ̀
plead *v.* bẹ̀bẹ̀
pleasant *adj.* amúnú dùn
pleasantry *n.* ìkíni
please *v.* jọ̀wọ́
pleasure *n.* inú dídùn
pleat *n.* ṣíṣẹ́ aṣọpo
plebeian *adj.* aláì nílárí
plebiscite *n.* ìdìbò ìlú
pledge *n.* ìlérí
plenty *pron.* pọ̀
plethora *n.* àpọ̀jù
pliable *adj.* rọ̀
pliant *adj.* rírọ̀
pliers *n.* ẹ̀mú
plight *n.* ìṣòro
plinth *n.* òkúta abẹ́ òpó
plod *v.* rìn jẹ́jẹ́
plot *n.* ọ̀tẹ̀
plough *n.* ìtulẹ̀
ploughman *n.* atulẹ̀
ploy *n.* àréké rekè
pluck *v.* fàtu
plug *n.* plọ́ọ́gì
plum *n.* igi ìyeyè
plumage *n.* ìyẹ́ ẹyẹ

plumb v. wádì
plumber n. òṣìṣẹ́ ẹ̀rọ omi
plume n. ìyẹ́ ẹyẹ
plummet v. já wálẹ̀
plump adj. sanra
plunder v. jíkó
plunge v. bẹ́
plural adj. ọ̀pọ̀
plurality n. ọ̀pọ̀ nkan
plus prep. àròpọ̀
plush n. ọlọ́lá
ply n. ìrìnà
pneumatic adj. ti afẹ́fẹ́
pneumonia n. òtútù àyà
poach v. yọ́ṣe
pocket n. àpò
pod n. pádí
podcast n. ọ̀rọ̀ pọ́ọ̀dí
podium n. pẹpẹ
poem n. ìwé ewì
poet n. akéwì
poetry n. ewì
poignancy n. ìmúni káànú
poignant adj. múni káànú
point n. ṣónṣó
pointing n. ìtọ́ka sí
pointless adj. kò nílò
poise n. ìdúró
poison n. oró
poisonous adj. olóró
poke adj. fọwọ́tì
poker n. eré káàdì
poky adj. ibi kékeré
polar adj. ti òpó
pole n. òpó
polemic n. iyàn jíjà
police n. àwọn ọlọ́pà
policeman n. ọlọ́pà

policy n. ètò ìjọba
polish n. ìmúdán
polite adj. níwà
politeness n. ìwá rere
politic adj. mòye
political adj. ti òṣèlú
politician n. oló ṣèlú
politics n. ìṣèlú
polity n. ìṣè jọba
poll n. ìdìbò
pollen n. ara òdòdó
pollster n. amèrò ìlú
pollute v. dọ̀tí
pollution n. èérí
polo n. poló
polyandry n. ọlọ́kọ pùpọ̀
polygamous adj. aláya púpọ̀
polygamy n. ìláya púpọ̀
polyglot adj. ní ọ̀pọ̀ èdè
polygraph n. ẹ̀rọ ajárọ́
polytechnic n. ilé iwé polí
polytheism n. ìsin òrìṣà púpọ̀
polytheistic adj. olùsin ọ̀pọ̀ òrìṣà
pomegranate n. èso igi
pomp n. ayẹyẹ
pomposity n. wí wúga
pompous adj. wúga
pond n. adágún odò
ponder n. rò
pontiff n. pópù
pony n. ẹṣin kékeré
pool n. omi adágún
poor adj. aláìní
poorly adv. láìda
pop v. pò
pope n. pópù
poplar n. pópùlà

poplin *n.* irú aṣọ
populace *n.* ara ìlù
popular *adj.* oló kìkí
popularity *adj.* òkìkí
popularize *v.* sọdi oló kìkí
populate *v.* mú ènìà pọ̀
population *n.* iye ènìà ìlú
populous *adj.* lénìà púpọ̀
porcelain *n.* ohun alámọ̀
porch *n.* ìloro
porcupine *n.* òòrẹ̀
pore *n.* ihò
pork *n.* ẹran ẹlẹ́dẹ̀
pornography *n.* àwòrán ìbálòpọ̀
porridge *n.* àsáró
port *n.* ojúpò
portable *adj.* tóṣeé gbé
portage *n.* ìkẹ́rù
portal *n.* ẹnu ọ̀nà
portend *v.* ṣokùn fà
portent *n.* àmì ìkìlọ̀
porter *n.* olù ṣọ́nà
portfolio *n.* àpa mọ́wọ́
portico *n.* òrùlé
portion *n.* apá kan
portrait *n.* àwò rán
portraiture *n.* ìyà wòrán
portray *v.* fihàn
portrayal *n.* ìṣà fihàn
pose *v.* ṣe
posh *adj.* gajù
posit *v.* dá àbá
position *n.* ipò
positive *adj.* lọ́kàn rere
possess *v.* ní
possession *n.* ìní
possessive *adj.* jẹ gàba lé
possibility *n.* óṣeéṣe

possible *adj.* ṣeéṣe
post *n.* ipò
postage *n.* owó ìfiwé ránṣẹ́
postal *adj.* ìfiwé ránṣẹ́
postcard *n.* káàdì aláwòrán
postcode *n.* kóòdù ìfi ránṣẹ́
poster *n.* àwòrán nlá
posterior *adj.* ti ẹ̀hìn
posterity *n.* ìran tómbọ̀
postgraduate *n.* lẹ́hìn oyè kíní
posthumous *adj.* lẹ́hìn ikú
postman *n.* apín lẹ́tà
postmaster *n.* ọ̀gá apín lẹ́tà
postmortem *n.* ìwádí lára òkú
postoffice *n.* ilé ìfiwé ránṣẹ́
postpone *v.* sún síwájú
postponement *n.* ìsún síwájú
postscript *n.* ọ̀rọ̀ àfikún
posture *n.* ìdúró
pot *n.* ìkòkò
potato *n.* kókò
potency *n.* ògidì
potent *adj.* lágbára
potential *adj.* lọ́jọ́ iwájú
potentiality *n.* ìlágbára
potter *v.* fẹsẹ̀ palẹ̀
pottery *n.* èlò amọ̀
pouch *n.* àpò awọ
poultry *n.* ọsìn adìyẹ
pounce *v.* bẹ́ lójijì
pound *n.* owó pọ́un
pour *v.* dà
poverty *n.* òṣì
powder *n.* àtíkè
power *n.* agbára
powerful *adj.* lágbára
practicability *n.* ìwúlò
practicable *adj.* wúlò**

practical adj. ṣe iṣẹ́
practice n. ìṣé
practise v. ṣe
practitioner n. olùṣe
pragmatic adj. mètò
pragmatism n. mímètò
praise v.t. yìn
praline n. ohun dídùn
pram n. kẹ̀kẹ́ ọmọ
prank n. ète
prattle v. wí règbè
pray v. gbàdúrà
prayer n. àdúrà
preach v. wàásù
preacher n. oní wàásù
preamble n. làbárè
precarious adj. léwu
precaution n. ìfura
precautionary adj. ní fura
precede v. ṣáájú
precedence n. ìṣáájú
precedent n. tó ṣáájú
precept n. ìlànà
precinct n. ààlà
precious adj. níye lórí
precipitate v. lọlẹ̀
précis n. ọ̀rọ̀ àkékù
precise adj. pé
precision n. pípé
precognition n. ìrí wájú
precondition n. ọ̀rọ̀ àsọ tẹ́lẹ̀
precursor n. aṣájú
predator n. ẹranko apẹran
predecessor n. aṣiwájú
predestination n. àyànmọ́
predetermine v. rò tẹ́lẹ̀
predicament n. ìṣòro
predicate n. gírámà

preparatory adj. pípa lẹ̀mọ́
prepare v. palẹ̀ mọ́
preponderance n. pàpọ̀ jù
preponderate v. pọ̀jù
preposition n. ọ̀rọ̀ àpèjùwe
prepossessing adj. dángá jíá
preposterous adj. kòṣeé gbà
prerequisite n. àgbọdọ̀ ni
prerogative n. ojúṣe
presage v. lófa
prescience n. mímọ̀ tẹ́lẹ̀
prescribe v. kòògùn
prescription n. ìkòògùn dókítà
presence n. ìwà láàyè
present adj. lọ́wọ́ lọ́wọ́
present n. ẹ̀bùn
present v. fún
presentation n. ìfún ni
presently adv. báyì
preservation n. ìmúpẹ́
preservative n. èròjà ìmúpẹ́
preserve v. ṣè tójú
preside v. ṣà kóso
president n. aláṣẹ
presidential adj. ti aláṣẹ
press v. tẹ̀
pressure n. ìkàn nípá
pressurize v. kàn nípá
prestige n. iyì
prestigious adj. níyì
presume v. lérò
presumption n. bíbẹ́
presuppose v. ròtẹ́lẹ̀
presupposition n. àrò tẹ́lẹ̀
pretence n. ìdí bọ́n
pretend v. dọ́gbọ́n
pretension n. ìdọ́gbọ́n si
pretentious adj. díbọ́n

pretext n. ìdọ́ gbọ́n
prettiness n. ìrẹwà
pretty adj. rẹwà
pretzel n. bisi kítì
prevail v. gbalẹ̀
prevalence n. gbí gbalẹ̀
prevalent adj. gbilẹ̀
prevent v. dènà
prevention n. dí dènà
preventive adj. àti dènà
preview n. àkọ́wò
previous adj. ti àtẹ̀hìn wá
prey n. ẹran àpajẹ
price n. iye
priceless adj. àìlè díyelé
prick v. fabẹ́ rẹ́gún
prickle n. ẹ̀gún
pride n. ìgbé raga
priest n. àlùfáà
priesthood n. ìpò àlùfáà
prim adj. ṣe déédé
primacy n. ìpò aṣájú
primal adj. ti àkọ́kọ́
primarily adv. ní pàtàkì
primary adj. ti àkọ́bẹ̀rẹ̀
primate n. bíṣọ́bù àgbà
prime adj. ìdí abá
primer n. ìwé àkọ́bẹ̀rẹ̀
primeval adj. ti ìwáṣẹ̀
primitive adj. tàtijọ́
prince n. ọmọba
princely adj. ti ọmọba
princess n. ọmọba bìrin
principal adj. ti olórí
principal n. olórí
principle n. ìfi lélẹ̀
print v. tẹ̀ jáde
printout n. àtẹ̀ jáde

printer n. ẹ̀rọ ìtẹ̀wé
prior adj. ṣájú
priority n. ṣe kókó
priory n. príórì
prism n. prísìmù
prison n. ẹ̀wọ̀n
prisoner n. ẹlẹ̀wọ̀n
pristine adj. titun
privacy n. kọ́lọ́ fín
private adj. abẹ́lẹ̀
privation n. àìní
privatize v. sọdi àdáni
privilege n. ànfàní
privy adj. màṣìrí
prize n. àmì ẹ̀yẹ́
pro n. dàńtọ́
proactive adj. aṣokùn fà
probability n. ohun tólè ṣẹlẹ̀
probable adj. tólè ṣẹlẹ̀
probably adv. bóyá
probate n. ìwé ìfihàn
probation n. abẹ́ ìtọ́ni
probationer n. olù tọ́ni
probe n. yẹ̀wò
probity n. oló dodo
problem n. wàhálà
problematic adj. ní wàhálà
procedure n. ìlànà
proceed v. tẹ̀sí wájú
proceedings n. ìṣètò
proceeds n. èrè
process n. ọ̀nà
procession n. ìtò ọwọ́ọ̀wọ́
proclaim v. kéde
proclamation n. ìkéde
proclivity n. aṣe máṣe
procrastinate v. fà sẹ́hìn
procrastination n. ìfà sẹ́hìn

procreate v. bímọ
procure v. ṣà wárí
procurement n. ìṣà wárí
prod v. tì
prodigal adj. onínà kúnà
prodigious adj. yan turu
prodigy n. àgbà yanu
produce v. mú jáde
producer n. alá bójútó
product n. ohun títà
production n. ìṣètò ọjà
productive adj. so èso
productivity n. ìso èso
profane adj. àìmọ́
profess v. jẹ́wọ́
profession n. iṣẹ́
professional adj. akọ́ṣẹ́ mọṣẹ́
professor n. ọjọ̀ gbọ́n
proficiency n. mí mọṣẹ́
proficient adj. mọṣẹ́
profile n. ẹ̀gbẹ́ ojú
profit n. èrè
profitable adj. lérè
profiteering n. ìjèrè
profligacy n. ìná kúnà
profligate adj. onínà kúnà
profound adj. nímọ̀ ìjìnlẹ̀
profundity n. ijìnlẹ̀
profuse adj. pọ̀ kọjá
profusion n. pípọ̀ kọjá
progeny n. ọmọ
prognosis n. àyẹ̀wò àìsàn
prognosticate v. ṣàyẹ̀wò àìsàn
programme n. ìwé ètò
progress n. ìlọ síwájú
progressive adj. lọ síwájú
prohibit v. kọ̀ fún
prohibition n. ìkọ̀ fún

prohibitive adj. kíkọ̀ fún
project n. àkànṣe iṣẹ́
projectile n. ohun fífò
projection n. ìwo sàkun
projector n. ẹ̀rọ àmáwòrán
prolapse n. yíyẹ̀ ẹ̀yà ara
proliferate v. bísíi
proliferation n. ìbísíi
prolific adj. ní ìbísí
prologue n. ọ̀rọ̀ ìṣájú
prolong v. fà gùn
prolongation n. ìfà gùn
promenade n. ìrìn afẹ́
prominence n. gbajú mọ̀
prominent adj. ìlúmọ̀ ká
promiscuous adj. oní ranù
promise n. ìlérí
promising adj. fúni nírètí
promote v. gbéga
promotion n. gbí gbéga
prompt v. lẹ́sẹ̀ kẹsẹ̀
prompter n. arán nilétí
promulgate v. sọdi mímọ́
prone adj. fàsí
pronoun n. arọ́pò orúkọ
pronounce v. pé ọ̀rọ̀
pronunciation n. ọ̀rọ̀ pípè
proof n. ẹ̀rí
prop n. ìtì lẹ́hìn
propaganda n. ọ̀nà ìtànká
propagate v. tànká
propagation n. ìtàn ká
propel v. tì síwájú
propeller n. ẹ̀rọ alá bẹ̀bẹ̀
proper adj. tó dára
property n. dúkìá
prophecy n. àsọ tẹ́lẹ̀
prophesy v. sọ tẹ́lẹ̀

prophet *n.* wòlíì
prophetic *adj.* ìsọ tẹ́lẹ̀
propitiate *v.* ṣè tùtù
proportion *n.* ìpín
proportional *adj.* ìpín síra
proportionate *adj.* báramu
proposal *n.* ìdáàbá
propose *v.* dáàbá
proposition *n.* àbá
propound *v.* sọ̀nà àbáyọ
proprietary *adj.* lórúkọ
proprietor *n.* alá dàni
propriety *n.* ọmọ lúàbí
prorogue *v.* sinmi níṣẹ́
prosaic *adj.* tí kòdùn
prose *adj.* àròkọ
prosecute *v.* pè lẹ́jọ́
prosecution *n.* ìpẹ̀jọ́
prosecutor *n.* olù pẹ̀jọ́
prospect *n.* ìfojú sọ́nà
prospective *adj.* ti ọjọ́ iwájú
prospectus *n.* ìwé ìpo lówó
prosper *v.* ṣe rere
prosperity *n.* ásìkí
prosperous *adj.* ní ásìkí
prostate *n.* èyà árá
prostitute *n.* aṣẹ́wó
prostitution *n.* iṣẹ́ aṣẹ́wó
prostrate *adj.* dọ̀bálẹ̀
prostration *n.* ìdọ̀ bálẹ̀
protagonist *n.* àgbà òṣèré
protect *v.* dá àbò bò
protection *n.* dá àbò bò
protective *adj.* láàbò
protectorate *n.* agbè gbè
protein *n.* èròjà oúnjẹ
protest *n.* fẹ̀hónú hàn
protestation *n.* ìfẹ̀hónú hàn

protocol *n.* òfin ìpàdé
prototype *n.* àkọ́ṣe iṣẹ́
protracted *adj.* pípẹ́
protractor *n.* ìwọn igun
protrude *v.* yọ síta
proud *adj.* oní gbéraga
prove *v.* mú dájú
provenance *n.* ìṣẹ̀wá
proverb *n.* òwe
proverbial *adj.* tòwe
provide *v.* pèsè fùn
providence *n.* ìpèsè ọ̀run
provident *adj.* lájẹ ṣẹ́kù
providential *adj.* ìlájẹ ṣẹ́kù
province *n.* agbègbè
provincial *adj.* ti agbègbè
provision *n.* ìpèsè
provisional *adj.* fìdí hẹ
proviso *n.* àjọrò
provocation *n.* ìmú bínú
provocative *adj.* dánúbí
provoke *v.* múbínú
prowess *n.* áṣe lékè
proximate *adj.* tó súnmọ́
proximity *n.* sísún mọ́
proxy *n.* alá baṣe
prude *n.* ọlọ́fin tótó
prudence *n.* ọlọ gbọ́n
prudent *adj.* gbọ́n
prudential *adj.* ṣọwó ná
prune *n.* rẹ́
pry *v.* tọ pinpin
psalm *n.* orin mímọ́
pseudo *adj.* òfegè
pseudonym *n.* àpèjẹ́
psyche *n.* èrò ọkàn
psychiatrist *n.* oníṣègùn ọpọlọ
psychiatry *n.* àrùn ọpọlọ

psychic *adj.* ríran
psychological *adj.* ti èrò ọkàn
psychologist *n.* onímọ̀ èrò ọkàn
psychology *n.* ìmọ̀ èrò ọkàn
psychopath *n.* alárùn ọpọlọ
psychosis *n.* àrùn ọpọlọ líle
psychotherapy *n.* oníwosàn àrùn ọpọlọ
pub *n.* ilé ọtí
puberty *n.* bàlágà
pubic *adj.* ti abẹ́
public *adj.* láwùjọ
publication *n.* atẹ̀ jáde
publicity *n.* ìkéde
publicize *v.* kéde
publish *v.* tẹwé jáde
publisher *n.* atẹwé jáde
pudding *n.* púdìn
puddle *n.* omi orilẹ̀
puerile *adj.* tọmọdé
puff *n.* afẹ́fẹ́ díẹ́
puffy *adj.* wú
pull *v.* fà
pulley *n.* ìfa nkan
pullover *n.* aṣọ otútù
pulp *n.* inú èso
pulpit *n.* pẹpẹ ìwásù
pulsar *n.* ìràwọ̀
pulsate *v.* lù kìkì
pulsation *n.* ìlù kìkì
pulse *n.* ìró ìlù
pummel *v.* fẹ̀ṣẹ̀ lù
pump *n.* ẹ̀rọ pọ́mpù
pumpkin *n.* ewébẹ̀
pun *n.* onítumọ̀ méjì
punch *v.* kànṣẹ́
punctual *adj.* tètè dé
punctuality *n.* ìtètè dé

punctuate *v.* fàmì sí
punctuation *n.* ìfi àmìsí
puncture *n.* ihò kékeré
pungency *n.* ìfín nímú
pungent *adj.* fínmú
punish *v.* jẹ níyà
punishment *n.* ìjìyà
punitive *adj.* tì ìjìyà
punter *n.* oní tẹ́tẹ́
puny *adj.* aì lókun
pup *n.* ọmọ ajá
pupil *n.* akẹ́ kọ̀
puppet *n.* lán gidi
puppy *n.* ọmọ ajá
purblind *adj.* aì ríran
purchase *v.* rà
pure *adj.* mọ́
purgation *n.* àwẹ̀mọ́
purgative *adj.* ṣunú
purgatory *n.* ibi ìjìyà òkú
purge *v.* wẹ̀mọ́
purification *n.* ìsọdi mímọ́
purify *v.* sọdi mímọ́
purist *n.* ọlọ́fin tótó
puritan *n.* aláì fẹ́ṣẹ̀
puritanical *adj.* àìfẹ́ ẹ̀ṣẹ̀
purity *n.* mímọ́
purple *n.* àwọ̀ àlùkò
purport *v.* sọ wípé
purpose *n.* ìpinu
purposely *adv.* mọ̀ọ́mọ̀
purr *v.* dídún ológbò
purse *n.* àpò owó
purser *n.* agbowó ọkọ̀
pursuance *n.* lílépa
pursue *v.* lépa
pursuit *n.* ìlépa
purvey *v.* gbọ́njẹ

purview n. gbèn déke
pus n. oyún
push v. tì
pushy adj. láṣejù
puss n. ológbò
put v. fi sí
putative adj. tó dàbí
putrid adj. tóti rà
puzzle v.t. rújú
pygmy n. aràrá
pyjamas n. aṣọ àwọ̀sùn
pyorrhoea n. oyún
pyramid n. ibi ìsìnkú ọba
pyre n. igi ìsun òkú
pyromania n. àrùn ìdáná sun
python n. òjòlá

Q

quack n. igbe pẹ́pẹ́yẹ
quackery n. àfẹnu jẹ́
quad n. mẹ́rin
quadrangle a. onígun mẹ́rin
quadrangular n. ìnígun mẹ́rin
quadrant n. ẹlẹ́gbẹ̀ mẹ́rin
quadrilateral n. ònígun mẹ́rin
quadruped n. ìlópọ mẹ́rin
quadruple adj. nílópọ mẹ́rin
quadruplet n. ìbẹ́rin
quaff v. mu kíá
quail n. àparò
quaint adj. tó dùnwò
quaintly adv. adùn wò
quake v. mì tìtì
quaker n. ẹgbẹ́ krìstẹ́nì
qualification n. ìwé ẹ̀rí
qualify v. yege
qualitative adj. oníye lórí

quality n. ìdára sí
qualm n. iyè méjì
quandary n. làá sìgbò
quango n. àdáni
quantify v. sọ iye
quantitative adj. oníye
quantity n. ìwọ̀n
quantum n. àrọ́pọ̀
quarantine n. àhámọ́
quark n. ohun kíún
quarrel n. ìjà
quarrelsome adj. oníjà
quarry n. ibi ìwà kúta
quart n. owó
quarter n. ìdá mẹ́rin
quarterly adj. lóṣù mẹ́ta
quartet n. olorin mẹ́rin
quartz n. òkúta iyebíye
quash v. tẹ̀pa
quaver v. gbọ̀n lóhùn
quay n. èbúté
queasy adj. bákan
queen n. olorì
queer adj. ráda ràda
quell v. ṣẹ́gun
quench v. pa kú
querulous adj. ìfisùn
query n. èrèdí
quest n. ìwá kiri
question n. ìbéèrè
questionable adj. fa ìbéèrè
questionnaire n. ìwé ìbéèrè
queue n. títò
quibble n. ìwíjọ́
quick adj. yára
quicken v. ṣe kíá
quickly adv. ní kíákíá
quid n. pọ́ùn kan

quiescent adj. pa lólọ́
quiet adj. dákẹ́
quieten v. mú dákẹ́
quietetude n. ipò ìdákẹ́
quiff n. irun ọkùnrin
quilt n. aṣọ hìhun
quilted adj. oní híhun
quin n. márún
quince n. èso
quinine n. egbòogi ibà
quintessence n. àpẹrẹ
quip n. ọ̀rọ̀ ṣókí
quirk n. ìwa wèrè
quit v. jáwọ́
quite adv. níwọ̀n ba
quits adj. parí
quiver v. gbọ̀n
quixotic adj. tinú rere
quiz n. ìdíje
quizzical adj. rí bákan
quondam adj. tóti kọjá
quorum n. iye
quota n. iye ìwọn
quotation ọ̀rọ̀ ẹlòmíràn
quote v. sọ̀rọ̀ ẹlòmíràn
quotient n. kóṣẹ́ntì

R

rabbit n. ehoro
rabble n. ìwọ́de
rabid adj. dìgbò lugi
rabies n. àìsàn dìgbò lugi
race n. ìran
race v. sáré
racial adj. ti ẹ̀yà
racialism n. ẹlẹ́yà mẹ̀yà
rack n. orí ìkọ̀

racket n. ariwo
racketeer n. gbájúẹ̀
racy adj. yani lẹ́nu
radar n. èrọ ìtọ pinpin
radial adj. tò bí ìtànsán
radiance n. ìtàn sán
radiant adj. tàn
radiate v. tàn iná
radiation n. ìtànsán agbára
radical adj. tò yàtọ̀
radio n. rẹ́díò
radioactive adj. ti ìtànsán agbára
radiography n. yíya fótò egun
radiology n. radiọ́lọ́gì
radish n. rádìṣì
radium n. rádíùmù
radius n. rádíùsì
raffle n. ráfù
raft n. ọkọ̀ omi
rag n. ráfù
rage n. ìbínú
ragged adj. tógbó
raid n. ìkógun jà
rail n. ọ̀nà reluwé
railing n. ọgbà onírin
raillery n. ìdọ́ wẹ̀kẹ̀
railway n. reluwé
rain n. òjò
rainbow n. òṣù màrè
raincoat n. kóòtù òjò
rainfall n. òjò rírọ̀
rainforest n. igbó òjò
rainy adj. ti òjò
raise v. gbésókè
raisin n. èso àjàrà
rake n. irin ìhọlẹ̀
rally n. ìkó nijọ

ram *n.* àgbò
ramble *v.* rìn gbẹ̀rẹ̀
ramification *n.* oríṣi ipa
ramify *v.* nípa
ramp *n.* àgbé gùn
rampage *v.* dalẹ̀ rú
rampant *adj.* tàn kiri
rampart *n.* odi ìlú
ramshackle *adj.* tó fẹ́wó
ranch *n.* oko ẹran ọ̀sìn
rancid *adj.* bàjẹ́
rancour *n.* ìkùn sínú
random *adj.* láì ròtì
range *n.* igbó
ranger *n.* aṣọ gbó
rank *n.* ipò oyè
rank *v.* fisí pò
rankle *v.* njá nínú
ransack *v.* tú ẹrù
ransom *n.* owó ìrà padà
rant *v.* pariwo sọ̀rọ̀
rap *v.* kànkùn
rapacious *adj.* lójú kòkòrò
rape *v.* fipá lòpọ̀
rapid *adj.* yára
rapidity *n.* ìyára
rapier *n.* idà
rapist *n.* afipá lòpọ̀
rapport *n.* àṣepọ̀ rere
rapprochement *n.* ìbá ṣepọ̀
rapt *adj.* gbogbo ara
rapture *n.* ayọ̀ nlá
rare *adj.* ṣọ̀wọ́n
raring *adj.* ṣetán
rascal *n.* ìpátá
rash *adj.* àìrò tẹ́lẹ̀
rasp *n.* ìró híhá
raspberry *n.* èso

rat *n.* eku
ratchet *n.* ẹ̀rọ olóbìrí
rate *n.* iye
rather *adv.* kúkú
ratify *v.* fohùn sí
rating *n.* ìtò sípò
ratio *n.* rátíò
ration *n.* ìwọ̀nba oúnjẹ
rational *adj.* ti èrò rere
rationale *n.* ìdí abájọ
rationalism *n.* ìfèrò ṣe
rationalize *v.* fi èrò ṣe
rattle *v.* pariwo
raucous *adj.* alá riwo
ravage *v.t.* fi ṣòfò
rave *v.* ṣe wèrè
raven *n.* ìwò
ravenous *adj.* yán nú
ravine *n.* àfoní fojì jíjìn
raw *adj.* àìsè
ray *n.* ìtàn sán
raze *v.* parẹ́
razor *n.* abẹ fẹ́lẹ́
reach *v.* dé
react *v.* ṣesí
reaction *n.* ìṣesí
reactionary *adj.* ìfèsì
reactor *n.* rèákítọ̀
read *v.* kàwé
reader *n.* òn kàwé
readily *adv.* lọ́wọ́ lọ́wọ́
reading *n.* ìwé kíkà
readjust *v.* ṣà túnṣe
ready *adj.* gbara dì
reaffirm *v.* tunsọ
real *adj.* tòótọ́
realism *n.* ìgbà mọ́ra
realistic *adj.* tó ṣeéṣe

reality n. bótirí
realization n. àfojú bà
realize v. pawó
really adv. ní tòótọ́
realm n. ilẹ̀ ọba
ream n. rímù
reap v. kórè
reaper n. akórè
reappear v. tún farahàn
reappraisal n. àtúnwò
rear n. ẹ̀hìn
rearrange v. ṣà túntò
reason n. ìdí
reasonable adj. ní ìdí
reassess v. ṣà túnwò
reassure v. mú dájú
rebate n. rìbé ètì
rebel v. ṣọ̀tẹ̀
rebellion n. ìṣọ̀tẹ̀
rebellious adj. ọlọ̀tẹ̀
rebirth n. ìtúnbí
rebound v. ta padà
rebuff v. kíkọ̀
rebuild v. túnkọ́
rebuke v. báwí
rebuke v.t. báwí
recall v. pè padà
recap v. sọ kókó
recapitulate v. sọ kókó ọ̀rọ̀
recapture v. tún múdè
recede v. sún sẹ́hìn
receipt n. ìgba nkan
receive v. gbà
receiver n. olù gbànkan
recent adj. láìpẹ́
recently adv. ní kòpẹ́
receptacle n. ìda nkansí
reception n. ìgbà lejò

receptionist n. òṣìṣẹ́
receptive adj. ìgbani mọ́ra
recess n. ìdá dúró díẹ̀
recession n. ọ̀rọ̀ ajé tó burú
recessive adj. tí kòhàn
recharge v. gba agbára
recipe n. èlò oúnjẹ
recipient n. olùgbà
reciprocal adj. àṣe padà
reciprocate v. ṣepadà
recital n. àkọ́ sórí
recite v. ka àkọ́sórí
reckless adj. láì bìkítà
reckon v.t. ṣírò
reclaim v. gbà padà
reclamation n. ìgbà padà
recline v. fara tì
recluse n. àdá gbélé
recognition n. ìdámọ̀
recognize v.i. dámọ̀
recoil v. jára gbà
recollect v. níran
recollection v. ìní ran
recommend v. fani kalẹ̀
recommendation n. ìfani kalẹ̀
recompense v. sẹsan
reconcile v. tún répọ̀
reconciliation n. ìtún répọ̀
recondition v. múbọ̀ sípò
reconsider v. tunrò
reconstitute v. tún tò
reconstruct v. túnkọ́
record n. rékọ́dù
recorder n. fèrè
recount v. sọrọ̀
recoup v. gbowó padà
recourse n. ọ̀nà àbáyọ
recover v. gbà padà

135

recovery n. gbígbà padà
recreate v. túndá
recreation n. ìgbafẹ́
recrimination n. ìfẹ̀bi gbẹ̀bi
recruit v. gbà síṣẹ́
rectangle n. onígun mẹ́rin
rectangular adj. tónígun mẹ́rin
rectification n. ìtún ṣe
rectify v. túnṣe
rectitude n. ìwà
rectum n. ibi ìyàgbẹ́
recumbent adj. tó sùn
recuperate v. padà sípò
recur v. tún ṣẹlẹ̀
recurrence n. ìtún ṣẹlẹ̀
recurrent adj. tó nṣẹlẹ̀
recycle v. ṣà túnlò
red adj. pupa
reddish adj. tó pupa
redeem v. rà padà
redemption n. ìrà padà
redeploy v. gbapò titun
redolent adj. rírùn
redouble v. múra sí
redoubtable adj. tó lọ́wọ̀
redress v. tún ibẹ̀ṣe
reduce v. dínkù
reduction n. àdínkù
reductive n. tó ndínkù
redundancy n. àìrí ṣẹ́ṣe
redundant adj. aláì ríṣẹ́ ṣe
reef n. erùpẹ̀ etíkun
reek v. rùn púpọ̀
reel n. ijó
refer v. dárúkọ
referee n. rẹfẹrí
reference n. ìsọ nípa
referendum n. ìbò ọ̀rọ̀ ìlú

refill v. tún bùsi
refine v. fọ
refinement n. ìfọ nkan
refinery n. ibi ìfọpo
refit v. tún fisí
reflect v. ronú jinlẹ̀
reflection n. ìronú jinlẹ̀
reflective adj. ronú
reflex n. àìlá gbára lé
reflexive adj. àlá fihàn
reflexology n. ara nínà
reform v. ṣà túntò
reformation n. àtún tò
reformer n. alá túntò
refraction n. títẹ̀ ìtànsán
refrain v.t. yàgò fún
refresh v. tura
refreshment n. ìtura
refrigerate v. mú tutù
refrigeration n. ìmú tutù
refrigerator n. amóhun tutù
refuge n. ibi ìsádi
refugee n. ẹni tósá nílù
refulgence adj. mí mọ́lẹ̀
refulgent adj. tó mọ́lẹ̀
refund v. dáwó padà
refund v. dáwó padà
refurbish v. ṣení titun
refusal n. kíkọ̀
refuse v. kọ̀
refuse n. ilẹ̀
refutation n. jíjárọ́
refute v. járọ́
regain v. gbà padà
regal adj. dán sákì
regard v. kàkún
regarding prep. tó jẹti
regardless adv. láì kàkún

regenerate v. tají padà
regeneration n. ìtají padà
regent n. aláṣẹ
reggae n. orin régè
regicide n. pípa ọba
regime n. àkóso
regiment n. ọmọ ogun
region n. ẹkùn
regional adj. ti ẹkùn
register n. ìwé orúkọ
registrar n. dókítà àgbà
registration n. ìforúkọ sílẹ̀
registry n. régistirì
regress v. fà sẹ́hìn
regret n. àbámọ̀
regrettable adj. kábámọ̀
regular adj. lọ́pọ̀ ìgbà
regularity n. déédé
regularize v. múbó finmu
regulate v. ṣèkáwọ́
regulation n. òfin
regulator n. atọ pinpin
rehabilitate v. tún niṣe
rehabilitation n. ìtún niṣe
rehearsal n. ìdán rawò
rehearse v. dán rawò
reign v. jọba
reimburse v. gbówó padà
rein n. ìjánu ẹṣin
reincarnate v. àkú dàáyá
reinforce v. fagbára kún
reinforcement n. ìfagbára kún
reinstate v. dápadà sípò
reinstatement n. ìdá padà sípò
reiterate v. ṣàwí túnwí
reiteration n. àwí túnwí
reject v. kọ̀ sílè
rejection n. ìkọ̀ sílè

rejoice v. yayọ̀
rejoin v. tún daramọ́
rejoinder n. èsì
rejuvenate v. jí padà
rejuvenation n. ijí padà
relapse v. padà sí
relate v. bátan
relation n. ìbátan
relationship n. ìbáṣe pọ̀
relative adj. wíwò pẹ̀lú
relativity n. ìwò pẹ̀lú
relax v. sinmi
relaxation n. ìsinmi
relay n. eré sísá onígi
release v. túsílẹ̀
relegate v. jánípò
relent v. yọ́kàn padà
relentless adj. láì wẹ̀hìn
relevance n. ìníṣe
relevant adj. tó níṣe
reliable adj. ṣeé fọkàntán
reliance adj. ìfọkàn tán
relic n. ìní pàtàkí
relief n. ará tuni
relieve v. tuni lára
religion n. ẹ̀sìn
religious adj. ti ẹ̀sìn
relinquish v. fi sílẹ̀
relish v. gbádùn
relocate v. kó kúrò
reluctance n. ìlọ́ra
reluctant adj. lọ́ra
rely v. gbẹ́kẹ̀ lé
remain v. ṣẹ́kù
remainder n. ṣíṣẹ́ kù
remains n. àlàpà
remand v. fi pamọ́
remark v. ṣà kíyèsì**

remarkable *adj.* tó gbópọn
remedial *adj.* fún ìtọ́jú
remedy *n.* ìtọ́jú
remember *v.* ṣerántí
remembrance *n.* ṣerántí
remind *v.* ránilétí
reminder *n.* ìrán nilétí
reminiscence *v.* àròkàn
reminiscent *adj.* múni rántí
remiss *adj.* jáfara
remission *n.* ìdáríjì ẹ̀ṣẹ̀
remit *n.* sanwó
remittance *n.* owó sísan
remnant *n.* èyí tókù
remonstrate *v.* ṣè wọ́de
remorse *n.* ìkáànú
remote *adj.* jíjìn
removable *adj.* tóṣeé yọ
removal *n.* ìyọ kúrò
remove *v.* yọ kúrò
remunerate *v.* sanwó
remuneration *n.* owó sísan
remunerative *adj.* sanwó gidi
renaissance *n.* ìgbà pípé
render *v.* fifún
rendezvous *n.* ìpàdé
renegade *n.* aságun
renew *v.* sọdọ̀tun
renewal *adj.* ìsọ dọ̀tun
renounce *v.t.* yọ̀nda
renovate *n.* túnlé ṣe
renovation *n.* ìtún léṣe
renown *n.* òkìkí
renowned *adj.* olókìkí
rent *n.* owó ilé
rental *n.* ohun yíyá
renunciation *n.* kíkọ̀ sílẹ̀
reoccur *v.* tún ṣẹ̀

reorganize *v.* ṣà túntò
repair *v.* ṣà túnṣe
repartee *n.* ìtàkù rọ̀sọ
repatriate *v.* dáni padà
repatriation *n.* ìdáni padà
repay *v.* san padà
repayment *n.* ìsan padà
repeal *v.* mú òfin kúrò
repeat *v.* túnṣe
repel *v.* lé padà
repellent *adj.* tónlé padà
repent *v.* yí padà
repentance *n.* ìyí padà
repentant *adj.* yí padà
repercussion *n.* àtun bọ̀tán
repetition *n.* àṣe túnṣe
replace *v.* rọ́pò
replacement *n.* ìfi rọ́pò
replay *v.* tún fihàn
replenish *v.* gbilẹ̀
replete *adj.* tókún fún
replica *n.* irú kan
replicate *v.* ṣèdà
reply *v.* dá lóhùn
report *v.* ròyìn
reportage *n.* ìròyìn
reporter *n.* oní ròyìn
repose *n.* sùn
repository *n.* ìwé ìmọ̀
repossess *v.* gbà padà
reprehensible *adj.* fà ìbáwí
represent *v.* ṣojú
representation *n.* ìṣojú fún
representative *adj.* aṣojú
repress *v.* kìwọ̀
repression *n.* ìkìwọ̀
reprieve *v.* dáyà dúró
reprimand *v.* kìlọ̀ fún

reprint v. ṣà túntẹ̀
reprisal n. ìgbẹ̀ san
reproach v. kẹ́gàn
reprobate n. ẹnibi
reproduce v. bímọ
reproduction n. ọmọ bíbí
reproductive adj. ti ọmọ bíbí
reproof n. ìbáwí
reprove v. báwí
reptile n. afà yàwọ́
republic n. ilẹ̀ oló mìnira
republican adj. tilẹ̀ oló mìnira
repudiate v. kọ̀
repudiation n. kíkọ̀
repugnance n. ìlòdì
repugnant adj. lòdì
repulse v. lésá
repulsion n. ìlésá
repulsive adj. léni sá
reputation n. orúkọ rere
repute n. lórúkọ
request n. ìbèèrè
requiem n. àmísà òkú
require v. nílò
requirement n. ìlò
requisite adj. tó nílò
requisite n. nílò
requisition n. ìwé ohun lílò
requite v.t. san padà
rescind v. bọ́hùn
rescue v. dóòlà
research n. ìwádìí
resemblance n. jíjọra
resemble v. jọ
resent v. bínú sí
resentment n. ìbínú sí
reservation n. ìgbàyè
reserve v. gbàyè

reservoir n. omi adá rogún
reshuffle v. gbéni kiri
reside v. gbé
residence n. ibù gbé
resident n. olù gbé
residential adj. ti ibùgbé
residual adj. tó ṣẹ́kù
residue n. àmú mọ́ra
resign v. fipò sílẹ̀
resignation n. ìfipò sílẹ̀
resilient adj. àmú mọ́ra
resist v. takò
resistance n. ìtakò
resistant adj. olù takò
resolute adj. ní pinnu
resolution n. ìpin nu
resolve v. pinnu
resonance n. ríró ohùn
resonant adj. ìró ohùn
resonate v. dídún ohùn
resort n. ibi ìgbafẹ́
resound v. dún síi
resource n. àlù mọ́nì
resourceful adj. mọ̀nà orísi
respect n. ọwọ̀
respectable adj. tó lọ́wọ̀
respectful adj. oní tẹríba
respective adj. lóríṣi ọ̀nà
respiration n. mímí
respirator n. ẹ̀rọ mímí
respire v. mí
respite n. ìsinmi
resplendent adj. dára púpọ̀
respond v. fèsì
respondent n. olù jẹjọ́
response n. èsì
responsibility n. ipò ìfọkàn tán
responsible adj. ṣe fọkàn tán

responsive *adj.* ṣè dáhùnsí
rest *v.* sinmi
restaurant *n.* ilé oúnjẹ
restaurateur *n.* ọgá ilé oúnjẹ
restful *adj.* fọkàn balẹ̀
restitution *n.* ìsan padà
restive *adj.* àì baralẹ̀
restoration *adj.* ti àtúnṣe
restore *v.* ṣà túnṣe
restrain *v.* dá lọ́wọ́ kọ́
restraint *n.* ìdá lọ́wọ́ kọ́
restrict *n.* ṣè díwọ́
restriction *n.* ìdíwọ́
restrictive *adj.* ti ìdíwọ́
result *n.* àbá jáde
resultant *adj.* tó jásí
resume *v.* wọlé
resumption *n.* ìwọlé
resurgence *a.* ìtún búyọ
resurgent *adj.* tún búyọ
resurrect *v.* jí dìde
retail *n.* ọjà títa
retailer *n.* ọlọ́jà
retain *v.i.* mú dání
retainer *n.* owó àsańlẹ̀
retaliate *v.* gbẹsan
retaliation *n.* ìgbẹ̀ san
retard *v.* lọ sẹ́hìn
retardation *n.* ìlọ sẹ́hìn
retarded *adj.* ọdọ̀ yọ̀
retch *v.* bì
retention *n.* ìmú dání
retentive *adj.* áì gbàgbé
rethink *v.* tún èròpa
reticent *adj.* dí dákẹ́
retina *n.* inú ojú
retinue *n.* ọ̀pọ̀ ìránṣẹ́
retire *v.* fẹ̀hìn tì

retirement *n.* ìfẹ̀ hìntì
retiring *adj.* tóń fẹ̀hìntì
retort *v.* bínú sọ̀rọ̀
retouch *v.* múyàtọ̀ bá
retrace *v.t.* tọpa padà
retract *v.* kọ́rọ́ jẹ
retread *v.* tún táyà ṣe
retreat *v.t.* yísẹ̀ padà
retrench *v.* yọ níṣẹ́
retrenchment *n.* ìyọ níṣẹ́
retrial *n.* ìtún ẹjọ́ ṣe
retribution *n.* ẹ̀san
retrieve *v.* gbà padà
retriever *n.* ajá ọdẹ
retro *adj.* sẹ́hìn
retroactive *adj.* padà sẹ́hìn
retrograde *adj.* padà sáìda
retrospect *n.* ìwẹ̀ yìnwò
retrospective *adj.* wíwẹ̀ yìnwò
return *v.* padà
return *n.* ìpadà
reunion *n.* ìtún pàdé
reunite *v.* tún pàdé
reuse *v.* túnlò
revamp *v.* túntò
reveal *v.* fihàn
revel *v.* yọ̀
revelation *n.* ìfihàn
revenge *n.* gbígbẹ̀ san
revenue *n.* owó ìlú gbígbà
reverberate *v.* dún lọ́pọ̀
revere *v.* fọ̀wọ̀ fún
revered *adj.* ti ọ̀wọ̀
reverence *n.* ìbọ̀wọ̀ fún
reverend *adj.* ẹni ọ̀wọ̀
reverent *adj.* ti ọ̀wọ̀
reverential *adj.* tọ̀wọ̀ tọ̀wọ̀
reverie *n.* àì mọnkan

reversal *n.* àyí padá
reverse *v.* yí padá
reversible *adj.* ṣeé yípadá
revert *v.* padá sí
review *n.* àgbé yẹ̀wò
revile *v.* pẹ̀gàn
revise *v.* tún yẹ̀wò
revision *n.* ìtún yẹ̀wò
revival *n.* ìsọjì
revivalism *n.* ìsọjì
revive *v.* sọjì
revocable *adj.* ṣeé gbà
revocation *n.* ìgbé gilé
revoke *v.* gbégi lé
revolt *v.* ṣọ̀tẹ̀ sí
revolution *n.* ìdìtẹ̀ gbàjọba
revolutionary *adj.* ti ọ̀tẹ̀
revolutionize *v.* fọ̀tẹ̀ gbàjọba
revolve *v.* yíká
revolver *n.* ìbọn
revulsion *n.* ìlé nisá
reward *n.* èrè
rewind *v.* yi sẹ́hìn
rhapsody *n.* ifa yọ̀se
rhetoric *n.* ìsọ̀rọ̀ nlá
rhetorical *adj.* ọ̀rọ̀ lásán
rheumatic *adj.* ti àwọ́ká
rheumatism *n.* àwọ́ká
rhinoceros *n.* àgbán réré
rhodium *n.* ródíúmù
rhombus *n.* rómbúsì
rhyme *n.* ohùn tójọra
rhythm *n.* ìró ìlù
rhythmic *adj.* ti ìró ìlù
rib *n.* egun àyà
ribbon *n.* aṣọ tẹ́ẹ́rẹ́
rice *n.* ìrẹsì
rich *adj.* ọlọ́rọ̀

richly *adv.* lọ́rọ̀
richness *n.* ọ̀pọ̀
rick *n.* ìrọ́ léegun
rickets *n.* ìkẹtan
rickety *adj.* tíkò lágbára
rickshaw *n.* kẹ̀kẹ́ akérò
rid *v.* lélọ
riddance *n.* àlọ rámi
riddle *n.* ààlọ́
riddled *adj.* kúnfún
ride *v.* gùn
rider *n.* ìfikún ọ̀rọ̀
ridge *n.* ebè
ridicule *n.* ojútì
ridiculous *adj.* ẹlẹ́yà
rife *adj.* wọ́pọ̀
rifle *n.* ìbọn
rifle *v.* títú ẹrù
rift *n.* ìyapa
rig *v.* yíbò
rigging *n.* ìbò yíyí
right *adj.* tó tọ́
right *n.* ọ̀tún
righteous *adj.* olóòdodo
rightful *adj.* ti ẹ̀tọ́
rigid *adj.* líle
rigmarole *n.* ìdàmú
rigorous *adj.* là kàkà
rigour *n.* ìlà kàkà
rim *n.* etí
ring *n.* òrùka
ring *v.* yíká
ringlet *n.* irun kékeré
ringworm *n.* làpá làpá
rink *n.* ìgo yinyín
rinse *v.* fomi ṣàn
riot *n.* rúkè rúdò
rip *v.* fàya

ripe *adj.* tópọ́n
ripen *v.* pọ́n
riposte *n.* èsì agọ̀
ripple *n.* ìfóòfò odò
rise *v.* dìde
risible *adj.* apani lẹ́rìn
rising *n.* ìdìde
risk *n.* ewu
risky *adj.* léwu
rite *n.* ètò
ritual *n.* ẹbọ
rival *n.* orogún
rivalry *n.* ìjà orogún
riven *n.* oníhò
river *n.* odò
rivet *n.* ìkàn mọ́lẹ̀
rivulet *n.* odò kékeré
road *n.* títì
road works *n.* iṣẹ́ títì
roadworthy *adj.* tó leè rìnà
roadster *n.* mọ́tò àtijọ́
roam *v.* rìnká
roar *n.* ìbú ramú ramù
roar *v.* bú ramúramù
roast *v.* sun
rob *v.* jalè
robber *n.* olè
robbery *n.* olè jíjà
robe *n.* aṣọ gbọọrọ
robot *n.* róbọ̀tì
robust *adj.* tóbi
rock *n.* àpáta
rocket *n.* rọ́kẹ́ẹ̀tì
rocky *adj.* oló kúta
rod *n.* ọ̀pá
rodent *n.* lárìnká
rodeo *n.* ródéò
roe *n.* abo ẹran

rogue *n.* ọdaràn
roguery *n.* ìwà ọdaràn
roguish *adj.* tọ̀daràn
roister *v.* pariwo
role *n.* ipa
roll *v.i.* yí nílẹ̀
roll *n.* àtòkọ orúkọ
roll-call *n.* orúkọ pípè
roller *n.* ayika
rollercoaster *n.* mótò afẹ́
romance *n.* ọ̀rọ̀ ìfẹ́
romantic *adj.* ti ọ̀rọ̀ ìfẹ́
romp *v.* bíbẹ́ kiri
roof *n.* òrùlé
roofing *n.* àjà ilé
rook *n.* kana káná
rookery *n.* àwọn ilé ẹyẹ
room *n.* yàrá
roomy *adj.* láàyè
roost *n.* kíkọ
rooster *n.* àkùkọ
root *n.* gbòngbò
rooted *adj.* ta gbòngbò
rope *n.* okùn
rosary *n.* ilẹ̀kẹ̀ àdúrà
rose *n.* òdòdó
rosette *n.* aríbí òdòdó
roster *n.* ètò òrúkọ iṣẹ́
rostrum *n.* pẹpẹ
rosy *adj.* bí òdòdó
rot *v.* jẹrà
rota *n.* ètò òrúkọ iṣẹ́
rotary *adj.* yíyí po
rotate *v.* yí kiri
rotation *n.* ìyí kiri
rote *n.* àkọ́ sórí
rotor *n.* abẹ̀bẹ̀ yíyí
rotten *adj.* bàjẹ́

rouge *n.* àtíkè pupa
rough *adj.* rí páru pàru
roulette *n.* tẹ́tẹ́
round *adj.* róbótó
roundabout *n.* oríta róbótó
rounded *adj.* olóbìrí
roundly *adv.* ní róbótó
rouse *v.* jí
rout *n.* àlù bolẹ̀
route *n.* ipa ọ̀nà
routine *n.* ètò iṣe
rove *v.* rìn kákiri
rover *n.* alá rìnkiri
roving *adj.* kákiri
row *n.* asọ̀
rowdy *adj.* alá riwo
royal *n.* orí adé
royalist *n.* ọ̀rẹ́ orí adé
royalty *n.* ìdílé ọba
rub *n.* ìfọwọ́ ra
rub *v.* fọwọ́ ra
rubber *n.* rọ́bà
rubbish *n.* pàntí
rubble *n.* àfọ́kù èèlò ìkọ́lé
rubric *n.* ìkọ̀wé alárà
ruby *n.* rúbì
rucksack *n.* bágì àgbépọ̀n
ruckus *n.* dàrú dàpọ̀
rudder *n.* ìtọ̀kọ̀
rude *adj.* hùwà kuwà
rudiment *n.* ohun pẹ́pẹ̀pẹ́
rudimentary *adj.* díẹ̀ díẹ̀
rue *v.* kábà mọ̀
rueful *adj.* káànú
ruffian *n.* jàn dùkú
ruffle *v.* dàrú
rug *n.* rọ́ọ̀gì
rugby *n.* eré bọ́ọ̀lù

rugged *adj.* jága jàga
ruin *n.* ìparun
ruinous *adj.* gbọ́n owó lọ
rule *n.* ìjọba
rule *v.* jọba
ruler *n.* aláṣẹ
ruling *n.* ìdájọ́
rum *n.* ọtì ṣúgà
rumble *v.* kùn
rumbustious *adj.* hó fáyọ̀
ruminant *n.* ẹran ajẹko
ruminate *v.* ràrò jinlẹ̀
rumination *n.* àrò jinlẹ̀
rummage *v.* tú ẹrù
rummy *n.* eré káàdì
rumour *n.* àhesọ
rumple *v.* rúnpọ̀
rumpus *n.* ìdá gìrì
run *n.* eré sísá
run *v.* sáré
runaway *adj.* tó sánlé
rundown *adj.* tó burú
runway *n.* títì ọkọ̀ òfurufú
rung *n.* pákó àtẹ̀gùn
runnel *n.* omi ṣíṣàn
runner *n.* adíje eré sísá
runny *adj.* tó ńṣàn
rupture *v.t.* bẹ́
rural *adj.* ti ìgbè ríko
ruse *n.* ète
rush *v.* kánjú
rusk *n.* bisi kítì
rust *n.* dí pẹtà
rustic *adj.* ti oko
rusticate *n.* lé kúrò
rustication *n.* ìlé kúrò
rusticity *n.* abúlé
rustle *v.* dún hàrà

rusty *adj.* dípẹtà
rut *n.* rúdu rùdu
ruthless *adj.* aì láànú
rye *n.* ọkà

S

Sabbath *n.* Ọjọ́ Ìsinmi
sabotage *v.* bà séjẹ́
sabre *n.* idà
saccharin *n.* saka rín
saccharine *adj.* ti sakarín
sachet *n.* ọ̀rá
sack *n.* àpò ṣaka
sack *v.* yọ níṣẹ́
sacrament *n.* ara olúwa
sacred *adj.* mímọ́
sacrifice *n.* ẹbọ
sacrifice *v.* rúbọ
sacrificial *adj.* ti ìrúbọ
sacrilege *n.* èèwọ̀
sacrilegious *adj.* elé èwọ̀
sacrosanct *adj.* àìyípadà
sad *adj.* ba nújẹ́
sadden *v.* bà nínújẹ́
saddle *n.* asá
saddler *n.* oníṣọ̀nà asá
sadism *n.* yíyọsí bànújẹ́
sadist *n.* ayọ̀sí bànújẹ́
safari *n.* safàri
safe *adj.* ní ààbò
safe *n.* ààbò
safeguard *n.* ìdà bòbò
safety *n.* ìní ààbò
saffron *n.* èlò pípọ́n
sag *v.* jábọ́
saga *n.* ìtàn gígùn
sagacious *adj.* ọlọ́ gbọ́n

sagacity *n.* ìfọ gbọ́n ṣe
sage *n.* amòye
sage *adj.* ọlọ́ gbọ́n
sail *n.* àsìá ìtukọ̀
sail *v.* tukọ̀
sailor *n.* atukọ̀
saint *n.* ẹni mímọ́
saintly *adj.* bí ẹni mímọ́
sake *n.* nítorí
salable *adj.* dára fún títà
salad *n.* sà láàdì
salary *n.* owó oṣù
sale *n.* ìtajà
salesman *n.* òntàjà
salient *adj.* tóhàn
saline *adj.* oníyọ̀
salinity *n.* iyọ̀ níní
saliva *n.* itọ́
sallow *adj.* igi sálò
sally *n.* ìdé bìkan kíá
salmon *n.* ẹja kàbàtà
salon *n.* ilé onídìrí
saloon *n.* ṣa láàké
salsa *n.* ijó ṣálsà
salt *n.* iyọ̀
salty *adj.* tó níyọ̀
salutary *adj.* ti ìkíni
salutation *n.* ìkíni
salute *n.* bẹ́rí fún
salvage *v.* rígbà padà
salvation *n.* ìgbàlà
salver *n.* àwo pẹrẹṣẹ
salvo *n.* ìbọn àyìnpọ̀
Samaritan *n.* Samárítànì
same *adj.* ọ̀kan náà
sample *n.* àpẹrẹ
sampler *n.* àpẹrẹ aṣọ
sanatorium n. ilé ìtọ́jú

sanctification n. ìyàsí mímọ́
sanctify v. yàsí mímọ́
sanctimonious adj. tó mọ́ jùlọ
sanction v. fòfin dè
sanctity n. ìwà mímọ́
sanctuary n. ilé ìjọsìn
sanctum n. ibi mímọ́
sand n. erùpẹ̀
sandal n. sálú bàtà
sandalwood n. igi sálú bàtà
sander n. ẹ̀rọ ìdángi
sandpaper n. san pépà
sandwich n. búrẹ́dì
sandy adj. lé rùpẹ̀
sane adj. lórí pípé
sangfroid n. sùúrù
sanguinary adj. apà nìà
sanguine adj. nírètí
sanitarium n. ilé ìtójú
sanitary adj. ti ìmọ́ tótó
sanitation n. ìmọ́ tótó
sanitize v. ṣe ìmọ́ tótó
sanity n. orí pípé
sap n. oje igi
sapling n. igi wẹ́rẹ́
sapphire n. òkúta iyebíye
sarcasm n. ọ̀rọ̀ àbùkù
sarcastic adj. tà bùkù
sarcophagus n. pósí olókúta
sardonic adj. tẹ́m bẹ́lú
sari n. aṣọ sàrì
sartorial adj. ìwọṣọ
sash n. ọ̀já
Satan n. Sátánì
satanic adj. ti sátánì
Satanism n. Sàtánì sísìn
satchel n. àpò àgbé kọ́rùn
sated adj. ní yíyó

satellite n. ìràwọ̀
satiable adj. nìtẹ́ lọ́rùn
satiate v. tẹ́ lọ́rùn
satiety n. ìtẹ́ lọ́rùn
satin n. aṣọ dídán
satire n. ìṣẹ̀fẹ̀
satirical adj. ti ẹ̀fẹ̀
satirist n. ẹlẹ́fẹ̀
satirize v. fi ẹ̀fẹ̀ ṣe
satisfaction n. ìtẹ́ lọ́rùn
satisfactory adj. ti ìtẹ́lọ́rùn
satisfy v. tẹ́ lọ́rùn
saturate v. kún
saturation n. kíkún
Saturday n. Sátidé
saturnine adj. ti ìkáànú
sauce n. ọbẹ̀
saucer n. sọ́sà
saucy adj. aláṣọ bàjẹ́
sauna n. yàrá ooru
saunter v. fẹsẹ̀ gbàlẹ̀
sausage n. sọ́séjì
savagery adj. ẹhànnà
savagery n. ìwà ẹhànnà
save v. gbàlà
savings n. owó ìpamọ́
saviour n. olù gbàlà
savour v.t. jẹgbá dùn
savoury adj. alá dùn
saw n. ayùn
saw v. ti rí
sawdust n. bulẹ̀ bulẹ̀
saxophone n. fèrè
say n. sọ
saying n. sísọ
scab n. èépá
scabbard n. àkọ idà
scabies n. ẹ̀yún

scabrous *adj.* lára wúru wùru
scaffold *n.* pèpéle ìpànìà
scaffolding *n.* pèpéle
scald *v.* dàjó
scale *n.* ìtóbi sí
scallop *n.* ohun jíjẹ
scalp *n.* abẹ́ irun
scam *n.* èrú
scamp *n.* ẹni lásán
scamper *v.t.* sáré ká
scan *v.* wònú ara
scanner *n.* ẹ̀rọ ìwonú
scandal *n.* ìkọ̀sẹ̀
scandalize *v.* mú kọsẹ̀
scant *adj.* kíún
scanty *adj.* kòtó nkan
scapegoat *n.* ìjófin
scar *n.* àpá
scarce *adj.* ọ̀wọ́n
scarcely *adv.* fẹ́rẹ̀ mátó
scare *v.* ṣẹ̀rù bà
scarecrow *n.* aṣọ́ko másùn
scarf *n.* aṣọ ìkọ́rùn
scarlet *n.* pupa
scarp *n.* ìdagun òkè
scary *adj.* abani lẹ́rù
scathing *adj.* tì bínú
scatter *v.* fọ́nká
scavenge *v.* ṣa àtàn jẹ́
scenario *n.* ìwò ìṣẹ̀lẹ̀
scene *n.* ìrísí nkan
scenery *n.* ìrísí àyíká
scenic *adj.* tó dùnwò
scent *n.* òórùn
sceptic *n.* oníyè méjì
sceptical *adj.* ṣiyè méjì
sceptre *n.* ọ̀pá àṣẹ
schedule *n.* ètò iṣẹ́

schematic *adj.* ti àwòrán
scheme *n.* ìlànà
schism *n.* ìyapa
schizophrenia *n.* sín wín
scholar *n.* akẹ́ẹ̀kọ́
scholarly *adj.* fojúsí ẹ̀kọ́
scholarship *n.* ẹ̀bùn ẹ̀kọ́ ọ̀fẹ́
scholastic *adj.* fojúsí ẹ̀kọ́
school *n.* ilé ẹ̀kọ̀
sciatica *n.* àìsàn ìṣan
science *n.* sá yẹ̀nsì
scientific *adj.* ti sáyẹ̀nsì
scientist *n.* onímọ́ sáyẹ̀nsì
scintillating *adj.* olóyin mọmọ
scissors *n.* sáàsì
scoff *v.i.* kégàn
scold *v.* báwí
scoop *n.* ìgbákọ
scooter *n.* alù pùpù
scope *n.* àyè
scorch *v.* jó fẹ́ẹ́rẹ́
score *n.* àmì ayọ
score *v.* gbáyọ̀ wọlé
scorer *n.* agbá yòwọlé
scorn *n.* ìṣẹ lẹ́yà
scornful *adj.* ẹlẹ́yà
scorpion *n.* àkeekè
Scot *v.* Skọ́tì
scot-free *adv.* lófo
scoundrel *n.* ènía lásán
scour *v.* fọ̀
scourge *n.* pàṣán
scout *n.* amí
scowl *n.* lejú mọ
scrabble *v.* fọwọ́ wá
scraggy *adj.* tín rín
scramble *v.* jàdù
scrap *n.* pán dukú

scrape v. fá
scrappy adj. àrún mọ́
scratch v.t. ha
scrawl v. kọ wọ́gọ wọ̀gọ
scrawny adj. tínrín
screech n. ariwo ẹyẹ
scream v. kígbe
screech n. han
screed n. kon kéré
screen n. ojú ìwòran
screw n. ìdé
screwdriver n. ìdèpọ̀
scribble v. kọ
scribe n. akọ̀wé
scrimmage n. ìjà
scrimp v. tuwójọ
script n. ìwé àfọwọ́ kọ
scripture n. bíbélì
scroll n. ìwé kíká
scrooge n. ahun
scrub v. fọ̀
scruffy adj. dọ̀tí
scrunch v. rún
scruple n. iyè méjì
scrupulous adj. lẹ́rì ọkàn
scrutinize v. ṣàyẹ̀ wò
scrutiny n. áyẹ̀wò
scud v. sáré kọjá
scuff v. ha
scuffle n. ìjà
sculpt v. gbẹ́gi lére
sculptor n. agbẹ́gi lére
sculptural adj. ti agbẹ́gi lére
sculpture n. ère
scum n. ìléfò ọṣẹ
scurrilous adj. abúni
scythe n. ìgéko
sea n. òkun

seagull n. ẹyẹ àkẹ
seal n. ọ̀ntẹ̀
sealant n. òlẹ̀
seam n. ìrán aṣọ
seamless adj. láìlójú rírán
seamy adj. níwà ìbàjẹ́
sear v. jó
search v. wá kiri
seaside n. etí òkun
season n. ìgbà
seasonable adj. nígbà tóyẹ
seasonal adj. nígbà
seasoning n. èròjà oúnjẹ
seat n. ijokò
seating n. jí jókò
secede v. yapa kúrò
secession n. ìyapa kúrò
seclude v. dáwà
secluded adj. tó dáwà
seclusion n. dí dáwà
second adj. méjì
secondary adj. èkejì
secrecy n. àṣírí
secret adj. ní àṣírí
secretariat n. ilé iṣẹ́
secretary n. akọ̀wé
secrete v. fi pamọ́
secretion n. ifi pamọ́
secretive adj. bòń kẹ́lẹ́
sect n. ìyapa ìsìn
sectarian adj. ti ìyapa ìsìn
section n. apákan
sector n. abala
secular adj. ti ayé
secure adj. láì léwu
security n. ààbò
sedan n. mótò
sedate adj. bara lẹ

sedation n. ìkùn lórun
sedative n. òògùn orun
sedentary adj. ní jokò
sediment n. gẹ̀dẹ̀ gẹ́dẹ̀
sedition n. ìṣọ̀tẹ̀
seditious adj. ti ọ̀tẹ̀
seduce v. tànjẹ
seduction n. ẹ̀tànjẹ
seductive adj. ẹlẹ́tàn
sedulous adj. láápọn
see v. rí
seed n. irúgbìn
seedy adj. ọ̀bùn
seek v.i. wá
seem v. dàbi pé
seemly adj. tọ́
seep v. yọ́jọ̀
seer n. aríran
see-saw n. jañgí rọ́fà
segment n. ìké kúrò
segregate v. yara sọ́tọ̀
segregation n. ìyara sọ́tọ̀
seismic adj. ti ilẹ̀ mímì
seize v. gbámú
seizure n. ìfa gbára mú
seldom adv. lẹ́ẹ̀ kọ̀kan
select v. ṣàyàn
selection n. ìṣàyàn
selective adj. ṣojú ìṣájú
self n. ara ẹni
selfish adj. ti ìmọ tara
selfless adj. ti ìsẹ́ra
self-made adj. atàpáta díde
sell v. tà
seller n. ọlọ́jà
selvedge n. ìṣẹ́tí aṣọ
semantic adj. ìtumọ̀ ọ̀rọ̀
semblance n. tó jọpé

semen n. àtọ̀
semester n. sáà ẹ̀kọ́
semicircle n. àbọ̀ òbìrí
semicolon n. àmì yíyà sọ́tọ̀
seminal adj. ti àtọ̀
seminar n. ìdáni lẹ́kọ̀
semitic adj. sẹ̀mitiki
senate n. ilé ìṣòfin àgbà
senator n. aṣòfin àgbà
senatorial adj. ti ìṣòfin
send v. ránlọ
senile adj. ṣe arán
senility n. arán
senior adj. àgbà
seniority n. àjùlọ
sensation n. àgbà yanu
sensational adj. ti àgbà yanu
sensationalize v. sọdi bàbàrà
sense n. òye
senseless adj. láì nóye
sensibility n. ìlóye
sensible adj. làá kàyè
sensitive adj. mákàn
sensitize v. fi mọ̀ràn
sensor n. ẹ̀rọ̀ ìṣọ́
sensory adj. ti ara
sensual adj. ti ìfẹ́ kúfẹ̀
sensualist n. oní fẹkufẹ̀
sensuality adj. ìwà ìfẹ́kúfẹ̀
sensuous adj. nìfẹ́ kúfẹ̀
sentence n. gbólóhùn
sententious adj. dá lẹ́bi
sentient adj. ẹlẹ́ran ara
sentiment n. ìnífẹ́sí
sentimental adj. ní ìfẹ́sí
sentinel n. aṣóde
sentry n. ẹ̀ṣọ́
separable adj. ṣeéyà

separate *v.* yà
separation *n.* ìyapa
separatist *n.* ẹgbẹ́ ayapa
sepsis *n.* kòkòrò ẹ̀jẹ̀
September *n.* Ọ̀wẹwẹ̀
septic *adj.* ní kòkòrò
sepulchral *adj.* tibòji
sepulchre *n.* itẹ́
sepulture *n.* ibòji
sequel *n.* lẹ́hìn ìṣẹ̀lẹ̀
sequence *n.* ètò títò
sequential *adj.* létò letò
sequester *v.* gba dúkìá
serene *adj.* rọlẹ̀
serenity *n.* ìrọlẹ̀
serf *n.* ẹrú
serge *n.* irú aṣọ
sergeant *n.* sájẹ́ntì
serial *adj.* onírú kan
serialize *v.* tò tẹ̀léra
series *n.* irúkan náà
serious *adj.* tóle
sermon *n.* ìwààsù
sermonize *v.* wààsù
serpent *n.* ejò
serpentine *adj.* ti ejò
serrated *adj.* jága jàga
servant *n.* ìrán ṣẹ́
serve *v.* pèsè
server *n.* apèsè
service *n.* ìsin
serviceable *adj.* wàfún ìlò
serviette *n.* pépà ìnuwọ́
servile *adj.* ti ẹrú
servility *n.* ìṣe ẹrú
serving *n.* sísìn
sesame *n.* igi òróró
session *n.* abala

set *v.* filé lẹ̀
set *n.* ìfi lélẹ̀
settee *n.* ìjokò
setter *n.* olù filélẹ̀
setting *n.* ibi ìṣẹ̀lẹ̀
settle *v.* parí
settlement *n.* ìletò
settler *n.* olùgbé ìlú
seven *adj. & n.* méje
seventeen *adj. & n.* mẹ́tà dín-lógún
seventeenth *adj. & n.* ìkẹtà dín-lógún
seventh *adj. & n.* ìkeje
seventieth *adj. & n.* àádọ́rin
seventy *adj. & n.* àádọ́rin
sever *v.* kékúrò
several *adj. & pron.* púpọ̀
severance *n.* ìké kúrò
severe *adj.* rorò
severity *n.* ìrorò
sew *v.* ránṣọ
sewage *n.* omi èérí
sewer *n.* kòtò èérí
sewerage *n.* àpapọ̀ kòtò èérí
sex *n.* ìbá lòpọ̀
sexism *n.* ọtá obìrin
sexton *n.* òṣìṣẹ́ ìjọ
sextuplet *n.* ìbeje
sexual *adj.* ti ìbá lòpọ̀
sexuality *n.* afẹ́ ara
sexy *adj.* ti afẹ́ ara
shabby *adj.* ṣíṣá
shack *n.* ilé àtíbàbà
shackle *n.* ṣẹ́kẹ́ ṣẹkẹ̀
shade *n.* ibòji
shade *v.* kùn
shadow *n.* òjìjí

shadow a. òjìjí
shadowy adj. lójìjí
shady adj. kòhàn síta
shaft n. ihò jíjìn
shag n. sìgá
shake v. mì
shaky adj. tó nmì
shall v. yíó
shallow adj. tíkò jìn
sham n. ẹ̀tàn
shamble v. fẹsẹ̀ wọ́lẹ̀
shambles n. ìdàrú
shame n. ìtìjú
shameful adj. ojútì
shameless adj. aláì lójútì
shampoo n. ọṣẹ ifọrun
shank n. egun ẹsẹ̀
shanty n. àgọ́
shape n. ìrísí
shapeless adj. láì nírìsi
shapely adj. ìrísí tódára
shard n. àfọ́kù ìkòkò
share n. ìpín
shark n. àkúrà kudà
sharp adj. mímú
sharpen v. pọ́n
sharpener n. ẹ̀pọ́n
shatter v.t. fọ́
shattering adj. tó nfọ́
shave v. fá
shaven adj. fífá
shaving n. nfá
shawl n. ìborùn
she pron. òun
sheaf n. àdípọ́ ewé
shear v. gé
sheath n. apó idà
shed n. àgọ́

sheen n. dídán
sheep n. agútàn
sheepish adj. bí agútàn
sheer adj. gangan
sheet n. aṣọ fífẹ̀
shelf n. pẹpẹ
shell n. ìkara hun
shelter n. ààbò
shelve v. yẹ̀ ṣẹ́gbẹ̀
shepherd n. olùṣọ́ agútàn
shield n. asà
shift v. sún
shiftless adj. ọ̀lẹ
shifty adj. tónyẹ̀
shimmer v. dán
shin n. ojúgun ẹsẹ̀
shine v. tàn
shingle n. òkúta etí òkun
shiny adj. títán
ship n. ọkọ̀ omi
shipment n. ìkójà ọkọ̀ omi
shipping n. ìṣòwò ọjà kíkó
shipwreck n. ọkọ̀ rírì
shipyard n. ilé ìkọ́kọ̀sí
shire n. ìgbè ríko
shirk v. pẹ́ iṣẹ́
shirker n. apẹ́ṣẹ́
shirt n. ṣáàtì
shiver v. gbọ̀n
shoal n. ọwọ́ ẹja
shock n. ìpa sára
shock v. pa sára
shocking adj. pani sára
shoddy adj. àjàm bàkù
shoe n. bàtà
shoestring n. okùn bàtà
shoot v. yìnbọn
shooting n. ìbọn yíyìn

shop n. ṣọ́ọ̀bù
shopkeeper n. oní ṣọ́ọ̀bù
shoplifting n. olè ọjà
shopping n. ìnájà
shore n. bébé odò
short adj. kúkú rú
shortage n. àìpé
shortcoming n. àbùdá
shortcut n. ọ̀nà ẹ̀bùrù
shorten v. ké kúrú
shortfall n. ìṣẹ́kù
shortly adv. láìpẹ́
should v. ìbá
shoulder n. èjìká
shout v.i. lọgun
shove v. tì
shovel n. ṣọ́ bìrì
show v. fihàn
showcase n. ìṣà fihàn
showdown n. àjàkú
shower n. ọ̀wàrà òjò
showy adj. àṣehàn
shrapnel n. irin fífò
shred n. ìrẹ́sí wẹ́wẹ́
shrew n. òkété
shrewd adj. jí sájé
shriek v. han
shrill adj. alá riwo
shrine n. ojúbọ
shrink v. súnkì
shrinkage n. ìsúnkì
shrivel v. jò
shroud n. ìbòjú
shrub n. ewéko
shrug v. gún apá
shudder v. gbọnra
shuffle v.t. yọ̀
shun v.t. sọjú nù

shunt v. múkúrò lọ́nà
shut v. padé
shutter n. fèrèsé
shuttle n. ohun ìránṣọ
shuttlecock n. ohun gbígbá
shy adj. tijú
sibilant adj. síbí lántì
sibling n. iyèkan
sick adj. ṣàìsàn
sickle n. dòjé
sickly adj. aláì sàn
sickness n. àìsàn
side n. ẹ̀gbẹ́
sideline n. ẹ̀gbẹ̀ gbẹ́
siege n. ìdótì
siesta n. oorun
sieve n. aṣẹ́
sift v. ṣẹ
sigh v.i. mí kanlẹ̀
sight n. ìríran
sighting n. ìran
sightseeing n. ìran afẹ́
sign n. àmì
signal n. àmì
signatory n. olù fọwọ́sí
signature n. ìfọwọ́ sí
significance n. ìníṣe
significant n. ìní lárí
signification n. ìfàmì sọ
signify v. sàmì
silence n. ìdákẹ́
silencer n. ìmú dákẹ́
silent adj. dákẹ́
silhouette n. òjìjí
silicon n. èròjà ilẹ̀
silk n. aṣọ ṣẹ́dà
silken adj. ti ṣẹ́dà
silkworm n. kòkòrò ṣẹ́dà

silky adj. bi ṣẹ́dà
sill n. ojú fèrèsè
silly adj. yòpè
silt n. yangí
silver n. fàdákà
similar adj. farajọ
similarity n. ìfara jọ
simile n. apè júwe
simmer v. bọ̀
simper v. rẹ́rìn ojú
simple adj. rọrùn
simpleton n. òpè
simplicity n. inúkan
simplification n. ìrọ̀ rùn
simplify v. sọdì rọ̀rùn
simulate v. ṣebí
simultaneous adj. ṣíṣe papọ̀
sin n. ẹ̀ṣẹ̀
since prep. láti
sincere adj. ṣò dodo
sincerity n. ìṣò dodo
sinecure n. iṣẹ́
sinful adj. ti ẹ̀ṣẹ̀
sing v. kọrin
singe v. jó fẹ́rẹ́
singer a. akọrin
single adj. ọ̀kan
singlet n. àwọ̀ tẹ́lẹ̀
singleton n. ẹyọkan
singular adj. ti ẹyọkan
singularity n. ìyàtọ̀
singularly adv. lọ́tọ̀
sinister adj. àpẹrẹ aburú
sink v. jìnwọ̀
sink n. àwo ìdaminù
sinner n. ẹlẹ́ṣẹ̀
sinuous adj. wọ́
sinus n. egun imú

sip v. mu
siphon n. fífà sínú
sir n. sà
siren n. ìfọn fèrè
sissy n. ọ̀dẹ̀
sister n. ará bìrin
sisterhood n. àwọn arábìrin
sisterly adj. bí arábìrin
sit v. jókò
site n. ilẹ̀ iṣẹ́
sitting n. ìkàlẹ̀
situate v. nípò
situation n.,a ipò
six adj.& n. mẹ́fà
sixteen adj.& n. mẹ́rìn dínlógún
sixteenth adj.& n. ìkẹrìn dín lógún
sixth adj.& n. ìkẹfà
sixtieth adj.& n. ọgọ́ta
sixty adj.& n. ọgọ́ta
size n. ìwọ̀n
sizeable adj. tóbi
sizzle v. dín
skate n. ẹja omi
skateboard n. bàtà oníitáyà
skein n. òwú díẹ̀
skeleton n. eegun ara
sketch n. àlàyé bíntín
sketchy adj. láìmọ púpọ̀
skew v. yíwọ́ padà
skewer n. igi súyà
ski n. ike ìgorí yìyín
skid v. yọ̀ láìrò
skilful adj. lóye
skill n. òye
skilled adj. mọṣẹ́
skim v. lérèfé
skimp adj. kéré

skin *n.* àwọ ara
skinny *adj.* tógbẹ
skip *v.* fò
skipper *n.* olórí ọkọ̀
skirmish *n.* ẹ̀wù obìrin
skirt *n.* ẹ̀wù obìrin
skirting *n.* kọjá lẹ́bàá
skit *n.* ìtàn àpárá
skittish *n.* lápẹpẹ
skittle *n.* pákó
skull *n.* agbárí
sky *n.* ojú ọ̀run
skylight *n.* fèrèsé òrùlé
skyscraper *n.* onilé gogoro
slab *n.* òkúta pẹrẹsẹ
slack *adj.* dẹ̀
slacken *v.* dídẹ̀
slag *n.* èérí irin
slake *v.t.* rẹ̀ngbẹ
slam *v.* fagbára tì
slander *n.* ìborúkọ jẹ́
slanderous *adj.* balórúkọ jẹ́
slang *n.* èdè òní
slant *v.* dagun
slap *v.t.* fọwọ́ gbá
slash *v.* rẹ́
slat *n.* pákó tínrín
slate *n.* sílétì
slattern *n.* ọ̀bùn obìrin
slatternly *adj.* ti ọ̀bùn
slaughter *n.* pípa
slave *n.* ẹrú
slavery *n.* ipò ẹrú
slavish *adj.* bí ẹrú
slay *v.* pa
sleaze *n.* ẹ̀gbin
sleazy *adj.* ẹlẹ́gbin
sledge *n.* ọkọ̀ pákó

sledgehammer *n.* òòlù
sleek *adj.* dídán
sleep *n.* oorun
sleeper *n.* olórun
sleepy *adj.* tògbé
sleet *n.* òjò yìyín
sleeve *n.* apá aṣọ
sleigh *n.* ọkọ̀ pákó
sleight *n.* àréké rekè
slender *adj.* pẹ́lẹ́ngẹ́
sleuth *n.* ọtẹlẹ̀ múyẹ́
slice *n.* apákan
slick *adj.* láì dàmú
slide *v.* yọ̀ nílẹ̀
slight *adj.* fẹ́ẹ́rẹ́
slightly *adv.* díẹ̀
slim *adj.* lẹ́gẹ́ lẹ́gẹ́
slime *n.* ọdà ilẹ̀
slimy *adj.* yíyọ̀
sling *n.* ọfà
slink *v.* yẹra kúrò
slip *v.* ọdà ilẹ̀
slipper *n.* sílípásì
slippery *adj.* yíyọ̀
slit *v.t.* là tẹ́ẹ́rẹ́
slither *v.* yọ̀kiri
slob *n.* olódo
slobber *v.* datọ́
slogan *n.* àdàpè
slope *v.* dagun
sloppy *adj.* paṣìọ̀
slot *n.* ihò
sloth *n.* ọ̀lẹ
slothful *adj.* yọ̀lẹ
slouch *v.* ṣíṣe àìtọ̀
slough *n.* ilẹ̀ omi
slovenly *adj.* rí wúru wùru
slow *adj.* lọ́ra

slowly *adv.* ní pẹ̀lẹ́
slowness *n.* ìlọ́ra
sludge *n.* gẹ̀dẹ̀ gẹ́dẹ̀
slug *n.* ọta ìbọn
sluggard *n.* afàdìọ̀
sluggish *adj.* fàdìọ̀
sluice *n.* dídá omi
slum *n.* àdúgbò ẹ̀gbin
slumber *v.* tògbé
slump *v.* dákú
slur *v.* lọ́
slurp *v.* jẹnu pàṣà
slush *n.* yìyín eléèrí
slushy *adj.* eléèrí
slut *n.* aṣẹ́wó
sly *adj.* lábẹ́lẹ̀
smack *n.* àbàrá
small *adj.* wẹ́wẹ́
smallpox *n.* olóde
smart *adj.* láfínjú
smarten *v.* ṣafínjú
smash *v.* lùwó
smashing *adj.* tó dára
smattering *n.* ìmọ̀ díẹ̀
smear *v.* kunra
smell *n.* òórùn
smelly *adj.* olóòrùn
smidgen *n.* díẹ̀
smile *v.* rẹ́rìn
smirk *v.* rẹ́rìn akọ
smith *n.* àgbẹ̀dẹ
smock *n.* aṣọ títóbi
smog *n.* kùru kùru
smoke *n.* èéfín
smoky *adj.* ṣèéfín
smooch *v.* dì mọ́ra
smooth *adj.* mú kúná
smoothie *n.* ẹlẹ́nu dídùn

smother *v.* dínímú
smoulder *v.* jó
smudge *v.* yídọ̀tí
smug *adj.* gbé raga
smuggle *v.* fàyàwọ́
smuggler *n.* oní fàyàwọ́
snack *n.* ìpanu
snag *n.* ìdíwọ́
snail *n.* ìgbín
snake *n.* ejò
snap *v.* já
snapper *n.* ọṣónú
snappy *adj.* kíá kíá
snare *n.* ẹ̀bìtì
snarl *v.* fehín sọ̀rọ̀
snarl *v.t.* fehín sọ̀rọ̀
snatch *v.* jágbà
snazzy *adj.* dára dára
sneak *v.* yọ́rìn
sneaker *n.* bàtà
sneer *n.* ìwò ẹ̀gàn
sneeze *v.i.* sín
snide *adj.* fòwebú
sniff *v.* súnmú
sniffle *v.* súnmú
snigger *n.* kíkùn
snip *v.* gé
snipe *v.* yìnbọn
snippet *n.* ọ̀rọ̀ díẹ̀
snob *n.* awúga
snobbery *n.* ìwúga
snobbish *adj.* wúga
snooker *n.* ayò àfigigbá
snooze *n.* oorun adìẹ
snore *n.* hanrun
snort *n.* fọnmù
snout *n.* ẹnu ọ̀nì
snow *n.* yìyín

snowball *n.* bọ́ọ̀lù yìyín
snowy *adj.* ti yìyín
snub *v.* dágunlá
snuff *v.* kú
snuffle *v.* mísínú
snug *adj.* tóhá
snuggle *v.* kárajọ
so *adv.* bí
soak *v.* rìsómi
soap *n.* ọsẹ
soapy *adj.* ọlọ́ṣẹ
soar *v.i.* fò
sob *v.* sọkún
sober *adj.* níwà pẹ̀lẹ́
sobriety *n.* ìwà pẹ̀lẹ́
soccer *n.* bọ́ọ̀lù àfẹsẹ̀ gbá
sociability *n.* ẹgbẹ́ níní
sociable *adj.* gbáfẹ́
social *adj.* ẹlẹ́gbẹ́
socialism *n.* àwùjọ àjọni
socialist *n. & adj.* àwùjọ àjọṣe
socialize *v.* bá àwùjọ àjọṣe
society *n.* àwùjọ
sociology *n.* ìmọ̀ àwùjọ
sock *n.* ìbọsẹ̀ kan
socket *n.* ihò ògiri
sod *n.* ìṣù erùpẹ̀
soda *n.* sódà
sodden *adj.* tutù wọnú
sodomy *n.* àlòpọ̀ ọkùnrin méjì
sofa *n.* ìjokò títóbi
soft *adj.* rọ̀
soften *v.* mú kórọ̀
soggy *adj.* olómi
soil *adj.* ilẹ̀
sojourn *n.* ṣàtìpó
solace *n.* ìtùnú
solar *adj.* ti òòrùn

solder *n.* ìjórin
soldier *n.* ṣọ́jà
sole *n.* àtẹ́lẹ sẹ̀
solely *adv.* nìkan
solemn *adj.* fiyèsí
solemnity *n.* ìfiyèsí
solemnize *v.* ṣètò ìsìn
solicit *v.* bèèrè
solicitation *n.* ìbéèrè fún
solicitor *n.* agbẹ jọ́rò
solicitous *adj.* nítara
solicitude *n.* ìtara
solid *adj.* tóle
solidarity *n.* ìso wọ́pọ̀
soliloquy *n.* ìdá sọ́rọ̀
solitaire *n.* solítírè
solitary *adj.* dídàwà
solitude *n.* àdáwà
solo *n.* dídá ṣe
soloist *n.* adá rinkọ
solubility *n.* ìtúsómi
soluble *adj.* lè ìtúsómi
solution *n.* ìyanjú
solve *v.* yanjú
solvency *n.* owó níní
solvent *n.* ìlówó
sombre *adj.* níwà pẹ̀lẹ́
some *adj.* àwọn kan
somebody *pron.* ẹnìkan
somehow *adv.* bákan
someone *pron.* ẹnìkan
somersault *n.* tàkìtì
somnolent *adj.* fẹ́sùn
something *pron.* nkan
somewhat *adv.* bákan
somewhere *adv.* ibìkan
somnambulism *n.* àsùn rìn
somnambulist *n.* alá sùnrìn

somnolence n. ìkùn lóorun
somnolent adj. fẹ́sùn
son n. ọmọ kùnrin
song n. orin
songster n. olórin
sonic adj. tohùn
sonnet n. òwe kíkọ
sonority n. ilóhùn iyọ̀
soon adv. láìpẹ́
soot n. èédú
soothe v. tùlára
sophism n. ẹ̀tàn
sophist n. ẹlẹ́tàn
sophisticate n. oní fáàrí
sophisticated adj. gbọ́ fáàrí
sophistication n. ìgbọ́ fáàrí
soporific adj. pa lóorun
sopping adj. ẹ̀tù
soppy adj. nífẹ̀ẹ́
sorbet n. súwítì dídì
sorcerer n. oṣó
sorcery n. ìṣe oṣó
sordid adj. ẹlẹ́gbin
sore adj. tón dunni
sorely adv. dunni
sorrow n. ọ̀fọ̀
sorry adj. ìkáànú
sort n. irú èyí
sortie n. ajò
sough v. súfe
soul n. ẹ̀mí
soulful adj. tẹ̀mí
soulless adj. àì lẹ́mì
soul mate n. ọ̀rẹ́ tímọ́
sound n. ìró ohùn
soundproof adj. gbohùn sára
soup n. ọbẹ̀
sour adj. kan

source n. orísun
souse v. fisómi
south n. gúsù
southerly adj. ti gúsù
southern adj. gúsù
souvenir n. ohun ìrántí
sovereign n. ọba layé
sovereignty n. agbára nlá
sow n. abo ẹlẹ́dẹ̀
spa n. omi orísun
space n. àyè
spacious adj. láàyè
spade n. ṣọ́bìrì
spam n. ẹran alágolo
span n. ìbù ọwọ́
Spaniard n. ará Spáìn
spaniel n. ajá
Spanish n. ti Spáìn
spank v. nà
spanking adj. ti nínà
spanner n. sípánà
spare adj. tókù
sparing adj. daasí
spark n. ṣáná
sparkle v. taná
sparkling n. yẹ́rí yẹ́rí
sparrow n. ẹyẹ
sparse adj. hére hère
spasm n. gìrì
spasmodic adj. dákú dájí
spastic adj. tàìsàn
spat n. ááwọ̀
spate n. púpọ̀
spatial adj. ti àyè
spatter v. fọ́n
spawn v. ìyé ẹyin
spay v. yọ ẹyin
speak v. sọ̀rọ̀

speaker n. olórí ilé aṣòfin
spear n. ọ̀kọ̀
spearhead n. ṣónṣó ọ̀kọ̀
spearmint n. èròjà títa
special adj. àyò
specialist n. onímọ̀ ijìnlẹ̀
speciality n. ìmọ̀ ijìnlẹ̀
specialization n. ìnímọ̀ ijìnlẹ̀
specialize v. nímọ̀ ijìnlẹ̀
species n. ẹ̀yà nkan
specific adj. gan gan
specification n. àpẹẹrẹ
specify v. sọ bótirí
specimen n. àpẹrẹ
specious adj. jọ òótọ́
speck n. tàlù bọ
speckle n. tótò tó
spectacle n. ìran
spectacular adj. kà mọ́mọ̀
spectator n. olù wòran
spectral adj. lóríṣi àwọ̀
spectre n. ìran aburú
spectrum n. àwọ̀ òṣù màrè
speculate v. dábà
speculation n. ìdábà
speech n. ìfọhùn
speechless adj. láífọhùn
speed n. ìyára
speedway n. ìfọkọ̀ sáré
speedy adj. níkíá
spell v.t. pe ọ̀rọ̀
spellbound adj. àgbà yanu
spelling n. ọ̀rọ̀ pípè
spend v. ná
spendthrift n. onínà kúnà
sperm n. àtọ̀
sphere n. òbìrí
spherical n. òbìrí

spice n. ata
spicy adj. láta
spider n. alán takùn
spike n. ẹ̀gún
spiky adj. ẹlẹ́gùn
spill v. dàálẹ̀
spillage n. ìdàálẹ̀
spin v. yípo
spinach n. ẹ̀fọ́
spinal adj. ti ẹ̀hìn
spindle n. ìlọ́ òwú
spindly adj. tọọrọ
spine n. ọ̀pá ẹ̀hìn
spineless adj. àìlọ́pá ẹ̀hìn
spinner n. ayí nkan
spinster n. sisí
spiral adj. lílópo
spire n. ṣónṣó orílé
spirit n. ẹ̀mí
spirited adj. tẹ̀mí tẹ̀mí
spiritual adj. ti ẹ̀mí
spiritualism n. ìṣe tẹ̀mí
spiritualist n. ẹlẹ́mì
spirituality n. ohun tẹ̀mí
spit n. itọ́
spite n. ìforó yáró
spiteful adj. foró yáró
spittle n. itọ́
spittoon n. agolo itọ́
splash v. tami sókè
splatter v. fọ́nsí
splay v. ta síta
spleen n. òronró
splendid adj. káre
splendour n. ìkàlẹ̀ ajé
splenetic adj. òn rorò
splice v. sopọ̀
splint n. ìfigi deegun

157

splinter *n.* èèrún igi
split *v.* là
splutter *v.* kálòlò
spoil *v.* bàjẹ́
spoiler *n.* ìbàjẹ́
spoke *n.* irin kẹ̀kẹ́
spokesman *n.* abẹ nugọ
sponge *n.* kànkàn
sponsor *n.* oní gbọ̀wọ́
sponsorship *n.* agbátẹru
spontaneity *n.* àì ròtẹ́lẹ̀
spontaneous *adj.* láì ròtẹ́lẹ̀
spool *n.* okùn ìsopọ̀
spoon *n.* ṣíbí
spoonful *n.* ẹ̀kún ṣíbí
spoor *n.* ipasẹ̀ ẹranko
sporadic *adj.* lẹ́ẹ̀ kọ̀kan
spore *n.* irúgbìn
sport *n.* eré ìdáraya
sporting *adj.* ti eré ìdáraya
sportive *adj.* ti eré ìdáraya
sportsman *n.* eléré
spot *n.* ojúkan
spotless *adj.* àì lábàwọ́n
spousal *n.* tọkọ taya
spouse *n.* ọkọ/ áya
spout *n.* ẹnu ìgò
sprain *v.t.* rọ́ léegun
sprat *n.* ẹja
sprawl *v.* sọra nù
spray *v.* fín
spread *v.* tẹ́
spreadsheet *n.* ìwé títẹ́
spree *n.* rẹpẹtẹ
sprig *n.* ẹ̀kagi eléwé
sprightly *adj.* takébé
spring *v.* fò
sprinkle *v.i.* fọ́n

sprinkler *n.* ẹ̀rọ ìfọ́nká
sprinkling *n.* ìfọ́nká
sprint *v.* sáré
sprinter *n.* eléré sísá
sprout *v.* làhù
spry *adj.* ta pọ́ún
spume *n.* ìfoofò
spur *n.* ìmú sáré
spurious *adj.* àìrí dájú
spurn *v.* kọ̀
spurt *v.* tú jáde
sputum *n.* kẹ̀lẹ̀ bẹ̀
spy *n.* amí
squabble *n.* asọ̀
squad *n.* ikọ̀
squadron *n.* ẹgbẹ́ ológun
squalid *adj.* lẹ́gbin
squall *n.* ẹ̀fúfù òjijì
squander *v.* bowójẹ́
square *n.* onígun mẹ́rin
squash *v.* tẹ̀fọ́
squat *v.i.* lọ́sọ̀ọ́
squawk *v.* kébí ẹyẹ
squeak *n.* igbe ẹyẹ
squeal *n.* han
squeeze *v.* fún
squib *n.* báńgà
squid *n.* ẹran omi
squint *v.* ṣojú fíntín
squire *n.* olóyè
squirm *v.* rúnra
squirrel *n.* ọkẹ́rẹ́
squirt *v.* tẹ̀yọ
squish *v.* yọpọ̀
stab *v.* gúnbẹ
stability *n.* ìfẹsẹ̀mùlẹ̀
stabilization *n.* ìdúró ṣinṣin
stabilize *v.* dúró ṣinṣin

stable *adj.* fẹsẹ̀ múlẹ̀
stable *n.* ilé ẹṣin
stack *n.* àtò léra
stadium *n.* pápá ìṣeré
staff *n.* àwọn òṣìṣẹ́
stag *n.* àgbọ̀n rín
stage *n.* pèpéle ìdúró
stagecoach *n.* ọkọ̀ ẹṣin
stagger *v.* tagọ̀ọ́ gọ̀ọ́
staggering *adj.* kani láyà
stagnant *adj.* tó dágún
stagnate *v.* dágún
stagnation *n.* adágún
staid *adj.* àìwuni
stain *v.t.* dọ̀tí
stair *n.* àtẹ̀gùn ilé
staircase *n.* àtẹ̀gùn àdìmú
stake *n.* ẹ̀kàn
stale *adj.* pẹ́ nílẹ̀
stalemate *n.* títa ọmì
staleness *n.* pípẹ́ nílẹ̀
stalk *n.* igi ẹ̀hù
stalker *n.* atọ pasẹ̀
stall *n.* ṣọ́ọ̀bù
stallion *n.* akọ ẹṣin
stalwart *adj.* alá dúrótì
stamen *n.* ara òdòdó
stamina *n.* okun
stammer *v.* ká lòlò
stamp *n.* òntẹ̀
stamp *v.* jansẹ̀ mọ́lẹ̀
stampede *n.* àkọlù kọgbà
stance *n.* ìdúró
stanchion *v.* òpó
stand *v.* dúró
standard *n.* ìpele gíga
standardization *n.* ìgbé sókè
standardize *v.* gbé sókè

standing *n.* ipò
standpoint *n.* ìdúró wò
standstill *n.* ìwà lójúkan
stanza *n.* apá
staple *n.* ìwọ́pọ̀
staple *v.* sòwé pọ̀
stapler *n.* ẹ̀rọ ìsòwépọ̀
star *n.* ìràwọ̀
starch *n.* táṣì
starchy *adj.* ni táṣì
stare *v.* ranjú mọ́
stark *adj.* òkodoro
starlet *n.* ìràwọ̀ kékeré
startling *n.* ìjayà
starry *adj.* oní ràwọ̀
start *v.* bẹ̀rẹ̀
starter *n.* olù bẹ̀rẹ̀
startle *v.* jáyà
starvation *n.* ìfebi pa
starve *v.* febi pa
stash *v.* fipamọ́
state *n.* ìpínlẹ̀
stateless *adj.* àìní ìlú
stately *adj.* dára
statement *n.* àkọ́lẹ̀ ọ̀rọ̀
statesman *n.* àgbà òṣèlú
static *adj.* láìmi ara
statically *adv.* lójú kan
station *n.* téṣàn
stationary *adj.* lójú kan
stationer *n.* òntàwé
stationery *n.* ohun ìkẹ́ẹ̀kọ̀
statistical *adj.* tìṣirò
statistician *n.* oníṣirò
statistics *n.* ìṣirò
statuary *n.* àwọn èrè
statue *n.* èrè
statuesque *adj.* bí èrè

statuette n. ère kékeré
stature n. ìrísí ènìà
status n. ipò
statute n. àkọ́lẹ̀ òfin
statutory adj. ti òfin
staunch adj. ṣíṣe déédé
stave n. òpó
stay v. dúró
stead n. ipò
steadfast adj. dúró sípò
steadiness n. ìdúró sípò
steady adj. tẹ̀lé ntẹ̀lẹ́
steak n. ẹran
steal v. jí
stealth v. ìyọ́ kẹ́lẹ́
stealthily adv. ní ìyókẹ́lẹ́
stealthy adj. yókẹ́lẹ́
steam n. ìhóoru
steamer n. ọkọ̀ ooru
steed n. ẹṣin
steel n. irin líle
steep adj. dagun
steeple n. ilé oní ṣóńṣó
steeplechase n. adíje eré sísá
steer v. tukọ̀
stellar adj. ti ìràwọ̀
stem n. ọ̀pá
stench n. òórùn
stencil n. ìwé gígé
stenographer n. ayára kọ̀wé
stenography n. ìyára kọ̀wé
stentorian adj. tó rinlẹ̀
step n. ìgbésẹ̀
steppe n. ilẹ̀ koríko
stereo n. rẹ́díò
stereophonic adj. oní rẹ́díò
stereoscopic adj. oníṣẹ́ mẹ́ta
stereotype n. ìwà tòde

sterile adj. àgàn
sterility n. ìyàgàn
sterilization n. apa kòkòrò
sterilize v. pa kòkòrò
sterling n. pọ́ùn
stern adj. rorò
sternum n. egun àyà
steroid n. ògùn ara
stertorous adj. mí gúle gúle
stethoscope n. àgbékọ́rùn dókítà
stew n. ọbẹ̀ aláta
steward n. ìríjú
stick n. ẹ̀kagi
sticker n. àlẹ̀mọ́
stickleback n. ẹja kékeré
stickler n. oníwà kan
sticky adj. tónlẹ̀
stiff adj. le
stiffen v. le ara
stifle v. dí
stigma n. ìsọ lẹ́nu
stigmata n. ihò ìṣó ọwọ́
stigmatize v. sọlẹ́nu
stile n. àtẹ̀gùn ògiri
stiletto n. bàtà gíga
still adj. dúrójẹ́
stillborn n. òkú ọmọ
stillness n. ìdúró jẹ́
stilt n. àgééré
stilted adj. kába kàba
stimulant n. kóríyá
stimulate v. ṣe kóríyá
stimulus n. ìrú sókè
sting n. oró
stingy adj. háwọ́
stink v. rùn
stint n. ìgbà iṣẹ́

stipend *n.* owó oṣù
stipple *v.* yàwòrán
stipulate *v.* làkalẹ̀
stipulation *v.* ìlà kalẹ̀
stir *v.* rò
stirrup *n.* ìkisẹ̀bọ̀ ẹlẹ́ṣin
stitch *n.* ipa abẹ́rẹ́
stitch *v.* rán
stock *n.* ìpín okòwò
stockbroker *n.* òṣìṣẹ́
stockade *n.* odi ààbò
stocking *n.* ìbọ̀sẹ̀
stockist *n.* ilé ìtàjà
stocky *adj.* kúrúki
stoic *n.* oní faradà
stoke *v.* runá sókè
stoker *n.* aruná sókè
stole *n.* jí
stolid *adj.* ki
stomach *n.* ikùn
stomp *n.* kilẹ̀
stone *n.* òkúta
stony *adj.* ti òkúta
stooge *n.* alá wàdà
stool *n.* ìtìsẹ̀
stoop *v.* tẹríba
stop *v.* dúró
stoppage *n.* ìdá dúró
stopper *n.* ìdẹ́nu
storage *n.* àkó pamọ́
store *n.* ìṣura
storey *n.* ilé alájà
stork *n.* ẹyẹ
storm *n.* ẹ̀fú ùfù
stormy *adj.* ti ẹ̀fúùfù
story *n.* ìtàn
stout *adj.* sanra
stove *n.* ìdáná

stow *v.* to ẹrù
straddle *v.* latan lé
straggle *n.* tọ́ lẹ́hìn
straggler *n.* atọni lẹ́hìn
straight *adj.* nàbí ọpá
straighten *v.* nínà
straightforward *adj.* tààrà
straightway *adv.* lọ́gán
strain *v.* sẹ́
strain *n.* àárẹ̀
strained *adj.* rẹ̀
strait n. wàhálà
straiten *v.i.* hánimọ́
strand *v.* jásílẹ̀
strange *adj.* ṣà jòjì
stranger *n.* àjòjì
strangle *v.* fún lọ́rùn
strangulation *n.* ifún lọ́rùn
strap *n.* okùn
strapping *adj.* fìrì gbọ̀n
stratagem *n.* ọgbọ́n ẹ̀wẹ́
strategic *adj.* létò
strategist *n.* elétò
strategy *n.* ètò
stratify *v.* tòléra
stratum *n.* ipò láwùjọ
straw *n.* koríko gbígbẹ
strawberry *n.* èso dídùn
stray *v.* rìn kúrò
streak *n.* àfìlà
streaky *adj.* ní àfìlà
stream *n.* odò
streamer *n.* àsìá gígùn
streamlet *n.* odò kékeré
street *n.* òpó pónà
strength *n.* agbára
strengthen *v.* fún lágbára
strenuous *adj.* kira

stress adj. ìrẹ́ra
stress v.t. tẹnumọ́
stretch v. fàgùn
stretch n. ìnara
stretcher n. ibùsùn gbígbé
strew v. fọ́nká
striation n. nílà
stricken adj. tóbá
strict adj. le
strictly adv. dandan
stricture n. ìbáwí líle
stride v. nasẹ̀
strident adj. pariwo gè
strife n. asọ̀
strike v. lù
striker n. aluni
striking adj. yani lẹ́nu
string n. okùn tínrín
stringency n.
stringent adj. tó ṣòro
stringy adj. bí okùn
strip v.t. bọ́ṣọ
stripe n. abìlà
stripling n. ọdọ́
stripper n. abọ́ra álẹ̀
strive v. làkàkà
strobe n. taná paná
stroke n. ìnà
stroll v. rìnkiri
strong adj. lágbára
stronghold n. ìlẹ́sọ̀ agbára
strop n. oní kanra
stroppy adj. kanra
structural adj. ti ìkọ́lé
structure n. ìkọ́lé
strudel n. kéèkì
struggle v. gbìyànjú
strum v. ta

strumpet n. aṣẹ́wó
strut n. òpó múléró
stuart adj. orúkọ ènià
stub n. sìgá àmukù
stubble n. oko àgékù
stubborn adj. lágídí
stucco n. símẹ́ntì
stud n. mọ́tí
stud v. tò ẹ̀ṣọ́
student n. akẹ́kọ̀ọ́
studio n. yàrá onífótò
studious adj. fojúsí ẹ̀kọ́
study n. ìkẹ́kọ̀ọ́
study v. kàwé
stuff n. ẹrù
stuffing n. tìmù tìmù
stuffy adj. móoru
stultify v. múrẹni
stumble v. kọsẹ̀
stump n. kùkùté
stun v. gbá lulẹ̀
stunner n. àwò yanu
stunning adj. jáni láyà
stunt v. ṣeré géle
stupefy v. raníyè
stupendous adj. kànkà
stupid adj. aláì mọ̀kan
stupidity n. àì mọ̀kan
stupor n. dí dákú
sturdy adj. dúró dáa
stutter v. ká lòlò
sty n. ilé ẹlẹ́dẹ̀
stygian adj. ṣú
style n. oge
stylish adj. ológe
stylist n. aṣerun lóge
stylistic adj. alárà
stylized adj. oníṣe

stylus *n.* abẹ́rẹ́ rẹ́kọ́dù
stymie *v.* ṣèdíwọ́
styptic *adj.* amẹ́ jẹ̀dá
suave *adj.* nínú ara
subaltern *n.* ológun kékéré
subconscious *adj.* nínú ara
subcontract *v.* gbéṣẹ́ jáde
subdue *v.* ṣẹ́gun
subedit *v.* ṣàyẹ̀wò ìròyìn
subject *n.* àkòrí
subjection *n.* ìtẹ ríba
subjective *adj.* ti èrò
subjudice *adj.* tówà ní kóòtù
subjugate *v.* tẹ̀lórí ba
subjugation *n.* ìtẹ̀ lóríba
subjunctive *adj.* ti ọ̀rọ̀ ìṣe
sublet *v.t.* tún ilé gbékalẹ̀
sublimate *v.* kan raṣe
sublime *adj.* tó dárajù
subliminal *adj.* ẹnà
submarine *n.* ọkọ̀ inú omi
submerge *v.* rísómi
submerse *v.* rísómi
submersible *adj.* tólè wọmi
submission *n.* ìtẹ ríba
submissive *adj.* ní tẹ́ríba
submit *v.* tẹríba
subordinate *adj.* tọ̀ lẹ́yìn
subordination *n.* títọ̀ lẹ́yìn
suborn *v.* múni parọ́
subscribe *v.* ṣètò fún
subscript *adj.* wọ ẹgbẹ́
subscription *n.* owó ìwẹgbẹ́
subsequent *adj.* tótẹ̀lé
subservience *n.* ìṣe ẹrú
subservient *adj.* kéré sí
subside *v.* rọlẹ̀
subsidiary *adj.* tíkòṣe kókó
subsidize *v.* ṣàfikún
subsidy *n.* àfikún owó
subsist *v.* wà bákan
subsistence *n.* ìwà láyé
subsonic *adj.* eré ohùn
substance *n.* ọrọ̀
substantial *adj.* tabua
substantially *adv.* tópọ̀
substantiate *v.* tì lẹ́yìn
substantiation *n.* àtì lẹ́yìn
substantive *adj.* ló títọ́
substitute *n.* fi rọ́pò
substitution *n.* ìfi rọ́pò
subsume *v.* fisábẹ́
subterfuge *n.* bojú bojú
subterranean *adj.* lábẹ́ ilẹ̀
subtitle *n.* ìtúmọ̀ èdè
subtle *adj.* gbọ́n
subtlety *n.* ọgbọ́n ẹ̀wẹ́
subtotal *n.* àròpọ̀
subtract *v.* yọ kúrò
subtraction *n.* àyọ kúrò
subtropical *adj.* ti ilẹ̀ olóoru
suburb *n.* ìgbèríko ìlú
suburban *adj.* ti ìgbèríko ìlú
suburbia *n.* ìṣe oko
subversion *n.* ìbì ṣubú
subversive *adj.* lè bìṣubú
subvert *v.i.* bìṣubú
subway *n.* reluwé abẹ́lẹ̀
succeed *v.* ṣe yorí
success *n.* àṣe yorí
successful *adj.* ṣà ṣeyorí
succession *n.* ìtẹ̀ léra
successive *adj.* lẹ́sẹsẹ
successor *n.* agbapò
succinct *adj.* ní ṣókí
succour *n.* ìrànwọ́

succulent *adj.* lómi lára
succumb *v.* gbàfún
such *adj.* irú
suck *v.* mu
sucker *n.* òmùgọ̀
suckle *v.* muyàn
suckling *n.* ọmọ ọmú
suction *n.* ìfa afẹ́fẹ́ kúrò
sudden *adj.* lójijì
suddenly *adv.* òjijì
Sudoku *n.* Sùdókù
sue *v.t.* pẹjọ́
suede *n.* irú awọ
suffer *v.i.* jìyà
sufferance *n.*
suffice *v.* nító
sufficiency *n.* ànító
sufficient *adj.* ní ànító
suffix *n.* ọ̀rọ̀ àso mẹ́hìn
suffocate *v.* sé èmí kú
suffocation *n.* ìsé èmí kú
suffrage *n.* ẹ̀tọ̀ ìbò
suffuse *v.* kún fún
sugar *v.* ṣúgà
suggest *v.* dá àbá
suggestible *adj.* ìdá àbá
suggestion *n.* àbá
suggestive *adj.* dábà
suicidal *adj.* pa araẹni
suicide *n.* ìpa ara ẹni
suit *n.* ìpè lẹ́jọ́
suitability *n.* èyí tóyẹ
suitable *adj.* tóyẹ
suite *n.* yàrá afẹ́
suitor *n.* awá ìyàwó
sulk *v.* fajú ro
sullen *adj.* wú
sully *v.* bà lórúkọ jẹ́

sulphur *n.* súlfúrì
sultana *n.* súltánà
sultry *adj.* gbóná
sum *n.* àròpọ̀
summarily *adv.* ní àkópọ̀
summarize *v.* ṣà kópọ̀
summary *n.* àkópọ̀
summer *n.* ìgbà ooru
summit *n.* òté
summon *v.* ránṣẹ́ pè
summons *n.* ipè lẹ́jọ́
sumptuous *adj.* tódùn
sun *n.* òrùn
sun *v.* sáló òrùn
sundae *n.* sùndáè
Sunday *n.* Àìkú
sunder *v.* yapa
sundry *adj.* onírú urú
sunken *adj.* jìn sínú
sunny *adj.* ta òrùn
super *adj.* àjùlọ
superabundance *adj.* àpọ̀jù
superabundant *adj.* tó pàpọ̀jù
superannuation *n.* dídáwó-ìfẹ̀hìntì
superb *adj.* ólekú
supercharger *n.* afikún agbára
supercilious *adj.* mo dárajù
superficial *adj.* lérèfé
superficiality *n.* elé rèfé
superfine *adj.* dára jù
superfluity *n.* àṣejù
superfluous *adj.* láṣejù
superhuman *adj.* ju ènìà lọ
superimpose *v.* gbé lórí
superintend *v.* ṣe àmójútó
superintendence *n.* ìṣà mójútó
superintendent *n.* alá mójútó

superior *adj.* tayọ
superiority ìtayọ
superlative *adj.* ga jù
supermarket *n.* ilé ìtàjà ńlá
supernatural *adj.* gaju ẹ̀dá lọ
superpower *n.* ìlú alágbára
superscript *adj.* lẹ́tà òkè
supersede *v.* gorí
supersonic *adj.* tó ju ohùn
superstition *n.* ìkọ̀jà òye
superstitious *adj.* tó kọjá òye
superstore *n.* ṣọ́ọ̀bù títóbi
supervene *v.* jálù
supervise *v.* mó jútó
supervision *n.* ìmó jútó
supervisor *n.* alá mójútó
supper *n.* oúnjẹ alẹ́
supplant *v.* gbapò
supple *adj.* tórọ́
supplement *n.* ìfikún
supplementary *adj.* àfikún
suppliant *n.* ẹlẹ́bẹ̀
supplicate *v.* bẹ̀bẹ̀
supplier *n.* akọ́jà wá
supply *v.* kọ́jà wá
support *v.* ṣàtì lẹ́hìn
support *n.* àtì lẹ́hìn
suppose *v.* ròpé
supposition *n.* èròpé
suppository *n.* ìlé ròpé
suppress *v.* kì mọ́lẹ̀
suppression *n.* àkì mọ́lẹ̀
suppurate *v.* di ọyún
supremacy *n.* ipò abàṣẹwà
supreme *adj.* abà ṣẹwà
surcharge *n.* àsanlé
sure *adj.* dájú
surely *adv.* dájú dájú
surety *n.* oní gbọ́wọ́
surf *n.* ìgbì òkun
surface *n.* ojú
surfeit *n.* àjẹkì
surge *n.* ìrú omi
surgeon *n.* oníṣẹ́ abẹ
surgery *n.* iṣẹ́ abẹ
surly *adj.* ṣónú
surmise *v.t.* lérò
surmount *v.* borí
surname *n.* orúkọ ìdílé
surpass *v.* rékọ́já
surplus *n.* àpọ̀jù
surprise *n.* ìyà lẹ́nu
surreal *adj.* dàbí àlá
surrealism *n.* ìṣebí àlá
surrender *v.* juwọ́ lẹ̀
surrender *n.* ìju wọ́lẹ̀
surreptitious *adj.* níkọ̀kọ̀
surrogate *n.* ìfi sípò
surround *v.* yíká
surroundings *n.* àyíká
surtax *n.* owó ìlú
surveillance *n.* ìṣọ́ kiri
survey *v.t.* wọnlẹ̀
surveyor *n.* awọnlẹ̀
survival *n.* ìwà láyé
survive *v.* wà láyé
susceptible *adj.* lè farakó
suspect *v.* fura sí
suspect *n.* afura sí
suspend *v.* sorọ̀
suspense *n.* àì dájú
suspension *n.* ìdá dúró níṣẹ́
suspicion *n.* ìfu lára
suspicious *adj.* fura sí
sustain *v.* gbé ró
sustainable *adj.* tófún

sustenance *n.* ìtófún
suture *n.* ara rírán
svelte *adj.* pẹ́lẹ́ ngẹ́
swab *n.* èlò oníṣègùn
swaddle *v.* yíṣọ mọ́ra
swag *n.* bùgá
swagger *v.* ṣakọ
swallow *v.* gbémì
swamp *n.* pẹ̀tẹ̀ pẹ́tẹ̀
swan *n.* léke lèke
swank *v.* janu
swanky *v.* lọ́rọ̀
swap *v.* pàrọ̀
swarm *n.* ìṣùpọ̀
swarthy *adj.* dúdú
swashbuckling *adj.* ìgbá ládùn
swat *v.* gbá
swathe *n.* ìlà kọjá
sway *v.* mì
swear *v.* ṣépè
sweat *n.* ìlà ágùn
sweater *n.* aṣọ otútù
sweep *v.* gbálẹ̀
sweeper *n.* agbálẹ̀
sweet *adj.* tódùn
sweet *n.* súìtì
sweeten *v.* fadùn sí
sweetheart *n.* olólùfẹ́
sweetmeat *n.* ẹran dídùn
sweetener *n.* adùn
sweetness *n.* aládùn
swell *v.* wú sókè
swell *n.* ìgbádùn
swelling *n.* ìwú sókè
swelter *v.* gbóná
swerve *v.* jáwọ́
swift *adj.* yára
swill *v.* damì sí

swim *v.* lúwẹ̀ẹ́
swimmer *n.* alú wẹ̀ẹ́
swindle *v.* gbowó
swindler *n.* gbájúẹ̀
swine *n.* ẹlẹ́dẹ̀
swing *n.* ìjó sórin
swing *v.* mira
swingeing *adj.* lóríṣi
swipe *v.* jágbà
swirl *v.* fẹ́ká
swish *adj.* gbáfẹ́
switch *n.* ẹgba
swivel *v.* yí
swoon *v.* dákú
swoop *v.* fò wálẹ̀
sword *n.* idà
sybarite *n.* oní gbàdún
sycamore *n.* síká mórí
sycophancy *n.* iṣojú ayé
sycophant *n.* aṣojú ayé
syllabic *adj.* ti sílébù
syllable *n.* sílébù
syllabus *n.* ètò ẹ̀kọ́
syllogism *n.* gbóló hùn méjì
sylph *n.* lẹpa
sylvan *adj.* ti oko
symbiosis *n.* àjọṣe ànfàní
symbol *n.* àmì
symbolic *adj.* láàmì
symbolism *n.* alámì
symbolize *v.* lámì
symmetrical *adj.* bara dọ́gba
symmetry *n.* ìbara dọ́gba
sympathetic *adj.* láànú
sympathize *v.* káànú fún
sympathy *n.* àànú
symphony *n.* ìrẹ́pọ̀
symposium *n.* ìpàdé

symptom n. àpẹrẹ àrún
symptomatic adj. lápẹrẹ
synchronize v. ṣe bákanáà
synchronous adj. nígbà kanáà
syndicate n. àgbáríjọ ènìà
syndrome n. àrún
synergy n. ìdaṣẹ́ pọ̀
synonym n. onítumọ̀ kanáà
synonymous adj. tumọ̀ sí
synopsis n. àkópọ̀
syntax n. àtòpọ̀ ọ̀rọ̀
synthesis n. àtòpọ̀
synthesize v. tòpọ̀
synthetic adj. alá tòpọ̀
syringe n. sì ríngì
syrup n. ògùn olómi
system n. ẹ̀yà ara
systematic adj. ti ìlànà
systematize v. ṣe ìlànà
systemic adj. ti ẹ̀yà ara

T

tab n. iye owó
table n. tábìlì
tableau n. ijó àìsọ̀rọ̀
tablet n. kóró òguṇ
tabloid n. ìwé ìròyìn
taboo n. èèwọ̀
tabular adj. bi tábìlì
tabulate v. tò bi tábìlì
tabulation n. ìtò bi tábìlì
tabulator v. lọsípò
tachometer n. ìwọ̀n ìyára
tacit adj. láìsọ jáde
taciturn adj. asọ̀rọ̀ kíún
tack n. ránṣọ pọ̀
tackle v.t. do júkọ

tacky adj. lílẹ̀
tact n. ọgbọ́n
tactful adj. fọgbọ́n ṣe
tactic n. ifọgbọ́n ṣe
tactician n. onímọ́ ètò
tactical adj. tìmọ̀ ètò
tactile adj. tóṣe mú
tag n. táàgì
tail n. ìrù
tailor n. télọ̀
taint v. tapo sí
take v. gbé
takeaway n. àgbé relé
takings n. owó
talc n. àtíké
tale n. ìtàn
talent n. ẹ̀bùn
talented adj. ní ẹ̀bùn
talisman n. àwúre
talk v. sọ̀rọ̀
talkative adj. ẹlẹ́jọ́ wẹ́wẹ́
tall adj. gíga
tallow n. òróró ọ̀rá
tally n. bámu
talon n. èékána ìdì
tamarind n. oúnjẹ
tambourine n. ṣaworo
tame adj. mójú ẹni
tamely adv. tó mójú ẹni
tamp v. lù pẹ́pẹ́
tamper v. fọwọ́ kàn
tampon n. tàm pónì
tan n. awọ sísá
tandem n. papọ̀
tang n. òórùn kíkan
tangent n. ìlà onígun
tangerine n. ọsàn
tangible n. tóṣe mú

tangle v.t. lópọ̀
tank n. àmù onírin
tanker n. ọkọ̀ eléjò
tanner n. oníṣẹ́ awọ
tannery n. iṣẹ́ awọ
tantalize v. fífà mọ́ra
tantamount adj. tó jásí
tantrum n. ìbínú ọmọdé
tap n. ẹnu ẹ̀rọ
tapas n. oúnjẹ
tape n. okùn ìsoṣọ
tape v.i. ká sílẹ̀
taper v. kéré lẹ́nu
tapestry n. oníṣẹ́ lára
tappet n. ẹ̀rọ ìyíra
tar n. ọ̀dà títì
tardy adj. lọ́ra ṣe
target n. àfojú sùn
tariff n. owó oríọjà
tarn n. adágún odò
tarnish v. dógùn
tarot n. káàdì awò ràwọ̀
tarpaulin n. tapo líní
tart n. oúnjẹ oníyẹ̀fun
tartar n. onínú fùfù
task n. iṣẹ́
tassel n. ìko
taste n. ìtọ́wò
taste v. tọ́wò
tasteful adj. dùn
tasteless adj. kòdùn
tasty adj. ládùn
tatter n. aṣọ yíya
tattle n. ìwí règbè
tattoo n. gbẹ́rẹ́ sísín
tatty adj. gbígbó
taunt n. ìbúni
taut adj. le

tavern n. ilé ọtí
tawdry adj. ṣojú yòyò
tax n. owó ìlú
taxable adj. ti owó ìlú
taxation n. ìgbowó ìlú
taxi n. tasí
taxi v. fífò bàálù
taxonomy n. ìmọ̀ abẹ̀mí
tea n. tíì
teach v. kọ́
teacher n. olùkọ́
teak n. igi tíìkì
team n. àkójọ ènìà
tear v. ya
tear n. omi ojú
tearful adj. yọmi lójú
tease v. ṣe yẹ̀yẹ́
teat n. orí ọmú
technical adj. tìmọ̀ ẹ̀rọ
technicality n. ìmọ̀ iṣẹ́
technician n. oníṣẹ́ ẹ̀rọ
technique n. ìmọ̀ iṣe
technological adj. ti ìmọ̀ ẹ̀rọ
technologist n. onímọ̀ ẹ̀rọ
technology n. ìmọ̀ ẹ̀rọ
tedious adj. nira
tedium n. ìsúni
teem v. rọ̀
teenager n. ọ̀dọ́
teens adj. ti ọ̀dọ́
teeter v. tagọ́ọ́ gọ̀ọ̀
teethe v. hu ehín
teetotal adj. àì mutí
teetotaller n. aláì mutí
telecast v.t. ṣètò tẹlifíṣàn
telecommunications n. ìpè-láago
telegram n. lẹ́tà wáyà

telegraph n. iṣẹ́ wáyà
telegraphic adj. ti ìfiránṣẹ́ wáyà
telegraphy n. ìfi ránṣẹ́ wáyà
telepathic adj. ríran
telepathist n. aríran
telepathy n. ìríran
telephone n. fóònù
teleprinter n. ẹ̀rọ atẹ̀wéjáde
telescope n. ẹ̀rọ àwọ̀nà jíjìn
teletext n. ìkọ̀rọ̀ sórí tẹlfíṣàn
televise v. ṣètò tẹlifíṣàn
television n. tẹlifíṣàn
tell v. sọ
teller n. agbowó
telling adj. sísọ
telltale adj. afẹjọ́sùn
temerity n. ìgboyà
temper n. inú fùfù
temperament n. ìwà
temperamental adj. ìwà kìwà
temperance n. ìwà tútù
temperate adj. níwà tútù
temperature n. ìwọ̀n oru/ òtútù
tempest n. ìjì
tempestuous adj. ìjì jíjà
template n. àpẹrẹ gígé
temple n. ilé òrìṣà
tempo n. ìkànlù
temporal adj. ti ayé
temporary adj. fúngbà díẹ̀
temporize v. pẹ́ ṣe
tempt v. dánwò
temptation n. ìdánwò
tempter n. olù dánwò
ten adj. & adv. mẹ́wà
tenable adj. ṣe gbàwọlé
tenacious adj. tẹra mọ́
tenacity n. ìtẹra mọ́

tenancy n. ìyálé gbé
tenant n. ayálé gbé
tend v. ṣè tójú
tendency n. ìdarísí
tendentious adj. oní rúgúdù
tender adj. rírọ̀
tender n. ìgbaṣẹ́
tendon n. iṣan ara
tenement n. ibùgbé
tenet n. ìpìlẹ̀
tennis n. tẹníìsì
tenor n. ìgbésí ayé
tense adj. líle
tensile adj. ti ìfàle
tension n. ìfàle
tent n. àgọ́
tentacle n. oníga
tentative adj. fúngbà díẹ̀
tenterhook n. ara òbalẹ̀
tenth adj. & n. ẹ̀kẹwà
tenuous adj. àìjámọ́ nkan
tenure n. níní nkan
tepid adj. lọ́wọ́rọ́
term n. sàá
termagant n. oní wàhálà
terminal adj. àìsàn apani
terminate v. parí
termination n. ìparí
terminological adj. ti ọ̀rọ̀ nlá
terminology n. ọ̀rọ̀ nlá
terminus n. ibúdókọ̀
termite n. ikán
terrace n. ibi ìnajú
terracotta n. àwọ̀ amọ̀
terrain n. ilẹ̀ títẹ́
terrestrial adj. ti ilẹ̀ ayé
terrible adj. burú
terrier n. ajá kékeré

terrific adj. dára púpọ̀
terrify v. dẹ̀rùbà
territorial adj. ti agbègbè
territory n. agbègbè ìlú
terror n. ẹ̀rù
terrorism n. ìgbé sùnmọ̀mí
terrorist n. oní sùnmọ̀mí
terrorize v. ṣẹ̀rùbà
terry n. aṣọ tẹ́rì
terse adj. kúkurú
tertiary adj. ti ìkẹta
test n. Ìdánwò
testament n. májẹ̀mú
testate adj. apín dúkìá sílẹ̀
testicle n. ẹpọ̀n
testify v. jẹ́rìí
testimonial n. ìwé ẹ̀rí
testimony n. ìjẹ́rìí
testis n. kóró ẹpọ̀n
testosterone n. oje ẹpọ̀n
testy adj. oní kanra
tetchy adj. okú roro
tether v.t. so ẹran mọ́lẹ̀
text n. ọ̀rọ̀ ìwé
textbook n. ìwé kíkà
textual adj. ti ìwé kíkà
textile n. aṣọ
textual adj. ti ìwé kíkà
texture n. ìrí lọ́wọ́
thank v. dúpẹ́
thankful adj. ti ìdúpẹ́
thankless adj. àì dúpẹ́
that pron. & adj. ìyẹn
thatch n. koríko ìbolé
thaw v. yọ́
the adj. náà
theatre n. tíátà
theatrical adj. ti tíátà

theft n. olé jíjà
their adj. tiwọn
theism n. ìgbàgbọ́ ẹlẹ́dà
them pron. wọ́n
thematic adj. ti ọ̀rọ̀ ìpìlẹ̀
theme n. ọ̀rọ̀ ìpìlẹ̀
themselves pron. wọn
then adv. nígbà náà
thence adv. látibẹ̀
theocracy n. ìjọba Ọlọ́run
theodolite n. irinṣẹ́ ìwọnlẹ̀
theologian n. onímọ̀ bíbélì
theology n. ìmọ̀ bíbélì
theorem n. èrò orí
theoretical adj. ti èrò orí
theorist n. olù gbèrò
theorize v. gbèrò
theory n. èrò orí
theosophy n. ìmọ Ọlọ́run
therapeutic adj. ti ìlera
therapist n. òṣìṣẹ́ ìlera
therapy n. ìtọ́jú aláìsàn
there adv. Ibẹ̀
thermal adj. ti ooru
thermodynamics n. ìmọ ooru
thermometer n. ìwọ̀n ìmooru
thermos n. ìgò ómi gbóná
thermosetting adj. ti ikeṣíṣe
thermostat n. ìmúwọ̀n dúró
thesis n. àrókọ ìwé
they pron. àwọn
thick adj. tóki
thicken v. mú ki
thicket n. igbó
thief n. olè
thigh n. itan
thimble n. tímbúlù
thin adj. rù

thing *n.* ohun
think *v.* rò
thinker *n.* aláṣàrò
third *adj.* kẹta
thirst *n.* òrùn gbẹ
thirsty *adj.* ọ̀fun ńgbẹ
thirteen *adj.& n.* mẹ́tàlá
thirteen *adj.& n.* ìkẹtàlá
thirteenth *adj.& n.* kẹtàlá
thirtieth *adj.& n.* ọgbọ̀n
thirtieth *adj.& n.* ọgbọ̀n
thirty *adj.& n.* ọgbọ̀n
thirty *adj.& n.* ọgbọ̀n
this *pron.& adj.* èyí
thistle *n.* òṣùṣù ẹ̀gún
thither *adv.* síbẹ̀
thong *n.* awọ tẹ́ẹ́rẹ́
thorn *n.* ẹ̀gún
thorny *adj.* ẹlẹ́gùn
thorough *adj.* baralẹ̀ ṣe
thoroughfare *n.* ọ̀nà
though *conj.* bótilẹ̀ jẹ́pé
thoughtful *adj.& n.* lérò
thoughtless *adj.* àì lérò
thousand *adj.& n.* ẹgbẹ̀rún
thrall *n.* dunú
thrash *v.* nàlẹ́gba
thread *n.* òwú
threat *n.* ìkìlọ̀
threaten *v.* kìlọ̀fún
three *adj.& n.* mẹ́ta
thresh *v.* pakà
threshold *n.* ìloro ilé
thrice *adv.* lẹ́ẹ̀ mẹta
thrift *n.* ìṣọ́ wóná
thrifty *adj.* aṣọ́ wóná
thrill *n.* inú dídùn
thriller *n.* amúnú dùn

thrive *v.* gbèrú
throat *n.* ọ̀fun
throaty *adj.* ti ọ̀fun
throb *v.* lù
throes *n.* ìrora
throne *n.* ìtẹ́ ọba
throng *n.* ọ̀pọ̀ ènìà
throttle *n.* ifún lọ́rùn
through *prep.& adv.* nípa
throughout *prep.* jákè jádò
throw *v.* jù
thrush *n.* ẹyẹ
thrust *v.* tanù
thud *n.* gbà
thug *n.* tọ́ọ̀gì
thumb *n.* àtàn pàkò
thunder *n.* àrá
thunderous *adj.* bí àrá
Thursday *n.* Ọjọ́bọ
thus *adv.* báyì
thwart *v.* dílọ́wọ́
thyroid *n.* ẹ̀yà ọrùn
tiara *n.* adé
tick *n.* eégbọn
ticket *n.* tíkìtì
ticking *n.* aṣọ líle
tickle *v.* rin in
ticklish *adj.* tó ń rin
tidal *adj.* ti ìṣàn òkun
tiddly *n.* kékeré
tide *n.* ìṣàn òkun
tidings *n.* ìhìn
tidiness *n.* ìmọ́tótó
tidy *adj.* ní ìmọ́tótó
tie *v.* so
tie *n.* ìdì
tied *adj.* tiso
tier *n.* ìpele

tiger *n.* ẹkùn
tight *adj.* há
tighten *v.* mu le
tile *n.* àwo ilẹ̀
till *prep.* àpótí owó
tiller *n.* àgbẹ̀
tilt *v.* dẹ̀gbẹ́
timber *n.* igi ìkọ́lé
time *n.* àsìkò
timely *adj.* lásìkò
timid *adj.* lójo
timidity *n.* ojo
timorous *adj.* lójo
tin *n.* agolo
tincture *n.* jẹ́lú
tinder *n.* ohun ìdáná
tinge *n.* ìpa láró
tingle *n.* pajá pajá
tinker *v.* túnṣe
tinkle *v.* ró
tinsel *n.* ohun dídán
tint *n.* ìrísí àwọ̀
tiny *adj.* kéré
tip *n.* ẹ̀bùn owó
tipple *v.* ọtí
tipster *n.* oní mọ̀ràn
tipsy *n.* àmuyó
tiptoe *v.* yọ́rìn
tirade *n.* ìsọ̀kò ọ̀rọ̀
tire *v.* rẹ̀
tired *adj.* ti rẹ̀
tireless *adj.* láì rẹ̀
tiresome *adj.* fa wàhálà
tissue *n.* iṣan ara
titanic *adj.* títóbi
titbit *n.* ìròyìn péréte
tithe *n.* ìdá mẹ́wà
titillate *v.* dára yá

titivate *v.* ṣoge
title *n.* oyè
titled *adj.* olóyè
titular *adj.* ti oyè
to *prep.* sí
toad *n.* ọpọ̀lọ́
toast *n.* ọ̀rọ̀ ìwúrí
toaster *n.* asọ̀rọ̀ ìwúrí
tobacco *n.* tábà
today *adv.* lónìí
toddle *v.* rìn
toddler *n.* ọmọ ìrìnsẹ̀
toe *n.* ọmọka ẹsẹ̀
toffee *n.* tọfí
tog *n.* ìwọṣọ
toga *n.* aṣọ toga
together *adv.* jùmọ̀
toggle *n.* ìde aṣọ
toil *v.i.* là kàkà
toilet *n.* ilé ìgbọ̀nsẹ̀
toiletries *n.* ohun ìtọ́jú ara
toils *n.* ìdàmú
token *n.* ẹ̀rí
tolerable *adj.* fífa radà
tolerance *n.* ìfara dà
tolerant *adj.* nífa radà
tolerate *v.* gbà mọ́ra
toleration *n.* ìgbà mọ́ra
toll *n.* owó bodè
tomato *n.* tòmátì
tomb *n.* ibojì
tomboy *n.* obìrin bi ọkùnrin
tome *n.* ìwé ńlá
tomfoolery *n.* ìwà kuwà
tomorrow *adv.* lọ́la
ton *n.* òṣù wọ́n
tone *n.* ìró ohùn
toner *n.* atún raṣe

tongs n. ẹ̀mú
tongue n. ahọ́n
tonic n. ògùn amárale
tonight adv. lálẹ́ yìí
tonnage n. òṣùwọ̀n ẹrù
tonne n. òṣùwọ̀n ẹrù
tonsil n. bèlú bèlú
tonsure n. orí fífá
too adv. pẹ̀lú
tool n. irinṣẹ́
tooth n. ehín
toothache n. ehín ríro
toothless adj. kò léhín
toothpaste n. ọṣẹ ìfọhín
toothpick n. ìtayín
top n. òkè
topaz n. tópásì
topiary n. àrà òdòdó
topic n. àkòrí
topical adj. ti àkòrí
topless adj. láìwọṣọ sókè
topographer n. ayà wòrán ìlú
topographical adj. tàwòrán ìlú
topography n. àwòrán ìlú
topping n. góngó òkè
topple v. dànù
tor n. òkè kékèké
torch n. ètùfù iná
toreador n. abá màálù jà
torment n. ìdá lóró
tormentor n. apọ́ni lójú
tornado n. ìjì ńlá
torpedo n. àdó olóró
torpid adj. kẹra
torrent n. ọ̀wàrà òjò
torrential adj. ti ọ̀wàrà òjò
torrid adj. tó móoru
torsion n. ìfọ wọ́yí

torso n. igẹ̀
tort n. ọ̀ràn dídá
tortoise n. ìjàpá
tortuous adj. fìyàjẹ
torture n. ìfì yàjẹ
toss v. jùsókè
tot n. ọmọdé
total adj. lápapọ̀
total n. àpapọ̀
totalitarian adj. tẹgbẹ́ òṣèlù kan
totality n. ní àpapọ̀
tote v. gbé
totter v. mì
touch v. fọwọ́ kàn
touching adj. nípa
touchy adj. kanra
tough adj. líle
toughen v. múle
toughness n. wíwà ní líle
tour n. ìrìnàjò
tourism n. ìrìnàjò afẹ́
tourist n. arìnàjò afẹ́
tournament n. ìdíje
tousle v. dàrú
tout v. nàsí
tow v. wọ
towards prep. sọ́dọ̀
towel n. aṣọ ìnura
towelling n. ìnura
tower n. ilé ìṣọ́
town n. ìlú
township n. ààrín ìlú
toxic adj. tólóró
toxicology n. ìmọ̀nípa oró
toxin n. oró
toy n. ìṣeré ọmọdé
trace v.t. tọpa

traceable *adj.* lè tọpa
tracing *n.* ìtọ pasẹ̀
track *n.* ojú ọ̀nà
tracksuit *n.* aṣọ eléré pápá
tract *n.* sàkáání ilẹ̀
tractable *adj.* ní rọ̀rùn
traction *n.* ìwọ́ra
tractor *n.* kata kata
trade *n.* òwò
trademark *n.* àmì ilé iṣẹ́
trader *n.* oní ṣòwò
tradesman *n.* ọlọ́jà
tradition *n.* àṣà
traditional *adj.* ti àṣà
traditionalist *n.* aláṣà
traduce *v.* bà lórúkọ jẹ́
traffic *n.* kíkọ́jà òfin
trafficker *n.* ọlọ́jà òfin
trafficking *n.* ìtajà òfin
tragedian *n.* ònkọ̀tàn ọ̀fọ̀
tragedy *n.* ọ̀fọ̀
tragic *adj.* ti ọ̀fọ̀
trail *n.* ipa ọ̀nà
trailer *n.* tírélà
train *n.* ọkọ̀ oju irin
train *v.* kọ́
trainee *n.* ìkọ́ṣẹ́
trainer *n.* akọ́ni
training *n.* ìdáni lẹ́kọ̀ọ́
traipse *v.* wọ́sẹ̀ rìn
trait *n.* ìṣesí
traitor *n.* alájẹ sẹ́
trajectory *n.* ipa ọ̀nà
tram *n.* kẹ̀kẹ́ ìkókó
trammel *v.* dílọ́wọ́
tramp *v.* jansẹ̀ mọ́lẹ̀
trample *v.* tẹmọ́lẹ̀
trampoline *n.* aṣọ líle

trance *n.* ìran
tranquil *adj.* palọ́lọ́
tranquillity *n.* ìpa lọ́lọ́
tranquillize *v.* mú dákẹ́
transact *v.* ṣòwò
transaction *n.* òwò ṣíṣe
transatlantic *adj.* tókè òkun
transceiver *n.* módẹ́mù
transcend *v.* rékọjá
transcendent *adj.* tó rékọjá
transcendental *adj.* ti ìrékọjá
transcontinental *adj.* ti ìpínsí ayé
transcribe *v.* kọ lọ́rọ̀
transcript *n.* èsì iṣẹ́ akẹ́kọ̀
transcription *n.* ìkọ lọ́rọ̀
transfer *v.* gbé kúrò
transferable *adj.* ṣeégbé kúrò
transfiguration *n.* ìpa radà
transfigure *v.* pa radà
transform *v.* yíra padà
transformation *n.* àyí padà
transformer *n.* ẹ̀rọ amúná wá
transfuse *v.* gba ẹ̀jẹ̀
transfusion *n.* ẹ̀jẹ̀ gbígbà
transgress *v.* dẹ́ṣẹ̀
transgression *n.* ẹ̀ṣẹ̀
transient *adj.* tìgbà díẹ́
transistor *n.* èlò rẹ́díò
transit *n.* ìrìnà
transition *n.* ìṣí padà
transitive *adj.* tí ọ̀rọ̀ ìṣe
transitory *adj.* ríré kọjá
translate *v.* túmọ̀ èdè
translation *n.* ìtumọ̀ èdè
transliterate *v.* ṣàtúnkọ lẹ́tà
translucent *adj.* tóhàn díẹ̀
transmigration *n.* àkú dàáyá

transmission n. ìgbé sáfẹ́fẹ́
transmit v. gbé sáfẹ́fẹ́
transmitter n. ẹ̀rọ̀ ìgbé sáfẹ́fẹ́
transmute v. yíra padà
transparency n. híhàn
transparent adj. tóhàn
transpire v. ṣẹlẹ̀
transplant v. ṣí logbìn
transport v. wọkọ̀ lọ
transportation n. ọkọ̀ wíwọlọ
transporter n. oní mọ́tò
transpose v. pààrọ̀ ipò
transsexual n. ayí ẹ̀yàara padà
transverse adj. ní ìdàbú
transvestite n. awọṣọ obìrin
trap n. pánpẹ́
trapeze n. eré olókè
trash n. pàntí
trauma n. ìpa lára
travel v. rìnrìn àjò
traveller n. arìnrìn àjò
travelogue n. ohun nípa ìrìnàjò
traverse v. làkọja
travesty n. ayé dèrù
trawler n. ọkọ̀ pípẹja
tray n. tírè
treacherous adj. ẹlẹ́tàn
treachery n. ẹ̀tàn
treacle n. ṣúgà dúdú
tread v. rìn
treadle n. ìfẹsẹ̀ wà
treadmill n. ilé ìlọkà
treason n. ìdìtẹ̀ gbàjọba
treasure n. ìṣura
treasurer n. akápò
treasury n. ilé ìṣura
treat v. tọ́jú
treatise n. ìwé ìhìn

treatment n. ìtọ́jú
treaty n. àdéhùn
treble adj. lọ́nà mẹ́ta
tree n. igi
trek n. ìrìn
trellis n. pákó ìlọ́mọ
tremble v. gbọ̀n
tremendous adj. pọ̀
tremor n. ìwá rìrì
tremulous adj. ní wàrìrì
trench n. kòtò
trenchant adj. ti àlàyé
trend n. òde
trendy adj. bódemu
trepidation n. ìbẹ̀rù
trespass v. kọjá ààyé
tress n. irun gígùn
trestle n. ẹsẹ̀ tábìlì
trial n. ẹjọ
triangle n. onígun mẹ́ta
triangular adj. ti onígun mẹ́ta
triathlon n. eléré mẹ́ta
tribal adj. ti ẹ̀yà
tribe n. ẹ̀yà
tribulation n. ìpọ́njú
tribunal n. àwọn adájọ́
tributary n. odò
tribute n. ìbuọlá fún
trice n. òjijì
triceps n. ẹ̀hìn apá
trick n. ẹ̀tàn
trickery n. ìṣẹ̀tàn
trickle v. ṣàn tóóró
trickster n. ẹlẹ́tàn
tricky adj. ti ẹ̀tàn
tricolour n. aláwọ̀ mẹ́ta
tricycle n. kẹ̀kẹ́ ẹlẹ́sẹ̀ mẹ́ta
trident n. trídẹ́ntì

trier n. ìgbì yànjú
trifle n. ìfiṣeré
trigger n. ìdán kanlẹ̀
trigonometry n. ìṣirò igun
trill n. ariwo líle
trillion adj. & n. trílíọ́ọ̀nù
trilogy n. ohun jíjọra mẹ́ta
trim v. gé
trimmer n. agéwè
trimming n. ọ̀ṣọ́
trinity n. mẹ́talọ́kan
trinket n. ẹ̀gbà ọrùn
trio n. mẹ́ta
trip v. re àjò
tripartite adj. lọ́nà mẹ́ta
triple n. lọ́nà mẹ́ta
triplet n. ìbẹta
triplicate adj. oní mẹ́ta
tripod n. ẹlẹ́sẹ̀ mẹ́ta
triptych n. àwòrán
trite adj. kòṣe titun
triumph n. ṣẹ́gun
triumphal adj. ṣẹ́gun
triumphant adj. aṣẹ́gun
trivet n. àdògán
trivia n. ọ̀rọ̀ kékeré
trivial adj. kòtó nkan
troll n. kúré kùré
trolley n. kẹ̀kẹ́ ẹrù
troop n. ọ̀wọ́ ogun
trooper n. ológun
trophy n. ife ẹ̀yẹ
tropic n. ilẹ̀ olóoru
tropical adj. tilẹ̀ olóoru
trot v. rìnbí ẹṣin
trotter n. arìnbí ẹṣin
trouble n. wàhálà
troubleshooter n. apẹ̀tù síjà

troublesome adj. oní wàhálà
trough n. ọpọ́n omi
trounce n. nà
troupe n. ẹgbẹ́ òṣèré
trousers n. ṣòkòtò
trousseau n. ẹrù ìyàwó
trout n. ẹja
trowel n. ọ̀bẹ ìrẹ́lé
troy n. orúkọ ilú
truant n. ìmẹ́lẹ́
truce n. àdéhùn àláfíà
truck n. ọkọ̀ ẹrù
trucker n. ọlọ́kọ̀ ẹrù
truculent adj. òkú rorò
trudge v. fẹsẹ̀ wọ́lẹ̀
true adj. lóòtọ́
truffle n. súítì
trug n. apẹ̀rẹ̀
truism n. òótọ́ ọ̀rọ̀
trump n. aṣẹ́gun
trumpet n. fèrè
truncate v. ké kúrò
truncheon n. kóndó
trundle v. tì kojá
trunk n. ìtí igi
truss n. òpó múléró
trust n. ìfọkàn tán
trustee n. olùtọ́jú dúkìá
trustful adj. ní gbẹ̀kẹ̀lé
trustworthy adj. ṣe gbẹ́kẹ̀lé
trusty adj. aṣeé gbẹ́kẹ̀lé
truth n. òótọ́
truthful adj. lóòtọ́
try v. danwò
trying adj. gbì dánwò
tryst n. ìpinu ìpàdé
tsunami n. ìjì líle
tub n. báàfù ńlá

tube *n.* ihò inú
tubercle *n.* àìsàn
tuberculosis *n.* ikọ́ ife
tubular *adj.* ti ihò inú
tuck *v.* kì wọlé
Tuesday *n.* Ìṣẹ́gun
tug *v.* fà
tuition *n.* owó ẹ̀kọ́
tulip *n.* ewébẹ̀
tumble *v.* yíra mọ́lẹ̀
tumbler *n.* ife
tumescent *adj.* ara wíwú
tumour *n.* kókó iju
tumult *n.* ìrúkè rúdò
tumultuous *adj.* tìrúkè rúdò
tun *n.* àgbá ńlá
tune *n.* orin
tuner *n.* ayí ìkànnì
tunic *n.* aṣọ àwọ̀tẹ́lẹ̀
tunnel *n.* ihò
turban *n.* láwànì
turbid *adj.* ẹlẹ́rẹ̀
turbine *n.* ẹ̀rọ abómi ṣiṣẹ́
turbocharger *n.* ẹ̀rọ afagbára
turbulence *n.* ìyọnu
turbulent *adj.* oní yọnu
turf *n.* pápá ìṣeré
turgid *adj.* le
turkey *n.* tòló tòló
turmeric *n.* èròjà oúnjẹ
turmoil *n.* ròǹgbò dìyàn
turn *v.* yí
turner *n.* afíngi
turning *n.* ọ̀nà tóyà
turnip *n.* ewébẹ̀
turnout *n.* èrò
turnover *n.* ère ìlé iṣẹ́
turpentine *n.* oje igi

turquoise *n.* àwọ̀ búlù
turtle *n.* àdàbà
tusk *n.* ìwo erin
tussle *n.* ìjà gùdù
tutelage *n.* ìtọ́ni
tutor *n.* olù kọ́ni
tutorial *n.* ìkọ́ni
tuxedo *n.* aṣọ àwọ̀ lékè
tweak *v.* lọ́
twee *adj.* tó dáajù
tweed *n.* aṣọ olówù
tweet *v.* kébí ẹyẹ
tweeter *n.* ẹ̀rọ ìgbóhùn síta
tweezers *n.* ẹ̀mú
twelfth *adj.&n.* mèjìlá
twelfth *adj.&n.* èkejìlá
twelve *adj.&n.* ìkejìlá
twentieth *adj.&n.* ogún
twentieth *adj.&n.* ogún
twenty *adj.&n.* ogún
twice *adv.* ẹ̀ẹ̀mejì
twiddle *v.* yí ṣeré
twig *n.* ẹka igi
twilight *n.* àfẹ̀ mọ́jú
twin *n.* oní bejì
twine *n.* okùn ìlọ́pọ̀
twinge *n.* ìnira
twinkle *v.* tànsán
twirl *v.* yí
twist *v.* rọ́
twitch *v.* lùkì
twitter *v.* kébí ẹyẹ
two *adj.&n.* mèjì
twofold *adj.* nílọ́po méjì
tycoon *n.* oló kòwò nlá
type *n.* ọ̀rọ̀ títẹ̀
typesetter *n.* olùtẹ ọ̀rọ̀
typhoid *n.* ibà

typhoon *n.* ijì
typhus *n.* àìsàn àkọ́ràn
typical *adj.* ti ìṣe
typify *v.* fiṣe hàn
typist *n.* olùtẹ ọ̀rọ̀
tyrannize *v.* ni lára
tyranny *n.* ìni lára
tyrant *n.* anini lára
tyre *n.* táyà

U

ubiquitous *adj.* wà káàkiri
udder *n.* ọmú màálù
ugliness *n.* òbù rẹwà
ugly *adj.* bu rẹ́wà
ulcer *n.* ọgbẹ́ inú
ulterior *adj.* lérò míràn
ultimate *adj.* tó kẹ́hìn
ultimately *adv.* ní ẹ̀hìn
ultimatum *n.* gbèn déke
ultra *pref.* pọ̀
ultramarine *n.* àwọ̀ búlù
ultrasonic *adj.* àì fetígbọ́
ultrasound *n.* ẹ̀rọ awo inú
umber *n.* àwọ̀ pupa
umbilical *adj.* ti ìwọ́
umbrella *n.* agbo òrùn
umpire *n.* oní dàjọ́
unable *adj.* tí kòṣe
unanimity *a.* ní ìṣọ̀kan
unaccountable *adj.* àìlè ṣírò
unadulterated *adj.* àìlá dàlù
unalloyed *adj.* àìlá mumọ́
unanimous *adj.* ní ṣọ̀kan
unarmed *adj.* láì dira ogun
unassailable *adj.* kòṣe ṣẹ́gun
unassuming *adj.* láì ṣàṣehàn

unattended *adj.* láì tọ́jú
unavoidable *adj.* kòṣeé sáfún
unaware *adj.* láìmọ̀
unbalanced *adj.* àìfẹsẹ̀ múlẹ̀
unbelievable *adj.* àìlè gbàgbọ́
unbend *v.* nà kóle
unborn *adj.* tí kòì wáyé
unbridled *adj.* àìní janu
unburden *v.* gba ẹrù
uncalled *adj.* láì pè
uncanny *adj.* àìlè ṣàlàyé
unceremonious *adj.* láì lẹ́yẹ
uncertain *adj.* iyè méjì
uncharitable *adj.* àìfẹ́ rere
uncle *n.* arákùrin bàbá /ìyá
unclean *adj.* àìmọ̀
uncomfortable *adj.* àì baralẹ̀
uncommon *adj.* kò wọ́pọ̀
uncompromising *adj.* láì yẹ
unconditional *adj.* láì làsílẹ̀
unconscious *adj.* tó dákú
uncouth *adj.* láì níwà
uncover *v.* ṣíṣọ lójú
unctuous *adj.* ti ẹ̀sà
undeceive *v.* mátàn
undecided *adj.* láì tíìyàn
undeniable *adj.* àìlè báwíjọ́
under *prep.* lábẹ́
underarm *adj.* lábíyá
undercover *adj.* lábẹ́lẹ̀
undercurrent *n.* ìgbérò lábẹ́lẹ̀
undercut *v.* ṣe ẹdínwó
underdog *n.* òpè
underestimate *v.* fojú kéré
undergo *v.* làkojá
undergraduate *n.* àkẹ́kọ̀ yuni-fásítì
underground *adj.* nísàlẹ̀ ilẹ̀

underhand *adj.* ní kọ̀rọ̀
underlay *n.* àtẹ́ sábẹ́
underline *v.t.* fàlà sídì
underling *n.* onípò kékeré
undermine *v.* ṣèdíwọ́
underneath *prep.* lábẹ́
underpants *n.* pátá
underpass *n.* ọ̀nà abẹ́ títì
underprivileged *adj.* láìrí jájẹ
underrate *v.* fojú kéré
underscore *v.* ìlà ìdí
undersigned *n.* àfọwọ́ síwè
understand *v.t.* yé
understanding *n.* òye
understate *v.* bu ọ̀rọ̀ kù
undertake *v.* ṣètọ́jú òkú
undertaker *n.* atọ́jú òkú
underwear *n.* àwọ tẹ́lẹ̀
underworld *n.* ayé òṣìkà
underwrite *v.* ṣagbá tẹrù
undesirable *adj.* àìfẹ́
undo *v.* tú
undoing *n.* ìjá kulẹ̀
undone *adj.* títú
undress *v.* bọ́ṣọ
undue *adj.* tí kòyẹ
undulate *v.* ṣẹ́ léra
undying *adj.* tí kìíkú
unearth *v.* yọ sókè
uneasy *adj.* àì baralẹ̀
unemployable *adj.* àìyẹ fúnṣẹ́
unemployed *adj.* àì níṣẹ́
unending *adj.* àì lópin
unequalled *adj.* àì lẹgbẹ́
uneven *adj.* kò dọ́gba
unexceptionable *adj.* àì lèjayàn
unexceptional *adj.* àì tayọ
unexpected *adj.* láì rétí

unfailing *adj.* láì kùnà
unfair *adj.* àì dára
unfaithful *adj.* aláì ṣòótọ́
unfit *adj.* láìyẹ
unfold *v.* ṣí lójú
unforeseen *adj.* àì fojúrí
unforgettable *adj.* máni-gbàgbé
unfortunate *adj.* lórí búburú
unfounded *adj.* àì nídì
unfurl *v.* tú
ungainly *adj.* jàù jàù
ungovernable *adj.* àìṣeé dari
ungrateful *adj.* àì mọpẹ́dá
unguarded *adj.* àì ṣọ́ra
unhappy *adj.* àì dunnú
unhealthy *adj.* àì gbádùn
unheard *adj.* àìgbọ́ tẹ́lẹ̀
unholy *adj.* àìmọ́
unification *n.* ìṣọ̀kan
uniform *adj.* tó báramu
unify *v.* sọ dọ̀kan
unilateral *adj.* dání kànṣe
unimpeachable *adj.* àìlèriyọ-nípò
uninhabited *adj.* àìló lùgbé
union *n.* ẹgbẹ́
unionist *n.* ẹlẹ́gbẹ́
unique *adj.* tó yàtọ̀
unisex *adj.* takọ tabo
unison *n.* ní ṣọ̀kan
unit *n.* apákan
unite *v.* fohùn ṣọkan
unity *n.* ìṣọ̀kan
universal *adj.* ti àgbáyé
universality *adv.* ní àgbáyé
universe *n.* àgbáyé
university *n.* yuni fásítì

unjust *adj.* àì ṣòótọ́
unkempt *adj.* àì tójú
unkind *adj.* oníkà
unknown *adj.* láìmọ̀
unleash *v.* túsílẹ̀
unless *conj.* àfi
unlike *prep.* kò dàbí
unlikely *adj.* kò jọ
unlimited *adj.* láì lópin
unload *v.* kẹ́rù kalẹ̀
unmanned *adj.* láìsí ènìà
unmask *v.* ṣíṣọ lójú
unmentionable *adj.* kòṣeé-fẹnusọ
unmistakable *adj.* kò níṣì
unmitigated *adj.* láìmú rọrùn
unmoved *adj.* láì mìra
unnatural *adj.* láì ṣẹdá
unnecessary *adj.* kò níṣe
unnerve *v.* dẹ rùbà
unorthodox *adj.* tóyàtọ̀ sí
unpack *v.* tú ẹrù sílẹ̀
unpleasant *adj.* tíkò dára
unpopular *adj.* tó ṣàjòjì
unprecedented *adj.* tíkò ṣẹlẹ̀rí
unprepared *adj.* àì gbaradì
unprincipled *adj.* aláì mọra
unprofessional *adj.* àìṣe bótiyẹ
unqualified *adj.* aláì kàyẹ
unreasonable *adj.* aláì lóye
unreliable *n.* aìlè gbójúlé
unreserved *adj.* láì ṣẹ̀kù
unrest *n.* àì sinmi
unrivalled *adj.* tíkò lẹ́gbẹ́
unruly *adj.* lágídí
unscathed *v.* láì farapa
unscrupulous *adj.* aláì lójútì
unseat *v.* lé dìde

unselfish *adj.* làìmọ tara
unsettle *v.* dàrú
unshakeable *adj.* tíkò lèmì
unskilled *adj.* aláì mọ́ṣẹ́
unsocial *adj.* tíkò bódemu
unsolicited *adj.* láì bèrèfún
unstable *adj.* tíkò rinlẹ̀
unsung *adj.* láì mọyì
unthinkable *adj.* tíkò ṣerò
untidy *adj.* tí kòmọ́
until *prep.* títí
untimely *adj.* tíkò tákòkò
untold *adj.* àì gbọ́rí
untouchable *adj.* àìṣe fowọ́kàn
untoward *adj.* kò bójúmu
unusual *adj.* tó yàtọ̀
unutterable *adj.* tíkò ṣesọ
unveil *v.* ṣíṣọ lójù
unwarranted *adj.* tíkò nílò
unwell *adj.* ṣàìsàn
unwilling *adj.* àì fẹ́ṣe
unwind *v.* túraká
unwise *adj.* aláì gbọ́n
unwittingly *adv.* láì mọ̀
unworldly *adj.* tíkòṣe tayé
unworthy *adj.* tí kòyẹ
up *adv.* lókè
upbeat *adj.* nínú dídùn
upbraid *adj.* báwí
upcoming *adj.* tón dìde
update *v.* ṣe àfikún
upgrade *v.* ṣe àgbéga
upheaval *n.* ìdàmú
uphold *v.* dìmú
upholster *v.* kan àga
upholstery *n.* àga kíkàn
uplift *v.* gbé sókè
upload *v.* ṣàgbé wọlé

upper *adj.* ti òkè
upright *adj.* ní òòró
uprising *n.* làá sìgbò
uproar *n.* gbé sókè
uproarious *adj.* pariwo líle
uproot *v.* fàtu
upset *v.* rú nínú
upshot *n.* àbá bọ̀
upstart *n.* ṣẹ̀ṣẹ̀ dé
upsurge *n.* ìpọ̀si
upturn *n.* ìyí padà
upward *adv.* lókè
urban *adj.* ti ìgboro
urbane *adj.* ti ìwà gidi
urbanity *n.* ìwà gidi
urchin *n.* ọmọ ita
urge *v.* rọ̀
urgent *n.* ní kíá
urinal *n.* ibi ìtọ̀
urinary *adj.* ti ìtọ̀
urinate *v.* tọ̀
urine *n.* ìtọ̀
urn *n.* ìgò eérú
usable *adj.* tó ṣeélò
usage *n.* ìlò
use *v.t.* lò
useful *adj.* tó wúlò
useless *adj.* tíkò wúlò
user *n.* olù múlò
usher *n.* adènà
usual *adj.* bí titẹ́lẹ̀
usually *adv.* bí tiṣe
usurp *v.* gbapò
usurpation *n.* ìgbapò
usury *n.* èlé
utensil *n.* ohun èèlò
uterus *n.* ilé ọmọ
utilitarian *adj.* ti lílò

utility *n.* ìlò
utilization *n.* lílò
utilize *v.* lò
utmost *adj.* tó gajù
utopia *n.* ibi rere
utopian *adj.* ti ibi rere
utter *adj.* pọ́n bélé
utterance *n.* ìfọ hùn
uttermost *adj.&n.* ní parí

V

vacancy *n.* ààyè
vacant *adj.* ṣófo
vacate *v.* kó kúrò
vacation *n.* ìsinmi ránpẹ́
vaccinate *v.* bupá
vaccination *n.* ìbupá
vaccine *n.* àjẹ sára
vacillate *v.* ṣiyè méjì
vacillation *n.* iyè méjì
vacuous *adj.* olófo
vacuum *n.* àlàfo
vagabond *n.* alá rìnkiri
vagary *n.* ìyí bìrí
vagina *n.* òbò
vagrant *n.* alá rìnká
vague *adj.* làì dájú
vagueness *n.* àìhàn dájú
vain *adj.* asán
vainglorious *adj.* lógo asán
vainly *adv.* lásán
valance *n.* aṣọ ìtasí ibùsùn
vale *n.* àfoní fojì
valediction *n.* ìdá gbére
valency *n.* agbára ìsopọ̀
valentine *n.* oló lùfẹ́
valet *n.* ọmọ ọ̀dọ̀ okùnrin

valetudinarian *n.* arònú ìlera
valiant *adj.* akọni
valid *adj.* bófin mu
validate *v.* ṣeti òfin
validity *n.* ìbófin mu
valise *n.* báàgì kékeré
valley *n.* àfoní fojì
valour *n.* ìwà akọni
valuable *adj.* oníye lórí
valuation *n.* ìníye lórí
value *n.* iye owó
valve *n.* ẹnu èlò
vamp *n.* aṣẹ́wó
vampire *n.* òkù amùjẹ̀
van *n.* ọkọ̀ ẹlẹ́rù
vandal *n.* bàsèjẹ́
vandalize *v.* ṣè bàjẹ́
vane *n.* abá fẹ́fẹ́yí
vanguard *n.* aṣájú
vanish *v.* pòórá
vanity *n.* asán
vanquish *v.* borí
vantage *n.* ànfàní
vapid *adj.* tósúni
vaporize *v.* dafẹ́fẹ́
vapour *n.* ìho oru
variable *adj.* tón yípadà
variance *n.* àì répọ̀
variant *n.* oríṣi kan
variation *n.* ọlọ̀tọ̀
varicose *adj.* tiṣan ẹsẹ̀
varied *adj.* lóríṣi ríṣi
variegated *adj.* alárà barà
variety *n.* oríṣi ríṣi
various *adj.* onírú urú
varlet *n.* ìránṣẹ́
varnish *n.* ìpagi dídán
vary *v.* pàrọ̀

vascular *adj.* tiṣan ara
vase *n.* ìgò
vasectomy *n.* ìṣẹ́ abẹ ọkùnrin
vassal *n.* ẹrú
vast *adj.* tó gbòòrò
vaudeville *n.* eré tíátà
vault *n.* ibojì
vaunted *adj.* àpọ́njù
veal *n.* ẹran ọmọ màálù
vector *n.* kòkòrò
veer *n.* yí
vegan *n.* aláì jẹran
vegetable *n.* ewébẹ̀
vegetarian *n.* aláì jẹran
vegetate *v.* wà lásán
vegetation *n.* ìgbẹ́
vegetative *adj.* tówà lásán
vehement *adj.* tara
vehicle *n.* mótò
vehicular *adj.* ti mótò
veil *n.* ìbojú
vein *n.* iṣan ẹ̀jẹ̀
velocity *n.* ìyára
velour *n.* aṣọ híhun
velvet *n.* aṣọ àrán
velvety *adj.* bi aṣọ àrán
venal *adj.* agbowó ṣebi
venality *n.* ìgbowó ṣebi
vend *v.* ta ọjà
vendetta *n.* aáwọ̀
vendor *n.* òntajà
veneer *n.* ìfi bojú
venerable *adj.* ẹni ọ̀wọ̀
venerate *v.* bọ̀wọ̀ fún
veneration *n.* ìbọ̀wọ̀ fún
venetian *adj.* ti fèrèsé
vengeance *n.* ẹ̀san
vengeful *adj.* ti ẹ̀san

venial adj. ti ẹ̀ṣẹ̀
venom n. oró
venomous adj. olóró
venous adj. tiṣan ẹ̀jẹ̀
vent n. ọ̀nà afẹ́fẹ́
ventilate v. gba fẹ́fẹ́
ventilation n. ìgba fẹ́fẹ́
ventilator n. ẹnu ọ̀nà afẹ́fẹ́
venture n. ìdá wọ́lé
venturesome adj. láyà
venue n. ibi ìpàdé
veracious adj. ló títọ́
veracity n. òtítọ́
veranda n. ọ̀dẹ̀dẹ̀
verb n. ọ̀rọ̀ ìṣe
verbal adj. ti ọ̀rọ̀ ẹnu
verbally adv. lọ́rọ̀ ẹnu
verbalize v. sọ̀rọ̀
verbatim adv. bí ọlọ́rọ̀ tiwí
verbiage n. lìlo ọ̀rọ̀ ńlá
verbose adj. lílọ̀rọ̀ púpọ̀
verbosity n. ìlo ọ̀rọ̀ púpọ̀
verdant adj. ti pápá tútù
verdict n. ìdájọ́
verge n. koríko ẹ̀bá ọ̀nà
verification n. ìjẹ́rìí ohun
verify v. jẹ́rìí
verily adv. ní tòótọ́
verisimilitude n. ìfarapẹ́ òótọ́
veritable adj. lótítọ́
verity n. òótọ́
vermillion n. àwọ́ pupafò
vermin n. kòkòrò ara
vernacular n. èdè onílùú
vernal adj. ti ìrúwé
versatile adj. nílò oríṣi ríṣi
versatility n. ìlò oríṣiríṣi
verse n. ẹsẹ iwé

versed adj. nímọ̀tó dájú
versification n. ìkọẹsẹ ìwé
versify v. kọẹsẹ ìwé
version n. oríṣi àlàyé
verso n. ojúewé òsì
versus prep. dojú kọ
vertebra n. ọ̀pá ẹ̀hìn
vertebrate n. alọ́pà ẹ̀hìn
vertex n. ṣónṣó òkè
vertical adj. ìnàró
vertiginous adj. ìpòòyì
vertigo n. òòyì
verve n. ìfẹ̀mì ṣe
very adv. púpọ̀
vesicle n. ìlé ròrò
vessel n. àmù
vest n. ẹ̀wù pénpé
vestibule n. àbáwọ ilé
vestige n. ipa nkan
vestment n. aṣọ ipò
vestry n. yàrá ìwọṣọ àlùfáà
veteran n. ògbó
veterinary adj. tìmọ̀ ẹranko
veto n. agbára ẹ̀kọ̀
vex v. yọ lẹ́nu
vexation n. ìyọ lẹ́nu
via prep. gba
viable adj. tó lérè
viaduct n. àgbé fodò
vial n. ìgò kékeré
viands n. àwọn ohunjíjẹ
vibe n. ìgbọ̀n
vibrant adj. tó nṣerere
vibraphone n. èlò orin
vibrate v. gbọ̀n rìrì
vibration n. ìgbọ̀n rìrì
vibrator n. agbọ̀n rìrì
vicar n. olùṣọ́

183

vicarious adj. ti ará
vice n. ohun ìdìmú
viceroy n. adelé ọba
vice-versa adv. àti òdìkejì
vicinity n. ìtòsí
vicious adj. burú
vicissitude n. àyídà
victim n. afi arapa
victimize n. ìfìyà jẹni
victor n. aṣẹgun
victorious adj. ní ìṣẹ́gun
victory n. ìṣẹ́gun
victualler n. apèsè oúnjẹ
victuals n. ohun jíjẹ
video n. fídíò
vie v. díje
view n. ìwòye
vigil n. àìsùn
vigilance n. ìṣọ́ra
vigilant adj. ní ìṣọ́ra
vignette n. ìtànayé
vigorous adj. ti agbára
vigour n. ipá
Viking n. Ti òyìnbó
vile adj. ní ìkà
vilify v. pègàn
villa n. ìlé nlá
village n. abúlé
villager n. ara abúlé
villain n. ọmọ ìsọta
vindicate v. dá láre
vindication n. ìdá láre
vine n. àjàrà
vinegar n. ọtí kíkan
vintage n. ìkórè àjàrà
vintner n. ọlọ́tí wáìnì
vinyl n. rọ́bà ìtẹ́lẹ̀
violate v. ṣẹ̀ sí

violation n. ìṣẹ̀sí
violence n. ìjà
violent adj. oníjà
violet n. àwọ̀ aró
violin n. gìtá èjìká
violinist n. onígìtá èjìká
virago n. pamí nkú
viral adj. ti àkóràn
virgin n. wúndíá
virginity n. ìbálé
virile adj. alá gbára
virility n. agbára
virtual adj. fẹ́rẹ̀
virtue n. àṣẹ
virtuous adj. oníwà rere
virulence n. àrán kan
virulent adj. lóró
virus n. àkó ràn
visa n. òntẹ̀ ìwọ̀lù
visage n. ìwò ojú
viscid adj. tó lẹ̀
viscose n. irú aṣọ
viscount n. olóyè ọkùnrin
viscountess n. olóyè obìrin
viscous adj. tó ki
visibility n. ìríran
visible adj. tó ṣeérí
vision n. ìran
visionary adj.
visit v. kí délé
visitation n. àbẹ̀wò
visitor n. àlejò
visor n. ojú koto
vista n. ìwò tódára
visual adj. ti ìríran
visualize v. ríran
vital adj. ti kókó
vitality n. ìwà láyé

vitalize v. fìyé fùn
vitamin n. èròjà oúnjẹ
vitiate n. bù kúrò
viticulture n. ọgbìn àjàrà
vitreous adj. bí jígí
vitrify v. sọdi jígí
vitriol n. ọ̀rọ̀ ìbínú
vituperation n. èèbù
vivacious adj. lá pẹpẹ
vivacity n. ìlá pẹpẹ
vivarium n. ilé ẹranko
vivid adj. kedere
vivify v. sọjí
vixen n. abo kọ̀lọ̀kọ̀lọ̀
vocabulary n. ìkójọ ọ̀rọ̀
vocal adj. ti ohùn
vocalist n. akọrin
vocalize v. fohùn
vocation n. iṣẹ́
vociferous adj. lóhùn rara
vogue n. àṣà tódé
voice n. ohùn
voicemail n. méèlì olóhùn
void adj. ṣófo
voile n. léèsì gidi
volatile adj. tó yáragbẹ
volcanic adj. ti òkéríru
volcano n. òké ríru
volition n. ìfẹ́ inú
volley n. àyìnpọ̀ ìbọn
volt n. ìwọ̀n agbára
voltage n. agbára
voluble adj. sọ̀rọ̀ púpọ̀
volume n. òdiwọ̀n
voluminous adj. tópọ̀
voluntarily adv. àti núwá
voluntary adj. ti núwá
volunteer n. afara jìn

voluptuary n. onífẹ̀ kúfẹ̀ẹ̀
voluptuous adj. lára
vomit v. bì
voodoo n. ògùn dúdú
voracious adj. àjẹ yíràá
vortex n. àárín àjà
votary n. olù sìnì
vote n. ìbò
voter n. olù dìbò
votive adj. ẹ̀jẹ́ ṣíṣàn
vouch v. fọwọ́ sọ̀yà
voucher n. ẹ̀rí ìsanwó
vouchsafe v. yọnda fún
vow n. Ìlérí
vowel n. fáwẹ́lì
voyage n. ìrìn àjò
voyager n. arìrìn àjò
vulcanize v. mú rọ́bà le
vulgar adj. ti ìranù
vulgarian n. oní ranù
vulgarity n. ìranù
vulnerable adj. tíkò láàbò
vulpine adj. bí kọ̀lọ̀kọ̀lọ̀
vulture n. igún

W

wacky adj. ṣe wèrè
wad n. ìdì owó
waddle v. yírìn
wade v. wọ́rìn
wader n. ẹyẹ ẹlẹ́sẹ̀ gígùn
wadi n. wadi
wafer n. búrẹ́dì fífẹ́lẹ́
waffle v. sọ̀rọ̀ lásán
waft v. gbafẹ́fẹ́
wag v. mí
wage n. owó iṣẹ́

wager *n.&v.* jiyàn
waggle *v.* jù
wagon *n.* kẹ̀kẹ́ ẹrù
wagtail *n.* ẹyẹ
waif *n.* aláì nílé
wail *n.* pariwo
wain *n.* ìràwọ̀
wainscot *n.* ìfipákó ṣẹ̀ṣọ̀
waist *n.* ìbàdí
waistband *n.* ọjá ìbàdí
waistcoat *n.* ẹ̀wù jánpé
wait *v.* dúró
waiter *n.* agbowó oúnjẹ
waitress *n.* agbowó oúnjẹ
waive *v.* yẹ kúrò
wake *v.* jí
wakeful *adj.* ìtají
waken *v.* tají
walk *v.* rìn
wall *n.* ògiri
wallaby *n.* wálábì
wallet *n.* àpò owó
wallop *v.* nà
wallow *v.* yíràá
wally *n.* súpo
walnut *n.* awùsá
walrus *n.* wálrúsì
waltz *n.* ijó
wan *adj.* yọ́rọ́ yọ́rọ́
wand *n.* ọpá
wander *v.* rìn kiri
wane *v.* wálẹ̀
wangle *v.* rúnwọ̀
want *v.* fẹ́
wanting *adj.* àbùkù
wanton *adj.* nìwọra
war *n.* ogun
warble *v.* kọrin bí ẹyẹ

warbler *n.* olórin
ward *n.* abala ìlú
warden *n.* olù tójú
warder *n.* olù pamọ́
wardrobe *n.* kọ́mbọ́dù aṣọ
ware *n.* ọjà títà
warehouse *n.* ilé ìkọ́jàsí
warfare *n.* ogun jíjà
warlike *adj.* bí ìjà
warm *adj.* gbóná
warmth *n.* gbí gbóná
warn *v.* kílọ̀ fún
warning *n.* ìkìlọ̀
warp *v.* kíká
warrant *n.* àṣẹ ìmúni
warrantor *n.* aṣà déhùn
warranty *n.* àdéhùn ìtàjà
warren n. ehoro
warrior *n.* jagun jagun
wart *n.* àmì ara
wary *adj.* ṣọ́ra
wash *v.* fọ̀
washable *adj.* ṣeéfọ̀
washer *n.* wọ́ṣà
washing *n.* aṣọ fífọ̀
wasp *n.* agbọ́n
waspish *adj.* bí agbọ́n
wassail *n.* oríyìn
wastage *n.* ìfiṣòfò
waste *v.* fiṣòfò
wasteful *adj.* afinkan ṣòfò
watch *v.* ṣọ́
watchful *adj.* ṣọ́ra
watchword *n.* ọ̀rọ̀ akọmọ́nà
water *n.* omi
water *n.* omi
waterfall *n.* ìṣànwálẹ̀ odò
watermark *n.* àpá ìkúnomi

watermelon *n.* èso olómi
waterproof *adj.* tami dànù
watertight *adj.* tómi kòlèwọ̀
watery *adj.* lómi
watt *n.* ìwọ̀n agbára
wattage *n.* iye agbára
wattle *n.* adéorí tòlótòló
wave *v.* juwọ́
waver *v.* ṣiyè méjì
wavy *adj.* ti ìṣẹ́lé
wax *n.* afárá oyin
way *n.* ọ̀nà
waylay *v.* dènàdè
wayward *adj.* níwà kiwà
we *pron.* àwa
weak *adj.* láì lókun
weaken *v.* mú rọ
weakling *n.* aláì lókun
weakness *n.* àì lókun
weal *n.* àpá nínà
wealth *n.* ọrọ̀
wealthy *adj.* ọlọ́rọ̀
wean *v.* jálẹ́nu ọmú
weapon *n.* ohun ìjà
wear *v.* wọ̀
wearisome *adj.* múni láàrẹ̀
weary *adj.* káàrẹ̀
weasel *n.* ẹranko kékeré
weather *n.* ojú ọjọ́
weave *v.* hunṣọ
weaver *n.* ahunṣọ
web *n.* wẹ́ẹ̀bù
webby *adj.* ti wẹ́ẹ̀bù
webpage *n.* ojúewé wẹ́ẹ̀bù
website *n.* àyè wẹ́ẹ̀bù
wed *v.* gbé yàwó
wedding *n.* ètò ìgbé yàwó
wedge *n.* èlà

wedlock *n.* ìgbé yàwó
Wednesday *n.* Ọjọ́rú
weed *n.* èpò
week *n.* ọ̀sẹ̀
weekday *n.* ọjọ́ ọ̀sẹ̀
weekly *adj.* lọ́sẹ̀ ọ̀sẹ̀
weep *v.* sọkún
weepy *adj.* bí ẹkún
weevil *n.* kòkòrò
weigh *v.* wọ̀n
weight *n.* òṣùwọ̀n
weighting *n.* àfikún owò
weightlifting *n.* irin gbígbé
weighty *adj.* wúwo
weir *n.* ògiri odò
weird *adj.* ṣàjòjì
welcome *n.* káàbọ̀
weld *v.* jórin pọ̀
welfare *v.* ìtójú
well *adv.* dáa dáa
well *n.* kànga
wellington *n.* bàtà alámùtán
welt *n.* àpá ẹgba
welter *n.* ìdàrú dàpọ̀
wen *n.* àìsàn awọ̀
wench *n.* ọmọge
wend *v.* lọ
west *n.* ìwọ̀ oòrùn
westerly *adv.* níwọ̀ oòrùn
western *adj.* ti aláwọ̀ funfun
westerner *n.* aláwọ̀ funfun
westernize *v.* sebí aláwọ̀ fun-fun
wet *adj.* tútù
wetness *n.* tí tutù
whack *v.* gbá
whale *n.* ẹja erinmi
whaler *n.* apẹja erinmi

wharf *n.* èbúté
wharf age *n.* ọjọ́ èbúté
what *pron. & adj.* kíni
whatever *pron.* ohun kóhun
wheat *n.* ọkà
wheaten *adj.* ti ọkà
wheedle *v.* pọ́n
wheel *n.* táyà
wheeze *v.* mí hẹlẹ
whelk *n.* irorẹ́
whelm *v.* borí
whelp *n.* ọmọ ajá
when *adv.* nígbàwo
whence *adv.* níbo
whenever *conj.* nígbà kugbà
where *adv.* ibo
whereabouts *adv.* ibití
whereas *n.* nígbàti ójẹ́pé
whet *v.* pọ́n
whether *conj.* bóyá
whey *n.* omi wàrà
which *pron. & adj.* èyítí
whichever *pron.* èyí kéyí
whiff *n.* èéfín kíún
while *n.* nígbà tí
whilst *conj.* nígbà tí
whim *n.* èrò kerò
whimper *v.* sọkún
whimsical *adj.* ìfẹ́ inú
whimsy *n.* tìfẹ́ inú
whine *n.* ariwo híhan
whinge *v.* sọ̀
whinny *n.* igbe ẹṣin
whip *n.* àtòrì
whir *n.* ìró afẹ́fẹ́
whirl *v.* yí
whirligig *n.* ìṣeré yíyí
whirlpool *n.* omi yíyí

whirlwind *n.* ìjì líle
whirr *v.* róbí afẹ́fẹ́
whisk *v.* po ẹyin
whisker *n.* irunmú ológbò
whisky *n.* ọtí
whisper *v.* sọ̀rọ̀ kẹ́lẹ́
whist *n.* ìgbàtí
whistle *n.* ìfé
whit *n.* kíún
white *adj.* funfun
whitewash *n.* ìfi ẹfun kun
whither *adv.* níbo
whiting *n.* ẹja
whittle *v.* gígé
whiz *v.* fò fìrì
who *pron.* tani
whoever *pron.* ẹni kẹni
whole *adj.* lódidi
whole-hearted *adj.* tọkàn tọkàn
wholesale *n.* ìtajà odidi
wholesaler *n.* alarà túntà
wholesome *adj.*
wholly *adv.* lódidi
whom *pron.* ẹnití
whoop *n.* igbe lójijì
whopper *n.* ohun tótóbi
whore *n.* aṣẹ́wó
whose *adj. & pron.* ẹnití
why *adv.* èéṣe
wick *n.* òwú fìtílà
wicked *adj.* búburú
wicker *n.* igi apẹ̀rẹ̀
wicket *n.* ojú ilé
wide *adj.* gbòòrò
widen *v.* mú gbòòrò
widespread *adj.* tàn kálẹ̀
widow *n.* opó
widower *n.* ẹnití ìyàwóẹ̀ kú

width *n.* ìbú
wield *n.* fífì
wife *n.* ìyàwó
wig *n.* wíígì
wiggle *v.* rúnra
Wight *n.* Ìgboyà
wigwam *n.* ahéré
wild *adj.* àìtù lójú
wilderness *n.* agin jù
wile *n.* ètàn
wilful *adj.* lágídí
will *v.* fẹ́
willing *adj.* nífẹ̀sí
willingness *adj.* ìfẹ́ inú
willow *n.* igi
wily *adj.* lọ́gbọ́n ẹ̀wẹ́
wimble *n.* ìluhò
wimple *n.* ìborí
win *v.* ṣẹ́gun
wince *v.* fúnjú
winch *n.* ẹ̀rọ ìgbẹ́rù
wind *n.* ẹ̀fúùfù
windbag *n.* ẹlẹ́jọ́ wẹ́wẹ́
winder *n.* ìwa jígí
windlass *n.* ẹ̀rọ ìgbẹ́rù
windmill *n.* afa fẹ́fẹ́ ṣiṣẹ́
window *n.* fèrèsé
windy *adj.* láfẹ́fẹ́
wine *n.* wáìnì
winery *n.* ibi ìpọntí
wing *n.* apá ẹyẹ
wink *v.* ṣẹ́jú
winkle *n.* ohun jíjẹ
winner *n.* aṣẹ́gun
winning *adj.* nṣẹ́gun
winnow *v.* fẹ́ ọkà
winsome *adj.* dí dárayá
winter *n.* ìgbà òtútù

wintry *adj.* nígbà òtútù
wipe *v.* nù
wire *n.* wáyà
wireless *adj.* láìní wáyà
wiring *n.* ìfaná
wisdom *n.* ọgbọ́n
wise *adj.* gbọ́n
wish *v.* fẹ́
wishful *adj.* tìfẹ́ inú
wisp *n.* ohun kékeré
wisteria *n.* ewéko
wistful *adj.* ti ìrònú
wit *n.* òye
witch *n.* àjẹ́
witchcraft *n.* ìṣe àjẹ́
witchery *n.* ayé àjẹ́
with *prep.* pẹ̀lú
withal *adv.* bẹ́ẹ̀ gẹ́gẹ́
withdraw *v.* gbà padà
withdrawal *n.* ìgbà padà
with *n.* ìtàkùn igi
wither *v.* rọ
withhold *v.* dá dúró
within *prep.* dojú kọ
without *prep.* lóde
withstand *v.* dojú kọ
witless *adj.* ti òpè
witness *n.* ẹlẹ́rìí
witter *v.* wírè égbè
witticism *n.* ìdẹ́rin pa
witty *adj.* adẹ́rin pani
wizard *n.* oṣó
wizened *adj.* dogbó
woad *n.* aró ìkunra
wobble *v.* mì tìtì
woe *n.* ègbé
woeful *adj.* burú
wok *n.* ìkòkò

wold *n.* ilẹ̀
wolf *n.* ìkookò
woman *n.* obìrin
womanhood *n.* ayé obìrin
womanize *v.* fẹ́ràn obìrin
womb *n.* ilé ọmọ
wonder *v.* rí yanu
wonderful *adj.* ìyanu
wondrous *adj.* ti ìyanu
wonky *adj.* kò gbádùn
wont *n.* ìṣe ẹni
wonted *adj.* tìṣe ẹni
woo *v.* fi ìfẹ́hàn
wood *n.* igi
wooded *adj.* ti igi
wooden *adj.* ti pákó
woodland *n.* igbó igi
woof *n.* gbígbó
woofer *n.* agbóhùn jáde
wool *n.* òwú
woollen *adj.* tòwú
woolly *adj.* bí òwú
woozy *adj.* pòòyì
word *adj.* ọ̀rọ̀
wording *n.* ọ̀rọ̀
wordy *adj.* lọ́rọ̀ púpọ̀
work *n.* iṣẹ́
workable *adj.* lé ṣiṣẹ́
workaday *adj.* tó wọ́pọ̀
worker *n.* òṣìṣẹ́
working *n.* iṣẹ́ ṣíṣe
workman *n.* oníṣẹ́ ọwọ́
workmanship *n.* iṣẹ́ ọwọ́
workshop *n.* ṣọ́ọ̀bù ìṣọ̀nà
world *n.* ayé
worldly *adj.* ti ayé
worm *n.* aràn
wormwood *n.* igi kíkorò

worried *adj.* ronú
worrisome *adj.* múni ronú
worry *v.* ṣà níyàn
worse *adj.* burú si
worsen *v.* mu burú si
worship *n.* ìsìn
worshipper *n.* olù sìn
worst *adj.* burú jàì
worsted *n.* aṣọ
worth *adj.* jámọ́
worthless *adj.* àì wúlò
worthwhile *adj.* tó lérè
worthy *adj.* tóyẹ
would *v.* fẹ́
would-be *adj.* máà
wound *n.* ọgbẹ́
wrack *n.* pákó onípele
wraith *n.* tínrín
wrangle *n.* ìjiyàn
wrap *v.* wé
wrapper *n.* ìró
wrath *n.* ìbínú
wreak *v.* bàn kanjẹ́
wreath *n.* ito òdòdó
wreathe *v.* yíká
wreck *n.* ìbọ kọjẹ́
wreckage *n.* ọkọ́ tóti bàjẹ́
wrecker *n.* bàséjẹ́
wren *n.* ẹyẹ
wrench *v.* jagbà
wrest *v.* lógbà
wrestle *v.* jìjà kadì
wrestler *n.* oníjà kadì
wretch *n.* oníráà
wretched *adj.* ráda ràda
wrick *v.* rọ́ lẹ́sẹ̀
wriggle *v.* yíra ká
wring *v.* fún

wrinkle *n.* rún
wrinkle *n.* hunjọ
wrist *n.* ọrùn ọwọ́
writ *n.* ìwé òfin
write *v.* kọwé
writer *n.* òn kọwé
writhe *v.* gbára yílẹ̀
writing *n.* ìkọwé
wrong *adj.* àìdáa
wrongful *adj.* tíkò dáa
wry *adj.* fúnjú pọ̀

X

xenon *n.* sénọ́n
xenophobia *n.* ìkórira àjèjì
Xerox *n.* ẹ̀dà ìwé
Xmas *n.* kéré sì
x-ray *n.* ìtàsán àìrí
xylophagous *adj.* jewé jewẹ́
xylophilous *adj.* ti ewé
xylophone *n.* pákó olórin

Y

yacht *n.* ọkọ̀ omi
yachting *n.* tukọ̀ ṣefàájì
yachtsman *n.* atukọ̀
yak *n.* yáàkì
yam *n.* iṣu
yap *n.* gbó
yard *n.* ọ̀pá aṣọ
yarn *n.* òwú rírán
yashmak *n.* aṣọ ẹlẹ́hà
yaw *v.* ṣínà
yawn *v.* yán
year *n.* ọdún
yearly *adv.* ọdọdún

yearn *v.* ṣàfẹ́rí
yearning *n.* ìṣà fẹ́rí
yeast *n.* ìwú kàrà
yell *n.* pariwo
yellow *adj.* òféé fèé
yelp *n.* kígbe
Yen *n.* Yen
yeoman *n.* àgbẹ̀ onílẹ̀
yes *excl.* bẹ́ẹ̀ni
yesterday *adv.* àná
yet *adv.* síbẹ̀
yeti *n.* yeti
yew *n.* igi ṣékélé
yield *v.* gbàfún
yob *n.* oníjà
yodel *v.* híhu
yoga *n.* yógà
yogi *n.* yógi
yogurt *n.* wàrà
yoke *n.* àjàgà
yokel *n.* ara oko
yolk *n.* inú ẹyin
yonder *adj.* lọ́hùn
yonks *n.* tipẹ́ tipẹ́
yore *n.* nígbà nì
you *pron.* ìwọ
young *adj.* ọ̀dọ́ mọdé
youngster *n.* èwe
your *adj.* tìrẹ
yourself *pron.* ara rẹ
youth *n.* ọ̀dọ́
youthful *adj.* bí ọ̀dọ́
yowl *n.* han
yummy *adj.* ládùn

Z

zany *adj.* alá sèé
zap *v.* dákú

zeal *n.* ìtara
zealot *n.* oní tara
zealous *adj.* tara
zebra *n.* ẹṣin abìlà
zebra crossing *n.* ìfònà ẹlẹ́sẹ̀
zenith *n.* ibi gíga
zephyr *n.* afẹ́fẹ́
zero *adj.* òfo
zest *n.* jayé
zigzag *n.* sége sège
zilch *n.* òdo
zinc *n.* oríṣi irin
zing *n.* ìgbá ládùn
zip *n.* sípù
zircon *n.* òkúta iyebíye
zither *n.* irinṣẹ́ orin
zodiac *n.* ìràwọ̀
zombie *n.* aláì ronú
zonal *adj.* ti agbègbè
zone *n.* agbègbè
zoo *n.* ìlé ẹranko
zoological *adj.* ti ìmọ̀ ẹranko
zoologist *n.*
zoology *n.* ìmọ̀ ẹranko
zoom *v.* sún

YORUBA-ENGLISH

A

á a á
àábò ilù *n.* asylum
àábò *n.* safe
àábò *n.* aegis
àábò *n.* defence
àábò *n.* protection
àábò *n.* security
àábò *n.* shelter
àábọ̀ òbìrì *n.* hemisphere
àádọ́rin *adj. & n.* seventy
àádọ́rin *adj.& n.* seventieth
àádọ́rùn *adj. & n.* ninetieth
àádọ́rùn *adj.& n.* ninety
àádọ́ta *adj.& n.* fifty
ààfin *n.* palace
aago *n.* bell
aago *n.* clock
ààké *n.* axe
ààké *n.* hatchet
ààlà *n.* precinct
ààlọ́ *n.* riddle
ààmì *n.* marking
àànú *n.* clemency
àànú *n.* compassion
àànú *n.* leniency
àànú *n.* mercy
àànú *n.* sympathy
aápọn *n.* aggression
àárẹ̀ jẹ́ẹ̀tì *n.* jet lag
àárẹ̀ *n.* debility
àárẹ̀ *n.* infirmity
àárẹ̀ *n.* strain
àárẹ̀ ọkàn *n.* lethargy
ààrín *n.* center
áàrín *adj.* middle
ààrín àjà *n.* vortex

ààrín *n.* centre
ààrín igbà interim
ààrín ilé *n.* corridor
ààrín ìlú *n.* township
ààrín ìpínlẹ̀ *n.* interstate
ààrín *n.* aisle
ààrin *n.* interval
ààrín nẹ́ẹ̀tì *n.* intranet
ààrín nkan *n.* interlude
ààrín *n.* nucleus
ààrín ọ̀nà *n.* gangway
ààrín *prep.* amid
ààrín ṣọ́ọ̀ṣì *n.* nave
ààtò *n.* formation
ááwọ̀ *n.* spat
aáwọ̀ *n.* vendetta
aáyán *n.* cockroach
ààyè ìpàdé *n.* foyer
ààyè ìpín *n.* domain
ààyè *n.* byte
ààyè *n.* capacity
ààyè *n.* vacancy
ááyè òkè *n.* gallery
ààyè sáíbà *n.* cyberspace
ààyé yíká *n.* girth
àbá *n.* motion
àbá *n.* premise
àbá *n.* proposition
àbá *n.* suggestion
àbá bọ̀ *n.* upshot
abá fẹ́fẹ́yí *n.* vane
àbá jáde *n.* exit
àbá jáde *n.* outcome
àbá jáde *n.* result
abá màálù jà *n.* toreador
abá nirẹ́ *n.* ally
abà ṣẹwà *adj.* supreme
àbá wọlé *n.* entry

àbà wọ́n *n.* flaw
àbà wọ́n *n.* glitch
àbá yọrí *n.* consequence
abala ìlú *n.* ward
abala *n.* aspect
abala *n.* phase
abala *n.* sector
abala *n.* session
àbámọ̀ *n.* regret
abáni kógi *n.* caddy
abani lẹ́rù *adj.* scary
àbàrá *n.* smack
àbàtà *n.* morass
àbáwọ ilé *n.* vestibule
àbàwọ́n *n.* blemish
àbàwọ́n *n.* impediment
abẹ fẹ́lẹ́ *n.* blade
abẹ fẹ́lẹ́ *n.* razor
abẹ́ ilé *n.* basement
abẹ́ irun *n.* scalp
abẹ́ ìtọ́ni *n.* probation
abẹ́ *n.* groin
abẹ nugọ *n.* negotiator
abẹ nugọ *n.* spokesman
abẹ́ ṣájú *n.* pacemaker
abẹbẹ lúbẹ *n.* impetuous
abẹ̀bẹ̀ *n.* fan
abẹ̀bẹ̀ yíyí *n.* rotor
abéèrè ọ̀ràn *adj.* inquisitive
abẹ́lẹ̀ *adj.* private
abẹ̀mí *n.* being
abẹ̀mí *n.* living
abẹ́rẹ́ *n.* injection
abẹ́rẹ́ *n.* needle
abẹ́rẹ́ rẹ́kọ́dù *n.* stylus
àbẹ̀wò *n.* visitation
àbí mọ́ *adj.* congenital
abí nibí *adj.* innate
abí nibí *n.* flair
abi yamọ *n.* maternity
abìlà *adj.* brindle
abìlà *n.* stripe
àbímọ́ *adj.* inherent
àbímọ́ *adv.* naturally
abínibí *adj.* inborn
abínú ẹni *n.* foe
abo *adj.* female
abo àgbọ̀nrín *n.* doe
abo ajá *n.* bitch
abọ́ amọ̀ *n.* crockery
abo ẹlẹ́dẹ̀ *n.* sow
abo ẹran *n.* roe
abo ẹṣin *n.* mare
abo kọ̀lọ́kọ̀lọ́ *n.* vixen
abọ́ *n.* basin
abọ́ *n.* bowl
abọ́ *n.* jar
àbọ̀ òbìrí *n.* semicircle
abo ọkín *n.* peahen
àbójú tó *n.* coordination
abọ́mọ délò *n.* paedophile
abọ́ra álẹ̀ *n.* stripper
àbòsí *n.* cant
abú gbàmù *adj.* explosive
àbùdá *n.* deformity
àbùdá *n.* shortcoming
àbùkù *adj.* wanting
àbùkù *n.* jibe
abùlà *n.* adulteration
abúlé *n.* rusticity
abúlé *n.* village
abúni *adj.* scurrilous
aburú *adj.* evil
aburú *adv.* cruelty
aburú *n.* horror
àdá gbélé *n.* recluse

àdà pè *adv.* alias
adá rinkọ *n.* soloist
adá rúgúdù *n.* incisive
adá rúgúdù *n.* picket
àdàbà *n.* turtle
adágbé *n.* hermit
adágún *n.* stagnation
adágún odò *n.* lagoon
adágún odò *n.* lake
adágún odò *n.* pond
adágún odò *n.* tarn
adájọ́ *n.* judge
adájọ́ *n.* juror
àdàlú *n.* hotchpotch
àdàlú *n.* mush
àdán *n.* bat
àdànì kànjẹ *n.* monopolist
àdáni *n.* monopoly
àdáni *n.* quango
àdánù *n.* loss
àdánù *n.* misfortune
àdàpè *n.* alias
àdàpè *n.* slogan
àdàpọ̀ *n.* mixture
adarí *n.* nabob
àdáwà *n.* loner
àdáwà *n.* solitude
adé *n.* crown
adé *n.* mitre
adé *n.* tiara
àdé hùn *n.* concord
àdé hùn *n.* pact
adé kéke ré *n.* coronet
àdéhùn *adj.* bilateral
àdéhùn àláfía *n.* truce
àdéhùn iṣẹ́ *n.* contract
àdéhùn iṣẹ́ *n.* contract
àdéhùn ìtàjà *n.* warranty

àdéhùn *n.* agreement
àdéhùn *n.* armistice
àdéhùn *n.* negotiation
àdéhùn tólọ́jọ́ *n.* indenture
àdéhùn treaty
adelé *n.* locum
adelé ọba *n.* viceroy
adènà àjáwọ̀ *n.* firewall
adènà *n.* usher
adéorí tòlótòló *n.* wattle
adẹ́rin pani *adj.* witty
adẹ́tẹ̀ *n.* leper
adí je *n.* competitor
adí je *n.* contestant
àdí rẹ́sì *n.* address
adi yìnyín *adj.* frosty
adíbọ́n *n.* imposter
àdídùn *n.* ambrosia
àdídùn *n.* candy
adíje *n.* aspirant
adíje *n.* candidate
adíje *n.* nominee
adíje eré sísá *n.* runner
adijú ẹṣin *n.* blinkers
àdínkù *n.* reduction
àdípọ́ ewé *n.* sheaf
adìyẹ *n.* fowl
adìyẹ *n.* fowl
àdó èèbó *n.* bomb
àdó olóró *n.* torpedo
àdó olóró *n.* grenade
àdògán *n.* trivet
adójú tòfò *n.* insurance
adojúkọ ìjọba *n.* insurgent
àdú gbò *n.* community
àdú gbò *n.* neighbourhood
àdúgbò ẹ̀gbin *n.* slum
adùn *n.* flavour

adùn *n.* sweetener
adùn wò *adv.* quaintly
àdúrà *n.* prayer
afa fẹ́fẹ́ ṣiṣẹ́ *n.* windmill
afa rani *n.* oppressor
afà sẹ́hin *n.* laggard
afà yàwọ́ *n.* reptile
afàdiọ̀ *n.* sluggard
àfákù irin *n.* filings
afara jìn *n.* volunteer
afárá *n.* bridge
afárá oyin *n.* honeycomb
afárá oyin *n.* wax
afẹ́ ara *n.* sexuality
àfẹ̀ mójú *n.* twilight
àfẹ́ sọ́nà *n.* fiancé
afẹ̀ sùn kàn *n.* petitioner
afẹ́fẹ́ *n.* air
afẹ́fẹ́ *n.* breeze
afẹ́fẹ́ *n.* draught
afẹ́fẹ́ *n.* gas
afẹ́fẹ́ *n.* zephyr
afẹ́fẹ́ díẹ́ *n.* puff
afẹ́fẹ́ ẹ́ṣíà *n.* monsoon
afẹ́fẹ́ lílé *n.* gust
afẹ́fẹ́ ọtí *adj.* carbonate
afẹ̀fẹ̀ yèyè *n.* glamour
afẹ̀hìn tì *n.* pensioner
afejọ́sùn *adj.* telltale
àfẹnu jẹ́ *n.* quackery
àferì gìpè *adj.* palatal
afẹṣẹ̀ rìn *n.* pedestrian
afi arapa *n.* victim
àfi bẹ̀rẹ̀ *adj.* introductory
àfi *conj.* unless
àfi góòlù ṣe *adj.* golden
àfi hàn *n.* acknowledgement
àfi kọ́gbọ́n *adj.* informative

afi ohun yáwó *n.* mortgagor
àfi pín *n.* denominator
àfi wé *n.* comparison
àfibo kéèkì *n.* marzipan
àfibò *n.* moulding
àfibojú *n.* farce
àfihàn àkọ́kọ́ *n.* premiere
àfihàn *n.* manifestation
afijà pa màálù *n.* matador
àfijọ *adj.* hereditary
àfijọ *n.* likeness
àfikún *adj.* extra
afikún agbára *n.* supercharger
àfikún ìtàn *n.* epilogue
àfikún *n.* addendum
àfikún *n.* input
àfikún owó *n.* subsidy
àfikún owò *n.* weighting
àfikún supplementary
àfilà *n.* streak
àfimọ́ *n.* annexation
afíngi *n.* turner
afínjú *adj.* neat
afinkan ṣòfò *adj.* wasteful
afipá lòpọ̀ *n.* rapist
afipá ṣèjọba *n.* autocrat
àfiwé *n.* analogy
àfiwé *n.* analysis
àfò kọjá *n.* overpass
àfo *n.* disparity
àfo *n.* gap
afọ́ òkúta *n.* mason
àfò piná *n.* moth
àfo rítì *n.* mettle
àfo rítì *n.* perseverance
afọ́fun *n.* oaf
afọ́jú *adj.* blind
àfojú bà *n.* realization

àfojú fò *n.* oversight
àfojú sùn *n.* target
àfojú sùn *n.* aim
àfojú sùn *n.* focus
àfojúsí *adj.* focal
afọkàn sìn *adj.* pious
afọkàn tán *adj.* fidelity
àfọ́kù èèlò ikọ́lé *n.* rubble
àfọ́kù ikòkò *n.* shard
àfọ́kù *n.* fragment
àfọ́kù ọkọ̀ omi *n.* hulk
àfòmọ́ *n.* mistletoe
àfòmọ́ *n.* parasite
àfoní fojì jíjìn *n.* ravine
àfoní fojì *n.* canyon
àfoní fojì *n.* dale
àfoní fojì *n.* vale
àfoní fojì *n.* valley
àfonífojì *n.* canon
àfọwọ́ ṣe *adj.* manual
àfọwọ́ síwè *adj.* undersigned
àfọwọ́ to ara *n.* masseur
afún ni *n.* donor
afúni lókun *n.* carbohydrate
afura sí *n.* suspect
afurasí *n.* dubious
àga *n.* chair
àga gígùn *n.* ottoman
àga kíkàn *n.* upholstery
àgàbà gebè *n.* hypocrisy
àgádá godo *n.* padlock
àgàn *adj.* sterile
agate *n.* agate
àgbà *adj.* elderly
àgbà *adj.* senior
àgbá *n.* barrel
àgbá kékeré *n.* keg
àgbà lá *n.* courtyard
àgbà *n.* adult
àgbá *n.* cask
àgbà *n.* maturity
àgbá ńlá *n.* tun
àgbá omi *n.* cistern
àgbà òpònú *n.* buffer
àgbà òṣèlú *n.* statesman
àgbà òṣèré *n.* protagonist
agbá tẹrú *adj.* instrumental
agbá tẹrù *n.* financier
àgbà yanu *n.* prodigy
àgbà yanu *n.* sensation
àgbà yanu *n.* spellbound
agbá yòwọlé *n.* scorer
àgbàlá ṣọ́ọ̀ṣì *n.* churchyard
agbálẹ̀ *n.* sweeper
àgbán réré *n.* rhinoceros
agbapò *n.* successor
agbára *n.* capability
agbára *n.* energy
àgbàrá *n.* flood
agbára *n.* leverage
agbára *n.* power
agbára *n.* strength
agbára *n.* virility
agbára *n.* voltage
agbára àìdúró *n.* kinetic
agbára ẹkọ̀ *n.* veto
agbára eṣin *n.* horsepower
agbára isopọ̀ *n.* valency
agbára nlá *n.* sovereignty
agbára oúnjẹ *n.* calorie
agbárí *n.* skull
àgbáríjọ ènìà *n.* syndicate
agbátẹru *n.* sponsorship
agbàtọ́jú nílé ìwòsàn *n.* in-patient
àgbáyé *n.* cosmos

àgbẹ n. farmer
àgbẹ n. husbandry
àgbẹ n. tiller
àgbé fodò n. viaduct
àgbé forí adv. overhead
agbè gbè n. area
agbè gbè n. district
agbè gbè n. enclave
agbè gbè n. locale
agbè gbè n. milieu
agbè gbè n. protectorate
agbè gbè n. province
agbègbè n. borough
agbègbè n. zone
àgbé gùn n. ramp
agbẹ jọ́rò n. lawyer
agbẹ jọ́rò n. solicitor
agbẹjọ́ rò n. advocate
àgbé kalẹ̀ èrò n. hypothesis
àgbé kalẹ̀ n. implement
àgbé karí n. headphone
àgbé lébù n. cross
àgbẹ onílẹ̀ n. yeoman
àgbẹ òtòṣì n. peasant
àgbé relé n. takeaway
àgbé yẹ̀wò n. critique
àgbé yẹ̀wò n. review
agbẹ̀bí n. midwife
agbede méjì adj. intermediate
agbede méjì ayé n. equator
agbede méjì n. average
agbede méjì n. medium
àgbẹ̀dẹ n. smith
agbègbè aṣojú n. constituency
agbègbè ìlú n. municipality
agbègbè ìlú n. territory
agbègbè ìṣojú n. constituent
agbẹ́gi lére n. sculptor

agbede méjì ayé n. equator
agbede méjì n. average
agbede méjì n. medium
àgbẹ̀dẹ n. smith
agbègbè n. borough
agbègbè aṣojú n. constituency
agbègbè ìlú n. municipality
agbègbè ìlú n. territory
agbègbè ìṣojú n. constituent
agbẹ́gi lére n. sculptor
agbẹjọ́ rò n. advocate
agbẹjọ́rò n. attorney
àgbékọ́rùn dókítà n. sthethoscope
àgbèrè n. adultery
àgbìnpọ̀ n. hybrid
agbó de gbà n. accomplice
agbo ẹran n. cattle
agbo n. class
agbo n. flock
àgbò n. ram
agbo òrùn n. umbrella
agbóde gbà n. complicit
agbóde gbà n. conspirator
àgbọ́dọ̀ ni n. prerequisite
àgbọ́dọ̀ ṣe adj. necessary
agbóhùn jáde n. amplifier
agbóhùn jáde n. woofer
àgbohùn sílẹ̀ n. midget
agbóhùn sókè n. megaphone
agbọ́kọ̀ sókè n. jack
agbolé n. compound
àgbọn coconut
agbọn n. basket
àgbọ̀n n. chin
agbọ̀n n. hamper
agbọ́n n. hornet
agbọ́n n. wasp

agbọ̀nrìrì *n.* vibrator
agbòrùn *n.* parasol
agbowó *n.* teller
agbowó ọkọ̀ *n.* purser
agbowó oúnjẹ *n.* waiter
agbowó oúnjẹ *n.* waitress
agbowó ṣebi *adj.* venal
àgé *n.* kettle
àgééré *n.* stilt
àgékù *n.* hunk
Agẹmọ *n.* July
agẹṣin sáré *n.* jockey
agéwè *n.* trimmer
agídí ẹ̀sìn *n.* bigotry
agídí ẹ̀sìn *n.* obduracy
agin jù *n.* wilderness
agọ̀ *adj.* crass
agọ̀ *adj.* foolish
àgò *n.* cage
agọ̀ *n.* folly
ago *n.* gong
ago *n.* jug
àgọ́ *n.* pavilion
àgọ́ *n.* shanty
àgọ́ *n.* shed
àgọ́ *n.* tent
agolo *n.* can
agolo *n.* cylinder
agolo *n.* tin
agolo itọ́ *n.* spittoon
agun kẹ̀kẹ́ *n.* cyclist
àgunlá *n.* apathy
agútàn *n.* sheep
àhámọ́ *n.* confinement
àhámọ́ *n.* quarantine
ahéré *n.* hovel
ahéré *n.* hut
ahéré *n.* wigwam

àhesọ *n.* rumour
ahọ́n *n.* tongue
ahoro *n.* barren
ahun *n.* miser
ahun *n.* niggard
ahun *n.* scrooge
ahunṣọ *n.* weaver
àì *adv.* not
àì baralẹ̀ *adj.* gawky
àì baralẹ̀ *adj.* restive
àì baralẹ̀ *adj.* uncomfortable
àì baralẹ̀ *adj.* uneasy
àì báramu *adj.* discrepancy
àì bìkítà *n.* inconsiderate
àì bìkítà *n.* indifference
àì bìkítà *n.* nonchalance
àì bójúmu *adj.* deplorable
àì bójúmu *n.* indecency
àì bójútó *n.* mismanagement
àì bọ̀wọ̀ fún *n.* disrespect
àì dájọ́ rere *adj.* injudicious
àì dájú *n.* suspense
àì dára *adj.* unfair
àì dára *n.* demerit
àì dára *n.* disadvantage
àì dára *n.* impropriety
àì dárúkọ *n.* anonymity
àì dọ́gba *adj.* disproportionate
áì dọ́gba *n.* inequality
àì dọ́gba *n.* mismatch
àì dunnú *adj.* unhappy
àì dunú *adj.* displeasure
àì dunú *n.* disgruntled
àì dúpẹ́ *adj.* thankless
àì faraṣe *adj.* lacklustre
àì farawé *n.* nonconformist
àì fẹnukò *n.* deadlock
àì fẹnukò *n.* disagreement

àì fẹ́ṣe adj. unwilling
àì fetígbọ́ adj. ultrasonic
àì fihàn adj. impassive
àì fiṣé adj. irrespective
àì fiyèsí adj. mindless
àì fojúrí adj. unforeseen
àì fòyesí adj. absurdity
àì gbádùn adj. unhealthy
áì gbàgbé adj. retentive
àì gbàgbọ̀ n. atheism
àì gbaradì adj. unprepared
àì gbẹ̀kọ̀ n. indiscipline
àì gbẹ̀kọ́ n. insolence
àì gbọ́ràn sí n. defiance
àì gbọ́rí adj. untold
àì gbọ́yé n. misunderstanding
àì jẹun tódára n. malnutrition
àì jófìn n. impunity
àì kájúẹ̀ adj. incapacity
àì kàkún adj. flippant
àì kàkún n. immodest
àì kàkún v.t. disregard
àì kọkú adj. desperate
aì láànú adj. ruthless
àì lábàwọ́n adj. impeccable
àì lábàwọ́n adj. spotless
àì lágbára adj. incapable
àì lágbára adj. effete
àì láṣìrí n. indiscretion
àì láṣìṣe adj. foolproof
àì láya n. celibacy
àì légbẹ́ adj. peerless
àì légbẹ́ adj. extraordinary
àì lẹgbẹ́ adj. unequalled
àì légbẹ́ n. originality
àì lèjayàn adj. unexceptionable
àì lẹ́mì adj. inanimate
àì lẹ́mì adj. soulless

àì léra adj. morbid
àì lérò adj. thoughtless
àì lèṣe n. impotence
àì lógbẹ́ n. contusion
àì lókun adj. frail
àì lókun adj. listless
àì lókun adj. puny
àì lókun adj. feeble
àì lókun n. weakness
àì lọ́lá adj. ignoble
àì lòótọ́ adv. insincerity
àì lópin adj. unending
àì lòye adj. absurd
àì lóye adj. inane
àì mèwo adj. irresolute
àì mira n. inertia
àì mọkan adj. insensible
àì mọkan n. naivety
àì mọkan n. ignorance
àì mọkan n. stupidity
áí mọni adj. impersonal
àì mọnkan n. reverie
àì mọ́ọ́mọ̀ ṣe adj. involuntary
àì mọpẹ́dá adj. ungrateful
àì mọwé adj. dull
àì mọye adj. countless
àì mutí adj. teetotal
àì nàtán adj. mealy
àì nídì adj. unfounded
àì nírètí adj. despondent
àì nírètí adj. forlorn
àì nírètí adj. hopeless
àì níṣẹ́ adj. unemployed
àì nító n. dearth
àì nító n. deficit
àì níwà adj. discourteous
àì níye adj. innumerable
àì papọ̀ adj. irony

àì parí adj. pending
àì rẹ́pọ̀ n. variance
àì ríran adj. purblind
àì ronú adj. irrational
àì rọrùn adj. awkward
àì ròtẹ́lẹ̀ n. spontaneity
àì ṣeékà n. illegibility
àì ṣeému adj. impalpable
àì ṣeéṣe n. impossibility
àì ṣègbè n. impartiality
àì sinmi n. unrest
àì ṣiṣẹ́ adj. dysfunctional
àì ṣiṣẹ́ n. idleness
àì ṣòótọ́ adj. unjust
àì ṣòótọ́ n. falsehood
àì ṣọ́ra adj. unguarded
àì tayọ adj. unexceptional
àì tẹ̀láṣẹ n. insubordination
àì tẹ́lọ́rùn adj. disaffected
àì tẹ̀síwájú n. impasse
àì tọ́jú adj. unkempt
àì tòpé n. malformation
àì wúlò adj. feckless
àì wúlò adj. worthless
àì wúlò irresponsible
àìbá láramu adj. maladjusted
àìbọ́wọ̀ fún òfin adj. lawless
àìdáa adj. wrong
àìfẹ́ adj. undesirable
àìfẹ́ ẹ̀ṣẹ̀ adj. puritanical
àìfẹ́ rere adj. uncharitable
àìfẹsẹ̀ múlẹ̀ adj. imbalance
àìfẹsẹ̀ múlẹ̀ adj. unbalanced
àìfi dímúlẹ̀ adj. instability
àìfi ọwọ́yi adj. automatic
àìfo júrí adj. microscopic
àìfo júsí adj. inattentive
àìfọ kàntán n. distrust

àìfọ́wọ̀ fún n. impertinence
àìfọwọ́ kàn n. limbo
àìgbà gbọ́ n. nihilism
àìgbé wọ̀n n. insignificance
àìgbó n. immaturity
àìgbọ́ tẹ́lẹ̀ adj. unheard
àìhàn dájú n. vagueness
àìjámọ́ nkan adj. tenuous
àìjẹ́ bẹ́ẹ̀ n. misnomer
àìkàwé n. illiteracy
àìkú n. immortality
Àìkú n. Sunday
àìlá dàlù n. unadulterated
àìlá gbára lé n. reflex
àìlá gbára n. inability
àìlá mumọ́ adj. unalloyed
àìlá mùmọ́ra adj. intolerant
àìlá tìlẹyìn adj. non-alignment
àìláyọ̀ adj. cheerless
àìlè báwíjọ́ adj. undeniable
àìlè borí adj. insurmountable
àìlè díyelé adj. invaluable
àìlè díyelé adj. priceless
àìlè fiwé adj. inimitable
àìlè gbàgbọ́ adj. unbelievable
àìlè gbàlejò adj. inhospitable
aìlè gbójúlé n. unreliable
àìlè jẹun n. anorexia
àìlè múmọ́ra adj. intolerable
àìlè ràpadà adj. irredeemable
àìlè rẹ́pọ̀ adj. irreconcilable
àìlé ròrere adj. pessimistic
àìlè sáfún adj. inescapable
àìlè sàlàyé adj. uncanny
àìlè sàmúlò adj. impracticable
àìlè san gbèsè adj. insolvency
àìlè ṣírò adj. unaccountable
àìlè sọrọ̀ adj. inarticulate

àìlè tàpásí *adj.* inviolable
àìlè yípadà *adj.* irreversible
àìlè yípadà *adj.* irrevocable
àìlè yọnípò *adj.* unimpeachable
àìlétò *adj.* disorganized
àìló lùgbé *adj.* uninhabited
àìlóbìí *n.* orphan
àìlọ́lá *n.* dishonour
àìlòótọ́ *adj.* dishonest
àìlọpá ẹ̀hìn *adj.* spineless
àìmèwo *n.* indecision
àìmọ́ *adj.* profane
àìmọ́ *adj.* unclean
àìmọ́ *adj.* unholy
àìmọ̀ kan *n.* oblivion
àìmọ pẹ́dá *n.* ingratitude
àìmọ́ ṣe *n.* misrule
àìní *n.* lack
àìní *n.* privation
àìní àálà *adj.* boundless
àìní gbàgbọ́ *n.* disbelief
àìní ìlú *adj.* stateless
àìní ìrètí *adj.* bleak
àìní janu *adj.* unbridled
àìní kọfí *adj.* decaffeinated
àìní kòkòrò *adj.* aseptic
àìní nkan *adj.* platonic
àìní nkan *n.* deficiency
àìní nọ́mbà *adj.* numberless
àìní rànwọ́ *adj.* helpless
àìní rètí *adj.* discordant
àìní rììrí *n.* inexperience
àìní tẹ̀lọ́rùn *adj.* insatiable
àìní tẹ̀lọ́rùn *n.* insatiable
àìníìdí *adj.* baseless
àìníkọ́bọ̀ *adj.* penniless
àìnírora *n.* anaesthesia
àìníwà *n.* boon

àìpé ara *n.* disability
àìpé *n.* imperfection
àìpé *n.* shortage
àìrí *adj.* invisible
àìrí *adj.* latent
àìrí bẹ́ẹ̀ *n.* negativity
àìrí dájú *adj.* spurious
àìrí gbámú *adj.* disembodied
àìrí gbámú *adj.* intangible
àìrí ọ́ọ́kán *adj.* myopic
àìrí ore *n.* disfavour
àìrí ṣéṣe *n.* redundancy
áìro núsí *adj.* facile
àìro rere *n.* pessimism
àìrò tẹ́lẹ̀ *adj.* rash
àìrò tẹ́lẹ̀ *n.* impulse
àìronú *adj.* illogical
àìrọra ṣe *adj.* careless
àìṣafé ayé *adj.* ascetic
àìsàn *n.* flu
àìsàn *n.* ailment
àìsàn *n.* illness
àìsàn *n* malaise
àìsàn *n.* influenza
àìsàn *n.* sickness
àìsàn *n.* tubercle
àìsàn àkọ́ràn *n.* typhus
àìsàn apani *adj.* terminal
àìsàn ara *n.* herpes
àìsàn àwọ *n.* wen
àìsàn dìgbò lugi *n.* rabies
àìsàn eegun *n.* gout
àìsan ẹranko *n.* anthrax
àìsàn ewé *n.* blight
àìsan ẹyẹ *n.* bird flu
àìsàn ìfun *n.* appendicitis
àìsàn ìṣan *n.* sciatica
àìsàn jẹjẹrẹ *n.* cancer

àìsàn ojú *n.* astigmatism
àìsàn ojú *n.* cataract
àìsàn ọlọ́tí *n.* hangover
àísàn ọpọlọ *n.* dyslexia
àìsàn ọpọlọ *n.* neurosis
àìsàn orí *adj.* apoplectic
àìsàn òtútù *n.* blain
àìsàn séèmí *n.* asthma
àìsàn títàn ká *n.* contagion
àìsè *adj.* raw
àìṣe bótiyẹ *adj.* unprofessional
àìṣe dédé *adj.* inconsistent
àìṣe dédé *n.* irregularity
àìṣe fọwọ́kàn *adj.* untouchable
àìṣè gbè *adj.* neutral
àìṣe nkan *n.* inaction
àìṣeé dari *adj.* ungovernable
àìṣeé múlò *adj.* impractical
àìṣèkà *adj.* harmless
àìsí ààbò *adj.* insecure
àìsí ààbò *adj.* insecurity
àìsí dàjọ́ *n.* injustice
àìsí ìjọba *n.* anarchy
àìsí ìtẹ́lọ́rùn *n.* discontent
àìso pọ̀ *adj.* disjointed
àìsùn *n.* vigil
àìtẹ́ lọ́rùn *n.* malcontent
àìtọ *adj.* immoral
àìtó *adj.* insufficient
àìtó èjẹ̀ *n.* anaemia
àìtó *n.* paucity
àìtọ̀ séníyàn *adj.* inhuman
àìtọ̀nà *n.* immorality
àìtù lójú *adj.* wild
àìwuni *adj.* staid
àìwúrí *n.* disincentive
àìyẹ fúnṣẹ́ *adj.* unemployable
àìyí padà *adj.* immutable
àìyípadà *adj.* sacrosanct
ajá *n.* bulldog
ajá *n.* dog
àjà *n.* hurricane
ajá *n.* mongrel
ajá *n.* spaniel
ajá bígùlù *n.* beagle
ajá eléré *n.* greyhound
àjà ilé *n.* roofing
àjà kálẹ̀ àrùn *n.* epidemic
àjà kálẹ̀ àrùn *n.* pestilence
ajá kékeré *n.* terrier
ajá ọdẹ *n.* hound
ajá ọdẹ *n.* retriever
ajàfẹ́tọ *n.* activist
àjàgà *n.* yoke
àjàkú *n.* showdown
àjálù *n.* calamity
àjàm bàkù *adj.* shoddy
àjámọ́ra ìlú *n.* conurbation
àjàrà *n.* vine
ajáwọ̀ *adj.* intrusive
àjẹ bánu *n.* corruption
àjẹ bánu *n.* graft
àjẹ mọ́nú *n.* emolument
Ajé *n.* Monday
àjẹ́ *n.* witch
àjẹ sára *n.* immunity
àjẹ sára *n.* inoculation
àjẹ sára *n.* vaccine
àjẹ yíràá *adj.* voracious
àjẹ́ẹ́lẹ̀ *n.* arrears
àjèjì *n.* expatriate
àjẹjù *n.* gluttony
àjẹkì *n.* surfeit
ajẹni run *n.* pest
ajẹnìà *n.* cannibal
ajẹran *n.* carnivore

205

ajẹ́rì kú *n.* martyr
aji gbèsè *adj.* insolvent
aji gbèsè *n.* debtor
ajílẹ̀ *n.* fertilizer
Àjínde *n.* Easter
àjò *n.* journey
ajò *n.* sortie
àjọ *n.* bloc
àjọ *n.* committee
àjọ *n.* corps
àjọ gbé pọ̀ *n.* coexistence
àjọ ìlú ọba *n.* commonwealth
àjó kára *n.* jig
àjò onírìrí *n.* odyssey
àjọ orílẹ̀ èdè *n.* confederation
àjọ ṣepọ̀ *n.* nexus
àjọ̀dún *n.* carnival
àjọ̀dún *n.* festival
àjọ̀dún *n.* festivity
ajogún *n.* heir
àjòjì *adj.* alien
àjòjì *n.* exile
àjòjì *n.* foreigner
àjòjì *n.* immigrant
àjòjì *n.* migrant
àjòjì *n.* stranger
àjọmọ̀ *n.* collusion
ajọra lójú *n.&adj.* chauvinist
àjọrò *n.* proviso
àjọrò *v.* interchange
àjọṣe *n.* affiliation
àjọṣe *n.* partner
àjọṣe ànfàní *n.* symbiosis
àjọṣe pọ̀ *n.* coalition
àjọṣe pọ̀ *n.* interdependent
àjọṣe pọ̀ *n.* intimacy
àjọṣe pọ̀ *n.* partnership
àjùlọ *adj.* super

àjùlọ *n.* seniority
àká *n.* barn
akàn *n.* crab
akàn ṣé *n.* boxer
àkàndá *adj.* disabled
àkànpọ̀ *n.* grid
àkànṣe iṣẹ́ *n.* project
àkápọ̀ *n.* bracket
akápò *n.* bursar
akápò *n.* treasurer
àkàrà *n.* bun
akata kítí *n.* dissident
akátá *n.* jackal
àkàwé *n.* paperback
àkàyé *n.* comprehension
akè règbè *n.* gourd
àkeekè *n.* scorpion
akẹ́ẹ̀kọ́ *n.* scholar
akéérò *n.* carrier
akẹgbẹ́ *adj.* coeval
akẹgbẹ́ *adj.* contemporary
akẹ́kọ̀ *adj.* learner
akẹ́kọ̀ jáde *n.* alumnus
akẹ́kọ̀ *n.* pupil
àkẹ́kọ̀ yunifásítì *n.* undergraduate
akẹ́kọ́ọ́ *n.* student
akẹrù *n.* haulier
akéwì *n.* poet
akí kanjú *adj.* feisty
àkì mọ́lẹ̀ *n.* compression
àkì mọ́lẹ̀ *n.* suppression
àkí yèsí *n.* caution
àkí yèsí *n.* note
àkí yèsi *n.* notice
àkí yèsi *n.* notification
àkí yèsi *n.* observation
àkín kanjú *adj.* diligent

akín kanjú n. bravery
akin n. boldness
akin n. hero
àkísà n. rag
akọ / abo n. gender
akọ ehoro n. buck
akọ ẹlẹ́dẹ̀ n. boar
akọ ẹṣin n. stallion
àkọ gboyè n. dissertation
àkọ idà n. scabbard
àkó jọpọ̀ n. collection
akọ màálù n. bull
akọ màálù n. bullock
akọ màálù n. ox
akọ n. male
akọ òkúta adj. igneous
akọ òkúta n. flint
akọ ọ̀rọ̀ orin n. lyricist
àkó pamọ́ n. storage
àkó ràn n. virus
akó rira adj. abhorrent
akó rìra adj. hateful
àkọ sílẹ̀ n. account
àkọ sílẹ̀ n. documentary
àkọ́ sórí n. recital
àkọ́ sórí n. rote
àkóbá n. implication
akọ́jà wá n. supplier
akọ́jà wọlú n. importer
àkójọ ènìà n. team
àkójọ n. accumulation
àkójọ pọ̀ n. league
àkọjú sí adj. intensive
àkókò àfigigbá n. innings
àkókò n. duration
àkọ́kọ́ ṣe adj. preliminary
akọkọ/ akaya n. divorcee
àkọlé n. caption

àkọlù kọgbà n. stampede
akọni adj. valiant
akọni bìnrin n. amazon
akọ́ni n. trainer
akọni obìrin n. heroine
àkọ́lẹ̀ òfin n. statute
àkọ́lẹ̀ òkú n. epitaph
àkọ́lẹ̀ ọ̀rọ̀ n. statement
àkọ́lẹ̀ ṣókí n. epigram
àkọ́lẹ̀ yíyìn n. panegyric
akópa n. participant
àkópọ́ èèlò n. kit
àkópọ fáìlì n. dossier
àkópọ ìràwọ̀ n. galaxy
akópọ̀ n. bunch
àkópọ̀ n. summary
àkópọ̀ n. synopsis
àkópọ̀ òdòdò n. bouquet
àkóràn n. infection
akórè n. reaper
àkòrí n. heading
àkòrí n. subject
àkòrí n. topic
akọrin n. choir
akọrin a. singer
akọrin n. vocalist
akórira iṣe sódómù n. homophobia
ákọsẹ̀ bá n. chance
àkọse eré n. debut
àkọse iṣẹ́ n. prototype
akọ́ṣẹ́ mọṣẹ́ adj. professional
akọ́ṣẹ́ mọṣẹ́ n. consultant
àkọsílẹ̀ pípé adj. extant
àkóso adj. managerial
àkóso n. regime
àkóso tiwan tiwa adj. democratic

akọ̀wé *n.* clerk
akọ̀wé *n.* scribe
akọ̀wé *n.* secretary
àkọwé owó *n.* accountant
àkọ́wò *n.* preview
Áktíkì *adj.* Arctic
àkú dààyá *n.* transmigration
àkúfọ́ *adj.* broken
àkùkọ *n.* cock
àkùkọ *n.* rooster
àkùn sójú *n.* blusher
akunni lórun *n.* chloroform
àkúrà kudà *n.* shark
alá bàrìn *n.* companion
alá baṣe *n.* proxy
alá bẹ́rẹ́ *n.* acupuncture
alá bẹ̀wò *n.* habitué
alá bòjútó *n.* matron
alá bójútó *n.* producer
alà bùkún *adj.* blessed
alá dàni *n.* proprietor
alá dáṣe *adj.* insular
alá dàṣe *n.* maverick
alá dídùn *adj.* delicious
alá dùgbò *n.* neighbour
alá dùn *adj.* melodious
alá dùn *adj.* savoury
alá dúrótì *adj.* stalwart
àlá fìà *n.* peace
àlá fihàn *adj.* reflexive
alá fiwé *adj.* comparative
alá gbára *adj.* virile
alá gbàṣe *adj.* mercenary
alá gbàtọ́ *n.* nanny
alá gbẹ̀dẹ *n.* blacksmith
alá gbèkà *adj.* mobile
alá ìyẹ *n.* interloper
alá jẹjù *n.* gourmand

alá jọṣe *adj.* intimate
àlá kálà *n.* nightmare
alá kanpọ̀ *n.* joiner
ala kàṣa *n.* lobster
alá kata kítí *n.* fanatic
alá kópọ̀ *n.* collector
alá kọrí *adj.* disagreeable
alá kóso *adj.* administrator
alá kóso *n.* attaché
alá kóso *n.* manager
alá kọ̀wè *adj.* formal
alá làyé *adv.* lucidity
alá lòpẹ́ *adj.* durable
alá mójú tó *n.* commissioner
alá mòjútó ìdánwò *n.* invigilator
alá mójútó *n.* supervisor
alá mòjútó *n.* overseer
alá mójútó *n.* superintendent
àlá *n.* dream
àlá pẹpẹ *adj.* flamboyant
alá rinà *n.* intermediary
alá rinà *n.* matchmaker
alá rìnká *n.* nomad
alá rìnká *n.* vagrant
alá rìnkiri *n.* rover
alá rìnkiri *n.* vagabond
alá rinrin *adj.* jolly
alá riwo *adj.* raucous
alá riwo *adj.* rowdy
alá riwo *adj.* shrill
alá ròkọ *n.* compositor
alá ròyé *n.* monger
alá sèé *adj.* zany
alá ṣejù *adj.* finicky
alá ṣejù *adj.* officious
alá ṣiṣe *adj.* inaccurate
alá sopọ̀ *n.* cluster
alá sùnrìn *n.* somnambulist

alá takò *n.* opponent
alá tòpọ̀ *adj.* synthetic
alá túntò *n.* reformer
alá wàdà *n.* clown
alá wàdà *n.* comedian
alá wàda *n.* harlequin
alá wàdà *n.* joker
alá wàdà *n.* stooge
alá wòrán *adj.* pictorial
alá wòrán *adj.* picturesque
alá yẹyẹ *n.* celebrant
aláà túntò *n.* innovator
aláàbò *adj.* defensible
aláàbò *n.* escort
aláago *n.* buzzer
aláànú *adj.* humane
aláànú *adj.* merciful
aláànú *n.* benefactor
aláápọn *n.* aggressor
aláàrẹ̀ *n.* invalid
alábùkún *n.* beatitude
aládùn *adj.* juicy
aládùn *n.* sweetness
aláfẹ́ *n.* elegance
àlàfo *n.* vacuum
alága *n.* chairman
alágàbà gebè *n.* hypocrite
alàgbà *adj.* elder
alágbe *adj.* beggar
alágbe *adj.* mendicant
alágídí *adj.* delinquent
alágídí èsìn *n.* bigot
aláì fẹ́ṣẹ̀ *n.* puritan
aláì gbàgbọ́ *adj.* faithless
aláì gbàgbọ̀ *n.* atheist
aláì gbani gbọ́ *n.* cynic
aláì gbẹ̀kọ́ *adj.* insolent
aláì gbọ́n *adj.* unwise

aláì gbọràn *adj.* disobedient
aláì jẹran *n.* vegan
aláì jẹran *n.* vegetarian
àlái kàwé *n.* illiterate
aláì kàyẹ *adj.* unqualified
aláì láwọ̀ *n.* colourless
àlái láwọ̀ *n.* monochrome
aláì láya *adj.* celibate
aláì lèyọ́ *adj.* insoluble
aláì lójútì *adj.* shameless
aláì lójútì *adj.* unscrupulous
aláì lókun *n.* weakling
aláì lóòtọ́ *adj.* insincere
aláì lóye *adj.* unreasonable
aláì mọ̀kan *adj.* ignorant
aláì mọ̀kan *adj.* stupid
aláì mọra *adj.* unprincipled
aláì mọ́ṣẹ́ *adj.* unskilled
aláì mọwọ́ *adj.* hapless
aláì mutí *adj.* teetotaller
aláì nání *adj.* impertinent
aláì nílárí *adj.* plebeian
aláì nílé *n.* waif
aláì níwà *n.* minx
aláì ríṣẹ́ ṣe *adj.* redundant
aláì ronú *n.* zombie
aláì sàn *adj.* sickly
aláì ṣègbè *adj.* impartial
aláì ṣiṣẹ́ *n.* idler
aláì ṣòótọ́ *adj.* unfaithful
aláì tẹ̀láṣẹ *adj.* insubordinate
aláìmọkàn *n.* agnostic
aláìní *adj.* destitute
aláìní *adj.* needy
aláìní *adj.* poor
aláìní *n.* pauper
aláìní sùúrù *adj.* impatient
aláìro rere *n.* pessimist

aláìsàn *n.* patient
aláìsàn ọpọlọ *adj.* neurotic
aláìṣe *adj.* inactive
alájẹ bánu *n.* corrupt
alájẹ ṣẹ́ *n.* traitor
alájẹjù *n.* glutton
alájọ sọ *n.* interlocutor
alájù pọ̀ *n.* juggler
alàkọ́ṣe eré *n.* debutante
alámì èyẹ *v.i.* medallist
alámì *n.* symbolism
alámọ *adj.* earthen
alámọ̀ *n.* adobe
alámọ *n.* ceramic
alámu para *n.* addict
alán takùn *n.* spider
alángbá *n.* lizard
àlàpà *adj.* dilapidated
àlàpà *n.* remains
alápará *adj.* facetious
alárà *adj.* stylistic
alárà barà *adj.* gaudy
alárà barà *adj.* variegated
alárà túntà *n.* distributor
alarà túntà *n.* wholesaler
aláríṣọ *adj.* censorious
alárùn ọpọlọ *adj.* insane
alárùn ọpọlọ *n.* psychopath
aláṣà *n.* traditionalist
aláṣàrò *n.* thinker
alásè *n.* gourmet
aláṣẹ *n.* authority
alásè *n.* chef
alásè *n.* cook
aláṣẹ *n.* dictator
aláṣẹ *n.* president
aláṣẹ *n.* regent
aláṣẹ *n.* ruler

aláṣe hàn *n.* extremist
aláṣè kágbá *n.* finalist
alásọ bàjẹ́ *adj.* saucy
aláso pọ̀ *adj.* cursive
aláté *adj.* insipid
alátẹ numọ́ *adj.* insistent
alátì lẹyìn *n.* loyalist
aláwàdà *n.* buffoon
aláwọ̀ ewé *adj.& n.* green
Aláwọ̀ funfun *adj.* Caucasian
aláwọ̀ funfun *n.* westerner
aláwọ̀ mẹ́ta *n.* tricolour
aláwọ̀ *n.* colouring
aláwọ̀ pupa *n.* carmine
aláwọ̀ títàn *adj.* garish
aláya púpọ̀ *adj.* polygamous
àlàyé *adj.* comprehensible
àlàyé *adj.* explicit
àlàyé *adj.* perspicuous
àlàyé bíntín *n.* sketch
àlàyé *n.* clarification
àlàyé ọ̀rọ̀ *n.* adjunct
àlàyé ṣókí *n.* overview
aláyọ̀ *adj.* cheery
aláyọ̀ *adj.* joyous
àlè *n.* concubine
alẹ́ *n.* dusk
alẹ́ *n.* night
àléébù *n.* defect
àlejò *n.* guest
àlejò *n.* visitor
àlékún *n.* increment
àlẹ̀máyà *n.* badge
àlẹ̀mọ́ egbò *n.* plaster
àlẹ̀mọ́ *n.* sticker
aléni jáde *n.* bouncer
alẹ̀tọ́ *n.* claimant
álfà *n.* alpha

álfábẹ́tì *n.* alphabet
àlọ *n.* departure
alo páráṣútì *n.* parachutist
àlọ rámi *n.* riddance
àlò sọnù *adj.* disposable
alọ́pà ẹ̀hìn *n.* vertebrate
àlòpọ̀ ọkùnrin méjì *n.* sodomy
alòsì *n.* leftist
àlù bánsì *n.* advance
àlù bolẹ̀ *n.* lynch
àlù bolẹ̀ *n.* rout
álú bọ́mù *n.* album
àlù bọ́sà *n.* onion
àlù fáà *n.* chaplain
àlù mọ́nì *n.* mineral
àlù mọ́nì *n.* resource
alù pùpù *n.* scooter
àlù wàlá *n.* ablutions
alú wẹ̀ẹ́ *n.* swimmer
àlùfáà *n.* priest
àlùfáà àgbà *n.* prelate
àlùfáà *n.* abbot
àlùfáà *n.* monk
àlùfáà *n.* parson
àlùfáà *n.* pastor
àlúmọ̀ kọ́rọ́yí *n.* gimmick
aluni *n.* striker
Ama gédọ̀nì *n.* Armageddon
ámbà *n.* amber
amẹ́ jẹ̀dá *adj.* styptic
amẹ́jọ́ rò *n.* informer
amèrò ìlú *n.* pollster
amẹ́rọ tutù *n.* coolant
àmì *n.* cachet
amí *n.* espionage
àmì *n.* omen
àmì *n.* sign
àmì *n.* signal
amí *n.* spy
àmì *n.* symbol
àmì *n.* signal
amí *n.* spy
àmì àkámọ́ *n.* parenthesis
àmì ara *n.* mole
àmì ara *n.* freckle
àmì ara *n.* wart
àmì ayò *n.* goal
àmì ayò *n.* score
àmì ẹ̀yẹ *n.* medal
àmì ẹ̀yẹ́ *n.* prize
àmì ifolẹ́tà *n.* apostrophe
àmì ìkìlọ̀ *n.* portent
àmì ilé iṣẹ́ *n.* trademark
àmì ilé iṣẹ́ *n.* trademark
àmì yíyà sọ́tọ̀ *n.* semicolon
àmísà òkú *n.* requiem
amọ̀ àti láìmù *n.* marl
amó jútó *adj.* monitory
amọ̀ *n.* clay
àmọ́ *n.* however
amọ ohun gbogbo *adj.* omniscient
àmọ̀ ràn *n.* advice
àmọ́ tẹ́kùn *n.* leopard
àmọ́ tẹ́kùn *n.* cheetah
àmọ́ tẹ́kùn *n.* panther
àmọ́ tẹ́lẹ̀ *n.* foreknowledge
àmódi kan *n.* monody
àmódi *n.* allergen
àmódi *n.* allergy
àmódi *n.* malady
amòfin *n.* barrister
amóhun tutù *n.* refrigerator
amòye *n.* sage
ámpíà *n.* ampere

àmù ìdọ̀tí *n.* bin
àmú mọ́ra *adj.* resilient
àmú mọ́ra *n.* fortitude
àmù *n.* vessel
amú nkan tutù *n.* cooler
àmù onírin *n.* tank
àmu para *n.* intoxication
amú ṣẹ́yá *n.* catalyst
àmú tọrunwá *adj.* inbred
àmúlò *n.* facility
àmúmọ̀ *n.* combination
àmúmọ́ *n.* inclusion
amúni *n.* captor
amúni sìn *n.* apartheid
amúnkan pọ̀ *n.* clip
amúnú dùn *adj.* pleasant
amúnú dùn *n.* thriller
àmuyó *n.* tipsy
àná *adv.* yesterday
àǹbẹ lọ́run *n.* dependant
ándrọ̀ìdì *n.* android
ànfàní *n.* advantage
ànfàní *n.* benefit
ànfàní *n.* likelihood
ànfàní *n.* odds
ànfàní *n.* opportunity
ànfàní *n.* privilege
ànfàní *n.* vantage
ànfàní yíyàn *n.* option
áńgẹ́lì àgbà *n.* archangel
áńgẹ́lì *n.* angel
àngìnà *n.* angina
àní àní *n.* ado
anini lára *n.* tyrant
aniseedì *n.* aniseed
àníṭó *n.* sufficiency
àníyàn *n.* anxiety
ánode *n.* anode

Antátíkì *adj.* Antarctic
áńṭẹ́nà *n.* antenna
àntí *n.* aunt
apá *n.* arm
apá *n.* episode
apá *n.* forearm
àpá *n.* mark
apá *n.* part
àpá *n.* scar
apá *n.* stanza
apá aṣọ *n.* sleeve
àpá ẹgba *n.* welt
àpá ìkúnomi *n.* watermark
apá ìyẹ *n.* wing
apá kan *n.* chunk
apá kan *n.* portion
apa kòkòrò *adj.* antiseptic
apa kòkòrò *n.* insecticide
apa kòkòrò *n.* pesticide
apa kòkòrò *n.* sterilization
àpa mọ́wọ́ *n.* portfolio
apà nìà *adj.* sanguinary
àpá nínà *n.* weal
àpa wọlé *n.* income
àpáàdì *n.* hell
apákan *n.* faction
apákan *n.* section
apákan *n.* slice
apákan *n.* unit
apani lẹ́rìn *adj.* comic
apani lẹ́rìn *adj.* laughable
apani lẹ́rìn *adj.* risible
apani run *n.* destroyer
apànì yàn *n.* assassin
apànìà *n.* murderer
àpapọ̀ eré *n.* montage
àpapọ̀ kòtò èérí *n.* sewerage
àpapọ̀ *n.* incorporation

212

àpapọ̀ n. total
àpárá n. anecdote
àpárá n. antic
àpárá ṣíṣe n. parody
àparò n. quail
àpáta n. rock
àpatì n. outcast
àpé jọpọ̀ n. concourse
àpé jọpọ̀ n. fellowship
àpè júwe n. description
àpè júwe n. emblem
àpè júwe n. metaphor
apè júwe n. simile
ápè túnpé n. alliteration
àpè túnpè n. assonance
apẹ n. cauldron
àpẹẹrẹ n. imagery
àpẹẹrẹ n. specification
àpẹẹrẹ n. example
apẹja erinmi n. whaler
apẹja n. fisherman
àpèjẹ n. buffet
àpèjẹ́ n. pseudonym
àpèjẹ n. feast
àpéjù adj. interminable
àpèjúwe adj. idiomatic
àpèkọ n. dictation
apẹpẹ n. gaiety
àpẹrẹ aburú adj. sinister
àpẹrẹ àrún n. symptom
àpẹrẹ aṣọ n. sampler
àpẹrẹ gígé n. template
apẹ̀rẹ̀ n. trug
àpẹrẹ n. epitome
àpẹrẹ n. quintessence
àpẹrẹ n. sample
àpẹrẹ n. specimen
apèsè n. server

apẹ́ṣẹ́ n. shirker
apèsè oúnjẹ n. victualler
apẹ̀sìn dà n. apostate
àpèsọ n. briefing
apẹ̀tù síjà n. troubleshooter
apín dúkìá sílẹ̀ adj. testate
apín lẹ́tà n. postman
àpò n. coffer
àpò n. holdall
àpò n. pocket
àpò àgbé kọ́rùn n. satchel
àpò awọ n. pouch
àpò èèlò ogun n. magazine
àpò ìbọn n. holster
apó idà n. sheath
àpò ìtọ̀ n. bladder
àpò ìwé n. envelope
àpọ̀ jù n. congestion
àpò owó n. kitty
àpò owó n. purse
àpò owó n. wallet
àpò ṣaka n. sack
apọdà n. painter
apògùn n. pharmacist
àpọ̀jù èníá n. overspill
àpọ̀jù eré adj. hyperactive
àpọ̀jù n. excess
àpọ̀jù n. glut
àpọ̀jú n. intensity
àpọ̀jù n. plethora
àpọ̀jù n. superabundance
àpọ̀jù n. surplus
àpọ̀jù òógùn n. overdose
àpọ̀jù ọ̀rọ̀ n. hyperbole
àpọ̀jù prep. hyper
àpọ́n n. bachelor
apọ́ni lójú n. tormentor
àpọ́njù adj. vaunted

apónkè n. mountaineer
àpónlé n. blarney
àpòpọ̀ ọtí n. marinade
aporó n. antidote
àpọ́stélì n. apostle
àpótí n. ark
àpótí n. box
àpótí owó prep. till
àrá n. thunder
ara n. folk
ará n. fellow
ara n. body
àrà n. paisley
ara ẹ́njìnì n. piston
ara hìhọ n. abrasion
ará ibiṣẹ́ n. crew
ara ìdí n. factor
ara igi n. bole
ará ilé aṣòfin n. frontbencher
ara ilé n. inmate
ara ilẹ̀kùn n. panel
ará ìlú n. civilian
ará ìlú n. compatriot
ara ìlù n. populace
àrà irun n. hairstyle
ara Índíà n. Indian
ara ìṣẹ̀lẹ̀ adj. incidental
ará ìta n. outsider
ará kùnrin n. nephew
ara líle n. fettle
ara abúlé n. villager
ará bìnrin n. niece
ará bìrin n. sister
ara ẹni n. self
ara nínà n. reflexology
ará òbalẹ̀ adj. febrile
ara òbalẹ̀ n. tenterhook
ara òbìrì n. arc

ara òdòdó n. pollen
ara òdòdó n. stamen
àrà òdòdó n. topiary
àrà ojú sánmọ̀ n. aerobatics
ara oko n. barbarian
ará oko n. bumpkin
ara oko n. yokel
ara olúwa n. sacrament
ara rẹ pron. yourself
ara rírán n. suture
ara rírọ̀ adj. lithe
ara ríro n. myalgia
ara ríro n. pang
ará Spáìn n. Spaniard
ara títa n. blister
àrà titun n. novelty
ará tuni n. relief
ara wíwú adj. inflammation
ara wíwú adj. tumescent
Árábù n. Arab
arìnrin àjò kiri ayé n. globe-trotter
arákùnrin n. brother
arákùrin bàbá / ìyá n. uncle
arán bàtà n. cobbler
àrán kan n. virulence
arán n. senility
aràn n. worm
arán nilétí n. prompter
aràrá n. dwarf
aràrá n. pigmy
arẹ́ tẹ́lẹ̀ adj. estranged
àréké rekè adj. crafty
àréké rekè n. chicanery
àréké rekè n. guile
àréké rekè n. ploy
àréké rekè n. sleight
arẹwà n. belle

àrí dájù n. conjuncture
àrí dìmú n. inference
àrí gbámú n. clue
àrí gbámú n. deduction
àrí gbámú n. fact
aríbí òdòdó n. rosette
àrìn fẹsẹ̀sí n. misadventure
àrín gòkè n. mezzanine
arìn rìnàjò adj. adventurous
arìnàjò afẹ́ n. tourist
arìnbí ẹṣin n. trotter
àrìnká n. locomotion
àrìnká n. nomadic
arìnrìn àjò n. traveller
aríran adj. visionary
aríran n. seer
aríran n. telepathist
arìrìn àjò n. voyager
àríwá n. north
ariwo ẹyẹ n. screech
ariwo híhan n. whine
ariwo líle n. trill
ariwo líle n. uproar
ariwo n. clamour
ariwo n. din
ariwo n. disquiet
ariwo n. exclamation
ariwo n. hubbub
ariwo n. noise
ariwo n. outcry
ariwo n. racket
ariwo ńlá n. peal
àríyàn jiyàn n. argument
àríyàn jiyàn n. debate
arọ adj. lame
aró ìkunra n. woad
àrò jinlẹ̀ n. rumination
àrò kọ n. composition

arọ n. cripple
aró n. dye
àrọ n. funnel
aró n. indigo
aró n. pigment
àrò tẹ́lẹ̀ n. presupposition
àròdùn n. anguish
àròkàn v. reminiscence
àròkọ adj. prose
àròkọ ìwé n. thesis
àròkọ n. essay
àròkọ n. fiction
aromọ léegun n. arthritis
arònú ìlera n. valetudinarian
àròpapọ̀ n. aggregate
àròpọ̀ n. addition
àrópọ̀ n. quantum
àròpọ̀ n. subtotal
àròpọ̀ n. sum
arópò orúkọ n. pronoun
àròpọ̀ prep. plus
àròsọ adj. fictitious
àrọwà n. persuasion
aróye adj. perceptible
aróye adj. perceptible
arú fin n. culprit
arúfin n. outlaw
àrùn ẹ̀gbà n. palsy
àrùn ìdáná sun n. pyromania
àrún mọ́ adj. scrappy
àrùn n. disease
àrún n. syndrome
àrùn ojú n. myopia
àrùn ojú n. myosis
àrùn ọpọlọ líle n. psychosis
àrùn ọpọlọ n. autism
àrùn ọpọlọ n. dementia
àrùn ọpọlọ n. insanity

àrùn ọpọlọ n. psychiatry
àrùn ṣúgà n. diabetes
aruná sókè n. stoker
asá n. saddle
àṣà n. culture
àṣá n. falcon
àṣà n. lore
àṣà n. norm
asà n. shield
àṣà n. tradition
aṣà déhùn n. warrantor
asá fófin n. fugitive
àṣà ìbílẹ̀ n. custom
àṣà òde n. fad
àṣà tódé n. vogue
aṣà yẹ̀wò síkú n. coroner
aṣáájú n. forerunner
aságun n. renegade
aṣájú n. pioneer
aṣájú n. precursor
aṣájú n. vanguard
àṣamọ̀ n. dictum
asán adj. vain
asán n. futility
asán n. vanity
àsań lẹ n. deposit
àsanlé n. surcharge
aṣara lóore adj. nutritive
aṣaralóge n. beautician
àṣàrò n. mediation
àsáró n. porridge
àṣàyàn n. menu
aṣe àyẹ̀wò n. critic
aṣe bótiyẹ n. idealist
àṣe hàn n. extravaganza
àṣẹ ìmúni n. warrant
aṣè jàmbá adj. lethal
àṣe kágbá adj. final

àsè ńlá n. banquet
àṣẹ n. behest
àṣẹ n. decree
àṣẹ n. directive
aṣẹ́ n. filter
aṣẹ́ n. sieve
àṣẹ n. virtue
àṣẹ kóòtù n. injunction
àṣẹ kóòtù n. jurisdiction
áṣe lékè n. prowess
àṣẹ lórí ìní ajigbèsè n. lien
aṣe máṣe n. proclivity
àṣẹ olùdá n. patent
asé òógùn n. antiperspirant
àsè ọ̀sán n. luncheon
àṣe padà adj. reciprocal
àsè pọ n. concoction
àṣe sílẹ̀ rere n. pedigree
àṣe tẹ́lẹ̀ adj. prefabricated
àṣe túnṣe n. repetition
aṣẹ́ wó n. courtesan
àṣe yọrí n. achievement
àṣe yọrí n. success
aṣẹ̀dá n. creator
aṣeé gbẹ́kẹ̀lé adj. trusty
aṣẹ́gun adj. triumphant
aṣẹ́gun n. trump
aṣẹ́gun n. victor
aṣẹ́gun n. winner
àṣehàn n. parade
àṣehàn n. showy
àṣejù n. extravagance
àṣejù n. fuss
àṣejù n. superfluity
àṣepọ̀ rere n. rapport
aṣerun lóge n. stylist
àṣẹ̀sẹ̀ bẹ̀rẹ̀ adj. nascent
aṣẹ̀sẹ̀ bẹ̀rẹ̀ n. neophyte

aṣẹ́wó n. prostitute
aṣẹ́wó n. slut
aṣẹ́wó n. strumpet
aṣẹ́wó n. vamp
aṣẹ́wó n. whore
àṣeyẹ n. fanfare
àṣí rí adj. confidential
aṣí wájú n. leader
àsìá gígùn n. streamer
àsìá ìtukọ̀ n. sail
àsìá n. banner
àsìá n. flag
aṣìèrè n. freak
ásìkí n. prosperity
àsìkò búburú n. nadir
àṣìkò n. misalliance
àsìkò n. time
àṣìlò v. misappropriation
asín nijẹ n. mimic
asín wín n. lunatic
asínijẹ n. imitator
àṣírí n. affair
àṣírí n. secrecy
àṣìrò n. miscalculation
àṣìṣe àkóso n. maladministration
àṣìṣe n. blunder
àṣìṣe n. error
àṣìṣe n. gaffe
àṣìṣe n. howler
àṣìṣe n. mischance
àṣìtẹ̀ n. misprint
aṣiwájú n. predecessor
aṣọ aláré n. costume
aṣọ àlùfáà n. cassock
aṣọ àrán n. velvet
aṣọ àwọ̀ lékè n. tuxedo
aṣọ àwọsùn n. pyjamas
aṣọ àwọtẹ́lẹ̀ n. tunic

aṣọ dídán n. satin
àsọ dùn n. hype
aṣọ ẹlẹ́hà n. yashmak
aṣọ eléré pápá n. tracksuit
aṣọ ẹṣin n. caparison
aṣọ fẹ́lẹ́ adj. flimsy
aṣọ fẹ́lẹ́ n. flannel
aṣọ fẹ́lẹ́fẹ́lẹ́ v. muslin
aṣọ fífẹ̀ n. sheet
aṣọ fífọ̀ n. washing
aṣọ́ gbó n. ranger
aṣọ gbọọrọ n. robe
aṣọ gíní n. brocade
aṣọ híhun n. crotchet
aṣọ híhun n. crotchet
àṣọ híhun n. embroidery
aṣọ híhun n. kilt
aṣọ hìhun n. quilt
aṣọ híhun n. velour
aṣọ ìbùsùn n. bedding
aṣọ ìbùsùn n. duvet
aṣọ ìdi eegun n. bandage
aṣọ ìgbòjò n. mackintosh
aṣọ ìkọ́rùn n. scarf
aṣọ ìlékè n. blazer
aṣọ ìlekè n. cloak
aṣọ ìlúwẹ́ẹ́ n. bikini
aṣọ inura n. towel
aṣọ inuwó n. napkin
aṣọ ipò n. vestment
aṣọ iṣẹ́ n. garb
aṣọ itasí ibùsùn n. valance
aṣọ ìwọ̀ gẹṣin n. breeches
aṣọ jẹsí n. jersey
aṣọ kíjìpá n. canvas
aṣọ kìmónò n. kimono
aṣọ kóòtù n. coat
aṣọ líle n. ticking
aṣọ líle n. trampoline

217

àso mọ́ n. connection
aṣọ n. attire
aṣọ n. cladding
aṣọ n. cloth
aṣọ n. clothing
aṣọ n. discord
aṣọ n. fabric
aṣọ n. frock
aṣọ n. garment
aṣọ n. material
aṣọ n. outburst
aṣọ n. row
aṣọ n. squabble
aṣọ n. strife
aṣọ n. textile
aṣọ n. worsted
aṣọ òde n. outfit
aṣọ ọ̀gbọ̀ n. linen
aṣọ olówù n. tweed
aṣọ onírun n. cashmere
aṣọ orí pósí n. pall
aṣọ òtútù n. cardigan
aṣọ òtútù n. jumper
aṣọ otútù n. mink
aṣọ otútù n. pullover
aṣọ otútù n. sweater
aṣọ òwú n. cambric
àso papọ̀ n. conglomeration
aṣọ pélébé n. apron
aṣọ pélébé n. bib
aṣọ pénpé n. miniskirt
aṣọ rírán v. baste
aṣọ sàrì n. sari
aṣọ ṣẹ́dà n. silk
aṣọ tẹ́ẹ́rẹ́ n. ribbon
àsọ tẹ́lẹ̀ adj. conditional
àsọ tẹ́lẹ̀ n. prediction
àsọ tẹ́lẹ̀ n. prophecy

aṣọ tẹ́rì n. terry
aṣọ títa n. backdrop
aṣọ títóbi n. smock
aṣọ toga n. toga
àṣọ wíwọ̀ n. dressing
aṣọ́ wóná adj. thrifty
aṣọ yíya n. tatter
aṣọ́de n. sentinel
aṣòdì sí adj. perverse
aṣòfin àgbà n. senator
aṣòfin n. legislator
aṣòfin n. parliamentarian
aṣọgbà n. gardener
aṣojú adj. representative
aṣojú n. agent
aṣojú n. delegate
aṣojú n. deputation
aṣojú ayé n. sycophant
aṣojú elétò n. executor
aṣojú orílẹ̀ èdè n. consul
aṣojú orílẹ̀ èdè n. diplomat
aṣọ́ko másùn n. scarecrow
aṣokùn fà adj. proactive
àsomọ́ n. appendage
àsomọ́ n. attachment
asọni dọmọ adj. adoptive
àsopọ̀ n. amalgamation
àsopọ̀ n. bond
àsopọ̀ n. linkage
asọ̀rọ̀ iwúrí n. toaster
asọ̀rọ̀ kíun adj. taciturn
asọtàn n. narrator
àsowọ́ pọ̀ adj. cooperative
àsọyé n. clarity
ástí rónọ́tì n. astronaut
àsun n. barbecue
àsún pọ̀ adj. corrugated
àsùn rìn n. somnambulism

ata *n.* chilli
ata *n.* pepper
ata *n.* spice
atamátàsé eeyan *n.* marksman
ata mátàsé *n.* missile
ata yẹ́rí *n.* peppermint
àtakò *n.* negation
àtakò *n.* objectionable
àtàn mọ́ *n.* creeper
àtàn pàkò *n.* thumb
atan rajẹ *adj.* illusory
atàpáta díde *adj.* self-made
àtàtà *adj.* favourite
àtayé báyé *n.* eternity
àtẹ *n.* charger
atẹ dùrù *n.* pianist
àtẹ̀ jáde *n.* printout
àtẹ̀ jáde *n.* publication
àtẹ́ sábẹ́ *n.* underlay
àtẹ̀gùn àdìmú *n.* staircase
àtẹ̀gùn ilé *n.* stair
àtẹ̀gùn *n.* ladder
àtẹ̀gùn ògiri *n.* stile
àtẹ́lẹ sẹ̀ *n.* sole
àtẹnu mọ *adj.* emphatic
atètè sọ́kún *adj.* lachrymose
atẹ̀wé jáde *n.* publisher
àtẹ́wọ́ *n.* palm
àtẹ́wọ́ *n.* applause
àtí bàbà *n.* canopy
àti bẹ́ẹ̀bẹ́ẹ̀ lọ *adv.* et cetera
àti *conj.* and
àti dènà *adj.* preventive
àti lẹ́hìn *n.* framework
àtì lẹ́yìn *n.* substantiation
àtì mọ́lé *n.* detention
àti *n.* ampersand
àti núwá *adv.* voluntarily

àti òdìkejì *adv.* vice-versa
àtíbàbà ńlá *n.* marquee
àtíkè *n.* powder
àtíké *n.* talc
àtíkè pupa *n.* rouge
àtìlẹhìn *n.* aide
àtìlẹ́hìn *n.* support
àtinú wá *adj.* innermost
àtinú wá *n.* instinct
àtìpó *n.* pilgrim
àtiṣe *n.* etiquette
àtò iwé *n.* index
àtò jọ *n.* configuration
atọ́ kùn *n.* compere
àtò léra *n.* stack
àtọ̀ *n.* orgasm
àtọ̀ *n.* sperm
atọ pasẹ̀ *n.* stalker
atọ pinpin *n.* regulator
atọ̀hún wá *adj.* exotic
atójú erin *n.* mahout
atójú òkú *n.* undertaker
atóka *n.* indicator
àtọkàn wá *n.* heartfelt
àtòkọ ìwé *n.* catalogue
àtòkọ *n.* criterion
àtòkọ *n.* inventory
àtòkọ *n.* list
àtòkọ ọdaràn *n.* blacklist
àtòkọ ọ̀rọ̀ *n.* concordance
àtòkọ ọ̀rọ̀ *n.* lexicon
àtòkọ orúkọ *n.* roll
atókùn *n.* moderator
átọ́mù *n.* atom
atọni lẹ́hìn *n.* straggler
àtòpọ̀ *n.* edition
àtòpọ̀ *n.* permutation
àtòpọ̀ *n.* synthesis

àtòpọ̀ ọ̀rọ̀ *n.* syntax
àtòrì *n.* whip
àtọ́run wá *adj.* divine
àtọwọ́ dá *adj.* artificial
átríumù *n.* atrium
àtú palẹ̀ *n.* debacle
atukọ̀ *n.* navigator
atukọ̀ *n.* sailor
atukọ̀ *n.* yachtsman
atukọ̀ orí omi *n.* mariner
atulẹ̀ *n.* ploughman
atún ara ṣe *n.* antioxidant
àtun bọ̀tán *n.* repercussion
atún raṣe *n.* toner
àtún ṣe *n.* correction
àtún tò *n.* reformation
àtúnbí *n.* convert
àtúndì ìbò *n.* by-election
atúni sílẹ̀ *n.* liberator
àtúnṣe *n.* adjustment
àtúnṣe *n.* amendment
àtúnṣe *n.* maintenance
àtúnwá *n.* incarnation
àtúnwò *n.* reappraisal
àtùpà *n.* lantern
áwà dà *n.* comedy
awá ìyàwó *n.* suitor
awa kọ̀mpútà *n.* hard drive
awa kùsà *n.* miner
àwa *n.* we
awà níbi gbogbo *adj.* omni-present
àwàdà *n.* humour
àwàdà *n.* humour
awakọ̀ *n.* driver
àwakọ̀ òfurufú *n.* aviator
awakọ̀ òfurufú *n.* pilot
àwárí *n.* discovery

awáṣẹ́ *n.* applicant
awẹ́ *n.* piece
awẹ́ méjì *n.* pair
awẹ́ òdòdó *n.* petal
àwẹ̀mọ́ *n.* purgation
àwí jàre *n.* alibi
àwí túnwí *n.* chant
àwí túnwí *n.* mantra
àwí túnwí *n.* reiteration
àwìn *n.* credit
àwo *n.* casserole
àwọ̀ *n.* colour
awọ *n.* leather
àwo *n.* plate
àwò àlùko fẹ́rẹ́ *n.* lilac
àwọ̀ àlùkò *n.* purple
àwọ̀ amọ̀ *n.* terracotta
àwọ̀ ara *n.* brown
àwọ̀ ara *n.* complexion
awọ̀ ara *n.* epidermis
àwọ̀ ara *n.* skin
àwọ̀ aró *n.* violet
àwọ̀ búlù *n.* turquoise
àwọ̀ búlù *n.* ultramarine
awọ búrẹ́dì *n.* crust
àwọ̀ èrùpẹ̀ *n.* beige
awọ fẹ́lẹ́ *n.* membrane
àwọ̀ fẹ́rẹ́fẹ́ *n.* pastel
àwọ̀ gírè *n.* grey
àwo ìdaminù *n.* sink
àwo ilẹ̀ *n.* tile
àwọ̀ kọ́rùn *n.* cravat
àwò kọ́ṣe *n.* mentor
àwọ̀ màjẹ́ntà *n.* magenta
àwo nlá *n.* platter
àwọ̀ òṣù màrè *n.* spectrum
àwo oúnjẹ *n.* dish
àwó palẹ̀ yìyín *n.* avalanche

àwo pẹrẹsẹ n. salver
àwọ̀ pinki adj. pink
àwọ̀ pupa n. umber
àwọ́ pupafò n. vermillion
àwò rán n. portrait
awò ràwọ̀ n. astrologer
awò ràwọ̀ n. palmist
àwọ̀ rẹ́sú rẹ́sú n. maroon
àwọ sánmọ̀ n. cloud
àwọ sánmọ̀ n. nimbus
àwò ṣe n. cue
awọ sísá n. tan
awọ tẹ́ẹ́rẹ́ n. thong
àwọ̀ tẹ́lẹ̀ n. singlet
àwọ̀ tẹ́lẹ̀ n. underwear
àwọ̀ tẹ́lẹ̀ obìrin n. lingerie
àwọ títàn adj. lurid
àwò tunwò n. cynosure
àwo tùràrí n. censer
àwò yanu n. stunner
àwòdì n. hawk
àwọ́ká n. rheumatism
àwọ̀kọ́rùn n. cape
àwọn pron. they
àwọ̀n n. net
àwọ̀n n. netting
àwọ̀n n. mesh
àwọn adájọ́ n. tribunal
àwọn arábìrin n. sisterhood
àwọn aṣọ n. clothes
àwọn ẹgbẹ́ n. membership
àwọn ẹ̀rọ n. machinery
àwọn ewé n. foliage
àwọn ilé ẹyẹ n. rookery
àwọn ilégbè n. housing
àwọ́n ìrànwọ́ n. aids
àwọn ìràwọ̀ n. constellation
àwọn ìwé ẹ̀rí n. credentials

àwọn káàdì n. deck
àwọn káftánì n. kaftans
àwọn kan adj. some
àwọn ọlọ́pà n. police
àwọn olórin n. orchestra
àwọn òṣìṣẹ́ n. staff
àwọn òṣìṣẹ́ n. manpower
awọnlẹ̀ n. surveyor
àwòrán n. caricature
àwòràn n. image
àwòrán n. pictograph
àwòrán n. picture
àwòrán n. triptych
àwòrán àgbayé n. map
àwòrán alárà n. mosaic
àwọ̀rán ayé n. atlas
àwòrán ìbálòpọ̀ n. pornography
àwòrán ìlú n. topography
àwòrán ìṣirò n. graph
àwòrán ìṣirò n. histogram
àwòrán kékeré adj. miniature
àwòrán nlá n. poster
àwòrán ògiri n. graffiti
àwòrán yíyà n. collage
àwòrán yíyà n. mural
àwòṣe n. model
àwòṣé n. pattern
awọṣọ obìrin n. transvestite
àwọ̀tẹ́lẹ̀ n. bodice
awòwé n. browser
awòye adj. analyst
awú rúju adj. frivolous
awúga n. snob
àwùjọ àjọni n. socialism
àwùjọ àjọṣe n.& adj. socialist
àwùjọ n. society
àwúre n. mascot

àwúre *n.* talisman
awùsá *n.* walnut
awuye wuye *n.* controversy
aya fótò *n.* photographer
ayá ilẹ̀lò *n.* lessee
àyà *n.* bosom
àyà *n.* chest
àyà *n.* midriff
aya ọmọkùnrin *n.* daughter-in-law
àyà títa *n.* heartburn
ayà wòrán ilé *n.* architect
ayà wòrán ìlú *n.* topographer
ayà wòrán *n.* artist
ayà wòrán *n.* drawer
àyàfi *prep.* except
ayálé gbé *n.* lodger
ayálé gbé *n.* tenant
ayan búrẹ́dì *n.* baker
ayání lówó *n.* creditor
ayání lówó *n.* mortgagee
ayáni lówó *n.* pawnbroker
àyànmọ́ *n.* destiny
àyànmọ́ *n.* predestination
ayapa *n.* detachment
ayára bíàṣá *n.* fleet
ayára kọ̀wé *n.* stenographer
ayarọ *adj.* paralytic
ayé *n.* earth
àyè *n.* scope
àyè *n.* space
ayé *n.* world
ayé àjẹ́ *n.* witchery
aye dèrú *adj.* counterfeit
ayé dèrú *adj.* fake
áyé dèrú *n.* forgery
àyè iṣeré *n.* playground
àyé kékeré *n.* compartment

àyè idákọ̀ró *n.* anchorage
àyè ìkẹ́rù sí *n.* depot
àyè iṣeré *n.* playground
àyé kékeré *n.* compartment
àyè kòsí *adj.* inopportune
ayé lujára *n.* internet
àyè níta *n.* patio
ayé obìrin *n.* womanhood
ayé ọmọdé *n.* boyhood
àyé orílà ìwé *n.* paragraph
ayé òṣìkà *n.* underworld
àyè ọ̀tọ̀ *n.* niche
ayé rayé *adj.* eternal
ayé rayé *n.* infinity
àyè wẹ́ẹ̀bù *n.* website
ayédèrú ògùn *n.* nostrum
ayékan *n.* planet
àyèwò àìsàn *n.* prognosis
àyèwò ara *n.* biopsy
àyèwò *n.* assessment
àyèwò *n.* audition
àyèwò *n.* examination
áyèwò *n.* scrutiny
àyèwò òkú *n.* autopsy
ayẹyẹ *n.* celebration
ayẹyẹ *n.* ceremony
ayẹyẹ *n.* event
ayẹyẹ *n.* jamboree
ayẹyẹ *n.* pageantry
ayẹyẹ *n.* party
ayẹyẹ *n.* pomp
ayí ẹ̀yàara padà *n.* transsexual
ayí ikànnì *n.* tuner
ayì̀ nkan *n.* spinner
àyí padà *n.* mutative
àyí padà *n.* alteration
àyí padà *n.* flux
àyí padà *n.* modification

àyí padá *n.* reversal
àyí padà *n.* transformation
àyí padà ọ̀rọ̀ *n.* bathos
àyídà *n.* vicissitude
àyíká *n.* environment
àyíká *n.* premises
ayika *n.* roller
àyíká *n.* surroundings
àyímọ́ *n.* adaptation
àyìnpọ̀ ìbọn *n.* volley
àyípo *n.* cycle
àyò *adj.* special
ayò *n.* ace
ayọ̀ *n.* bliss
ayọ̀ *n.* euphoria
ayọ̀ *n.* excitement
ayọ̀ *n.* glee
ayọ̀ *n.* joy
ayò àfigigbá *n.* snooker
àyọ̀ káyọ̀ *n.* orgy
àyọ kúrò *n.* omission
àyọ kúrò *n.* subtraction
ayọ̀ ńlá *n.* ecstasy
ayọ̀ nlá *n.* rapture
ayò onígi *n.* billiards
àyọ síta *n.* ledge
àyọjú ràn *n.* curiosity
ayọni lẹ́nu *n.* menace
ayọrun *adj.* depilatory
ayọ̀sí bànújẹ́ *n.* sadist
àyọ́wò *n.* excerpt
ayun *adj.* itchy
ayun *n.* longing
ayùn *n.* saw

B

ba àwọ̀jẹ́ *v.* discolour

ba ayéjẹ́ *v.* debauch
bá jagun *v.* militate
bà lórúkọ jẹ́ *v.* sully
bà lórúkọ jẹ́ *v.* traduce
bà nínújẹ́ *v.* sadden
bà nkan jẹ́ *v.* deform
ba nújẹ́ *adj.* miserable
ba nújẹ́ *adj.* sad
bá ramu *adj.* compatible
bà séjẹ́ *v.* sabotage
báàfù ńlá *n.* tub
báàgì ẹ̀hìn *n.* backpack
báàgì kékeré *n.* valise
báàgì *n.* bag
báàgì *n.* handbag
bàbá *n.* dad
bàbá *n.* father
baba ìsàlẹ̀ *n.* patron
baba ńlá *n.* forefather
bàbá ọmọ ìsàmì *n.* godfather
babańlá *n.* ancestor
bàbàrà *adj.* colossal
Bábélì *n.* Babel
bágì àgbépọ̀n *n.* rucksack
bàjẹ́ *adj.* obnoxious
bàjẹ́ *adj.* rancid
bàjẹ́ *adj.* rotten
bàjẹ́ si *v.* deteriorate
bàjẹ́ *v.* besmirch
bàjẹ́ *v.* deface
bàjẹ́ *v.* defile
bàjẹ́ *v.* faulty
bàjẹ́ *v.* spoil
bákan *adv.* somewhat
bákan *adj.* queasy
báka náà *n.* ditto
bàlágà *n.* puberty
bálì *n.* barley

balórúkọ jẹ́ *adj.* slanderous
balùwẹ̀ *n.* lavatory
bámú *adj.* fit
bámu *n.* tally
bámu *v.* align
ban kanjẹ́ *v.* debase
bàn kanjẹ́ *v.* mar
bàn kanjẹ́ *v.* wreak
bán kónì *n.* balcony
báǹgà *n.* banger
báǹgà *n.* squib
bàní nújẹ́ *adj.* grievous
báni sọ̀rọ̀ *v.* communicate
báni sọ̀rọ̀ *v.i.* chat
banijẹ *v.* castigate
báǹjò *n.* banjo
báǹkì datà *n.* database
báǹkì *n.* bank
banújẹ́ *v.* deject
banújẹ́ *v.* partake
bápín *n.* partake
bára mu *adj.* complementary
bara dọ́gba *adj.* symmetrical
bára dọ́gba *v.t.* equalize
bara jẹ́ *adj.* hysterical
bara lẹ *adj.* sedate
bàràkúdà *n.* barracuda
baralẹ̀ ṣe *adj.* thorough
báramu *a.* homogeneous
báramu *adj.* analogous
báramu *adj.* proportionate
báramu *v.t.* acclimatise
bàràndà *adj.* middling
bárẹ́ *adj.* cordial
bàrómítà *n.* barometer
bàséjẹ́ *n.* wrecker
baṣẹ́jẹ́ *v.* bungle
bàsèjẹ́ *v.* vandal

báṣepọ̀ *v.* liaise
bàtà alámùtán *n.* wellington
bàtà aláwọ *n.* boot
bàtà gíga *n.* stiletto
bàtà *n.* shoe
bàtà *n.* sneaker
bàtà onítáyà *n.* skateboard
bàtà rírán *n.* cobble
batan *v.* relate
bàtíìkì *n.* batik
bátìrì *n.* battery
báwí *adj.* upbraid
báwí *v.* admonish
báwí *v.* berate
báwí *v.* chasten
báwí *v.* chastise
báwí *v.* chide
báwí *v.* rebuke
báwí *v.* reprove
báwí *v.* scold
báwí *v.t.* nag
báwí *v.t.* rebuke
báwo *adv.* how
báyì *adv.* presently
báyì *adv.* thus
bẹ́ lójìjì *v.* pounce
bẹ́ lọ́rí *v.* decapitate
bẹ́ *v.* burst
bẹ̀ *v.* coerce
bẹ́ *v.* dive
bẹ́ *v.* plunge
bẹ́ *v.t.* rupture
béárì *n.* bear
bèbè *n.* brink
bèbè odò *n.* gulf
bébé odò *n.* shore
bèbè omi *adv.* ashore
bẹ̀bẹ̀ *v.* beg

bẹ̀bẹ̀ v. beseech
bẹ̀bẹ̀ v. entreat
bẹ̀bẹ̀ v. grovel
bẹ̀bẹ̀ v. plead
bẹ̀bẹ̀ v. supplicate
bẹ̀bẹ̀ v.t. appeal
bẹ̀bẹ̀ v.t. implore
bèbí àfokùnyí n. marionette
bèbí n. doll
bèbí títóbi n. mannequin
bẹ́ẹ̀ adv. likewise
bẹ́ẹ̀ gẹ́gẹ́ adv. withal
bẹ́ẹ̀kọ́ adj. false
béèlì n. bail
béèlì n. bale
bẹ́ẹ̀ni adv. indeed
bẹ́ẹ̀ni excl. yes
bèèrè fun v.t. apply
bèèrè v. ask
béèrè v. inquire
bèèrè v. solicit
békà n. beaker
bẹ́kiri v.i. frolic
belífi n. bailiff
bẹ́lìtì n. belt
bẹ́lórí v. behead
bèlú bèlú n. tonsil
belu n. november
bẹ̀rẹ̀ iṣẹ́ v. initiate
bẹ̀rẹ̀ ọ̀rọ̀ adj. broach
bẹ̀rẹ̀ v. begin
bẹ̀rẹ̀ v. commence
bẹ̀rẹ̀ v. crouch
bèrè v. enquire
bẹ̀rẹ̀ v. start
bẹ̀rẹ̀ v.t. embark
bẹ́rí fún n. salute
bẹ̀rù adj. afraid

bẹ̀rù adj. craven
bẹ̀rù adj. nervous
bẹ̀rù v. blench
bẹ̀rù v.t. dread
bí adj. born
bí adv. so
bí v. beget
bì v. nauseate
bì v. retch
bì v. vomit
bí agbọ́n adj. waspish
bí agútàn adj. sheepish
bí alá dùgbò adj. neighbourly
bí àrá adj. thunderous
bí arábìrin adj. sisterly
bi aṣọ àrán adj. velvety
bí eja adj. fishy
bí ẹkún adj. weepy
bí ẹni mímọ́ adj. saintly
bi ẹranko adj. bestial
bí ère adj. statuesque
bí ẹrú adj. slavish
bí èwe adj. childish
bí ìbátan adj. avuncular
bí ìjà adj. warlike
bi ìlẹ̀kẹ̀ adj. beady
bi ìyá adj. motherly
bi jígí adj. vitreous
bi kọ̀lọ̀kọ̀lọ̀ adj. vulpine
bi màálù adj. bullish
bí obìrin adj. effeminate
bí ọ̀dọ́ adj. youthful
bí òdòdó adj. rosy
bí ojú tirí n. physiognomy
bí okùn adj. stringy
bí ọlọ́rọ̀ tiwí adv. verbatim
bí omi n. liquid
bí òpè adj. idiotic

bi òróró *n.* lubricant
bí òwú *adj.* woolly
bi oyin *n.* bumble
bi ṣẹ́dà *adj.* silky
bì ṣubú *v.* overthrow
bi tábìlì *adj.* tabular
bí tiṣe *adv.* usually
bí titẹ́lẹ̀ *adj.* usual
bíà *n.* beer
bíbà jẹ́ *adj.* musty
bíbẹ́ kiri *v.* romp
bíbẹ́ *n.* presumption
bíbẹ́ẹ̀ kọ́ *adv.* otherwise
Bíbélì *n.* Bible
bíbélì *n.* scripture
bíbọ̀ *adj.* pasteurized
bíbò *n.* eclipse
bíbọ́ *n.* nourishment
bíbọ̀ wá *n.* advent
bíi ààfin *adj.* palatial
bíi *adv.* as
bíi *n.* accordance
bílíọ̀nù *n.* billion
bímọ *v.* procreate
bímọ *v.* reproduce
bínú *adj.* angry
bínú *adj.* furious
binú jẹ́ *n.* melancholia
binú jẹ́ *v.* depress
bínú rìn *v.* flounce
bínú sí *adj.* indignant
bínú sí *v.* resent
bínú sọ̀rọ̀ *v.* retort
bíríkì *n.* brick
bisi kítì *n.* cookie
bisi kítì *n.* pretzel
bisi kítì *n.* rusk
bísíi *v.* proliferate

bisikítì *n.* biscuit
bíṣọ́bù àgbà *n.* archbishop
bíṣọ́bù àgbà *n.* primate
bíṣọ́bù *n.* bishop
bìṣubú *v.i.* subvert
bó *adj.* bare
bò mọlẹ̀ *v.* cover
bo mọ́lẹ̀ *v.* overpower
bò mọ́lẹ̀ *v.* overwhelm
bó ṣerí *adv.* actually
bó tiyẹ *adj.* normative
bọ́ *v.* nourish
bọ̀ *v.* simmer
bọ́ *v.i.* boil
bọ́dà *n.* frontier
bodè ìlú *n.* border
bódemu *adj.* trendy
bófin mu *adj.* constitutional
bófin mu *adj.* legal
bófin mu *adj.* legitimate
bófin mu *adj.* valid
bọ́gà *n.* hamburger
bọ́gà *n.* burger
bọ́hùn *v.* dissent
bọ́hùn *v.* rescind
bojú bojú *n.* subterfuge
bójú mu *n.* fitting
bójú tó *v.* officiate
bójú tó *v.t.* coordinate
bọkàn jẹ́ *v.* dishearten
bọ́kúlù *n.* buckle
bomi rin *v.* irrigate
bòń kẹ́lẹ́ *adj.* secretive
bọ́ọ̀dù kọ̀mpúta *n.* motherboard
bọ́ọlù àfẹsẹ̀ gbá *n.* soccer
bọ́ọlù ẹlẹ́sẹ̀ *n.* football
bọ́ọlù *n.* ball
bọ́ọlù olówù *n.* bobble

bọ́ọlù yìyín *n.* snowball
bọ́ọ̀sì kékeré *n.* minibus
bọ́ọ̀sì *n.* bus
borí *v.* defeat
borí *v.t.* defeat
borí *v.* override
borí *v.* surmount
borí *v.* vanquish
borí *v.* whelm
bọ́ṣọ *v.* disrobe
bọ́ṣọ *v.* undress
bọ́ṣọ *v.t.* strip
bọ́tà *n.* butter
bótijẹ́pé *conj.* albeit
bótilẹ̀ jẹ́pé *conj.* although
bótilẹ̀ jẹ́pé *conj.* though
bọ́tìnì *n.* button
bótirí *n.* reality
bótiwuni *n.* arbitrary
bótiyẹ *adv.* ideally
bótiyẹ kórí *n.* idealism
bótiyẹ *n.* ideal
bọ̀wọ̀ fún *v.* venerate
bọ̀wọ̀ *v.* hallow
bowójẹ́ *v.* squander
bóyá *adv.* maybe
bóyá *adv.* perhaps
bóyá *adv.* probably
bóyá *conj.* whether
Bráílì *n.* Braille
bú gbàmù *v.* detonate
bú gbàmù *v.* explode
bú jáde *n.* boom
bù kún *v.* bless
bù kúrò *n.* vitiate
bu ọ̀rọ̀ kù *v.* understate
bú ramú ramù *v.* roar
bu rẹ́wà *adj.* ugly

bùbá *n.* blouse
búbu rú *adj.* heinous
búbu rú *adv.* badly
búburú *adj.* atrocious
búburú *adj.* dreadful
búburú *adj.* ferocious
búburú *adj.* ghastly
búburú *adj.* gruesome
búburú *adj.* wicked
bùgá *n.* swag
bùjẹ *adj.* nibble
bùkún fún *v.* enrich
bùkún *v.* endow
bulẹ̀ bulẹ̀ *n.* sawdust
búlọ́ọ̀gì *n.* blog
búlọ́ọ̀kì *n.* block
búlọ́ọ̀kì *n.* octavo
búlù *adj.* blue
bunijẹ *adj.* biting
buọlá fún *n.* honour
buọlá fún *v.* dignify
bupá *v.* vaccinate
búra èké *v.* perjure
búra sílẹ̀ *v.* forswear
búrẹ́dì dídùn *n.* muffin
búrẹ́dì fífẹ́lẹ́ *n.* wafer
búrẹ́dì *n.* baguette
búrẹ́dì *n.* bread
búrẹ́dì *n.* loaf
búrẹ́dì *n.* sandwich
búréékì *n.* brake
burẹ́wà *adj.* grotesque
búrọ́ṣì *n.* brush
buru *adj.* awful
burú *adj.* bad
burú *adj.* brutal
burú *adj.* cruel
burú *adj.* fierce

burú *adj.* nasty
burú *adj.* terrible
burú *adj.* vicious
burú *adj.* woeful
burú gan *adj.* horrid
burú jáì *adj.* horrendous
burú jáì *adj.* worst
burú jù *adj.* horrible
burú púpọ̀ *adj.* horrific
burú si *adj.* worse
burú si *v.* degenerate

D

dà *v.* become
dà *v.* pour
dá àbá *v.* posit
dá àbá *v.* suggest
dá àbò bò *v.* protect
da agbára bò *v.* irradiate
dá àgunlá *v.* neglect
dá àpá *v.* indent
da àtọ̀ *v.* ejaculate
dá bòbò *v.* defend
dá dúró *adj.* independent
da dúró *v.* cease
dá dúró *v.* avert
dá dúró *v.* withhold
dá dúró *v.t.* debar
dá gunlá *adj.* negligent
da ìpá nle *v.* deprave
dà láàmú *v.* persecute
dá láre *v.* justify
dá láre *v.* vindicate
dá lẹ́bi *v.* condemn
dá lẹ́bi *v.* sententious
dá lóhùn *v.* reply
dá lọ́wọ́ kọ́ *v.* restrain

dá nkan sílẹ̀ *v.* instigate
dá núbí *v.* exasperate
da ọtí *v.* decant
dá padà *v.t.* deport
dà sílẹ̀ *n.* dump
dá sílẹ̀ *v.* acquit
dá yàtọ̀ *n.* exception
dá yàtọ̀ *v.t.* distinguish
dáa *adj.* cute
dáa dáa *adj.* convivial
dáa dáa *adv.* well
dáa lọ́kùnrin *adj.* handsome
dáàbá *v.* propose
dàábò *v.* inundate
dàálẹ̀ *v.* spill
daasí *adj.* sparing
dábà *adj.* suggestive
dábà *v.* speculate
dàbí àlá *adj.* surreal
dàbi pé *v.* seem
dàbí *v.* conform
dàbí *v.* correspond
dàbíi *adj.* alike
dàbò *v.* engulf
dádúró *v.* allay
dafẹ́fẹ́ *v.* vaporize
dáfódílì *n.* daffodil
dàgbà *adj.* mature
dàgbà sókè *v.* develop
dàgbà *v.i.* grow
dagun *adj.* steep
dagun *n.* bevel
dagun *v.* incline
dagun *v.* slant
dagun *v.* slope
dágún *v.* stagnate
dágunlá *v.* snub
dahoro *adj.* desolate

dáínósọ *n.* dinosaur
dàjẹ *v.* guzzle
dájọ́ ṣáájù *v.* prejudge
dàjó *v.* scald
dájọ́ *v.t.* adjudge
dájú *adj.* assured
dájú *adj.* callous
dájú *adj.* sure
dájú dájú *adv.* surely
dákẹ́ *adj.* quiet
dákẹ́ *adj.* silent
dákẹ́ *v.i.* hush
dákó *v.* circumcise
dákó *v.* monopolize
dákú *adj.* faint
dákú dájí *adj.* halting
dákú dájí *adj.* intermittent
dákú dájí *adj.* spasmodic
dákú *v.* slump
dákú *v.* swoon
dákú *v.* zap
dákún *v.* aggravate
dàlá àmú *v.* disturb
dalẹ̀ rú *v.* rampage
dálẹ́bi *v.* blame
dálọ́ wọ́kọ́ *v.* circumscribe
dálójú *v.* assure
dálọ́nà *v.* intercept
dálu *v.* perforate
dami sí *v.* swill
dami tutùsí *v.* dampen
dámọ̀ *v.i.* recognize
dàmú *adj.* frenetic
dàmú *adj.* perplex
dàmú *v.* perturb
dán *adj.* lustrous
dan dan *adj.* mandatory
dan dan *n.* compulsion

dan dan *n.* compunction
dán sákì *adj.* majestic
dán sákì *adj.* regal
dán *v.* glisten
dán *v.* shimmer
dáná padà *adv.* backfire
dána *v.* engage
dáná *v.* ignite
dandan *adv.* strictly
dángá jíá *adj.* eligible
dángá jíá *adj.* prepossessing
dání kànṣe *adj.* unilateral
dáni padà *v.* repatriate
dánìkan wà *adj.* lonesome
dánra wò *v.* rehearse
dáńtọ́ *adj.* competent
dàńtọ́ *n.* pro
dànù *v.* discard
dànù *v.* overbalance
dànù *v.* topple
dànù *v.t.* derail
dànù *v.t.* dispose
dánúbí *adj.* provocative
dánúbí *v.* annoy
dánúbí *v.* disconcert
dánúbí *v.* displease
dánúbí *v.* infuriate
danwò *adj.* daring
dánwò *v.* tempt
danwò *v.* try
dápà árá *v.* jocular
dápadà sípò *v.* reinstate
dàpọ̀ *v.* copulate
dára *adj.* benign
dára *adj.* fine
dára *adj.* good
dára *adj.* stately
dára dára *adj.* lovely

dára dára *adj.* snazzy
dára fún títà *adj.* salable
dára jù *adj.* superfine
dára lójú *adj.* chic
dára ní jíję *adj.* eatable
dara pọ̀ *v.* merge
dára púpọ̀ *adj.* fabulous
dára púpọ̀ *adj.* resplendent
dára púpọ̀ *adj.* terrific
dára yá *adj.* lively
dára yá *v.* entertain
dára yá *v.* titillate
dárajù *adj.* best
darapọ̀ mọ́ *v.* enrol
darapọ̀ *v.* associate
dárasí *adj.* better
dárató *adj.* appropriate
dárayá *v.* perk
darí *v.* conduct
darí *v.* manipulate
dáríjì *v.* forgive
dárò *v.* bewail
dàrú *adj.* befuddled
dàrú dàpọ̀ *n.* chaos
dàrú dàpọ̀ *n.* mayhem
dàrú dàpọ̀ *n.* ruckus
dàrú *v.* destabilize
dàrú *v.* disarrange
dàrú *v.* disorientate
dàrú *v.* foil
dàrú *v.* muddle
dàrú *v.* ruffle
dàrú *v.* tousle
dàrú *v.* unsettle
dàrú *v.t.* bewilder
dárúkọ *v.* refer
dáṣí bọ̀ọ̀dù *n.* dashboard
dásí *v.* intervene

dásí *v.* involve
dásílẹ̀ *v.* emancipate
datọ́ *v.* slobber
dáwà *adj.* autonomous
dáwà *adj.* lonely
dáwà *adv.* alone
dáwà *v.* seclude
dáwọ́ dúró *v.* discontinue
dawọ́ duro *v.t.* abate
dáwọ́ kọ́ *v.* forestall
dáwó padà *v.* refund
dáwó padà *v.* refund
dàwó *v.* crumble
dáyà dúró *v.* reprieve
dé ádé *v.* crown
dẹ̀ *adj.* clumsy
dẹ̀ *adj.* slack
dẹ agbára *v.* emasculate
dè mọ́lẹ̀ *n.* clamp
dé òkè *v.* culminate
dẹ́ rùbà *v.* unnerve
dè *v.* bind
débẹ̀ *v.* arrive
débẹ̀ *v.* reach
dẹ́bi fún *v.* convict
déédé *adj.* correct
déédé *n.* regularity
dẹẹlì *n.* dell
déètì *n.* date
déètì *n.* date
dẹ̀gbẹ́ *v.* tilt
dẹ́kun *v.* curtail
dẹ́ltà *n.* delta
dènàdè *v.* waylay
dépò *v.* attain
dẹra sílẹ̀ *v.* lounge
dẹ̀rìn pa *adj.* hilarious
dẹ̀rù bà *v.* petrify

230

dẹ̀rù pa *v.* overburden
dẹ̀rù pọkọ̀ *v.* overload
dẹ̀rùbà *v.* terrify
dẹ̀rùn *v.* alleviate
dẹ́ṣẹ̀ *v.* transgress
dẹ́sí máli *adj.* decimal
détà kan *n.* datum
détà *n.* data
di àì láṣìrí *v.* declassify
di àrokò *v.* encrypt
di asàn *adj.* null
dí bàjẹ́ *v.* impair
di bárakú *adj.* ingrained
dì bòyàn *v.* elect
dí dákẹ́ *adj.* reticent
dí dákú *n.* stupor
dí dára *adj.* congenial
dí dára *n.* goodness
dí dárayá *adj.* winsome
dí dàrú *adj.* chaotic
dí dáwà *n.* loneliness
dí dáwà *n.* seclusion
dí dènà *n.* prevention
di funfun *v.* blanch
di jẹjẹrẹ *adj.* malignant
dì kántà *n.* decanter
dí lójú *adj.* obscure
dí lọ́wọ́ *v.* encumber
dí lọ́wọ́ *v.* hinder
dí lọ́wọ́ *v.* impede
dí lọ́wọ́ *v.* inhibit
dì mọ́ra *v.* smooch
di ọdẹ̀ *adj.* besotted
di ọdẹ̀ *adj.* complaisant
di òkú *adj.* lifeless
di omi *v.* condense
di ọyún *v.* suppurate
dí pẹtà *n.* rust

di tàtijọ́ *adj.* obsolescent
di tìjọba *v.* nationalize
dí *v.* stifle
dì *v.* bound
dí yelé *v.* overcharge
di yìnyín *v.* freeze
diámọ́ndì *n.* diamond
díbọ́n *v.* bluff
díbọ́n *v.* feign
díbọ̀n *v.* pretentious
díbọ̀n *v.* belie
dídá odò *n.* dam
dídá omi *n.* sluice
dídá ṣe *n.* solo
dídá sí *v.* interfere
dídán *adj.* glossy
dídán *adj.* shiny
dídán *adj.* sleek
dídán *n.* lustre
dídán *n.* sheen
dídára *adj.* aesthetic
dídára *adj.* appreciable
dídára *adj.* magnificent
dídára *n.* dandy
dídàsílẹ̀ *n.* cascade
dídáwà *adj.* solitary
dídé *n.* arrival
dìdè *n.* binding
dídẹ̀ *n.* slacken
dìde *v.* arise
dìde *v.* rise
dídènà *prep.* barring
dídì *n.* bundle
dídì *n.* icy
dídùn *adj.* delectable
dídún *n.* beep
dídún *n.* creak
dídùn *n.* allure

dídún ohùn v. resonate
dídún ológbò v. purr
díẹ̀ adj. few
díẹ̀ adj. minimal
díẹ̀ adv. minutely
díẹ̀ adv. slightly
díẹ̀ díẹ̀ adj. fitful
díẹ̀ díẹ̀ adj. gradual
díẹ̀ díẹ̀ adj. rudimentary
díẹ̀ n. fraction
díẹ̀ n. modicum
díẹ̀ n. smidgen
digbó adj. bushy
dìgbò lugi adj. rabid
dígítà adj. digital
dígítì n. digit
dìgríì n. degree
díje adj. competitive
díje v. vie
dìlójú v. blindfold
dílọ́wọ́ v. thwart
dílọ́wọ́ v. trammel
dìmọ́ v. cling
dìmọ́ v. embrace
dìmọ́ v. hug
dìmọ́ v.t. grapple
dìmú v. grip
dìmú v. uphold
dìmú v.t. clutch
dìmú v.t. handle
dìmú v.t. hold
dín eré kù v. decelerate
dín ní iye v. devalue
dín v. fry
dín v. sizzle
dínà v. obstruct
dínà v. occlude
dínámò n. dynamo

dínímú v. smother
dínkù n. ebb
dínkù v. assuage
dínkù v. decrease
dínkù v. lessen
dínkù v. meliorate
dínkù v. reduce
dípẹtà v. corrode
dípẹtà v. rusty
díplọ́mà n. diploma
dípò adv. instead
dípò n. behalf
dìpọ̀ v. clench
dira ogun v. fortify
díráftì n. draft
díráyà n. dryer
dírẹ́ bà n. chauffeur
dísíkò n. disco
dískì n. disc
dísù n. diesel
dìtẹ̀ v. intrigue
do júkọ v.t. tackle
dó kòwò v.t. invest
dọ̀bálẹ̀ adj. prostrate
dogbó adj. wizened
dọ́gbọ́n sí v. improvise
dọ́gbọ́n v. pretend
dógùn v. tarnish
dòjé n. sickle
dojú kọ prep. versus
dojú kọ v. accost
dojú kọ v. confront
dojú kọ v. contend
dojú kọ v. withstand
dójú tì v. embarrass
dójú tì v. humiliate
dójú tòfò v. insure
dojúrú v.t. confuse

dójútì v. disappoint
dọkàn rú adj. nonplussed
dọkàn rú adj. nonplussed
dókítà àgbà n. registrar
dókítà ehín n. dentist
dókítà n. doctor
dókítà n. neurologist
dọ́là n. dollar
dọmọ onílù v. naturalize
dómù n. dome
dóòlà v. rescue
dópin adj. conclusive
dópin v. abrogate
dorí kodò v. invert
dọ̀rọ̀ rú v. obfuscate
dọ́stà n. duster
dọ̀tí adj. dirty
dọ̀tí adj. scruffy
dọ̀tí v. contaminate
dọ̀tí v. pollute
dọ̀tí v.t. stain
drágónì n. dragon
dúdú adj. black
dúdú adj. dark
dúdú adj. swarthy
dúdú ojú n. iris
dúkìá n. property
dùn adj. luscious
dùn adj. tasteful
dún n. click
dún bí ológbò v. mew

dùn fẹ́ràn v. likeable
dún hàrà v. rustle
dun inúsí v. enrapture
dún lọ́pọ̀ v. reverberate
dùn ńwò adj. alluring
dún síi v. resound

dún v. crackle
dún v. creak
dúnà dúrà v. bid
dùnfẹ́ adj. adorable
dùnfẹ́ adj. lovable
dunni adv. sorely
dunnú adj. happy
dunnú adj. mirthful
dunnú v. amuse
dunnú v. exhilarate
dunnú v. hearten
dunú n. thrall
dúnwò adj. admirable
dúpẹ́ v. thank
dúró v. halt
dúró v. stand
dúró v. stay
dúró v. stop
dúró v. wait
dúró dáa adj. sturdy
dúró díẹ̀ v. hesitate
dúró sípò adj. steadfast
dúró de v. await
dúróde v. bide
dúrójẹ́ adj. still
dúróṣinṣin n. stabilize
dùrù n. piano
dùrù oníná n. keyboard

E

ebè n. heap
ebè n. ridge
ebè kíkọ n. furrow
ebi adj. famished
ebi n. hunger
ebi pípa adj. hungry

Èbìbí n. May
èbúté n. dock
èbúté n. harbour
èbúté n. quay
èbúté n. wharf
èdè àjọsọ n. lingua
èdè míràn n. lingo
èdè n. dialect
èdè n. language
èdè òní n. slang
èdè onílùú n. vernacular
èébì n. nausea
èébú n. abuse
èébú n. invective
èèbù n. vituperation
èédú n. charcoal
èédú n. coal
èédú n. lignite
èédú n. soot
èéfín kíún n. whiff
èéfín n. fume
èéfín n. smoke
eégbọn n. tick
eegun ara n. skeleton
eegun itan n. hip
eegun n. bone
eegun ọwọ́ adj. carpal
eegun títò n. osteopathy
eèkàn n. peg
èékána ìdì n. talon
èèlò ìkọ́lé n. asbestos
èèlò irin líle n. manganese
èèlò ìṣàbòfún n. insulator
èèlò ìwẹ̀ n. bidet
èèlò ogun n. arsenal
èèlò orin n. harmonium
èèlò orin olókùn n. lyre

èèlò wíwò n. kaleidoscope
èémí n. breath
èépá n. scab
èèpo n. peel
èèrà n. ant
èérí irin n. slag
èérí n. pollution
èèrú adj. foul
éérú n. ash
èérún igi n. mote
èèrún igi n. splinter
èérún n. crumb
èéṣe adv. why
èéṣí n. dandruff
èèṣì n. mistake
èéṣú n. locust
èèwọ̀ n. sacrilege
èèwọ̀ n. taboo
efin rin n. mint
egbin n. paragon
egbògi ara n. aromatherapy
egbògi ibà n. quinine
egun àyà n. rib
egun àyà n. sternum
egun ẹsẹ̀ n. shank
egun ìbàdí n. pelvis
egun imú n. sinus
ègún n. curse
ègún n. malediction
égún n. masquerade
ehín àtọwọ́ dá n. denture
ehín ejò n. fang
ehin erin n. ivory
ehín kọ̀rọ̀ n. molar
ehín n. tooth
ehín ríro n. toothache
ehoro n. hare

ehoro *n.* rabbit
ehoro *n.* warren
èjì *comb.* bi
èjìká *n.* shoulder
ejò *n.* serpent
ejò *n.* snake
èkáná ẹranko *n.* claw
èkejì *adj.* secondary
èkejìlá *adj.&n.* twelfth
èkù idà *n.* hilt
eku *n.* mouse
eku *n.* rat
èkù rọ́ *n.* chestnut
èkùrọ́ *n.* kernel
èkùrọ́ *n.* nut
èkúté ilé *n.* hamster
èlà *n.* wedge
elé èwọ̀ *n.* sacrilegious
èlé *n.* bonus
èlé *n.* interest
èlé *n.* usury
elé nìní *n.* adversary
elé rèfé *n.* superficiality
elé wèlè *n.* monstrous
elédè méjì *adj.* bilingual
eléèrí *adj.* slushy
elépo líle *n.* hardback
eléré èlò orin *n.* instrumentalist
eléré mẹ́ta *n.* triathlon
eléré *n.* sportsman
eléré pápá *n.* athlete
eléré sísá *n.* sprinter
elérò ìfẹ́ *adj.* erogenous
èlérò rere *n.* optimist
eléwé *n.* greengrocer
eléwèlè *adj.* monstrous
èló *v.* cost

èlò amọ̀ *n.* pottery
èlò ìdíhò *n.* filler
èlò ìfètò sọ́mọ bíbí *n.* contraceptive
èlò ìjẹun *n.* feeder
èlò ìlẹ̀pọ̀ *n.* adhesive
èlò iṣáná *n.* lighter
èlò itaná *n.* lighter
èlò ogun *n.* munitions
èlò oníṣègùn *n.* swab
èlò orin *adj.* acoustic
èlò orin *n.* vibraphone
èlò oúnjẹ *n.* recipe
èlò pípọ́n *n.* saffron
èlò rédíò *n.* transistor
eléhín *adj.* canine
elétò *n.* strategist
Èmi *pron.* I
ènìà kénìà *n.* miscreant
èníà lásán *n.* charlatan
èníà lásán *n.* scoundrel
ènìà nlá *n.* personage
épìnì *n.* nickel
epìnì *n.* penny
èpístélì *n.* epistle
epo èèbó *n.* kerosene
èpo igi *n.* bark
epo *n.* fuel
epo *n.* petrol
èpò *n.* weed
epo rọ̀bì *n.* petroleum
ère *n.* effigy
ère *n.* figurine
eré *n.* game
èrè *n.* premium
èrè *n.* proceeds
èrè *n.* profit
èrè *n.* reward

ère *n.* sculpture
ère *n.* statue
eré afigi gbá *n.* cricket
eré agbá iyẹ́ *n.* badminton
eré àìsọ̀rọ̀ *n.* mime
eré aláwà dà *n.* pantomime
eré àtòpọ̀ *n.* jigsaw
eré bọ́ọ̀lù *n.* rugby
ère ènìà mímọ́ *n.* icon
eré géle *adj.* madcap
eré géle *n.* escapade
eré ìdá rayá *n.* aerobics
eré ìdárayá *n.* exercise
eré ìdárayá *n.* limber
eré ìdárayá *n.* sport
eré igi àwọ̀n *n.* lacrosse
ère ìlé iṣẹ́ *n.* turnover
eré ìṣáájú *n.* foreplay
eré ìtàgé *n.* drama
eré ìtàgé ọ̀sán *n.* matinee
eré káàdì *n.* poker
eré káàdì *n.* rummy
ère kékeré *n.* statuette
eré kùṣù kékeré *n.* islet
eré kùṣù *n.* atoll
eré kùṣù *n.* island
eré kùṣù *n.* isle
eré mọdé *n.* conker
eré ohùn *adj.* subsonic
eré ojẹ̀ *n.* circus
eré olóbìrí *n.* hoopla
eré olókè *n.* trapeze
eré olókìtì *n.* gymnastic
eré olórin *n.* opera
eré ọmọdé *n.* cartoon
eré ọ̀nà jíjìn *n.* marathon
eré onígi *n.* golf
eré onígi *n.* hockey

eré oníṣe *n.* melodrama
eré pápá *adj.* athletic
èrè pínpín *n.* dividend
eré sísá *n.* accelerator
eré sísá *n.* run
eré sísá *n.* steeplechase
eré sísá onígi *n.* relay
eré ṣíṣe *adj.* dramatic
eré ṣíṣe *n.* acting
eré ṣíṣé *n.* cabaret
eré ṣíṣe *n.* performance
eré tíátà *n.* vaudeville
Èrèlé *n.* February
erìgì *n.* gum
erin *n.* elephant
èrò *n.* audience
èrò *n.* crowd
èrò *n.* haunch
èrò *n.* idea
èrò *n.* ideology
èrò *n.* intention
èrò *n.* notion
èrò *n.* opinion
èrò *n.* turnout
èrò ire *n.* fancy
èrò ìwòran *n.* bystander
èrò jà *n.* condiment
èrò kerò *n.* whim
èrò lásán *n.* phantom
èrò ọkàn *n.* emotion
èrò ọkàn *n.* imagination
èrò ọkàn *n.* psyche
èrò ọkọ̀ *n.* passenger
èrò ọpọlọ *n.* mentality
èrò orí *n.* theorem
èrò orí *n.* theory
èrò púpọ̀ *n.* horde
èrò rere *n.* consideration

èròjà ẹ̀jẹ̀ *n.* hormone
èròjà ẹ̀jẹ̀ *n.* platelet
èròjà ilẹ̀ *n.* silicon
èròjà ìmúpẹ́ *n.* preservative
èròjà *n.* basil
èròjà *n.* ingredient
èròjà oúnjẹ *n.* nutrient
èròjà oúnjẹ *n.* protein
èròjà oúnjẹ *n.* seasoning
èròjà oúnjẹ *n.* turmeric
èròjà oúnjẹ *n.* vitamin
èròjà títa *n.* spearmint
èróngbà *n.* plan
èròpé *n.* supposition
èrú *n.* scam
eruku *n.* dust
eruku *n.* nebula
erùpẹ̀ etíkun *n.* reef
erùpẹ̀ *n.* sand
èsì agọ̀ *n.* riposte
èsì iṣẹ́ akẹ́kọ̀ *n.* transcript
èsì *n.* rejoinder
èsì *n.* response
eṣin ṣin *n.* gnat
èso *n.* apricot
èso *n.* fruit
èso *n.* almond
èso *n.* avocado
èso *n.* nectarine
èso *n.* peach
èso *n.* quince
èso *n.* raspberry
èso àjàrà *n.* raisin
èso aláta *n.* capsicum
èso ápu *n.* apple
èso bẹ́rì *n.* blackberry
èso bẹ́rì *n.* gooseberry
èso bẹ́rrì *n.* berry

èso ẹ̀fọ́ *n.* aubergine
èso igi *n.* pomegranate
èso jíjẹ *n.* lychee
èso ẹ̀fọ́ *n.* aubergine
èso olómi *n.* watermelon
èso síso *adj.* fruitful
èṣù *n.* fiend
èsúkè *n.* hiccup
èṣúṣú *n* leech
ètè *n.* lip
ète *n.* prank
ète *n.* ruse
etetí *n.* outline
etí aṣọ *n.* hem
etì gbọ́ *n.* hearing
etí ìwé *n.* margin
etí *n.* ear
etí omi *n.* bay
ètò *n.* agenda
ètò *n.* detail
ètò *n.* manifesto
ètò *n.* method
ètò *n.* order
ètò *n.* rite
ètò *n.* strategy
ètò ajé *n.* budget
ètò ẹ̀kọ́ *n.* course
ètò ẹ̀kọ́ *n.* curriculum
ètò ẹ̀kọ́ *n.* syllabus
ètò ìdájọ́ *n.* judiciary
ètò ìgbé yàwó *n.* matrimony
ètò ìgbé yàwó *n.* wedding
ètò ìjọba *n.* policy
ètò ìrìn *n.* itinerary
ètò iṣe *n.* routine
ètò iṣẹ́ *n.* schedule
ètò ìṣúná *n.* economy
ètò ìṣura *n.* finance

èto obìrin *n.* feminism
èto oko òfurufú *n.* aviation
èto òrúko isé *n.* roster
èto òrúko isé *n.* rota
èto òsèlú *n.* campaign
èto oúnje *n.* nutrition
èto owó *n.* monetarism
èto sísé *n.* contribution
èto sísó *n.* censorship
èto títò *n.* sequence
ètù *adj.* sopping
ètù abúgbà *n.* dynamite
ètùfù iná *n.* torch
ètùtù *n.* atonement
euro *n.* euro
èwe *n.* child
ewé *n.* herb
èwe *n.* infant
èwe *n.* juvenile
ewé *n.* leaf
èwe *n.* youngster
ewé bè *n.* coriander
ewé jíje *n.* cabbage
ewébè *n.* beet
ewébè *n.* brinjal
ewébè *n.* broccoli
ewébè *n.* fennel
ewébè *n.* leek
ewébè *n.* pumpkin
ewébè *n.* tulip
ewébè *n.* turnip
ewébè *n.* vegetable
ewédò *n.* moss
ewéko *n.* shrub
ewéko *n.* celandine
ewéko *n.* dandelion
ewéko *n.* fern
ewéko *n.* heather

ewéko *n.* ivy
ewéko *n.* narcissus
ewéko *n.* plant
ewéko *n.* wisteria
ewèlè *n.* monster
ewì *n.* poetry
ewu *n.* danger
ewú *n.* mould
ewu *n.* peril
ewu *n.* risk
ewúré *n.* goat
èyí *adj.* any
èyí kèyí *adv.* either
èyí kéyí *pron.* whichever
èyí *pron. & adj.* this
èyí tókù *n.* remnant
èyí tóye *n.* suitability
èyíkèyí *adv.* anyhow
èyítí *pron. & adj.* which

E

èbè *n.* plea
èbi *n.* fault
èbi *n.* guilt
èbí *n.* kin
èbìtì *n.* snare
ebo *n.* ritual
ebo *n.* sacrifice
ebora *n.* ghost
ebu *n.* kiln
èbùn èkó òfé *n.* scholarship
èbùn *n.* gab
èbùn *n.* gift
èbùn *n.* parcel
èbùn *n.* present
èbùn òfé *n.* freebie
èbùn owó *n.* tip

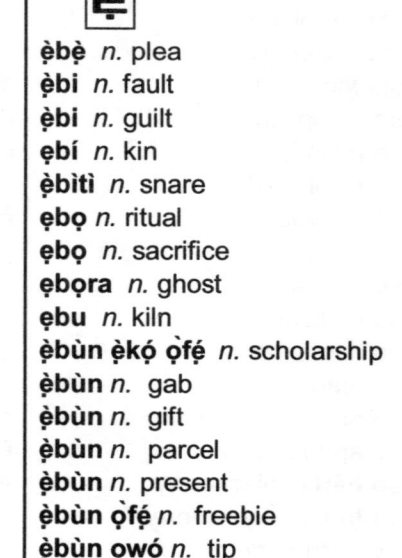

èbùn owó ńlá *n.* largesse
èbùn *v.* talent
èdà ìwé *n.* xerox
èdà kejì *adj.* duplicate
èdá *n.* creature
èdà *n.* facsimile
èdá *n.* nature
èdà şíşe *n.* photocopy
èdà tíkítì *n.* counterfoil
èdà *v.* copy
èdín kù *n.* discount
èdítọ̀ *n.* editor
èdọ̀ fóró *n.* lung
èdọki *n.* liver
èdùn ọkàn *n.* heartache
èdùn *v.* aggrieve
èèmejì *n.* twice
èfẹ̀ *n.* jest
èfọ́ *n.* artichoke
èfọ́ *n.* asparagus
èfọ́ *n.* spinach
èfọn *n.* mosquito
èfú ùfù *n.* storm
èfúfù òjijì *n.* squall
ẹfun *n.* chalk
èfúùfù *n.* gale
èfúùfù *n.* wind
ẹgba *n.* cane
ẹgba *n.* switch
ègbà ọrùn *n.* necklace
ègbà ọrùn *n.* trinket
ẹgbẹ́ àjàpá *n.* caravan
ẹgbẹ́ ayapa *n.* separatist
ègbè gbẹ́ *n.* sideline
ẹgbẹ́ ìkọkọ *n.* cult
ẹgbẹ́ ìkọkọ *n.* occult
ẹgbẹ́ kékeré *n.* minority
ẹgbẹ́ krìstẹ́nì *n.* quaker

ẹgbẹ́ *n.* abreast
ẹgbẹ́ *n.* association
ẹgbẹ́ *n.* brotherhood
ẹgbẹ́ *n.* club
ẹgbẹ́ *n.* flank
ẹgbẹ́ *n.* gang
ẹgbẹ́ *n.* group
ẹgbẹ́ *n.* mate
ẹgbẹ́ *n.* peer
ẹgbẹ́ *n.* side
ẹgbẹ́ *n.* union
ẹgbẹ́ *n.* unionist
ègbé *n.* woe
ẹgbẹ́ níní *n.* sociability
ẹgbẹ́ ojú *n.* profile
ẹgbẹ́ ọkọ̀ *adj.* outboard
ẹgbẹ́ ọkọ̀ omi *n.* hull
ẹgbẹ́ ológun *n.* squadron
ẹgbẹ́ olórin *n.* band
ẹgbẹ́ oníṣòwò *n.* cartel
ẹgbẹ́ òṣèré *n.* troupe
ẹgbẹ́ òṣìṣẹ́ *n.* guild
ẹgbẹ́ títì *n.* kerb
ẹgbẹ̀rún *adj.& n.* thousand
ẹgbẹ̀rún ọdún *n.* millennium
ègbin *n.* filth
ègbin *n.* garbage
ègbin *n.* sleaze
ègún *n.* barb
ègún *n.* nettle
ègún *n.* prickle
ègún *n.* spike
ègún *n.* thorn
ègúsí *n.* melon
ẹhànnà *n.* savagery
ẹ̀hìn *adv.* after
ẹ̀hìn apá *n.* triceps
ẹ̀hìn ìtàgé *adv.* backstage

èhìn *n.* back
èhìn *n.* backside
èhìn *n.* rear
èhìn ọrùn *n.* nape
èhìn ọwọ́ *n.* backhand
ẹja *n.* fish
ẹja *n.* herring
ẹja *n.* sprat
ẹja *n.* trout
ẹja *n.* whiting
ẹja erinmi *n.* whale
ẹja jẹ́lì *n.* jellyfish
ẹja kàbàtà *n.* salmon
ẹja kékeré *n.* gudgeon
ẹja kékeré *n.* stickleback
ẹja omi *n.* skate
ẹja pípa *n.* fishery
èjẹ̀ *n.* blood
èjẹ̀ dídà *n.* haemorrhage
èjẹ̀ dídì *n.* clot
èjẹ̀ gbígbà *n.* transfusion
èjẹ̀ pupa *n.* haemoglobin
èjẹ̀ ṣàn *adj.* gory
èjẹ́ ṣíṣàn *adj.* votive
ẹjọ *n.* trial
èka *n.* offshoot
èka igi *n.* bough
èka igi *n.* branch
èka igi *n.* twig
èkagi eléwé *n.* sprig
èkagi *n.* stick
èkan *adv.* once
èkàn *n.* stake
èkansíí *adv.* again
èkéèbú *adj.* abusive
èkẹwà *adj.&n.* tenth
èkọ́ ilé *adj.* moral
èkọ́ ìlú *n.* civics

èkọ̀ kan *adv.* occasionally
èkọ́ lójì *n.* ecology
ékò *n.* echo
èkọ́ *n.* education
èkọ́ *n.* lecture
èkọ́ *n.* lesson
èkọ́ ọrọ̀ ajé *n.* economics
èkọ́ takọ tabo *n.* co-education
ẹkún ẹnu *n.* mouthful
ẹkún *n.* brim
ẹkún *n.* cry
ẹkùn *n.* region
ẹkùn *n.* tiger
ẹkún ṣíbí *n.* spoonful
ẹkún wọ́ *n.* handful
ẹlẹ́ gbẹ́dé *n.* grouping
ẹlẹ́ ṣọ̀ọ́ *n.* jeweller
ẹlébẹ̀ *n.* suppliant
ẹlẹ́dẹ̀ *n.* pig
ẹlẹ́dẹ̀ *n.* swine
ẹlẹ́dẹ̀ sísin *n.* piggery
ẹléègún *adj.* barbed
ẹléfẹ̀ *n.* humorist
ẹléfẹ̀ *n.* jester
ẹléfẹ̀ *n.* satirist
ẹlẹ́gbẹ́ *adj.* social
ẹlẹ́gbẹ́ dé *n.* fraternity
ẹlẹ́gbẹ̀ mẹ́rin *n.* quadrant
ẹlẹ́gbẹ́ *n.* colleague
ẹlẹgbẹ́ *n.* peerage
ẹlẹ́gbin *adj.* sleazy
ẹlẹ́gbin *adj.* sordid
ẹlẹgẹ́ *adj.* brittle
ẹlẹgẹ́ *adj.* delicate
ẹlẹgẹ́ *adj.* fragile
ẹlẹgẹ́ *adj.* friable
ẹlẹ́gùn *adj.* spiky
ẹlẹ́gùn *adj.* thorny

ẹléjọ́ wẹ́wẹ́ adj. talkative
ẹléjọ́ wẹ́wẹ́ n. windbag
ẹlẹ́mì n. spiritualist
ẹlẹ́nu dídùn n. smoothie
èlẹ́pà adj. nutty
ẹlẹ́ran ara adj. sentient
ẹlẹ́ran n. butcher
ẹlẹ́rẹ̀ adj. turbid
ẹlẹ́rìí n. eyewitness
ẹlẹ́rìí n. witness
ẹlẹ́rìn dodo adj. fizzy
ẹlẹ́sẹ̀ mẹ́ta n. tripod
ẹlẹ́sẹ̀ n. offender
ẹlẹ́sẹ̀ n. sinner
ẹlẹ́ṣin adj. cavalier
ẹlẹ́ṣọ̀ adj. decorative
ẹlẹ̀tàn adj. deceitful
ẹlẹ̀tàn adj. devious
ẹlẹ̀tàn adj. knave
ẹlẹ̀tàn adj. seductive
ẹlẹ̀tàn adj. treacherous
ẹlẹ́tàn n. sophist
ẹlẹ́tàn n. trickster
èlẹ́tríkì adj. electric
ẹlẹ́wọ̀n n. detainee
ẹlẹ̀wọ̀n n. prisoner
ẹlẹ́yà adj. ridiculous
ẹlẹ́yà adj. scornful
ẹlẹ́yà mẹ̀yà n. racialism
ẹlifetọ̀ n. elevator
ẹ́límẹ́ntì n. element
ẹ́mbásì n. embassy
èmbọ́sì v. emboss
ẹ́mẹ́ráldì n. emerald
èmí èṣù n. bogey
èmí èṣù n. demon
èmí gígùn n. longevity
èmí n. soul

èmí n. spirit
èmú n. pliers
èmú n. tongs
èmú n. tweezers
ẹnà adj. subliminal
ẹ́ngìnì n. engine
ẹnginíà n. engineer
ẹní àtẹ̀ẹ̀ká n. carpet
ẹni ayẹ̀wò n. examinee
ẹni dúdú n. nigger
ẹní gbawó n. payee
ẹni ìjìnlẹ̀ n. enigma
ẹni iyì n. gentry
ẹni jẹ́jẹ́ n. introvert
ẹni kékeré n. elf
ẹni kékeré n. junior
ẹni kẹ́ni pron. whoever
ẹnì kọ̀kan n. individuality
ẹni lásán n. nonentity
ẹni lásán n. scamp
ẹni líle n. martinet
ẹni mẹ́rin n. quartet
ẹni mímọ́ adj. innocent
ẹni mímọ́ n. saint
ẹní n. mat
ẹni n. person
ẹni ọlá adj. noble
ẹni ọ̀wọ̀ adj. reverend
ẹni ọ̀wọ̀ adj. venerable
ẹni pron. oneself
ẹní tó nyọ̀ n. glider
ẹni tóńfò n. jumper
ẹni tósá nílù n. refugee
ẹnibi n. reprobate
ẹnìkan pron. someone
ẹnìkan pron. somebody
ẹnikẹ́ni pron. anyone
ẹnimọ iṣẹ́ n. exponent

ẹnití *adj.& pron.* whose
ẹnití ìyàwóẹ̀ kú *n.* widower
ẹnití *pron.* whom
ẹnu èlò *n.* valve
ẹnu èrọ *n.* tap
ẹnu ẹyẹ *n.* beak
ẹnu ìgò *n.* spout
ẹnu kálámù *n.* nib
ẹnu lílà *n.* harelip
ẹnu *n.* gob
ẹnu *n.* mouth
ẹnu *n.* nozzle
ẹnu ọ̀nà aféfé *n.* ventilator
ẹnu ọ̀nà gúrú *n.* gurdwara
ẹnu ọ̀nà *n.* entrance
ẹnu ọ̀nà *n.* portal
ẹnu ọ̀nì *n.* snout
ẹnu rírùn *n.* halitosis
èpà *n.* peanut
èpọ́n *n.* sharpener
èpọ̀n *n.* testicle
ẹran *n.* flesh
ẹran *n.* patty
ẹran *n.* steak
ẹran àgùtàn *n.* mutton
ẹran ajẹko *n.* ruminant
ẹran alágolo *n.* spam
ẹran àpajẹ *n.* prey
ẹran dídùn *n.* sweetmeat
ẹran ẹlẹ́dẹ̀ *n.* bacon
ẹran ẹlẹ́dẹ̀ *n.* ham
ẹran ẹlẹ́dẹ̀ *n.* pork
ẹran ko *n.* beast
ẹran màálù *n.* beef
ẹran námà *n.* meat
ẹran òjẹ *n.* hatch
ẹran omi *n.* squid
ẹran ọmọ màálù *n.* veal

ẹran ọ̀sìn *n.* pet
ẹranko *n.* animal
ẹranko *n.* beast
ẹranko *n.* beaver
ẹranko *n.* marsupial
ẹranko *n.* mongoose
ẹranko alápá méjọ *n.* octopus
ẹranko apẹran *n.* predator
ẹranko ìgbẹ́ *n.* bison
ẹranko kékeré *n.* weasel
ẹranko omi *n.* amphibian
ẹranko omi *n.* penguin
èrè *n.* mire
èrèkẹ́ *n.* cheek
ẹrẹ́nà *n.* march
èrí *n.* evidence
èrí *n.* proof
èrí *n.* token
èrí ìsanwó *n.* voucher
èrí ọkàn *n.* conscience
èrín *n.* laughter
èrọ abómi ṣiṣẹ́ *n.* turbine
èrọ adi yìnyín *n.* freezer
èrọ afagbára *n.* turbocharger
èrọ agéwè *n.* guillotine
èrọ ajárọ́ *n.* polygraph
èrọ alá bẹ̀bẹ̀ *n.* propeller
èrọ aloná *adj.* electronic
èrọ àmáwòrán *n.* projector
èrọ amú náwá *n.* generator
èrọ amúná wá *n.* transformer
èrọ aṣọ híhún *n.* loom
èrọ atẹ̀wéjáde *n.* teleprinter
èrọ atọ́nà *n.* compass
èrọ awo inú *n.* ultrasound
èrọ àwọ̀nà jíjìn *n.* telescope
èrọ ayàwòrán *n.* camcorder
èrọ ìbọmi *n.* boiler

èrọ ìdángi n. sander
èrọ ìfọ́nká n. sprinkler
èrọ ìgbálẹ̀ n. hoover
èrọ ìgbé sáfẹ́fẹ́ n. transmitter
èrọ ìgbé sókè n. lever
èrọ ìgbẹ́rù n. winch
èrọ ìgbẹ́rù n. windlass
èrọ ìkórè n. harvester
èrọ ìlọrin n. lathe
èrọ ìlọta n. blender
èrọ ìmútóbi n. microscope
èrọ ìpòpọ̀ n. mixer
èrọ ìṣẹ̀dà n. copier
èrọ ìṣírò n. calculator
èrọ ìṣọ́ n. sensor
èrọ ìsòwépọ̀ n. stapler
èrọ ìtẹ̀wé n. printer
èrọ ìtọ pinpin n. radar
èrọ ìtójú ọkàn n. cardiograph
èrọ ìwonú n. scanner
èrọ ìyíra n. tappet
èrọ kékeré n. gadget
èrọ kọfí n. percolator
èrọ kronọ́lọ́jì n. chronograph
èrọ mímí n. respirator
èrọ n. machine
èrọ olóbìrí n. ratchet
èrọ omi n. hydrant
èrọ omi sísè n. geyser
èrọ omi síse n. heater
èrọ oúnjẹ síse n. microwave
èrọ pọ́mpù n. pump
èrọ reluwé n. locomotive
èrọ wíwọ̀n n. micrometer
èrọìgbóhùn síta n. tweeter
ẹrù n. baggage
ẹrù n. brunt
ẹrù n. burden
ẹrù n. cargo
ẹrù n. fear
ẹrù n. fright
ẹrù n. load
ẹrù n. luggage
ẹrù n. onus
ẹrù n. pack
ẹrú n. serf
ẹrú n. slave
ẹrù n. stuff
ẹrù n. terror
ẹrú n. vassal
ẹrù àyè kékeré n. claustrophobia
ẹrù dídì n. package
ẹrù gbígbé n. laden
ẹrù ilé n. furnishing
ẹrù ilé n. furniture
ẹrù iyàwó n. trousseau
ẹrù kíkó n. chattel
ẹrù kíkó n. freight
ẹrù òfin n. contraband
ẹrù olè n. loot
èsan n. retribution
èsan n. vengeance
ẹsẹ̀ n. foot
ẹsẹ̀ n. leg
ẹ̀ṣẹ̀ n. offence
ẹ̀ṣẹ̀ n. sin
ẹ̀ṣẹ̀ n. transgression
ẹsẹ̀ àti apá n. limb
ẹsẹ̀ dídùn adj. gammy
ẹsẹ̀ iwájú n. foreleg
ẹsẹ ìwé n. verse
ésè kẹsẹ̀ adj. instant
ẹ̀ṣẹ́ kíkàn n. boxing
ẹsẹ̀ tábìlì n. trestle
ẹṣin abìlà n. zebra

ẹṣin kékeré n. mustang
ẹṣin kékeré n. pony
Ẹsìn Krìstẹ́nì n. Christianity
ẹṣin n. horse
èsìn n. religion
ẹṣin n. steed
ẹskalétọ n. escalator
èṣọ́ àgbé jáde n. censor
èṣọ́ n. accessory
èṣọ̀ n. decoration
èṣọ́ n. jewel
èṣọ́ n. ornamentation
èṣọ́ n. sentry
èṣọ́ ènì n. bodyguard
èṣọ́ olódòdó n. garland
èṣọ́ ọrùn n. necklet
èṣọ́ ọrùn n. pedant
èṣọ́ ọwọ́ n. bangle
èṣọ́ ọwọ́ n. bracelet
èṣọ́ pọ́ọ́kú n. bauble
èsùn n. allegation
èsùn n. charge
èsùn n. complaint
ẹta inú n. prejudice
ẹtà n. musk
ètàn jẹ n. factitious
ètàn jẹ n. hoax
ètàn n. deceit
ètàn n. sham
ètàn n. sophism
ètàn n. treachery
ètàn n. trick
ètàn n. wile
ètànjẹ n. artifice
ètànjẹ n. seduction
ètẹ̀ n. leprosy
ètọ ìbò n. suffrage
ètọ́ ìdìbò n. franchise

èwà èkáná n. manicure
èwà ìlé n. décor
èwà n. bean
ẹwà n. beauty
èwọ̀n n. prison
èwù àwọsùn n. nightie
èwù ìlékè n. mantle
èwù ìlekè n. overcoat
èwù jánpé n. waistcoat
èwù n. apparel
èwù obìrin n. skirt
èwù pénpé n. vest
èyà adj. ethnic
èyà ara n. gland
èyà ara n. organ
èyà árá n. prostate
èyà ara n. system
èyà inú n. pancreas
èyà kékèké n. module
èyà n. tribe
èyà nkan n. component
èyà nkan n. species
èyà ojú n. cornea
èyà ọrùn n. thyroid
èyáwó n. loan
ẹyẹ n. bird
ẹyẹ n. buzzard
ẹyẹ n. gull
ẹyẹ n. jay
ẹyẹ n. kite
ẹyẹ n. sparrow
ẹyẹ n. stork
ẹyẹ n. thrush
ẹyẹ n. wagtail
ẹyẹ n. wren
ẹyẹ àkẹ n. seagull
ẹyẹ aláriwo n. magpie
ẹyẹ ẹlẹ́sẹ̀ gígùn n. wader

ẹyẹ ìtàn *n.* phoenix
ẹyẹ kùkù *n.* cuckoo
ẹyẹ ofu *n.* pelican
ẹyẹ olórin *n.* lark
ẹyẹ olórin *n.* nightingale
ẹyẹlé *n.* pigeon
èyi *n.* measles
ẹyin dídín *n.* omelette
ẹyin *n.* egg
ẹyinjú *n.* eyeball
èyinjú *n.* fixation
ẹyọkan *n.* singleton
èyún *n.* scabies

F

fà *v.* crawl
fá *v.* scrape
fá *v.* shave
fà *v.* tug
fà *v.* tug pull
fa *v.t.* drain
fà ìbáwí *adj.* reprehensible
fa ìdi *adj.* causal
fa irin *adj.* magnetic
fà jọ̀gbọ̀n *adj.* contentious
fà kalẹ̀ *v.* nominate
fa kọyọ *adj.* distinct
fa ojúro *v.* mope
fa owú *adj.* enviable
fa rani *adj.* lag
fa rani *v.* oppress
fa rúgúdù *v.* incite
fà sẹ́hìn *v.* lag
fà sẹ́hìn *v.* regress
fa wàhálà *adj.* tiresome
fàá kája *n.* duel

fàágùn *v.* elongate
fàájì *n.* leisure
fabẹ́ rẹ́gún *v.* prick
fàbú *n.* fable
fàdákà *n.* silver
fàdìọ̀ *adj.* sluggish
fadùn sí *v.* sweeten
fagbára kún *v.* reinforce
fagbára tì *v.* slam
fàgùn *v.* prolong
fàgùn *v.* stretch
fáìlì *n.* file
fajú ro *v.* sulk
fakọ yọ *adj.* outstanding
fàkókò ṣòfò *v.* laze
fàlà sídì *v.t.* underline
fàmì sí *v.* punctuate
fàmọ́ *v.* nuzzle
fàmọ́ra *v.* attract
fàmu *v.* absorb
fàmu *v.* adsorb
fani kalẹ̀ *v.* recommend
fani mọ́ra *adj.* catching
fani mọ́ra *adj.* catchy
fani mọ́ra *adj.* inviting
fánrán *n.* duct
fánrán ọkàn *n.* artery
fapá gún *v.* nudge
fapá gún *v.* nudge
fara balẹ̀ *adj.* demure
fara balẹ̀ *adj.* painstaking
fara balẹ̀ ṣiṣẹ́ *adj.* meticulous
fara dà *v.* endure
fara hàn *v.* appear
fara jìn *v.* devote
fara mọ́ *v.* acquiesce
fara mọ *v.* condone

fara mọ́ v. nestle
fara sọ n. gesture
fara tì v. recline
fara ya v. overreact
farajọ adj. similar
Fárẹ́nháìtì n. Fahrenheit
fàsẹ́ hìn v. procrastinate
fàṣẹsí v. approve
fàsí adj. prone
fàsí v. gravitate
faṣọ lẹ̀ adj. patchy
fàtu v. pluck
fàtu v. uproot
fáwẹ́lì n. vowel
fàya v. maul
fàya v. rip
fàyàwọ́ v. smuggle
fayọ̀sí v. gladden
fẹ́ bì adj. nauseous
fẹ́ ọkà v. winnow
fẹ̀ v. expand
fẹ́ v. flap
fẹ́ v. prefer
fẹ́ v. want
fẹ́ v. will
fẹ́ v. wish
fẹ́ v. would
fẹ́ v.t. enamour
febipa v. starve
fẹ́ẹ́rẹ́ adj. slight
fèèrè n. bugle
fẹ̀ẹ̀rẹ̀ n. dawn
fẹ̀fun n. howl
fehín sọrọ̀ v. snarl
fehín sọrọ̀ v.t snarl
fẹ̀hìn sùn v. loll
fẹ̀hìn tì v. depend
fẹ̀hìn tì v. retire

fẹ̀hónú hàn n. protest
fẹja sí ọtí v. marinate
fẹjú mọ́ v. ogle
féjù n. preference
fẹ́ká v. swirl
fẹ̀kọ́ kọ v. moralize
félọ v. drift
félù v. billow
fẹ̀nfẹ̀ adj. large
feng ṣui n. feng shui
fẹnu konu v.t. kiss
fẹnu ṣáátá v. insinuate
fẹ́ràn adj. fond
fẹ́ràn obìrin v. womanize
fẹ́ràn prep. like
fẹ́ràn v. infatuate
fẹ́rẹ̀ adj. virtual
fẹ́rẹ̀ mátó adv. scarcely
fèrè n. balloon
fèrè n. cornet
fèrè n. flute
fèrè n. horn
fèrè n. recorder
fèrè n. saxophone
fèrè n. trumpet
fèrè orin n. lute
fèrèsé n. casement
fèrèsé n. shutter
fèrèsé n. window
fèrèsé òrùlé n. skylight
fèrò pamọ́ v. dissimulate
fẹsẹ̀ gbá v. kick
fẹsẹ̀ gbálẹ̀ v. loiter
fẹsẹ̀ gbàlẹ̀ v. saunter
fẹ̀ṣẹ́ lù v. pummel
fẹsẹ̀ múlẹ̀ adj. stable
fẹsẹ̀ palẹ̀ v. potter
fẹsẹ̀ wọ́lẹ̀ v. shamble

fẹsẹ̀ wọ́lẹ́ v. trudge
fèsì v. respond
fẹ́sùn adj. somnolent
fẹ́sùn adj. somnolent
fẹ̀sùn kàn v. accuse
fẹ̀sùn kàn v. allege
fẹ̀sùn v. allege
fetí sílẹ̀ adj. attentive
fetíkọ́ v. overhear
fẹ̀tọ́ dùn v. deprive
feyín rún v. masticate
fẹyín v. grin
fi arani v. discomfit
fi bẹ́ẹ̀ adv. hardly
fi ẹ̀bẹ̀ ṣe v.t. entreaty
fi ẹ̀fẹ̀ ṣe v. satirize
fi èrò ṣe v. rationalize
fí fẹ́ràn n. infatuation
fi fún v. ascribe
fi fún v. cede
fi fún v. offer
fi góòlù kùn v. gild
fi ìdà bẹ̀ n. lunge
fi ìfẹ́hàn v. woo
fi ìkorò sí n. embitter
fi ìmore hàn n. grateful
fi jìn n. commit
fi jìn n. consign
fi mọ̀ràn v. sensitize
fi òfin dè v. ban
fi ògùn mú v. enchant
fi òróró kùn v. anoint
fi pamọ́ v. remand
fi pamọ́ v. secrete
fi rọ́pò n. substitute
fi rúlójú v. mystify
fi sí v. put
fi sílẹ̀ v. relinquish

fi sínú v. enclose
fi sínú v. implant
fi sínú v. inculcate
fi sípò v. install
fi ṣòfò v.t. ravage
fi wéwu v. endanger
fibò adv. overly
fidí hẹ adj. provisional
fidí múlẹ̀ adv. Immovable
fidí múlẹ̀ v. establish
fídíò n. video
fífá adj. shaven
fífà mọ́ra v. tantalize
fífa ọ̀rá ara n. liposuction
fífa radà adj. tolerable
fífà sẹ́hin n. lagging
fífà sínú n. siphon
fífẹ́ hànsí v.t. adore
fífẹ́ jẹun n. appetite
fífẹ́ ju ẹnìkan n. bigamy
fífẹ̀ n. expanse
fifi n. wield
fífi ṣeré n. fiddle
fifò bàálù v. taxi
fifò lókè n. flight
fífọ́ n. breakage
fífò v.t. hop
fífọn n. honk
fífọn v. blare
fifún n. assignation
fifún n. bestow
fifún n. render
figa gbága v. compete
figa gbága v.t. jostle
figún v. jab
fihàn adj. manifest
fihàn v. acknowledge
fihàn v. disclose

fihàn v. evince
fihàn v. portray
fihàn v. reveal
fihàn v. show
fíìmù n. film
fíìmù n. movies
fíìmù kékeré n. microfilm
fíìmù kúkúrú n. footage
fijẹ v. confer
fijì v. absolve
fikó v. dab
fikọ́ra v.t. habituate
fikún v. add
fikún v. fill
filà n. cap
filà n. hat
filé lẹ̀ v. set
fíléki n. flake
fimọ̀ ṣokan n. consensus
fimọ́ v. annex
fimọ̀ v. introduce
fimọ́ v.t. affix
fimọ̀ràn adj. advisable
fín adj. acrid
fín v. spray
fín ilé v. fumigate
fín lọ́fíndà v. perfume
finá sè v. grill
fínmú adj. pungent
finú konú v. discuss
fipá gbà v. extort
fipá lòpọ̀ v. rape
fipamọ́ v. stash
fipò sílẹ̀ v. resign
fiposílẹ̀ v.t. abdicate
firafún v. betake
fírémù n. frame
firi gbọ̀n adj. huge

firi gbọ̀n adj. strapping
fírí n. fir
firíjì n. fridge
fisá tìmọ́lé v.t. detain
fisábẹ́ v. subsume
fiṣe hàn v. typify
fisẹ́ wọ̀n v. imprison
fisẹ́ wọ̀n v. incarcerate
fiṣeré v. dabble
fisí ààrín v. centralize
fisí kàwọ̀ v. entrust
fisí pò v. rank
fisílẹ̀ v. forgo
fiṣòfò v. waste
fisọlẹ̀ v. entrench
fisómi v. souse
fisùn v. charge
fítà n. fitter
fitílà n. lamp
fiwé pè v. invite
fiwé v. liken
fiyà jẹ v. inflict
fiyà jẹ v. maltreat
fiyà jẹ v. mistreat
fiyàjẹ adj. tortuous
fiyé fùn v. vitalize
fiyèsí adj. mindful
fiyèsí adj. noted
fiyèsí adj. solemn
flóráìdì n. fluoride
flọrí sẹ́ntì adj. fluorescent
fọ́ v. break
fọ́ v. crack
fọ́ v. crash
fò v. hop
fò v. leap
fọ v. refine
fọ̀ v. scrub

fọ́ v. break
fọ́ v. crack
fọ́ v. crash
fò v. hop
fò v. leap
fọ v. refine
fọ̀ v. scour
fọ̀ v. scrub
fò v. skip
fò v. spring
fọ̀ v. wash
fò v.i. fly
fò v.i. jump
fò v.i. soar
fọ́ v.t. shatter
fò wálẹ̀ v. swoop
fòbí ẹṣin v. cavort
fòfin dè v. sanction
fọ́fun adj. obtuse
fọgbọ́n ṣe adj. tactful
fògo v. glorify
fohùn sí v. ratify
fohùn ṣọ̀kan v. unite
fọhùn v. vocalize
fojà ṣọwọ́ v.t. export
fojú fò v. overlook
fojú kéré v. underestimate
fojú kéré v. underrate
fojú sí v. concentrate
fojú sùn v. envisage
fojú sùn v.i. aim
fojúsí ẹ̀kọ́ adj. scholarly
fojúsí ẹ̀kọ́ adj. scholastic
fojúsí ẹ̀kọ́ adj. studious
fọkàn balẹ̀ adj. confident
fọkàn balẹ̀ n. restful
fọ́kì n. fork
fòkiri v. gambol

fòkúta tẹ́ v. pave
fólíò n. folio
fọ́manù n. foreman
fomi ṣàn v. flush
fomi ṣàn v. rinse
fomi sí v. dilute
fomi sí v. hydrate
fomi sí v. moisten
fomi sí v. moisturize
fọ̀mọ́ v. cleanse
fọ́múlà n. formula
fọ́n síta v. extrude
fọn v. blow
fọn v. inflate
fọ́n v. spatter
fọ́n v.i. sprinkle
fọ́nká v. disperse
fọ́nká v. scatter
fọ́nká v. strew
fọnmù n. snort
fọ́nnu v. exaggerate
fọ̀npè v. bray
fọ́nsí v. splatter
fọ́ntì n. font
fọnu v. gargle
fọ́ọmù n. form
fóòmù n. padding
fóònù ìléwọ́ n. cellphone
fóònù n. phone
fóònù n. telephone
fòpinsí v. annul
fọ́pọ̀ adj. amorphous
fọ́pọ̀ v. mangle
fọ̀rá bò v. laminate
forí ṣánpọ́n adj. moribund
forin sọrọ̀ adj. lyrical
forítì v.i. persevere
fọ̀rọ̀ wàdìí v. interrogate

fòrò wóró *adj.* cognate
foró yáró *adj.* catty
foró yáró *adj.* spiteful
fòróró pa *v.* lubricate
forúkọ sílẹ̀ *v.* enlist
fósi fétì *n.* phosphate
fósi fórúsì *n.* phosphorus
fósìlì *n.* fossil
fọ̀tẹ̀ gbàjọba *v.* revolutionize
fọ́tò *n.* photo
fótò *n.* photograph
fòwebú *adj.* snide
fọwọ́ fà *v.* incur
fọ̀wọ̀ fún *v.* revere
fọwọ́ gbá *v.t.* slap
fowọ́ kàn *v.* feel
fọwọ́ kàn *v.* tamper
fọwọ́ kàn *v.* touch
fọwọ́ lù *v.* pat
fọwọ́ pa *v.* fondle
fọwọ́ rara *v.* masturbate
fọwọ́ sí *v.* endorse
fọwọ́ sowọ́ *v.* collaborate
fọwọ́ sọ̀yà *v.* vouch
fọwọ́ tọ́ *v.* pinch
fọwọ́ wá *v.* frisk
fọwọ́ wá *v.* grope
fọwọ́ wá *v.* scrabble
fọwọ́pa *v.* caress
fọwọ́ra *v.* rub
fọwọ́sí *v.* append
fọwọ́tì *adj.* poke
fòyà *adj.* edgy
fòyà *v.* appal
fòyà *v.* daunt
fùkẹ̀ fùkẹ̀ *n.* pad
fún *prep.* for
fún *prep.* per

fún *v.* assign
fún *v.* give
fún *v.* present
fún *v.* squeeze
fún *v.* wring
fún ààbò *adj.* defensive
fún ẹni *adj.* bespoke
fún ìtọ́jú *adj.* remedial
fún lábẹ́rẹ́ *v.* inoculate
fún lagbára *v.* recharge
fún lágbára *v.* strengthen
fún láyọ̀ *adj.* delightful
fún lóògùn *v.* dispense
fún lọ́rùn *v.* choke
fún lọ́rùn *v.* strangle
fún ní àkòrì *v.* entitle
fún pọ *v.* constrict
fún pọ *v.* crush
fún rawa *pron.* ourselves
funfun *adj.* white
funfun ẹyin *n.* albumen
fúngbà díẹ̀ *adj.* temporary
fúngbà díẹ̀ *adj.* tentative
fúngbà díẹ̀ *adv.* awhile
fúni nírètí *adj.* promising
fúnjú pọ̀ *adj.* wry
fúnjú *v.* wince
furapé *v.* bode
furasí *adj.* suspicious
furasí *v.* suspect

G

ga *adj.* high
ga jù *adj.* superlative
ga jùlọ *v.* outgrow
ga sókè *v.* heighten
gáàsì àtùpà *n.* neon

gádà *n.* girder
gàgàrà *adj.* gigantic
gàgàrà *n.* mammoth
gajù *adj.* arrant
gajù *adj.* posh
gaju ẹdá lọ *adj.* supernatural
gálà *n.* gala
gálíkì *n.* garlic
gálọ̀nù *n.* gallon
gan *adj.* crisp
gan *adj.* numb
gan gan *adj.* specific
gan mọ́ná *v.* electrocute
gánẹ̀tì *n.* garnet
gangan *adj.* exact
gangan *adj.* sheer
gáréjì *n.* garage
gásì aféfẹ́ *n.* hydrogen
gásì aféfẹ́ *n.* ozone
gásì imí sínú *n.* oxygen
gáskẹ̀tì *n.* gasket
gé ara *n.* nick
gé igi *v.* lop
gé *n.* trim
gé *v.* chop
gé *v.* cut
gé *v.* dissect
gé *v.* hack
gé *v.* pare
gé *v.* shear
gé *v.* snip
gẹ̀dẹ̀ gẹ́dẹ̀ *n.* sediment
gẹ̀dẹ̀ gẹ́dẹ̀ *n.* sludge
géèjì *n.* gauge
Gẹ̀ẹ́sì *n.* English
géètì *n.* gate
gẹ́gẹ́ bí *adv.* according
gẹ́gẹ́ bíi *adv.* accordingly

gẹ́gẹ́ bótirí *adj.* literal
gegele *n.* dudgeon
gégi *v.* hew
géjẹ *v.* bite
géko *v.* mow
gèlè *n.* kerchief
gélegèle *adj.* bumpy
gẹngẹ *adv.* gaily
gesí méjì *v.* halve
gésí wẹ́wẹ́ *v.* mince
gíà *n.* gear
gíga *adj.* tall
gíga *n.* height
gíga *n.* lofty
gígé igi *v.* deforest
gígé *v.* whittle
gigí sẹ̀ *n.* heel
gígòkè *n.* ascent
gígùn *n.* length
gígùn òkè *v.* belay
gílọ́sì *n.* gloss
gipsí *n.* gypsy
gíráfù *n.* gravel
gírámà *n.* grammar
gírámà *n.* predicate
giramo fónù *n.* gramophone
gírámù *n.* gram
gìrì *n.* convulsion
gìrì *n.* spasm
gírîìsì *n.* grease
gìtá èjìká *n.* violin
gìtá *n.* guitar
glisi rínì *n.* glycerine
glúkósì *n.* glucose
gọ̀ *adj.* daft
gọ́gù *n.* goggle
gòkè *v.i.* ascend
gòkè *v.i.* climb

golí *n.* goalkeeper
gómìnà *n.* governor
góngó *n.* peak
góngó òkè *n.* crest
góngó òkè *n.* topping
góòlù *n.* gold
góọ̀mù *n.* mucilage
góọ̀sì *n.* gauze
gorí *v.* supersede
gosi míìtì *n.* goldsmith
grámù kékeré *n.* milligram
gránáìtì *n.* granite
grépù *v.* grape
gùfẹ̀ *v.* belch
gùn *adj.* long
gùn *v.* ride
gún abẹ́rẹ́ *v.* inject
gún apá *v.* shrug
gun orí *adj.* overlap
gùn púpọ̀ *adj.* lengthy
gúnbẹ *v.* stab
gúrọ́fà *n.* guava
gúsù *adj.* southern
gúsù *n.* south

GB

gbà *v.* accede
gbà *v.* accept
gbà *v.* clinch
gbà *v.* concur
gbà *v.* get
gbá *v.* hit
gbà *v.* obtain
gbà *v.* receive
gbá *v.* swat
gbá *v.* whack
gba *v.t.* contain
gba *prep.* via

gbá dànù *v.* parry
gba dúkìá *v.* expropriate
gba dúkìá *v.* sequester
gba ẹ̀bùn *v.* award
gba ẹ̀jẹ̀ *v.* transfuse
gba èlò ìjà *v.* disarm
gba ẹrù *v.* unburden
gba ẹ̀san *v.* avenge
gba fẹ́fẹ́ *v.* ventilate
gbà fún *v.* concede
gbà gbé *v.* efface
gbà gbọ́ *adv.* credulity
gbà gede *n.* arena
gba ìmọ̀ràn *v.* advise
gbà láàyè *v.* permit
gbà lọ́kàn *v.* enthral
gbà lọ́kàn *v.* obsess
gbá lówó *v.* dupe
gbá lulẹ̀ *v.* stun
gba mọ́ra *adj.* flexible
gbà mọ́ra *v.* tolerate
gbà mọ̀ràn *v.* consult
gbà *n.* thud
gba nkan *v.* confiscate
gba owó *v.* levy
gbà padà *v.* reclaim
gbà padà *v.* recover
gbà padà *v.* regain
gbà padà *v.* repossess
gbà padà *v.* retrieve
gbà padà *v.* withdraw
gba radì *v.* mobilize
gba rìbá *v.t.* bribe
gbà sára *v.* imbibe
gbà sílé *v.* accommodate
gbà síṣẹ́ *v.* employ
gbà síṣẹ́ *v.* recruit
gbà sódì *v.* misconceive

gba wèrè *n.* craze
gbà wọlé *v.* admit
gbà wọlé *v.* induct
gbà wọlé *v.* matriculate
gbadé lórí *v.* dethrone
gbádùn *v.* enjoy
gbádùn *v.* indulge
gbádùn *v.* relish
gbàdúrà *v.* pray
gbáfẹ́ *adj.* funky
gbáfẹ́ *adj.* sociable
gbáfẹ́ *adj.* swish
gbafẹ́fẹ́ *v.* waft
gbàfún *adj.* affirmative
gbàfún *v.* capitulate
gbàfún *v.* grant
gbàfún *v.* succumb
gbàfún *v.* yield
gbàgbé *v.* forget
gbàgbọ́ *n.* belief
gbàgbọ́ *v.* believe
gbàjẹ sára *v.* immunize
gbajú mọ̀ *adj.* legendary
gbajú mọ̀ *n.* celebrity
gbajú mọ̀ *n.* prominence
gbájú mọ́ *v.* preoccupy
gbájúẹ̀ *n.* racketeer
gbájúẹ̀ *n.* swindler
gbajúmọ̀ *n.* elite
gbàlà *v.* save
gbalẹ̀ *n.* acquisition
gbalẹ̀ *v.* prevail
gbálẹ̀ *v.* sweep
gbámú *n.* captivate
gbámú *v.* arrest
gbámú *v.* clasp
gbámú *v.* grab
gbámú *v.* grasp

gbámú *v.* nab
gbámú *v.* seize
gbámú *v.t.* entrap
gbaná *adv.* ablaze
gbaná *n.* combustion
gbaná *n.* flare
gbàngàn ìjọ́sìn *n.* basilica
gbàngàn *n.* amphitheatre
gbàngàn *n.* auditorium
gbàngàn *n.* hall
gbani lọ́kàn *adj.* interesting
gbàní mọ̀ràn *n.* counsel
gbàní yànjú *v.* exhort
gbànjo *n.* auction
gbapò titun *v.* redeploy
gbapò *v.* supplant
gbapò *v.* usurp
gbapò *v.t.* displace
gbara dì *adj.* ready
gbara dì *v.* equip
gbára lé *adj.* dependent
gbára yílẹ̀ *v.* writhe
gbàṣẹ *v.* authorize
gbàyè *adj.* permissive
gbàyè *v.* allow
gbàyè *v.* reserve
gbáyò wọlé *v.* score
gbẹ *adj.* gaunt
gbẹ *adj.* parched
gbé agbára wọ *v.* empower
gbé gajù *v.* overestimate
gbé gajù *v.* overrate
gbé iṣẹ́ fún *v.* outsource
gbé jàde *adj.* inaugural
gbé jáde *v.* launch
gbé kúrò *v.* transfer
gbé lórí *v.* superimpose
gbé mọ́ra *v.* cuddle

253

gbe ọ̀rọ̀ v. corroborate
gbé pamọ́ v. conceal
gbé raga adj. cocky
gbé raga adj. haughty
gbé raga adj. lordly
gbé raga adj. smug
gbé ró v. sustain
gbé rù v. cram
gbé sáfẹ́fẹ́ v. transmit
gbé sókè n. hike
gbé sókè v. elevate
gbé sókè v. standardize
gbé sókè v. uplift
gbé sórí v. impute
gbé v. carry
gbé v. convey
gbé v. dwell
gbé v. heave
gbé v. inhabit
gbé v. reside
gbé v. take
gbé v. tote
gbé v.i. abide
gbé v.t. bear
gbé v.t. lift
gbé yàwó v. wed
gbe yẹ̀wò v. consider
gbéga v. exalt
gbéga v. magnify
gbéga v. promote
gbégi lé v. revoke
gbẹ́gi lére v. sculpt
gbẹ́gi v. carve
gbẹjọ́ rò v. advocate
gbẹ́kẹ̀ lé v. rely
gbélé itan v. dandle
gbẹ́lẹ̀ v. dig
gbelé v. impose

gbemì v. gulp
gbémì v. swallow
gbèn déke n. climax
gbèn déke n. deadline
gbèn déke n. purview
gbèn déke n. ultimatum
gbéni kiri v. reshuffle
gbẹnu sọ v. intercede
gbéraga adj. arrogant
gbẹ́rẹ́ sísín n. tattoo
gbèrò ire adj. fanciful
gbèrò tóyẹ v. idealize
gbèrò v. assume
gbèrò v. contemplate
gbèrò v. devise
gbèrò v. intend
gbèrò v. theorize
gbèrò v.t. imagine
gbèrò ire adj. fanciful
gbèrò tóyẹ v. idealize
gbèrú v. thrive
gbẹ̀san v. retaliate
gbẹ́sẹ̀ adj. actionable
gbẹ́ṣẹ́ jáde v. subcontract
gbèsè n. debt
gbésókè v. raise
gbẹ̀tọ́ ìdìbò v. enfranchise
gbẹ̀tọ́ v. arrogate
gbì dánwò adj. trying
gbì dánwò v. dare
gbí gbalẹ̀ n. prevalence
gbí gbé n. conveyance
gbí gbéga n. promotion
gbí gbóná adj. humid
gbí gbóná n. warmth
gbi lẹ̀ v. acquire
gbígbà n. acceptance
gbígbà padà n. recovery

gbígbé *adj.* abiding
gbígbẹ *adj.* arid
gbígbẹ *adj.* dry
gbígbé mọ́ra *adj.* cuddly
gbígbẹ̀ san *n.* revenge
gbígbẹ́gi *n.* carvery
gbígbó *adj.* tatty
gbígbó *n.* woof
gbígbọ̀n *v.* palpitate
gbilẹ̀ *adj.* prevalent
gbilẹ̀ *v.* flourish
gbilẹ̀ *v.* occupy
gbilẹ̀ *v.* replenish
gbìmọ̀ pọ̀ *n.* consort
gbìmọ̀ pọ̀ *v.* connive
gbìrò *v.* premeditate
gbìyànjú *v.* assert
gbìyànjú *v.* attempt
gbìyànjú *v.* attempt
gbìyànjú *v.* endeavour
gbìyànjú *v.* struggle
gbó *adj.* old
gbọ́ fáàrí *adj.* sophisticated
gbọ́ ìró *adj.* audible
gbó *n.* yap
gbó *v.* growl
gbọ́ *v.* hark
gbọ́ *v.* hear
gbọ́ *v.* listen
gbọ́dọ̀ *adv.* necessarily
gbọ́dọ̀ sọ *adj.* notifiable
gbọ́dọ̀ *v.* must
gbọ̀gàn ìṣeré *n.* gymnasium
gbogbo *adj.* all
gbogbo *adj.* entire
gbogbo *adj.* every
gbogbo ara *adj.* rapt
gbogbo ẹranko *n.* fauna
gbogbo gbò *adj.* general
gbogbo ìgbà *adj.* always
gbógo fún *v.* attribute
gbógun ti *v.* besiege
gbógunti *adj.* beleaguered
gbóhùn gbohùn *n.* microphone
gbóhùn jáde *v.* amplify
gbohùn sára *adj.* soundproof
gbọkàn *adj.* bemused
gbọkàn *v.* engross
gbóló hùn *n.* clause
gbóló hùn *n.* sentence
gbólóhùn méjì *n.* syllogism
gbọn *adj.* artful
gbọ́n *adj.* clever
gbọ̀n *adj.* nervy
gbọ́n *adj.* prudent
gbọ́n *adj.* subtle
gbọ́n kú *adj.* curt
gbọ̀n lóhùn *v.* quaver
gbọ́n owó lọ *adj.* ruinous
gbọ̀n rìrì *adj.* overwrought
gbọ̀n rìrì *v.* vibrate
gbọ́n tayọ *v.* outwit
gbọ̀n *v.* cower
gbọ̀n *v.* quiver
gbọ̀n *v.* shiver
gbọ̀n *v.* tremble
gbóná *adj.* hot
gbóná *adj.* sultry
gbóná *adj.* warm
gbóná *v.* swelter
gbòngbò *n.* root
gbọ́njẹ *v.* purvey
gbọnra *v.* flinch
gbọnra *v.* fluster
gbọnra *v.* shudder
gbọnyẹ́ *v.* flutter

gbòòrò *adj.* wide
gbọ́ràn *adj.* obedient
gbórín jù *adj.* dominant
gbòrò *adj.* broad
gbọrọ *adj.* oblong
gbọ́rọ̀ *v.* heed
gbọ́rọ̀ *v.* obey
gbórúkọ sórí *adj.* nominal
gbowó kójá *v.* overdraw
gbowó padà *v.* recoup
gbówó padà *v.* reimburse
gbowó *v.* swindle
gbóyà *v.* embolden
gbóyà *v.* gutsy

H

há *adj.* hoarse
há *adj.* tight
ha *v.* scuff
ha *v.t.* grate
ha *v.t.* scratch
hàidrọ́ líìkì *adj.* hydraulic
hájjì *n.* hajj
hàlálì *v.* halal
halẹ̀ *v.* brandish
halẹ̀ mọ́ *n.* harass
halo gẹ́nì *n.* halogen
hámọ́ *v.* confine
hamọ́ *v.* hector
hàn *adj.* apparent
hàn *adj.* obvious
han *n.* screech
han *n.* squeal
han *n.* yowl
han *v.* shriek
hàn kedere *adj.* graphic
hángà *n.* hangar

hánimọ́ *v.i.* straiten
hanrun *n.* snore
hárpù *n.* harp
háwọ́ *adj.* niggardly
háwọ́ *adj.* stingy
háyà *v.t.* hire
hẹlikọ́ptà *n.* helicopter
hẹpa táìtísì *adj.* hepatitis
hére hère *adj.* sparse
híha *n.* grating
híhàn *n.* transparency
híhó ọṣẹ *n.* lather
híhù *n.* germination
híhu *v.* yodel
hílà hílo *n.* dilemma
hó fáyọ̀ *adj.* rumbustious
hó ọṣẹ *n.* foam
hó sókè *v.* evaporate
họ́bù *n.* hub
hól míúmù *n.* holmium
hóná *adj.* fiery
họ́ọ̀bù *n.* hob
hóró *n.* granule
hòtẹ́ẹ̀lì *n.* hotel
hù *v.* germinate
hu ehín *v.* teethe
hunjọ *n.* wrinkle
hunṣọ *v.* knit
hunṣọ *v.* weave
hùwà kuwà *adj.* rude
hùwà *v.* behave
hùwà *v.* comport

I

ibà *n.* fever
ibà *n.* malaria
ibà *n.* typhoid

ibà apọ́njú *n.* jaundice
ibá kẹ́dùn *n.* should
ibá lòpọ *n.* intercourse
ibá lòpọ *n.* sex
ibá lòpọ tẹbí *n.* incest
ibà lórúkọ jẹ́ *n.* defamation
ibá mu *n.* correlation
iba nkanjẹ́ *n.* default
iba nújẹ́ *n.* damper
iba nújẹ́ *n.* misery
iba orúkọ jẹ́ *n.* disrepute
ibá ṣepọ̀ *n.* rapprochement
ibá *v.* should
ibáákà *n.* mule
ibàdí *n.* loin
ibàdí *n.* waist
ibàjẹ́ *n.* spoiler
ibàjẹ́ *n.* disrepair
ibàjẹ́ *n.* infamy
ibálé *n.* virginity
ibámu *n.* alignment
ibani lórúkọ jẹ́ *n.* libel
ibání sọ̀rọ̀ *n.* commune
ibáni sọrọ *n.* communication
ibanijẹ *n.* calumny
ibanú jẹ́ *n.* grief
ibànú jẹ́ *n.* grievance
ibanújẹ́ *n.* dejection
ibara dọ́gba *n.* symmetry
ibara jẹ́ *n.* hysteria
ibára mu *n.* complement
ibárà *n.* patronage
ibáṣe pọ̀ *n.* relationship
ibasí *n.* perch
ibásọ̀rọ̀ ààrín òṣìṣẹ́ *n.* intercom
ibátan *n.* kinship
ibátan *n.* relation

ibáwí líle *n.* stricture
ibáwí *n.* deal
ibáwí *n.* reproof
ibẹ̀ *adv.* there
ibèèrè fún *n.* solicitation
ibèèrè *n.* enquiry
ibẹ̀ẹ̀rẹ̀ *n.* genesis
ibèèrè *n.* inquiry
ibéérè *n.* question
ibèèrè *n.* request
ibéèrè ọ̀ràn *n.* inquisition
ibeje *n.* sextuplet
ibẹ̀rẹ̀ ayé *adj.* Neolithic
ibẹ̀rẹ̀ *n.* beginning
ibẹ̀rẹ̀ *n.* commencement
ibẹ̀rẹ̀ *n.* inception
ibẹ̀rẹ̀ *n.* outset
ibẹ́rin *n.* quadruplet
ibẹrù *adj.* fearful
ibẹrù *n.* phobia
ibẹrù *n.* trepidation
ibẹta *n.* triplet
ibẹ̀wò *n.* inspection
ibí *n.* birth
ibi *n.* place
ibi àfojú sùn *n.* destination
ibi àsopọ̀ *n.* commissure
ibi gíga jùlọ *n.* apex
ibi gíga *n.* altitude
ibi gíga *n.* zenith
ibi ibọsẹ̀ títà *n.* hosiery
ibi idáná *n.* hearth
ibi idọ́tí *n.* dingy
ibi ifọpo *n.* refinery
ibi igbafẹ́ *n.* resort
ibi ijìyà òkú *n.* purgatory
ibi ikógun sí *n.* armoury
ibi ikónjẹ sí *n.* larder

ibi ikówesí *n.* archives
ibi inajú *n.* terrace
ibi ipàdé *n.* venue
ibi ipànià *n.* gallows
ibi ipèrun *n.* minaret
ibi ipọntí *n.* winery
ibi irúwé *n.* node
ibi isádi *n.* refuge
ibi iṣẹ́ *n.* office
ibi iṣẹ̀lẹ̀ *n.* incidence
ibi iṣẹ̀lẹ̀ *n.* setting
ibi isìnkú ọba *n.* pyramid
ibi itajá *n.* arcade
ibi itẹ́rùn *adj.* cosy
ibi itẹ́rùn *adj.* cozy
ibi itọ̀ *n.* urinal
ibi iwà kúta *n.* quarry
ibi iyàgbẹ́ *adj.* anal
ibi iyàgbẹ́ *n.* rectum
ibì kan *n.* locality
ibi kékeré *adj.* poky
ibi kíbi *adv.* anywhere
ibi mímọ́ *n.* sanctum
ibi rere *n.* utopia
ibì ṣubú *n.* subversion
ibi tódé *n.* extent
ibi tógajù *n.* maximum
ibi tótẹ́jù *n.* plane
ibìkan *adv.* somewhere
ibímọ *n.* fertility
ibímọ púpọ̀ lẹ́ẹ̀kan *adj.* multi-parous
ibinú jẹ́ *n.* melancholy
ibínú *n.* anger
ibínú *n.* annoyance
ibínú *n.* fury
ibínú *n.* indignation
ibínú *n.* rage
ibínú *n.* wrath
ibínú ńlá *n.* ire
ibínú nlá *n.* outrage
ibínú ọmọdé *n.* tantrum
ibínú sí *n.* resentment
ibísíi *n.* proliferation
ibití *adv.* whereabouts
ibo *adv.* where
ibò *n.* ballot
ibò *n.* vote
ibò mọlẹ̀ *n.* cover
ibọ kọjé *n.* wreck
ibọ̀ lọ́wọ́ *n.* handshake
ibò ọ̀rọ̀ ìlú *n.* referendum
ibọ riṣà *n.* idolatry
ibọ́ sáyé *n.* limelight
ibò yíyí *n.* rigging
ibófin mu *n.* legality
ibófin mu *n.* legitimacy
ibófin mu *n.* validity
ibòji *n.* arbour
ibojí *n.* graveyard
ibòji *n.* sepulture
ibòji *n.* shade
ibojì *n.* tomb
ibojì *n.* vault
ibojú *n.* mask
ibòjú *n.* shroud
ibojú *n.* veil
ibojú wẹ̀hìn *n.* hindsight
ibọkànjẹ́ *adj.* dismal
ibóku sọrọ *n.* necromancy
ibomi rin *n.* irrigation
ibọn àyìnpọ *n.* barrage
ibọn àyìnpọ *n.* salvo
ibọn ìléwọ́ *n.* pistol
ibọn kànkà *n.* bazooka
ibọn *n.* gun
ibọn *n.* musket
ibọn *n.* revolver

ìbọn n. rifle
ìbọn nlá n. cannon
ìbọn títóbi n. artillery
ìbọn yíyìn n. shooting
ìbora n. casing
ìborí n. bonnet
ìborí n. hood
ìborí n. mastery
ìborí n. wimple
ìborúkọ jẹ́ n. slander
ìborùn n. muffler
ìborùn n. shawl
ìborùn n. stole
ìbọ̀sẹ̀ kan n. sock
ìbọ̀sẹ̀ n. hose
ìbọ̀sẹ̀ n. stocking
ìbòsí n. alarm
ìbọ̀wọ̀ fún n. homage
ìbọ̀wọ̀ fún n. reverence
ìbọ̀wọ̀ fún n. veneration
ìbọ̀wọ́ n. gauntlet
ìbọ̀wọ́ n. glove
ìbọ̀wọ́ n. mitten
ìbú n. width
ìbú gbàgà n. bang
ìbú gbàmù n. blast
ìbú gbàmù n. explosion
ìbù gbé n. domicile
ìbù gbé n. residence
ìbù kún n. blessing
ìbù ọwọ́ n. span
ìbú ramú ramù n. roar
ìbù sùn kéké ré n. cot
ìbùbà ẹranko n. lair
ìbùdó áyọ n. idyll
ìbùdó hẹlikọ́ptà n. heliport
ìbùdó n. habitat
ìbùdó ọkọ̀ omi n. marina

ibúdókọ̀ n. terminus
ibùgbé n. abode
ibùgbé n. dwelling
ibùgbé n. habitation
ibùgbé n. home
ibùgbé n. hostel
ibùgbé n. tenement
ibùgbé ṣọ́jà n. cantonment
ibùjẹ ẹran n. manger
ibúni n. taunt
ibuọlá fún n. tribute
ibupá n. vaccination
ibúra èké n. perjury
ibúra n. abjure
ibúra n. oath
ibùsùn àsokọ́ n. hammock
ibùsùn gbígbé n. stretcher
ibùsùn koríko n. pallet
ibùsùn n. bed
ibùsùn n. bunk
ibùsùn n. mattress
ibùsùn ọkọ̀ n. berth
ibùsùn ọmọ n. cradle
ibùwọ̀ n. lodging
idà n. rapier
idà n. sabre
idà n. sword
idà àbá adj. suggestible
idà bòbò n. safeguard
idá dé n. coronation
idá dúró díẹ̀ n. recess
idá dúró n. stoppage
idá dúró níṣẹ́ n. suspension
idá gbére n. valediction
idá gìrì n. melee
idá gìrì n. pandemonium
idá gìrì n. rumpus
idá gunlá n. negligence

ìdà kejì n. contrast
ìdà kejì n. obverse
ìdà kudà n. fiasco
ìdà láàmú n. persecution
ìdá láre n. justification
ìdá láre n. vindication
ìdá lẹ́bi n. condemnation
ìda lẹ̀nù n. disposal
ìdá lọ́lá adj. honorary
ìdá lọ́nà n. interception
ìdá lóró n. torment
ìdá lọ́wọ́ kọ́ n. restraint
ìdá mẹ́rin n. quarter
ìdá mẹ́wà n. tithe
ìdá nimọ̀ n. identification
ìda nkansí n. receptacle
ìdá ọgọ́rùn n. percentage
ìdá padà sípò n. reinstatement
ìdá ríjì n. pardon
ìdà rú n. confusion
ìdá sílẹ̀ n. freedom
ìdá sílẹ̀ n. parole
ìdá sọ̀rọ̀ n. monologue
ìdá sọ́rọ̀ n. soliloquy
ìdá wọ́lé n. venture
ìdáàbá n. proposal
ìdáàbò n. safety
ìdààlẹ̀ n. spillage
ìdààmú adj. harrowing
ìdábà n. speculation
ìdàbí n. conformity
ìdàbí ọlọ́run n. divinity
ìdàbú n. breadth
ìdàbú n. horizontal
ìdádúró v. baulk
ìdàgbà sókè n. development
ìdàgbà sókè n. growth
ìdagun n. gradient

ìdagun n. inclination
ìdagun òkè n. scarp
ìdáhùn n. answer
ìdájọ́ n. judgement
ìdájọ́ n. nemesis
ìdájọ́ n. ruling
ìdájọ́ n. verdict
ìdákẹ́ n. silence
ìdàkejì n. antonym
ìdákọ̀ró n. anchor
ìdákú n. coma
ìdákú rekú n. doldrums
ìdákún n. aggravation
ìdámọ̀ n. recognition
ìdàmú n. perplexity
ìdàmú n. rigmarole
ìdàmú n. toils
ìdàmú n. upheaval
ìdán kanlẹ̀ n. trigger
ìdán n. magic
ìdán rawò n. rẹhearsal
ìdáná n. burner
ìdána n. engagement
ìdáná n. stove
ìdáná sílé n. arson
ìdáná sun òkú n. cremation
ìdáni lẹ́kọ̀ n. seminar
ìdáni lẹ́kọ̀ọ́ n. training
ìdáni lójú n. assurance
ìdáni lójù n. conviction
ìdáni padà n. repatriation
ìdáńtọ́ n. competence
ìdánwò n. exam
ìdánwò n. temptation
ìdánwò n. test
ìdàpọ̀ n. melange
ìdara pọ̀ n. merger
ìdára sí n. goodwill

ìdára sí *n.* quality
ìdára yá *n.* animation
ìdára yá *n.* entertainment
ìdarí *n.* control
ìdarí *n.* manipulation
ìdáríjì èṣè *n.* remission
ìdáríjì *n.* amnesty
ìdarísí *n.* tendency
ìdàrú dàpọ̀ *n.* commotion
ìdàrú dàpọ̀ *n.* disarray
ìdàrú dàpọ̀ *n.* welter
ìdàrú *n.* ambiguity
ìdàrú *n.* shambles
ìdaṣe *n.* individualism
ìdaṣé pọ̀ *n.* synergy
ìdásí *n.* intervention
ìdásílẹ̀ *n.* acquittal
ìdáwó ìfẹ̀hìntì *n.* superannuation
ìdáwọ́ kọ́ *n.* abeyance
ìde aṣọ *n.* toggle
ìdé bìkan kíá *n.* sally
ìdè lẹ́nu *n.* muzzle
ìdè *n.* bondage
ìdẹ *n.* brass
ìdẹ *n.* bronze
ìdé *n.* screw
ìdèdí *n.* diaper
ìdèdí ọmọ *n.* nappy
ìdènà ìgbéjọ́ *n.* caveat
ìdènà *n.* ambush
ìdènà *n.* barrier
ìdènà *n.* blockade
ìdènà *n.* prevent
ìdẹ́nu *n.* stopper
ìdèpọ̀ *n.* screwdriver
ìdérí *n.* cork
ìdérí *n.* lid
ìdérí ìgò *n.* bung

ìdérin pa *n.* witticism
ìdèrùn *n.* alleviation
ìdẹ́yẹ sí *n.* disdain
ìdí *n.* base
ìdí *n.* basis
ìdí *n.* buttock
ìdí *n.* cause
ìdì *n.* eagle
ìdí *n.* intent
ìdí *n.* motive
ìdí *n.* reason
ìdì *n.* tie
ìdí abá *adj.* prime
ìdí abájọ *adj.* plausible
ìdí abájọ *n.* causality
ìdí abájọ *n.* rationale
ìdí bọ́n *n.* pretence
ìdí iṣẹ́ *n.* making
ìdí je *n.* competition
ìdí je *n.* contest
ìdí lójú *n.* obscurity
ìdì owó *n.* wad
ìdí pẹtà *n.* corrosion
ìdì pọ *n.* clove
ìdí wọ́ *n.* deterrent
ìdi yìnyín *n.* frost
ìdìbò ìlú *n.* plebiscite
ìdìbò *n.* election
ìdìbò *n.* poll
ìdìde *n.* rising
ìdíjé *n.* fixture
ìdíje *n.* match
ìdíje *n.* quiz
ìdíje *n.* tournament
ìdíje oríire *n.* bonanza
ìdílé *n.* family
ìdílé ọba *n.* royalty
ìdin *n.* larva
ìdínà *n.* obstruction

ìdínkù n. mitigation
ìdìpọ̀ n. brace
ìdìtẹ̀ gbàjọba n. revolution
ìdìtẹ̀ gbàjọba n. treason
ìdíwọ́ n. blockage
ìdíwọ́ n. cog
ìdíwọ́ n. handicap
ìdíwọ́ n. hindrance
ìdíwọ́ n. inhibition
ìdíwọ́ n. interference
ìdíwọ́ n. limitation
ìdíwọ́ n. obstacle
ìdíwọ́ n. restriction
ìdíwọ́ n. snag
ìdọ̀ bálẹ̀ n. prostration
ìdọ́ gbọ́n n. pretext
ìdo júrú n. disorder
ìdó kòwò n. investment
ìdọ́ wẹ̀kẹ̀ n. raillery
ìdọ́gba adj. equal
ìdọ́gba n. level
ìdọ́gba n. parity
ìdọ́gbọ́n sí n. manoeuvre
ìdọ́gbọ́n si n. pretension
ìdojú kọ adj. embattled
ìdojú kọ n. confrontation
ìdojú kọ n. contention
ìdojúkọ ìjọba n. insurrection
ìdọmọ onílùú n. naturalization
ìdọ̀tí ehín n. plaque
ìdótì n. bulwark
ìdọ̀tí n. dirt
ìdọ̀tí n. grime
ìdọ̀tí n. impurity
ìdótì n. siege
ìdun n. flea
ìdùnnú n. amusement
ìdùnnú n. happiness

ìdúró díẹ̀ n. intermission
ìdúró fún n. liability
ìdúró jẹ́ n. stillness
ìdúró n. pause
ìdúró n. poise
ìdúró n. posture
ìdúró n. stance
ìdúró oṣù n. menopause
ìdúró pẹ́ n. permanence
ìdúró ránpẹ́ n. blip
ìdúró ṣinṣin n. integrity
ìdúró ṣinṣin n. stabilization
ìdúró sípò n. steadiness
ìdúró wò n. standpoint
ìdúrólé adj. pivotal
ifa afẹ́fẹ́ kúrò n. suction
ifa gbára mú n. seizure
ifa gbáraṣe n. manhandle
ifà gùn n. prolongation
ifà kalẹ̀ n. nomination
ifa kọyọ n. distinction
ifa nkan n. pulley
ifa rani n. oppression
ifà séhìn n. drawback
ifà séhìn n. procrastination
ifà símú n. inhaler
ifayọ̀ se n. rhapsody
ifagbára kún n. reinforcement
ifahán sọrọ̀ n. lisp
ifàle n. tension
ifàmì sọ n. signification
ifàmọ́ra n. attraction
ifaná n. wiring
ifani kalẹ̀ n. recommendation
ifara balẹ̀ adj. docile
ifara dà n. forebear
ifara dà n. tolerance
ifara hàn n. appearance

ìfara jìn n. commitment
ìfara jìn n. devotion
ìfara jọ n. similarity
ìfara kàn n. contact
ìfara mọ́ n. acquiescence
ìfara mọ́ n. nestling
ìfarapẹ́ òótọ́ n. verisimilitude
ifàṣẹsí n. approval
ifàsí n. gravitation
ifàsílẹ̀ n. gravity
ifaṣọ dínu n. gag
ifaṣọ lẹ̀ n. patch
ifẹ́ ara ẹni n. narcissism
ife ẹ̀yẹ n. trophy
ifẹ̀ hìntì n. retirement
ifẹ́ ibásùn n. libido
ifẹ́ inú adj. willingness
ifẹ inú n. fantasy
ifẹ́ inú n. volition
ifẹ́ inú n. whimsical
ifẹ́ kúfẹ̀ n. lascivious
ifẹ́ kúfẹ̀ n. lust
ifẹ́ kúfẹ̀ẹ́ adj. amoral
ifẹ́ n. affection
ife n. canister
ife n. cup
ifẹ́ n. desire
ife n. goblet
ìfẹ́ n. love
ife n. tumbler
ifé n. whistle
ifẹ́ ohun ìní n. materialism
ifẹ́ orílẹ̀ èdè n. nationalism
ifẹ̀ orílẹ èdè n. patriotism
ife ọtí n. chalice
ifẹ́ owó n. lucre
ifẹ sẹ̀tẹ̀ n. pedal
ifẹ́ sọ́nà n. courtship

ifẹ̀ sùn kàn n. petition
ifẹ̀bi gbẹ̀bi n. recrimination
ifebi pa n. starvation
ifẹ̀hónú hàn n. protestation
ifẹlá n. ostentation
ifẹ̀mì ṣe n. verve
ifẹnu ṣáátá n. insinuation
ifèrò ṣe n. rationalism
ifẹsẹ̀ múlẹ̀ n. consolidation
ifẹsẹ̀ múlẹ̀ n. stability
ifẹsẹ̀ wà n. treadle
ifèsì adj. reactionary
ifẹ̀sùn kàn n. accusation
ifẹ̀sùn kàn n. indictment
ifetí sílẹ̀ n. attention
ifètò sómọ bíbí n. contraception
ifi àmìsí n. punctuation
ifi bojú n. veneer
ifi dógò n. mortgage
ifi ẹfun kun n. whitewash
ifi ẹ̀tàn gbowó n. blackmail
ifi fún n. offering
ifi lélẹ̀ n. principle
ifi lélẹ̀ n. set
ifi òfin dè n. banishment
ifi ọjà ṣọwọ́ n. mail order
ifi òróró pa n. lubrication
ifi pamọ́ n. secretion
ifi rọ́pò n. replacement
ifi rọ́pò n. substitution
ifi ṣáájù n. prefix
ifi sípò n. installation
ifi sípò n. placement
ifi sípò n. surrogate
ifi wépè n. invitation
ifi yàjẹ n. discipline
ifi yàjẹ n. torture
ifibò yàn adj. elective

ifibò yàn *n.* mandate
ifidí múlẹ̀ *n.* establishment
ififẹ́ hànsí *n.* adoration
ifigi deegun *n.* splint
ifihàn *n.* apocalypse
ifihàn *n.* revelation
ifijọ *n.* heredity
ifikọ́ *n.* hanging
ifikún *n.* supplement
ifikún ọ̀rọ̀ *n.* rider
ifín nímú *n.* pungency
ifini ṣeré *n.* dalliance
ifínjú *n.* panache
ifinkan ṣọwọ́ *n.* courier
ifinú konú *n.* discussion
ifipá ṣèjọba *n.* autocracy
ifipákó ṣẹ̀ṣọ̀ *n.* wainscot
ifipo sílẹ̀ *n.* abdication
ifipò sílẹ̀ *n.* resignation
ifiránṣẹ́ wáyá *n.* telegraphy
ifiṣeré *n.* trifle
ifiṣòfò *n.* wastage
ifisùn *adj.* querulous
ifiwé ránṣẹ́ *adj.* postal
ifiwé ránṣẹ́ *n.* fax
ifiwé ṣọwọ́ *n.* mail
ifiyà jẹni *n.* victimize
ifiyàjẹ *n.* assault
ifiyèsí *n.* solemnity
ifọ gbọ́n ṣe *n.* sagacity
ifọ́ gbọ́nsọ *n.* overtone
ifọ hùn *n.* utterance
ifò nà *n.* crossing
ifọ nkan *n.* refinement
ifo rítì *n.* mettlesome
ifọ wọ́yí *n.* torsion
ifòfin dè *n.* embargo
ifọgbọ́n ṣe *n.* tactic
ifọhùn *n.* speech
ifọjà ṣọwọ́ *n.* consignment
ifọjú *n.* blindness
ifọjú *n.* eyewash
ifojú sí *n.* concentration
ifojú sọ́nà *n.* prospect
ifọkàn balẹ̀ *n.* confidence
ifọkàn tán *adj.* reliance
ifọkàn tán *n.* trust
ifọkọ̀ kẹrù *n.* haulage
ifọkọ̀ sáré *n.* speedway
ifọn fèrè *n.* siren
ifònà ẹlẹ́sẹ́ *n.* zebra crossing
ifọ́nká *n.* sprinkling
ifọ́nnu *n.* exaggeration
ifóòfó *n.* bubble
ifoofò *n.* spume
ifóòfò odò *n.* ripple
ifóòfòó *n.* froth
iforí korí *n.* deliberation
iforí lù *n.* concussion
ifòrìn *n.* gallop
ifọ̀rọ̀ wọ́rọ̀ *n.* interview
iforó yáró *n.* spite
iforúkọ sílẹ̀ *n.* registration
ifọwọ́ ra *n.* rub
ifọwọ́ sí *n.* signature
ifọwọ́ síwè *n.* autograph
ifọwọ́ sọwọ́ *n.* collaboration
ifọwọ́ to ara *n.* massage
ifu lára *n.* suspicion
ifún lọ́rùn *n.* strangulation
ifún lọ́rùn *n.* throttle
ifun *n.* appendix
ifun *n.* entrails
ifun *n.* intestine
ifún ni *n.* presentation
ifúníṣẹ́ *n.* assignment

ifúnpá gíga *n.* hypertension
ifúnpá kékeré *n.* hypotension
ifura *n.* precaution
ifura *n.* premonition
ìgbà *n.* era
ìgbà *n.* period
ìgbà *n.* season
ìgba nkan *n.* receipt
ìgbá dùn *n.* delectation
ìgbá dùn *n.* indulgence
ìgba èlò ìjà *n.* disarmament
ìgbà èwe *n.* childhood
ìgbà èwe *n.* infancy
ìgba fẹ́fẹ́ *n.* ventilation
ìgbà gbé *n.* amnesia
ìgbà ìkórè *n.* autumn
ìgbà ìṣẹ́ *n.* stint
ìgbà jọba *n.* coup
ìgbá júmọ́ *n.* preoccupation
ìgbá kejì *n.* deputy
ìgbá ládùn *adj.* swashbuckling
ìgbá ládùn *n.* nirvana
ìgbá ládùn *n.* zing
ìgbá ladún ifẹ́ *n.* honeymoon
ìgbà lejò *n.* hospitality
ìgbà lejò *n.* reception
ìgbà lódé *n.* modernity
ìgbà lọ́kàn *n.* obsession
ìgbà mọ́ra *n.* realism
ìgbà mọ́ra *n.* toleration
ìgbà mọ̀ràn *n.* consultation
ìgba nkan *n.* confiscation
igba ọdún *n.* bicentenary
ìgbà ooru *n.* summer
ìgbà òtútù *n.* winter
ìgbà padà *n.* reclamation
ìgbà padà *n.* withdrawal
ìgbà pípẹ́ *n.* aeon

ìgbà pípẹ́ *n.* renaissance
ìgbà sódì *n.* misconception
ìgbà tódára *n.* heyday
ìgbà tójú látilé *n.* outpatient
ìgbà wọlé *n.* admittance
ìgbà wọlé *n.* induction
ìgbà wọlé *n.* matriculation
ìgbádùn *n.* fun
ìgbádùn *n.* swell
ìgbafẹ́ kiri *n.* hedonism
ìgbafẹ́ *n.* recreation
ìgbàgbọ́ *n.* faith
ìgbàgbọ́ ẹlẹ́dà *n.* theism
ìgbàgbọ́ òdì *n.* misbelief
ìgbákọ *n.* scoop
ìgbàlà *n.* salvation
ìgbálẹ̀ *n.* besom
ìgbálẹ̀ *n.* broom
ìgbani mọ́ra *adj.* receptive
ìgbapò *n.* usurpation
ìgbára lé *n.* dependency
ìgbara olúwa *n.* communion
ìgbaṣẹ́ *n.* tender
ìgbàtí *n.* whist
ìgbàwọlé *n.* admission
ìgbàyè *n.* reservation
ìgbé ayé *n.* karma
igbe ẹran *v.i.* bleat
igbe ẹṣin *n.* whinny
igbe ẹyẹ *n.* squeak
ìgbẹ́ gburu *n.* diarrhoea
ìgbẹ́ gburu *n.* dysentery
ìgbé gilé *n.* revocation
ìgbé kalẹ̀ *adj.* hypothetical
igbe kíké *n.* hue
ìgbè kùn *n.* hostage
ìgbé lárugẹ *n.* esteem
ìgbé lẹ̀kùn *n.* hinge

igbe lójijì *n.* whoop
ìgbẹ́ *n.* vegetation
igbe pẹ́pẹ́yẹ *n.* quack
ìgbé raga *n.* arrogance
ìgbé raga *n.* conceit
ìgbé raga *n.* ego
ìgbé raga *n.* pride
ìgbè ríko *n.* shire
ìgbè rò *n.* contemplation
ìgbé sáfẹ́fẹ́ *n.* transmission
ìgbẹ̀ san *n.* reprisal
ìgbẹ̀ san *n.* retaliation
ìgbé sókè *n.* standardization
ìgbé sùnmọ́mí *n.* terrorism
ìgbé yàwó *n.* marriage
ìgbé yàwó *n.* wedlock
ìgbéga iṣẹ́ *n.* preferment
ìgbẹ́hò *n.* drill
ìgbèkùn *n.* captive
ìgbèkùn *n.* captivity
ìgbélé *n.* imposition
ìgbèríko ìlú *n.* suburb
ìgbérò lábẹ́lẹ̀ *n.* undercurrent
ìgbèrò *n.* assumption
ìgbèrò *n.* concept
ìgbèrò rere *n.*optimism
ìgbésẹ̀ akin *adj.* drastic
ìgbésẹ̀ àkọ́kọ́ *n.* gambit
ìgbésẹ̀ *n.* action
ìgbésẹ̀ *n.* footing
ìgbésẹ̀ *n.* pace
ìgbésẹ̀ *n.* step
ìgbésí ayé *n.* life
ìgbésí ayé *n.* tenor
ìgbì òkun *n.* surf
ìgbì yànjú *n.* effort
ìgbì yànjú *n.* trier
ìgbìmọ̀ adájọ́ *n.* jury

ìgbìmọ̀ aṣòfin *n.* legislature
ìgbìmọ̀ aṣòfin *n.* parliament
ìgbìmọ̀ ibi *n.* cahoots
ìgbìmọ̀ *n.* consortium
ìgbìmọ̀ pọ̀ *n.* concession
ìgbín *n.* snail
ìgbirò *n.* premeditation
igbọ́ fáári *n.* sophistication
igbó igi *n.* woodland
igbó *n.* bush
igbó *n.* cannabis
igbó *n.* hawthorn
igbó *n.* range
igbó *n.* thicket
igbó òjò *n.* rainforest
igbo yà *n.* courage
igbóde gbà *n.* complicity
ìgbòde kan *n.* outbreak
ìgbóhùn jáde *n.* amplification
ìgbóhùn *n.* audio
ìgbọ̀n *n.* vibe
ìgbọ̀n rìrì *n.* palpitation
ìgbọ̀n rìrì *n.* vibration
ìgbòòrò *n.* amplitude
ìgbọràn *n.* obedience
ìgbọ́ràn sí *n.* deference
ìgbowó ìlú *n.* taxation
ìgbowó kójá *n.* overdraft
ìgbowó ṣebi *n.* venality
ìgboyà *n.* grit
ìgboyà *n.* temerity
Ìgboyà *n.* Wight
igẹ̀ *n.* torso
igé nkan *n.* cutter
ìgégi *n.* chopper
ìgéko *n.* scythe
igi *n.* tree
igi *n.* birch

igi *n.* myrtle
igi *n.* willow
igi *n.* wood
igi apádò *n.* oak
igi apẹ̀rẹ̀ *n.* wicker
igi beeṣì *n.* beech
igi dúdú *n.* ebony
igi ẹ̀hù *n.* stalk
igi eléso *n.* mulberry
igi fèrèsé *n.* mullion
igi fífò *n.* hurdle
igi gbígbìn *n.* afforestation
igi gẹdú *n.* mahogany
igi họ́lì *n.* holly
igi ìdáná *n.* wormwood
igi ìjẹun *n.* plum
igi ìkọ́lé *n.* oar
igi ìsun òkú *n.* pyre
igi ìtukọ̀ *n.* oar
igi ìyeyè *n.* plum
igi kíkorò *n.* wormwood
igi mápùlù *n.* maple
igi òróró *n.* sesame
igi ọsàn *n.* bergamot
igi páínì *adj.* alpine
igi sálò *adj.* sallow
igi sálú bàtà *n.* sandalwood
igi ṣékélé *n.* yew
igi síprẹ̀sì *n.* cypress
igi súyà *n.* skewer
igi tíìkì *n.* teak
igi wẹ́rẹ́ *n.* sapling
ìgò *n.* bottle
ìgò *n.* carboy
ìgò *n.* flask
ìgò *n.* vase
ìgò eérú *n.* urn
ìgò ìwònà jíjìn *n.* binocular

ìgò iyọ̀ *n.* castor
ìgò kékeré *n.* phial
ìgò kékeré *n.* vial
ìgò ojú *adj.* bifocal
ìgò ómi gbóná *n.* thermos
ìgo yìnyín *n.* rink
igun *n.* angle
igún *n.* vulture
igun pá *n.* elbow
ìgúnlẹ̀ *n.* landing
ìgunu *n.* giraffe
ìhá mọ́ra *n.* ammunition
ìhamọ́ *n.* harassment
ìhámọ́ra ogun *n.* armour
ìháwọ́ *n.* parsimony
ìhìn *n.* tidings
ihò àpáta *n.* cave
ihò àpáta *n.* cavern
ihò dídí *n.* filling
ihò ehín *n.* cavity
ihò fótóró *n.* aperture
ihò ilẹ̀ *n.* manhole
ihò imú *n.* nostril
ihò inú *n.* tube
ihò iṣó ọwọ́ *n.* stigmata
ihò jíjìn *n.* shaft
ihò kékeré *n.* puncture
ihò kọ́kọ́rọ́ *n.* keyhole
ihò lẹ́tà *n.* pigeonhole
ihò *n.* cleft
ihò *n.* den
ihò *n.* hole
ihò *n.* pore
ihò *n.* slot
ihò *n.* tunnel
ihò ògiri *n.* socket
iho oru *n.* vapour
ihò túbú *n.* dungeon

ihòhò ara *n.* nudity
ihóoru *n.* steam
ihọra *adj.* abrasive
ihùwà *n.* mannerism
ihùwà sí *n.* characteristic
ihùwà sí *n.* idiosyncrasy
ihùwà sí *n.* persona
ijà abẹ́lé *n.* infighting
ijá fáfá *n.* aptitude
ijá fara *n.* laxity
ijà fẹ́ẹ́rẹ́ *n.* skirmish
ijà gùdù *n.* tussle
ijà ìgboro *n.* affray
ijá kulẹ̀ *n.* defeatist
ijá kulẹ̀ *n.* undoing
ijá kúrò *n.* disqualification
ijà mbá *n.* accident
ijà *n.* brawl
ijà *n.* combat
ijà *n.* feud
ijà *n.* quarrel
ijà *n.* scrimmage
ijà *n.* scuffle
ijà *n.* violence
ijá níye *n.* depreciation
ijà orogún *n.* rivalry
ijà pàtì *n.* jerk
ijà tọwọ́ tẹsẹ̀ *n.* kung fu
ijá wọlé *n.* incursion
ijáde *n.* outing
ijálù *n.* interruption
ijàmbá *n.* casualty
ijàmbá *n.* hazard
ijàmbá *n.* jeopardy
ijàmbá *n.* mishap
ijàmbá ara *n.* mutilation
ijánu ẹṣin *n.* bit

ijánu ẹṣin *n.* bridle
ijánu ẹṣin *n.* rein
ijàpá *n.* tortoise
ijásí *n.* equation
ijáwọ̀ *n.* intrusion
ijáwọ̀ *n.* irruption
ijayà *n.* panic
ijayà *n.* startling
ijayàn *n.* argumentative
ijayàn *n.* moot
ijẹ́ ẹ̀rí *n.* certitude
ijẹ gbèsè *n.* bankruptcy
ijẹ gbèsè *n.* owe
ijẹ raníyà *n.* penance
ijèrè *n.* profiteering
ijẹ́rì kú *n.* martyrdom
ijẹ́rìí *n.* testimony
ijẹ́rìí ohun *n.* verification
ijẹ́wọ́ *n.* confession
ijì *n.* cyclone
ijì *n.* tempest
ijì *n.* typhoon
ijì jíjà *n.* tempestuous
ijì líle *n.* tsunami
ijì líle *n.* whirlwind
ijí mèrè *n.* chimpanzee
ijì nàsí *n.* distance
ijì ńlá *n.* tornado
ijí padà *n.* rejuvenation
ijì yìnyín *n.* blizzard
ijíni gbé *n.* abduction
ijìnlẹ̀ *n.* mystery
ijìnlẹ̀ *n.* profundity
ijìyà *n.* penalty
ijìyà *n.* punishment
ijiyàn *n.* wrangle
ijó *n.* reel

ijó *n.* reel
ijó àìsọrọ̀ *n.* tableau
ìjo kòó *n.* couch
ìjọ lójú *n.* admiration
ìjọ lójú *n.* impression
ìjọ *n.* parish
ijó òyìnbó *n.* ballet
ijó ṣálsà *n.* salsa
ìjó sórin *n.* swing
ìjọba àdáṣe *n.* fascism
ìjọba àjọpín *n.* communism
ìjọba amúnisìn *n.* imperialism
ìjọba àpapọ̀ *adj.* federal
ìjọba àpapọ̀ *n.* federation
ìjọba àwọn díẹ̀ *n.* oligarchy
ìjọba ìbílẹ̀ *n.* county
ìjọba ìlú míì *n.* hegemony
ìjọba *n.* government
ìjọba *n.* kingdom
ìjọba *n.* rule
ìjọba Ọlọ́run *n.* theocracy
ìjọba tiwan tiwa *n.* democracy
ìjófin *n.* scapegoat
ijokò awakọ̀ *n.* cockpit
ìjokò *n.* seat
ìjokò *n.* settee
ìjokò títóbi *n.* sofa
ìjokòó *n.* bench
ìjọra ẹ́ni lójú *n.* chauvinism
ìjọra *n.* parallel
ìjórin *n.* solder
ijù *n.* forest
ijù *n.* jungle
iju wọ́lẹ̀ *n.* surrender
ìjúwe *n.* direction
ìká lára *n.* passion
ìkà *n.* atrocity
ìkà *n.* bully

ìka *n.* finger
ìka *n.* forefinger
ìká wọ́ *n.* dominion
ìkáànú *n.* pity
ìkáànú *n.* remorse
ìkáànú *n.* sorry
ìkájúẹ̀ *n.* efficiency
ìkàkún *n.* altruism
ìkàlẹ̀ ajé *n.* splendour
ìkàlẹ̀ *n.* sitting
ìkàn mọ́lẹ̀ *n.* rivet
ikán *n.* termite
ìkàn nípà *n.* constraint
ìkàn nípá *n.* demanding
ìkàn nípá *n.* force
ìkàn nípá *n.* obligation
ìkàn nípá *n.* pressure
ìkànì yàn *n.* census
ìkánjú *n.* haste
ìkànlù *n.* tempo
ikanra *n.* antagonism
ìkanra *n.* hostility
ìkanra *n.* petulance
ìkápá *n.* containment
ìkara hun *n.* shell
ìkára *n.* fervour
ìkáwọ́ *n.* ambit
ike *n.* acrylic
ike *n.* celluloid
iké *n.* hump
ike *n.* plastic
ìkẹ́ dùn *n.* pathos
ìkẹ́ gàn *n.* contempt
ike igorí yìyín *n.* ski
ìké kúrò *n.* segment
ìké kúrò *n.* severance
ìké kúrú *n.* diminution
ìké rora *n.* despair

ìké rora *n.* moan
ikéde *n.* announcement
ikéde *n.* declaration
ikéde *n.* herald
ikéde *n.* proclamation
ikéde *n.* publicity
ikéde òkú *n.* obituary
ikẹfà *adj.& n.* sixth
ikẹhìn *adj.* latter
ikeje *adj.& n.* seventh
ikejìlá *adj.& n.* twelve
ikẹjọ *n.* octave
ikẹ́kọ̀ èdè *adj.* linguistic
ikẹ́kọ̀ *n.* learning
ikẹ́kọ̀ọ́ *n.* study
ikékúrú *n.* abbreviation
ikéré sí *n.* inferiority
ikẹrin *adj.& n.* fourth
ikẹrìn dínlógún *adj.& n.* sixteenth
ikẹtà dínlógún *adj.& n.* seventeenth
ikẹtàlá *adj.& n.* thirteen
ikẹtan *n.* rickets
ikí yèsi *n.* observance
ikìlọ̀ *n.* threat
ikìlọ̀ *n.* warning
ikíni *n.* congratulation
ikíni *n.* greeting
ikíni *n.* pleasantry
ikíni *n.* salutation
ikínní *adj.& n.* first
ikisẹ̀bọ̀ ẹlẹ́ṣin *n.* stirrup
ikìwọ̀ *n.* repression
ikọ̀ *n.* delegation
ikọ̀ *n.* emissary
ikọ̀ *n.* entourage
ikọ̀ *n.* envoy

ikọ̀ *n.* delegation
ikọ̀ *n.* emissary
ikọ̀ *n.* entourage
ikọ̀ *n.* envoy
ikọ́ *n.* hook
ikọ̀ *n.* squad
iko *n.* tassel
ikọ lọ́rọ̀ *n.* transcription
ikó nijọ *n.* rally
ikọ̀ ogun *n.* brigade
ikọ̀ ológun *n.* battalion
ikó pamọ́ *n.* hoarding
ikó papọ̀ *n.* jumble
ikọ̀ rìra *adj.* despicable
ikó rira *n.* abhorrence
ikó rira *n.* distaste
ikó ríta *n.* juncture
ikó ròhìn jọ *n.* compendium
ikọ rúkọ *n.* monogram
ikọ sílè *n.* rejection
ikó sínú *n.* infusion
ikọẹsẹ ìwé *n.* versification
ikógun jà *n.* raid
ikógun *n.* booty
ikọjá àkókò *n.* lapse
ikọjá *n.* across
ikójà ọkọ̀ omi *n.* shipment
ikọjà òye *n.* superstition
ikójọ ọ̀rọ̀ *n.* vocabulary
ikójọ pọ̀ *n.* bevy
ikọjú sí *n.* facing
ikọkan *n.* each
ikòkò dí *n.* axle
ikokò *n.* fox
ikòkò *n.* pan
ikòkò *n.* pot
ikòkò *n.* wok
ikòkò omi *n.* pitcher

ikòkò tábà *n.* pipe
ikólé *n.* structure
ikolù *n.* bump
ikolù *n.* collision
ikolù *n.* onslaught
ikómì *n.* intake
ikómú *n.* bra
ikóni *n.* discourse
ikóni *n.* instruction
ikóni *n.* pedagogy
ikóni *n.* tutorial
ikòògùn dókítà *n.* prescription
ikookò *n.* wolf
ikópa *n.* feature
ikópa *n.* participation
ikóra níjanu *n.* composure
ikórè àjàrà *n.* vintage
ikórè *n.* harvest
ikórira àjèjì *n.* xenophobia
ikórira *n.* antipathy
ikoro sórí telifísàn *n.* teletext
ikosè *n.* scandal
ikósé *n.* trainee
ikowé alárà *n.* rubric
ikowé *n.* marker
ikowé *n.* writing
ikowé owó *n.* accountancy
ikówo rìn *n.* convoy
ikowósí *n.* fund
ikú *n.* death
ikú *n.* decease
ikú *n.* demise
ikú *n.* mortality
ikú àánú *n.* euthanasia
ikú opo ènìà *n.* holocaust
ikùn lóorun *n.* somnolence
ikùn lórun *n.* sedation
ikun mú *n.* mucus

ikùn *n.* abdomen
ikùn *n.* belly
ikùn *n.* gut
ikùn *n.* stomach
ikun ojú *n.* mascara
ikùn sínú *n.* acrimony
ikùn sínú *n.* rancour
ikùnà *n.* failure
ikunlè *n.* lacquer
ikunra *n.* balm
ikúùkù *n.* fist
ilà ágùn *n.* sweat
ilá gbára *n.* momentum
ilá gbára *n.* potentiality
ilá gbára olùwà *n.* omnipotence
ilà idàbù ayé *n.* latitude
ilà idí *v.* underscore
ilà inú òbìrí *n.* diameter
ilà iso òropò *n.* hyphen
ilà kàkà *n.* rigour
ilà kalè *v.* stipulation
ilá kiyèsi *n.* observatory
ilà kojá *n.* swathe
ilà mápù *n.* isobar
ilà *n.* chord
ilà *n.* line
ilà nà *n.* creed
ilà onígun *n.* tangent
ilà oòrùn *n.* east
ilà òró ayé *n.* longitude
ilà òrùn *n.* orient
ilá pepe *n.* vivacity
ilà títè *n.* chevron
ilà wíwòn *n.* gradation
ilàjà *n.* arbitration
iláje sékù *adj.* providential
ilànà ètò *n.* methodology
ilànà *n.* doctrine

ìlànà *n.* maxim
ìlànà *n.* ordinance
ìlànà *n.* precept
ìlànà *n.* procedure
ìlànà *n.* providential
ìlànà *n.* scheme
ìlànà titun *n.* initiative
ìlara *n.* animosity
ìlara *n.* jealousy
ìlara *n.* pique
ìláya púpọ̀ *n.* polygamy
ìlayọ̀ *n.* felicity
ilé *n.* building
ilé *n.* chateau
ilẹ̀ *n.* floor
ilẹ̀ *n.* ground
ilé *n.* house
ilẹ̀ *n.* land
ilé *n.* lodge
ilẹ̀ *n.* refuse
ilẹ̀ *n.* soil
ilẹ̀ *n.* wold
ilé àìbò *n.* fort
ilé adágbé *n.* hermitage
ilẹ̀ àfojúrí *n.* landscape
ilé agbára *n.* fortress
ilé ajá *n.* kennel
ilé àláì lóbì *n.* orphanage
ilé alájà *n.* maisonette
ilé alájà *n.* storey
ilé àlùfáà *n.* abbey
ilé àlùfáà *n.* monastery
ilé aṣẹ́wó *n.* brothel
ilé àtíbàbà *n.* shack
ilé àwọn núnì *n.* nunnery
ilé àwọn sistá *n.* convent
ilé ehoro *n.* hutch
ilé ẹja *n.* aquarium

ilé ẹ̀kọ́ gíga *n.* college
ilé ẹ̀kọ́ *n.* academy
ilé ẹ̀kọ́ *n.* institution
ilé ẹ̀kọ̀ *n.* school
ilẹ̀ ẹlẹ̀ ọkọ̀ *n.* deck
ilé ẹlẹ́dẹ̀ *n.* sty
ilé ẹranko *n.* vivarium
ilé ẹranko *n.* zoo
ilé ẹṣin *n.* stable
ilé ẹyẹ *n.* aviary
ilé ẹyẹ *n.* nest
ilé ẹyin obìrin *adj.* ovary
ilé gàgàrà *v.* edifice
ilé gbé *n.* accommodation
ilé gbè *n.* condominium
ilé gbè *n.* dormitory
ilé gbé *n.* occupancy
ilẹ̀ gíga *n.* hummock
ilẹ̀ gíga *n.* mound
ilé ìdáná *n.* kitchen
ilé ìdojúrú *n.* labyrinth
ilè ìfẹ̀rọ fọṣọ *n.* launderette
ilé ìfiwé ránṣẹ́ *n.* postoffice
ilé ìfọṣọ *n.* laundry
ilé ìgbé *n.* apartment
ilé ìgbògùn *n.* dispensary
ilé ìgbókù sí *n.* morgue
ilé ìgbókù sí *n.* mortuary
ilé ìgbọ́mọ sí *n.* crèche
ilé ìgbọ̀nsẹ̀ *n.* latrine
ilé ìgbọ̀nsẹ̀ *n.* loo
ilé ìgbọ̀nsẹ̀ *n.* toilet
ilé ìjọ́sìn *n.* chapel
ilé ìjọsìn *n.* sanctuary
ilé ìkẹ́kọ̀ *n.* faculty
ilé ìkọ́jàsí *n.* warehouse
ilé ìkọ́kọ̀sí *n.* shipyard
ilé ìkówèsí *n.* library

ilé ilẹ̀ *n.* bungalow
ilé ilọkà *n.* treadmill
ilẹ̀ imúni sìn *n.* colony
ilé inú ọgbà *n.* grotto
ìlé ipọntí *n.* brewery
ilé ipọntí *n.* distillery
ilé iṣé *n.* agency
ilé iṣé *n.* bureau
ilé iṣẹ́ *n.* commission
ilé iṣẹ́ *n.* company
ilé iṣẹ́ *n.* corporation
ilé iṣẹ́ *n.* factory
ilé iṣẹ́ *n.* industry
ilé iṣẹ́ *n.* institute
ilé iṣẹ́ *n.* secretariat
ilẹ̀ iṣẹ́ *n.* site
ilé iṣẹ́ búrẹ́dì *n.* bakery
ilé iṣẹ́ onírin *n.* foundry
ilé ìṣọ *n.* castle
ilé ìṣọ *n.* citadel
ilé ìṣọ́ *n.* tower
ilé iṣòfin àgbà *n.* senate
ilé iṣura *n.* treasury
ilé itajà *n.* boutique
ilé itàjà *n.* mall
ilé itàjà *n.* stockist
ilé itàjà ńlá *n.* supermarket
ilé itaògùn *n.* chemist
ilé itẹ́ ọlọ́lá *n.* mausoleum
ilé itọ́jú *n.* sanatorium
ilé itọ́jú *n.* sanitarium
ilé itura *n.* inn
ilé itura *n.* motel
ilé iwé polí *n.* polytechnic
ilé iwòsàn *n.* clinic
ilé iwòsàn *n.* hospice
ilé iwòsàn *n.* hospital
ilé iyàgbẹ́ *n.* anus

ilé jáde *n.* eviction
ilé kéke ré *n.* cottage
ilé kékeré *n.* gazebo
ilé kékeré òde *n.* outhouse
ilẹ̀ koríko *n.* steppe
ìlé kúrò *n.* dismissive
ìlé kúrò *n.* rustication
ilé màálù *n.* byre
ilẹ̀ mímì *n.* earthquake
ìlé nisá *n.* revulsion
ilé ńlá *n.* manor
ìlé nlá *n.* villa
ilẹ̀ ọba aláṣẹ *n.* empire
ilẹ̀ ọba *n.* realm
ilé obìrin *n.* harem
ilé òdòdó *n.* bower
ilé ògùn *n.* pharmacy
ilé ohun pàtàkì *n.* museum
ilé ọkà *n.* granary
ilé òkè *n.* penthouse
ilẹ̀ oko *n.* arable
ilé oko *n.* grange
ilẹ̀ oló mìnira *n.* republic
ilẹ̀ olóoru *n.* tropic
ilẹ̀ omi *n.* slough
ilé ọmọ *n.* uterus
ilé ọmọ *n.* womb
ilé oní ṣóńṣó *n.* steeple
ilé oníbejì *n.* duplex
ilé onídìrí *n.* salon
ilé onígi *n.* chalet
ilé òrìṣà *n.* pagoda
ilé òrìṣà *n.* temple
ilé ọtí *n.* bar
ilé ọtí *n.* café
ilé ọtí *n.* pub
ilé ọtí *n.* tavern
ilé oúnjẹ *n.* cafeteria

ilé oúnjẹ n. canteen
ilé oúnjẹ n. diner
ilé oúnjẹ́ n. eatery
ilé oúnjẹ n. restaurant
ilé oyin n. apiary
ilé oyin n. hive
ìlé ròpé n. suppository
ìlé ròrò n. vesicle
ilé sáyẹ̀nsì n. laboratory
ìlé sísun òkú n. crematorium
ilé ṣọ́jà n. barrack
ilé tẹ́tẹ́ n. casino
ilẹ̀ títẹ́ n. heath
ilẹ́ títẹ́ n. moor
ilẹ̀ títẹ́ n. terrain
ilẹ̀ tómi yíká n. peninsula
ilé tótóbi n. mansion
ilé yìnyín n. igloo
ilẹ̀dú n. compost
ìléfò ọṣẹ n. scum
ìléfò yìyín n n. floe
ìléfòó n. buoyancy
ìlẹ́hìn n. backlash
ilẹ̀kẹ̀ àdúrà n. rosary
ilẹ̀kẹ̀ n. bead
ìlékè n. pre-eminence
ilẹ̀kùn n. door
ìlépa n. ambition
ìlépa n. aspiration
ìlépa n. pursuit
ìlẹ̀pọ̀ n. fusion
ìlẹ̀pọ̀ n. glue
ìlera n. health
ìlérí n. pledge
ìlérí n. promise
ìlérí n. vow
ìlérò n. feeling
ìlérò n. imaginative

ìlérò rere n. optimistic
ilésá n. repulsion
ilẹ́ṣọ̀ agbára n. stronghold
iletò n. clan
iletò n. hamlet
iletò n. settlement
iletò tó jìnà n. outpost
ilò agbára n. influence
ilo ànfàní n. opportunism
ilo fótò n. hologram
ilò n. dynamics
ilọ n. going
ilò n. requirement
ilò n. usage
ilò n. utility
ilò ohun àtijọ́ n. antiquarian
ilò oríṣiríṣi n. versatility
ilo ọ̀rọ̀ púpọ̀ n. verbosity
ilọ́ òwú n. spindle
ilọ̀ papọ̀ n. friction
ilọ rinpọ n. alloy
ilọ sẹ́hìn n. retardation
ilọ sílẹ̀ n. declivity
ilọ síwájú n. progress
ilòdì adj. abnormal
ilòdì n. adversity
ilòdì n. aversion
ilòdì n. repugnance
ilòdì sí n. perversion
ilóhùn iyọ̀ n. sonority
ilọ́lá n. eminence
ilọ́pọ̀ mẹ́rin n. quadruped
ilọ́pọ̀ n. kink
ilọ́po n. multiplication
ilopọ takọ tabo adj. heterosexual
ilọ́ra n. grudge
ilọ́ra n. reluctance

274

ilọ́ra n. slowness
iloro ilé n. threshold
ilọ́rọ̀ n. affluence
iloro n. porch
ilówó n. solvent
ilóye n. intuition
ilóye n. sensibility
ilóyún n. conception
ilóyún n. gestation
ilóyún n. pregnancy
ilú alágbára n. superpower
ilù kìkì n. pulsation
ilú n. city
ilù n. drum
ilú n. town
ilú pàtàkì n. metropolis
ilú wẹ́ẹ́ n. flipper
iluhò n. wimble
ilúmọ̀ ká adj. prominent
ímeèlì n. email
ìmẹ́lẹ́ n. truant
imí n. dung
imí ẹran n. manure
imí ẹran n. muck
ìmọ̀ abẹ̀mí n. biology
ìmọ̀ abẹ̀mí n. taxonomy
ìmọ̀ adójú tòfò n. actuary
ìmọ̀ àgbáyé n. cosmology
ìmọ̀ àgbáyé n. geography
ìmọ̀ àjẹsára n. immunology
ìmọ̀ àlùmọ́nì n. mineralogy
ìmọ̀ àrùn n. pathology
ìmọ̀ àtijọ́ n. alchemy
ìmọ̀ àwùjọ n. sociology
ìmọ̀ bíbélì n. theology
ìmọ̀ dídá ọ̀ràn n. criminology
ìmọ̀ díẹ̀ n. smattering
ìmọ̀ ẹbí n. introduction

ìmọ̀ èdè n. philology
ìmọ̀ ènìyàn n. demography
ìmọ̀ ẹranko n. morphology
ìmọ̀ ẹranko n. zoology
ìmọ̀ ẹ̀rọ̀ n. aerospace
ìmọ̀ ẹ̀rọ n. mechanics
ìmọ̀ ẹ̀rọ n. technology
ìmọ̀ èrò ọkàn n. psychology
ìmọ̀ ewéko n. botany
ìmọ̀ ẹ̀yàara n. anatomy
ìmọ̀ fífò lókè n. aeronautics
ìmọ̀ fótò n. photography
ìmọ̀ ìgbáyé n. metaphysics
ìmọ̀ ijìnlẹ̀ n. expertise
ìmọ̀ ijìnlẹ̀ n. speciality
ìmọ̀ ìmọ̀ iṣe n. technique
ìmọ̀ ìràwọ̀ n. astronomy
ìmọ̀ irin n. metallurgy
ìmọ̀ iṣan n. neurology
ìmọ̀ iṣẹ́ n. technicality
ìmọ̀ ìṣẹ̀dá n. ontology
ìmọ̀ ìṣẹ̀dá n. philosophy
ìmọ̀ ìṣẹ̀ṣe n. anthropology
ìmọ̀ ìṣẹ̀ṣe n. archaeology
ìmọ̀ itọ́jú obìrin n. gynaecology
ìmọ̀ itọ́jú ọkàn n. cardiology
ìmọ̀ iwádìí adj. forensic
ìmó jútó n. supervision
ìmọ̀ kíún n. inkling
ìmọ̀ kòkòrò àìrí n. microbiology
ìmọ̀ kòkòrò n. entomology
ìmọ̀ n. knowledge
ìmọ̀ nipa agbára n. physics
ìmọ̀ nìyàn n. identity
ìmọ̀ òfin n. jurisprudence
ìmọ̀ ohun gbogbo n. omni-

science
ìmọ̀ Ọlọ́run n. theosophy
ìmọ̀ omi n. aquatic
ìmọ̀ ooru n. thermodynamics
imú n. nose
ìmu pani n. addiction
ìmumi n. mug
ìmúni káànú n. poignancy
ìmúni lọ́rọ̀ n. capitalism
ìmúpẹ́ n. preservation
ìmúra oko n. frump
ìmúṣẹ n. fulfilment
ìmutí n. binge
ìmúwọ̀n dúró n. thermostat
iná n. blaze
iná n. fire
iná n. flame
inà n. stroke
iná aràngbò n. floodlight
iná ẹ̀lẹ́kríkì n. electricity
ina gijẹ n. nickname
iná itọ́ni n. beacon
iná kúnà n. profligacy
iná lésà n. laser
iná ńlá n. furnace
iná òde n. bonfire
iná ọkọ̀ n. headlight
iná orí n. louse
ìnájà n. shopping
ìnàkí n. baboon
ìnàkí n. gorilla
ìnara n. stretch
ìnàró n. vertical
ináwó n. expense
ìní n. possession
ìní àlùfáà n. benefice
ìní díwọ́ n. handicapped
ìní ìwakùsá n. colliery

ìni lára n. discomfort
ìni lára n. inconvenience
ìni lára n. tyranny
ìní lárí n. significant
ìní pàtàkì n. relic
ìnífẹ̀ sí n. hobby
ìnífẹ́sí n. sentiment
ìnígun mẹ́rin n. quadrangular
ìnímọ̀ ìjìnlẹ̀ n. specialization
ìnira n. distress
ìnira n. hardship
ìnira n. twinge
ìniran n. recollection
ìníṣe n. relevance
ìníṣe n. significance
ìníye lórí n. valuation
insu líní n. insulin
inú n. bowel
inú n. core
inú n. inside
inú n. matrix
inú dídùn n. enthusiasm
inú dídùn n. mirth
inú dídùn n. pleasure
inú dídùn n. thrill
inú èso n. fibre
inú èso n. pulp
inú ẹyin n. yolk
inú fùfù n. temper
inú kan n. simplicity
inú kíkún n. constipation
inú kíkún n. constipation
inú kíkún n. indigestion
inú ojú n. retina
inú ọpá ìbọn n. calibre
inú rere adv. kindly
inujú n. handkerchief
inulẹ̀ n. mop

ìnura n. towelling
ipá adj. able
ìpá n. hernia
ipa n. impact
ipa n. role
ipá n. vigour
ipa abẹ́rẹ́ n. stitch
ìpa ara ẹni n. suicide
ìpà gọ́ n. convention
ìpa kúpa n. massacre
ìpà là v. abut
ìpa lára n. damage
ìpa lára n. detriment
ìpa lára n. harm
ìpa lára n. injury
ìpa lára n. trauma
ìpa láró n. tinge
ìpa lẹ̀mọ́ n. preparation
ìpa lọ́lọ́ n. tranquillity
ipa nkan n. vestige
ipa ọ̀nà n. path
ipa ọ̀nà n. route
ipa ọ̀nà n. trail
ipa ọ̀nà n. trajectory
ìpa radà n. transfiguration
ìpa riwo n. bellows
ìpa run n. destruction
ìpa sára n. shock
ìpadà n. return
ìpàdánù n. bereavement
ìpàdé n. conference
ìpàdé n. forum
ìpàdé n. meeting
ìpàdé n. rendezvous
ìpàdé n. symposium
ìpagi dídán n. varnish
ìpàgọ́ n. camp
ìpàlà n. boundary

ìpalára n. bruise
ìpalára n. gore
ìpamọ n. cache
ìpamọ́ n. clearance
ìpamọ́ n. enclosure
ìpamọ́ n. keeping
ìpànì yàn n. assassination
ìpànì yàn n. homicide
ìpànià n. murder
ìpánle n. misdemeanour
ìpanu n. snack
ìpàpọ̀ odò méjì n. confluence
ìpara n. cream
ìpara n. lotion
ìpara n. ointment
ìparẹ́ n. cancellation
ìparí n. conclude
ìparí n. expiry
ìparí n. termination
ìparun n. bane
ìparun n. carnage
ìparun n. disaster
ìparun n. doom
ìparun n. havoc
ìparun n. obliteration
ìparun n. perdition
ìparun n. ruin
ìparun v. abolition
ìparun v. annihilation
ìparùn látòkè n. blitz
ipasẹ̀ ẹranko n. spoor
ìpátá n. rascal
ìpàtẹ n. exhibition
ìpawọ́ pọ̀ n. conspiracy
ìpẹ́ n. fin
ìpè jáde n. invocation
ìpé jọpọ̀ ńlá n. convocation
ìpè láago n. telecommuni-

cations
ìpè léjó n. suit
ìpè léjó n. summons
ìpè níjà n. challenge
ìpe ọ̀rọ̀ n. diction
ìpèdè n. n. lingual
ìpẹ̀gàn adj. obloquy
ìpẹja erinmi n. whaling
ìpéjọ n. assembly
ìpẹ̀jọ́ n. litigation
ìpẹ̀jọ́ n. prosecution
ìpéjọ pọ̀ n. congress
ìpele gíga n. standard
ìpele n. cadre
ìpele n. layer
ìpele n. tier
ìpèsè èlò n. logistics
ìpèsè n. provision
ìpèsè ọ̀run n. providence
ìpète n. dogma
ìpẹ̀tù síjà n. parley
ìpẹ̀tù sọ́rọ̀ n. mediation
ìpi lẹ̀sẹ̀ n. origin
ìpilẹ̀ n. basic
ìpilẹ̀ n. foundation
ìpilẹ̀ n. fundamental
ìpilẹ̀ n. tenet
ìpín n. allocation
ìpín n. allotment
ìpín n. division
ìpín n. partition
ìpín n. proportion
ìpín n. share
ìpín agbára n. devolution
ìpín dọ́gba adv. fairly
ìpín ìdókòwò n. equity
ìpín kárí adj. equitable
ìpin nu n. resolution

ìpín okòwò n. stock
ìpín orílẹ̀ èdè n. canton
ìpín síra n. proportional
ìpín yà n. parting
ìpínlẹ̀ n. state
ìpinnu n. decision
ìpinu n. purpose
ìpinu ìpàdé n. tryst
ìpinu n. determination
ìpínyà tọkọ taya n. divorce
ìpìtàn n. mythology
ìpò n. post
ìpò n. status
ìpò n. condition
ìpò n. grade
ìpò n. lieu
ìpò n. location
ìpò n. position
ìpò n. situation
ìpò n. standing
ìpò n. stead
ìpò abàṣẹwà n. supremacy
ìpò àláfíà n. normalcy
ìpò àlùfáà n. priesthood
ìpò aṣájú n. primacy
ìpò aṣíwájú n. leadership
ìpò àwùjọ n. caste
ìpò bàbá n. paternity
ìpò ẹrú n. slavery
ìpò idákẹ́ n. quietetude
ìpò ifọkàn tán n. responsibility
ìpò láwùjọ n. stratum
ìpo lówó n. advertisement
ìpo lówó ọjà n. marketing
ìpò ọgágún n. captaincy
ìpò ọkàn n. mood
ìpò ọlọ́lá n. aristocracy
ìpò olóyè n. knighthood

ipò oyè *n.* rank
ipò pópù *n.* papacy
ipò *pron.* lot
ipọ́njú *n.* affliction
ipọ́njú *n.* ordeal
ipọ́njú *n.* tribulation
ipòòyì *adj.* vertiginous
ipọ̀si *n.* upsurge
ipurọ́mọ́ *n.* aspersions
irà *n.* bog
irà *n.* marsh
irá àyè *n.* accession
ira níyè *n.* hypnosis
irà padà *n.* redemption
irà wọ *n.* comet
iráàyè *n.* convenience
iran aburú *n.* spectre
iran afẹ́ *n.* sightseeing
irán aṣọ *n.* seam
iran ènìà *n.* generation
iran ìdílé *n.* descendant
iràn lọ́wọ́ *n.* assistance
iran *n.* ancestry
iran *n.* lineage
iran *n.* race
iran *n.* sighting
iran *n.* spectacle
iran *n.* trance
iran *n.* vision
irán nilétí *n.* reminder
irán níṣẹ́ *n.* errand
iran ọba *n.* dynasty
iràn rán *n.* delirium
irán ṣẹ́ *n.* servant
iran tómbọ̀ *n.* posterity
iráni níṣẹ́ *n.* message
iránṣẹ́ kùnrin *n.* lackey
iránṣẹ́ *n.* messenger

iránṣẹ́ *n.* varlet
iránṣẹ́ ọba *n.* chamberlain
iránṣẹ́ olúwa *n.* clergy
irántí *n.* déjà vu
irántí *n.* memory
irántí ọjọ́ *n.* nostalgia
iranù *n.* vulgarity
irànwọ́ *n.* aid
irànwọ́ *n.* succour
irànwọ́ *v.* abet
iràwọ̀ kékeré *n.* starlet
iràwọ̀ *n.* meteor
iràwọ̀ *n.* pulsar
iràwọ̀ *n.* satellite
iràwọ̀ *n.* star
iràwọ̀ *n.* wain
iràwọ̀ *n.* zodiac
iràwọ̀ ńlá *n.* asteroid
irẹ̀ *n.* fatigue
irégbè *n.* jargon
irẹ́lá *n.* grater
irẹ̀lẹ̀ *n.* humility
irẹ́pọ̀ *n.* alliance
irẹ́pọ̀ *n.* allied
irẹ́pọ̀ *n.* amity
irẹ́pọ̀ *n.* camaraderie
irẹ́pọ̀ *n.* harmony
irẹ́pọ̀ *n.* symphony
irẹ́ra *n.* stress
irẹ́rìn *n.* hilarity
irẹsì *n.* rice
irẹ́sí wẹ́wẹ́ *n.* shred
írètí *n.* anticipation
irètí *n.* hope
irẹwà *n.* prettiness
irì *n.* dew
irì bọmi *n.* immersion
irí jìnà *n.* panorama

ìrí lára *adj.* odious
ìrí lọ́wọ́ *n.* texture
ìrí wájú *n.* foresight
ìrí wájú *n.* precognition
ìribọmi *n.* baptism
ìríjú *n.* steward
ìrin *n.* gait
irin *n.* iron
irin *n.* metal
ìrìn *n.* trek
ìrìn afẹ́ *n.* promenade
ìrìn àjò *n.* adventure
ìrìn àjò *n.* migration
ìrìn àjò *n.* tour
ìrìn àjò *n.* voyage
irin ayọ́ *n.* aluminium
irin fèrèsé *n.* lattice
irin fífà *n.* magnetism
irin fífò *n.* shrapnel
irin gbígbé *n.* weightlifting
irin ihọlẹ̀ *n.* rake
irin iṣẹ́ *n.* equipment
irin iṣẹ́ *n.* instrument
irin kẹ̀kẹ́ *n.* spoke
irin líle *n.* steel
irin olóbìrì *n.* griddle
ìrìn ránpẹ́ *n.* jaunt
irin rírọ *n.* casting
irin tó ṣeélù *n.* malleable
irin tútú *n.* ore
ìrìnà *n.* ply
ìrìnà *n.* transit
ìrìnàjò afẹ́ *n.* excursion
ìrìnàjò afẹ́ *n.* tourism
ìrìnàjò ìwádìí *n.* exploration
ìrìnàjò *n.* expedition
ìrìnpọ̀ ẹlẹ́ṣin *n.* cavalcade
irinṣẹ́ àsè *n.* cooker

irinṣẹ́ ìgbẹ̀bí *n.* forceps
irinṣẹ́ ìwọnlẹ̀ *n.* theodolite
irinṣẹ́ *n.* accoutrement
irinṣẹ́ *n.* apparatus
irinṣẹ́ *n.* appliance
irinṣẹ́ *n.* device
irinṣẹ́ *n.* tool
irinṣẹ́ ogun *n.* armament
irinṣẹ́ orin *n.* zither
iríra *adj.* abominable
irira *n.* disgust
iríra *n.* obscenity
iríra *n.* odium
iríran *n.* eyesight
iríran *n.* sight
iríran *n.* telepathy
iríran *n.* visibility
iríri *n.* experience
irísí àwọ̀ *n.* tint
irísí àyíká *n.* scenery
irísí ènìà *n.* physique
irísí ènìà *n.* stature
irísí *n.* countenance
irísí *n.* shape
irísí nkan *n.* scene
irísí tódára *n.* shapely
iró *n.* wrapper
iró adìẹ *n.* cackle
iró afẹ́fẹ́ *n.* whir
iró adìẹ *n.* cackle
iró afẹ́fẹ́ *n.* whir
iró ẹṣin *n.* neigh
iró híha *n.* rasp
iró ìlù *n.* pulse
iró ìlù *n.* rhythm
iró kíún *n.* bleep
iró léegun *n.* rick
iró ohùn *n.* resonance

ìró ohùn *n.* sound
ìró ohùn *n.* tone
ìrọ̀ rùn *n.* simplification
ìròhìn ìṣẹ̀lẹ̀ *n.* commentary
ìrọ̀lẹ́ *n.* evening
ìrọ̀lẹ̀ *n.* serenity
ironú jinlẹ̀ *n.* reflection
ìròpọ̀ *n.* additive
ìrora *n.* agony
ìrora *n.* pain
ìrora *n.* throes
ìrọra ṣe *n.* modesty
irorẹ́ *n.* acne
irorẹ́ *n.* pimple
irorẹ́ *n.* pimple
irorẹ́ *n.* whelk
ìrọ̀rí *n.* pillow
ìrorò *n.* severity
ìrọ̀rùn *n.* ease
ìróye *n.* inspiration
ìróye *n.* perception
ìróye ọ̀rọ̀ *n.* digestion
ìròyìn péréte *n.* titbit
ìròyìn ayọ̀ *n.* gospel
ìròyìn *n.* information
ìròyìn *n.* news
ìròyìn *n.* reportage
irú *n.* kind
irú *n.* such
ìrù *n.* tail
irú aṣọ *n.* serge
irú aṣọ *n.* poplin
irú aṣọ *n.* viscose
irú awọ *n.* suede
irú ẹni *n.* personality
irú èyí *n.* sort
irú gbìn *n.* acorn
irú kan *n.* counterpart

irú kan *n.* replica
irú kọfí *n.* mocha
irú lójú *n.* mystique
irú omi *n.* surge
irú sókè *n.* stimulus
irúgbìn *n.* spore
irúgbìn *n.* seed
ìrújú *adj.* abstruse
ìrújú *n.* contrivance
ìrújú *n.* dismay
ìrújú *n.* imbroglio
irúkan náà *n.* series
ìrúkè rúdò *n.* tumult
irun *n.* hair
irun àgbọn *n.* coir
irun àgùtàn *n.* fleece
irun dídì *n.* plait
irun dúdú *n.* brunette
irun ẹranko *n.* fur
irun funfun *adj.* blonde
irun gígé *n.* haircut
irun gígùn *n.* tress
irun kékeré *n.* ringlet
irun mú *n.* moustache
irun ojú *n.* brow
irun ọkùnrin *n.* quiff
irun púpọ̀ *n.* mane
irùngbọ̀n *n.* beard
irunmú ológbò *n.* whisker
ìrúsókè *n.* agitation
ìrúwé *n.* blossom
ìrúyẹ̀ *n.* fluff
ìṣà fẹ́rí *n.* yearning
ìṣà fihàn *n.* portrayal
ìṣà fihàn *n.* showcase
ìṣà fihàn *n.* demonstration
ìṣà kàwé *n.* illustration
ìṣà kóso *n.* executive

ìṣà kóso *n.* administration
ìṣà kóso *n.* governance
ìṣà kóso *n.* management
ìṣà mójútó *n.* superintendence
isá òkú *n.* grave
ìṣà túntò *n.* innovation
ìṣà wárí *n.* procurement
ìṣáájú *n.* fore
ìṣáájú *n.* precedence
ìṣàbò fún *n.* insulation
ìṣàfiwé *adj.* analytical
isáfún *n.* evasion
ìsàlẹ̀ ère *n.* pedestal
ìsàlẹ̀ *n.* bottom
ìsàlẹ̀ ọkọ̀ *n.* keel
ìsàmì *n.* label
ìsàmì *n.* logo
ìsàmì sí *n.* brand
iṣan *n.* cartilage
iṣan *n.* ligament
iṣan *n.* muscle
iṣán *n.* oyster
iṣan apá *n.* biceps
iṣan ara *n.* tendon
iṣan ara *n.* tissue
iṣan ẹ̀hìn ẹsẹ̀ *n.* hamstring
iṣan ẹ̀jẹ̀ *n.* vein
ìṣàn gbígbóná *n.* lava
iṣan ìmọ̀ *n.* nerve
ìṣàn nkan *n.* current
ìṣàn òkun *n.* tide
ìṣàn omi *n.* deluge
isan padà *n.* repayment
isan padà *n.* restitution
isáń sá *n.* absentee
isanra *n.* obesity
ìṣànwálẹ̀ odò *n.* waterfall
ìsanwó *n.* payment

ìṣara lóge *n.* cosmetic
ìṣàyàn *n.* selection
ìṣàyẹ̀wò *n.* audit
iṣẹ́ *n.* activity
iṣẹ́ *n.* career
iṣe *n.* deed
iṣẹ́ *n.* enterprise
iṣe *n.* habit
iṣẹ́ *n.* job
iṣẹ́ *n.* labour
iṣe *n.* mode
iṣẹ́ *n.* occupation
iṣẹ́ *n.* practice
iṣẹ́ *n.* profession
iṣẹ́ *n.* sinecure
iṣẹ́ *n.* task
iṣẹ́ *n.* vocation
iṣẹ́ *n.* work
iṣe àánú *n.* philanthropy
iṣẹ́ abẹ *n.* microsurgery
iṣẹ́ abẹ *n.* operation
iṣẹ́ abẹ *n.* surgery
iṣẹ́ abẹ ọkùnrin *n.* vasectomy
iṣẹ́ àgbẹ *n.* agriculture
iṣe àjé *n.* witchcraft
iṣe akin *n.* feat
iṣẹ́ akin *v.t.* exploit
iṣe àkọ́kọ́ *n.* prelude
iṣẹ́ akọ̀wé *n.* clerical
iṣe àlùfáà *n.* monasticism
iṣe àṣe parí *n.* output
iṣẹ́ aṣẹ́wó *n.* prostitution
iṣe àtìpó *n.* pilgrimage
iṣẹ́ awọ *n.* tannery
iṣè bàjé *n.* criticism
iṣe dédé *n.* attendance
isé èmí kú *n.* suffocation
iṣe ẹni *n.* wont

ìṣe ẹranko *n.* beastly
ìṣẹ́ èrọ *n.* mechanism
ìṣe ẹrú *n.* servility
ìṣe ẹrú *n.* subservience
ìṣè gbè *n.* partiality
ìṣẹ́ gun *n.* conquest
ìṣe ìgbà lódé *n.* modernism
ìṣe ìjìnlẹ̀ *n.* mysticism
ìṣẹ́ ìjọba *n.* bureaucracy
ìṣe ìlànà *n.* ethical
ìṣẹ ìlú *n.* infrastructure
ìṣẹ́ ìránṣẹ́ *n.* cleric
ìṣẹ́ ìránṣẹ́ *n.* ministry
ìṣẹ́ ìròyìn *n.* journalism
ìṣe ìyá *n.* motherhood
ìṣẹ́ jíjẹ́ *adj.* ministerial
ìṣẹ́ jíjẹ́ *n.* mission
ìṣè jọba *n.* monarchy
ìṣè jọba *n.* polity
ìṣè jògbọ̀n *n.* mischief
ìṣẹ́ kápíntà *n.* carpentry
ìṣẹ́ kíṣẹ́ *adj.* menial
ìṣe làálà *adj.* laborious
ìṣe lẹ́yà *n.* scorn
ìsé mọ́lé *n.* cordon
ìṣe òde *n.* ethos
ìṣe oko *n.* suburbia
ìṣẹ́ ọnà *n.* handicraft
ìṣe oṣó *n.* sorcery
ìṣẹ́ owọ́ *n.* craft
ìṣẹ́ owọ́ *n.* handiwork
ìṣẹ́ owọ́ *n.* workmanship
ìṣe pàtàkì *n.* epoch
ìṣe pàtàkì *n.* fateful
ìṣe rere *n.* chivalry
ìṣe rere *n.* ethic
ìṣẹ́ ṣíṣe *n.* working
ìṣe sódómù *n.* homosexual

ìṣẹ̀ tàn *n.* delusion
ìṣe tẹ̀mí *n.* spiritualism
ìṣẹ́ tìlẹ̀ *n.* backlog
ìṣẹ́ títì *n.* road works
ìṣè tójú *n.* custody
ìṣẹ́ wáyà *n.* telegraph
ìṣe wèrè *n.* frenzy
ìṣe yorí *n.* accomplishment
ìṣẹ́ yún *n.* abortion
ìṣebí àlá *n.* surrealism
ìṣebí ẹlòmíì *n.* impersonation
ìṣèdà *n.* copy
ìṣèdá *n.* creation
ìṣèdà *n.* photostat
ìséde *n.* curfew
ìṣèfè *n.* satire
ìṣègùn eegun *n.* orthopaedics
ìṣègùn *n.* medicine
Ìṣẹ́gun *n.* Tuesday
ìṣẹ́gun *n.* victory
ìṣègùn ọmọdé *n.* paediatrics
ìṣéjú kan *n.* moment
ìṣéjú *n.* minute
ìṣékù *n.* shortfall
ìṣèlè ìṣájú *n.* antecedent
ìṣèlè *n.* circumstance
ìṣèlè *n.* happening
ìṣèlè *n.* incident
ìṣèlè *n.* matter
ìṣèlè ńlá *n.* phenomenon
ìṣèlè òjijì *n.* catastrophe
ìṣèlè papọ̀ *n.* coincidence
ìṣèlú *n.* politics
ìṣẹ́nú *n.* miscarriage
ìṣẹ́pọ aṣọ *n.* frill
ìṣèpọ̀ *n.* interplay
ìṣerántí *n.* remembrance
ìṣeré ọmọdé *n.* toy

ìṣeré yíyí *n.* whirligig
ìṣerere *n.* benevolence
ìṣẹ̀rù bà *n.* intimidation
ìṣerun lóge *n.* conditioner
ìṣesí *n.* bearing
ìṣesí *n.* fairing
ìṣesí *n.* reaction
ìṣesí *n.* trait
ìṣẹ̀sí *n.* violation
ìṣẹ̀ṣọ́ *n.* jewellery
ìṣẹ̀tàn *n.* deception
ìṣẹ̀tàn *n.* trickery
ìṣẹ́tí aṣọ *n.* selvedge
ìṣètò fún *n.* design
ìṣètò *n.* appropriation
ìṣètò *n.* chart
ìṣètò *n.* execution
ìṣètò *n.* format
ìṣètò *n.* proceedings
ìṣètò ọjà *n.* production
ìṣẹ̀wá *n.* provenance
ìṣẹ́wọ́sí *n.* beck
ìṣì bámu *n.* misfit
ìṣí padà *n.* transition
ìṣí sílẹ̀ *n.* exposure
ìṣí sílẹ̀ *n.* opening
ìṣíjú kúrò *n.* distraction
ìṣìkà jayé *n.* masochism
Ìsìlámù *n.* Islam
isin *n.* service
isìn *n.* worship
isìn ọlọ́run *n.* piety
isìn ọlọ́runkan *n.* monotheist
isìn òrìṣà púpọ̀ *n.* pantheism
isin òrìṣà púpọ̀ *n.* polytheism
isín wín *n.* lunacy
ìṣíná bolẹ̀ *n.* bombardment
ìṣíná *n.* ignition

isingbà *n.* feudalism
isini mọ̀ *n.* misapprehension
isínijẹ *n.* imitation
isínjẹ *n.* burlesque
isínjẹ *n.* mimicry
isìnkú *n.* burial
isìnkú n. funeral
isinmi *n.* haven
isinmi *n.* holiday
isinmi *n.* relaxation
isinmi *n.* respite
isinmi ránpẹ́ *n.* vacation
isinyílọ *adv.* forthwith
ìṣípò padà *n.* movement
ìṣirò igun *n.* trigonometry
ìṣirò *n.* algebra
ìṣirò *n.* arithmetic
ìṣírò *n.* calculation
ìṣirò *n.* computation
ìṣirò *n.* logarithm
ìṣirò *n.* mathematics
ìṣirò *n.* statistics
ìṣiṣẹ́ ìrọ̀rùn *n.* flexitime
ìṣiṣẹ́ kún *n.* improvement
ìṣiṣẹ́ *n.* function
ìṣiṣe pọ̀ *n.* accompaniment
ìṣiṣẹ́ pọ̀ *n.* liaison
ìṣìwà hù *n.* misbehaviour
ìṣìwà hù *n.* misconduct
ìṣiyè méjì *n.* misgiving
isọ dàyè *n.* animated
isọ̀ dodo *n.* sincerity
isọ dọmọ *n.* adoption
isọ dọtun *n.* renewal
iso èso *n.* productivity
isọ jí *n.* crusade
isọ kalẹ̀ *n.* descent
isọ̀ kan *n.* oneness

ìṣọ́ kiri *n.* surveillance
ìsọ lẹ́nu *n.* stigma
ìsọ lórúkọ *n.* nomenclature
ìṣọ́ *n.* nail
ìsọ nípa *n.* reference
ìsọ tẹ́lẹ̀ *adj.* prophetic
ìṣọ́ wóná *adj.* economical
ìṣọ́ wóná *n.* thrift
ìso wọ́pọ̀ *n.* solidarity
ìṣọdi asán *n.* nullification
ìsọdi mímọ́ *n.* purification
ìṣòdì *n.* anti
ìsọdi púpọ̀ *n.* multiplicity
ìsọdi tìjọba *n.* nationalization
ìṣòfin *n.* legislation
ìṣófo *n.* lacuna
ìṣọgbà *n.* fencing
ìṣọ́gbó *n.* forestry
ìṣoge *n.* cosmetic
ìṣògo *n.* glorification
ìsọjì *n.* revival
ìsọjì *n.* revivalism
ìṣojú ayé *n.* sycophancy
ìṣojú fún *n.* representation
ìṣojú orílẹ̀ èdè *n.* diplomatic
ìṣojú ṣe *n.* dutiful
ìṣọ̀kan *n.* unification
ìṣọ̀kan *n.* unity
ìṣọ̀kan *v.* accord
ìsọkò ọ̀rọ̀ *n.* tirade
ìṣokùn fà *n.* effect
ìsopọ̀ àgbáyé *n.* globalization
ìsopọ̀ *n.* link
ìṣọ́ra *n.* vigilance
ìsọrí ilé iṣẹ́ *n.* department
ìsọrí *n.* category
ìsọrí *n.* classification
ìsọrí *n.* denomination
ìsọrí ológun *n.* legion
ìsọrí ṣọ́jà *n.* platoon
ìsọ̀rọ̀ *n.* accent
ìsọ̀rọ̀ *n.* allusion
ìṣòro *n.* intractable
ìsọ̀rọ̀ *n.* oratory
ìsorọ *n.* pendulum
ìṣòro *n.* plight
ìṣòro *n.* predicament
ìṣòro *n.* stringency
ìsọ̀rọ̀ nlá *n.* rhetoric
ìsọ̀rọ̀ sí *n.* locution
ìsọ̀rọ̀ sì *n.* parlance
ìṣọtá ìjọba *n.* anarchism
ìṣọtá *n.* enmity
ìsọtàn *n.* narrative
ìsọtẹ̀ *n.* rebellion
ìsọtẹ̀ *n.* sedition
ìṣọwọ́ kọwé *n.* calligraphy
ìṣọwọ́ lò *n.* consumption
ìṣòwò *n.* business
ìṣòwò ọjà kíkó *n.* shipping
ìsowọ́ pọ *n.* allegiance
ìsowọ́ pọ *n.* cooperation
ìṣù erùpẹ̀ *n.* sod
ìṣu *n.* yam
ìṣubú *n.* downfall
ìṣubú *n.* pitfall
ìṣújú *n.* mirage
ìsún kí *n.* contraction
ìsun omi *n.* fountain
ìsún síwájú *n.* adjournment
ìsún síwájú *n.* postponement
ìsúni *n.* tedium
ìsúnkì *n.* shrinkage
ìsúnsí wájú *n.* extension
ìsunwọ̀n *n.* nicety
ìṣùpọ̀ *n.* nugget

ìṣùpọ̀ n. swarm
ìṣura n. exchequer
ìṣura n. financial
ìṣura n. store
ìṣura n. treasure
ìsúre n. benediction
ìsúré ṣe n. foray
ìṣúsí n. opacity
ìtà bùkù n. denunciation
ìta kò n. contradiction
ita n. outside
ita nù n. castaway
ìtà san gbèsè n. liquidation
ìtajà n. sale
ìtajà odidi n. wholesale
ìtajà òfin n. trafficking
ìtàjẹ̀ sílẹ̀ n. bloodshed
ìtají adj. wakeful
ìtají padà n. regeneration
ìtakò n. objection
ìtakò n. resistance
ìtàkù rọ̀sọ n. gist
ìtàkù rọ̀sọ n. repartee
ìtàkùn igi n. with
ìtàn n. history
itan n. lap
ìtàn n. legend
ìtàn àpárá n. skit
ìtàn àròsọ n. myth
ìtàn ayé n. autobiography
ìtàn gígùn n. saga
ìtàn ìgbésí ayé n. biography
ìtàn ìlù n. annals
ìtàn ìrírì n. memoir
ìtàn jẹ n. duplicity
ìtàn ká n. propagation
ìtàn kálẹ̀ àrùn n. plague
ìtàn mọ́lẹ̀ n. Illumination

ìtàn n. story
ìtàn n. tale
itan n. thigh
ìtàn sán n. radiance
ìtàn sán n. ray
ìtàn sísọ n. narration
itaná àsọrọ̀ n. chandelier
ìtàná n. bloomers
ìtànayé n. vignette
ìtànsán agbára n. radiation
ìtánsàn òṣùpá n. moonlight
itanù n. pariah
ìtàpá sí n. impious
itara n. keenness
itara n. solicitude
itara n. zeal
ìtàsán àìrí n. x-ray
itayín n. floss
itayín n. toothpick
ítayò n. dice
itayọ n. excellence
itayọ n. superiority
itẹ́ n. cemetery
itẹ́ n. sepulchre
ìtẹ̀ léra n. succession
ìtẹ̀ lóríba n. subjugation
ìtẹ́ lọ́rùn n. content
ìtẹ́ lọ́rùn n. contentment
ìtẹ́ lọ́rùn n. gratification
ìtẹ́ lọ́rùn n. satiety
ìtẹ́ lọ́rùn n. satisfaction
ìtẹ́ ọba n. throne
ìtẹ́ òkú n. necropolis
ìtẹ ríba n. obeisance
ìtẹ ríba n. subjection
ìtẹ ríba n. submission
ìtẹ̀ síwájú n. advancement
ìtẹ̀ síwájú n. continuation

itẹ síwájú n. continuity
itẹlé n. adherence
itẹlé n. compliance
ítẹ́nú aṣọ n. lining
itẹnu mọ n. emphasis
itẹnu mọ́ n. affirmation
itẹnu mọ́ n. insistence
itẹra mọ́ n. consistency
itẹra mọ́ n. persistence
itẹra mọ́ n. tenacity
itètè dé n. punctuality
itẹ́wọ́ gbà n. orthodoxy
itì igi n. log
ití igi n. trunk
itì lẹ́hìn n. partisan
itì lẹ́hìn n. prop
iti raka n. ardour
itìjú n. abashed
itìjú n. ignominy
itìjú n. indignity
itìjú n. shame
itìṣe n. perquisite
itìsẹ̀ n. stool
itò bi tábìlì n. tabulation
itọ́ jú n. conservation
itọ́ n. saliva
itọ́ n. spit
itọ́ n. spittle
itọ̀ n. urine
ito òdòdó n. wreath
itò ọ̀rọ̀ n. phraseology
itò ọwọ́ọwọ́ n. procession
itọ pasẹ̀ n. tracing
itò sípò n. rating
itọ́ sọ́nà n. guidance
itóbi sí n. scale
itófún n. sustenance
itògbé n. nap

itọ́jú àkọ́kọ́ n. first aid
itọ́jú aláìsàn n. homoeopath
itọ́jú aláìsàn n. therapy
itọ́jú èékáná n. pedicure
itọ́jú egun n. physiotherapy
itọ́jú ẹ̀jẹ̀ n. dialysis
itọ́jú jẹjẹrẹ n. chemotherapy
itọ́jú n. care
itọ́jú n. remedy
itọ́jú n. treatment
itọ́jú v. welfare
itọ́ka sí n. indication
itọ́ka sí n. pointing
itọkọ̀ n. rudder
itòkọ orúkọ n. bibliography
itọ́ni n. tutelage
itọrẹ n. alms
itọrẹ n. charity
itọrẹ n. generosity
itọrẹ n. handout
itọrọ àforíjì n. apology
itọ́sí ìpín n. perquisite
itòsí n. vicinity
itọ́wò n. taste
itú jáde n. gurgle
itù nú n. comfort
itù nú n. consolation
itú raká n. expression
itú sílẹ̀ n. deliverance
itú sílẹ̀ n. liberation
itukọ̀ n. navigation
itúlẹ̀ n. harrow
itulẹ̀ n. plough
itúmọ̀ èdè n. subtitle
itumọ̀ èdè n. translation
itumọ̀ n. definition
itumọ̀ n. meaning
itumọ̀ ọ̀rọ̀ n. glossary

itumọ̀ ọ̀rọ̀ n. semantic
itún búyọ n. resurgence
itún ẹjọ́ ṣe n. retrial
itún léṣe n. renovation
itún niṣe n. rehabilitation
itún pàdé n. reunion
itún rẹ́pọ̀ n. reconciliation
itún ṣe n. rectification
itún ṣẹlẹ̀ n. recurrence
itún yẹ̀wò n. revision
itúnbí n. rebirth
itùnú n. solace
itura n. refreshment
itúsómi n. solubility
itutù n. wetness
itutù jù n. gentility
itúwò n. hint
iwà n. attitude
iwà n. behaviour
iwà n. character
iwà n. conduct
iwà n. manner
iwà n. rectitude
iwà n. temperament
iwà akin n. gallantry
iwà akọni n. valour
iwà àtijọ́ adj. atavistic
iwà bí ọlọ́run adj. godly
iwà búburú n. gall
iwà ẹhànnà n. savagery
iwà gidi n. urbanity
iwà ifẹ́kúfẹ̀ adj. sensuality
iwà ìgbé raga n. egotism
iwà ìkà adj. nefarious
iwà ìkà adj. retrial
iwà ìkà n. misdeed
iwa jígí n. winder
iwá kiri n. quest

iwà kiwà adj. temperamental
iwà kiwà n. affectation
iwà kòtọ̀ adj. antisocial
iwa kùsà n. mine
iwà kuwà n. tomfoolery
iwà láyé n. subsistence
iwà láyé n. survival
iwà láyé n. vitality
iwà líle n. asperity
iwà lójúkan n. standstill
iwà mímọ́ n. chastity
iwà mímọ́ n. sanctity
iwà níbi gbogbo n. omni-
  presence
iwà ọ̀daràn n. roguery
iwà ojo n. cowardice
iwà òmùgọ̀ n. idiocy
iwà pẹ̀lẹ́ n. decorous
iwà pẹ̀lẹ́ n. sobriety
iwà rere n. courtesy
iwà rere n. decency
iwà rere n. decorum
iwà rere n. morality
iwá rere n. politeness
iwá rìrì n. tremor
iwà tòde n. stereotype
iwà tútù n. temperance
iwa wèrè n. quirk
iwààsù n. sermon
iwádì ìgbàgbọ́ n. catechism
iwádí lára òkú n. postmortem
iwádì n. inquest
iwádìí n. experiment
iwádìí n. investigation
iwádìí n. research
iwájú ilé n. façade
iwájú n. front
iwájú ọkọ̀ n. bumper

iwájú orí n. forehead
ìwakọ̀ n. helm
ìwàláàyè n. presence
ìwalẹ̀ n. paddle
ìwé n. book
iwé n. handbook
ìwé n. query
ìwẹ̀ n. bath
ìwé àdéhùn n. memorandum
ìwé àfọwọ́ kọ n. script
ìwé àfọwọ́kọ n. manuscript
ìwé àjákọ n. notebook
ìwé àkíyésí n. gazette
ìwé àkọ́bẹ̀rẹ̀ n. primer
ìwé àkọ́ọ̀lẹ̀ n. ledger
ìwé aláṣẹ n. missive
ìwé àròkọ n. novel
ìwé àṣẹ n. edict
ìwé àṣẹ n. licence
ìwé atọ́nà n. guidebook
ìwé dúkìá n. muniment
ìwé ẹ̀rí n. certificate
ìwé ẹ̀rí n. qualification
ìwé ẹ̀rí n. testimonial
ìwé ètò n. brochure
ìwé ètọ́ n. charter
ìwé ètò n. programme
ìwé ewì n. poem
ìwé gígé n. stencil
ìwé ìbéèré n. application
ìwé ìbéèrè n. questionnaire
ìwé ìbúra n. affidavit
ìwé ìfihàn n. probate
ìwé ìhìn n. treatise
ìwé ìkéde n. bulletin
ìwé ìkèrò sílẹ̀ n. memo
ìwé ìlànà n. directory
ìwé ìléwọ́ n. handbill
ìwé ìmọ̀ n. repository
ìwé ìpo lówó n. prospectus
ìwé ìrajà n. bill
ìwé ìròyìn n. journal
ìwé ìròyìn n. tabloid
ìwé iṣẹ́ n. monograph
ìwé iṣẹ̀lẹ̀ ojúmọ́ n. diary
ìwé ìtumọ̀ n. dictionary
ìwé ìwọlé n. passport
ìwé kékeré n. booklet
ìwé kékeré n. booklet
ìwé kékeré n. novelette
ìwé kíkà n. perusal
ìwé kíkà n. reading
ìwé kíká n. scroll
ìwé kíkà n. textbook
ìwé kòkárí n. encyclopaedia
ìwé ńlá n. tome
ìwé ọdún n. almanac
ìwé òfin n. constitution
ìwé òfin n. writ
ìwé ohun lílò n. requisition
ìwé ọjà n. docket
ìwé ọjà n. invoice
ìwé orúkọ n. register
iwè pàtàkì n. document
ìwé pélébé n. leaflet
ìwé pélébé n. pamphlet
ìwé ṣókí n. blurb
ìwé títẹ́ n. spreadsheet
ìwẹ̀ yìnwò n. retrospect
ìwẹ̀fà n. eunuch
ìwí règbè n. tattle
ìwíjọ́ n. quibble
iwin n. fairy
iwin n. harpy
ìwo n. antler
ìwò n. look

ìwò pẹ̀lú n. relativity
ìwọ pron. you
ìwò ẹ̀gàn n. sneer
ìwo erin n. tusk
ìwọ́ inú n. colic
ìwò ìṣẹ̀lẹ̀ n. scenario
ìwọ̀ kuwọ̀ adj. blowsy
ìwọ̀ lára adj. permeable
ìwò ojú n. visage
ìwọ̀ oòrùn n. west
ìwò pẹ̀lú n. relativity
ìwò ràwọ̀ n. astrology
ìwò ràwọ̀ n. horoscope
ìwò ràwọ̀ n. meteorology
ìwò ràwọ̀ n. palmistry
ìwo sààkun n. perspective
ìwo sàkun n. projection
ìwò tódára n. vista
ìwọ́ yanrìn n. erosion
ìwọ́de n. rabble
ìwọlé n. influx
ìwọlé n. resumption
ìwọlù míràn n. immigration
ìwọn agbára n. volt
ìwọn agbára n. watt
ìwọn ariwo n. decibel
ìwọn ba n. moderation
ìwọn fótò n. megapixel
ìwọn gígùn n. furlong
ìwọn gígùn n. kilometre
ìwọn góòlù n. carat
ìwọn igun n. protractor
ìwọn ìmooru n. thermometer
ìwọn ínṣì n. inch
ìwọn ìrìn n. pedometer
ìwọn ìyára n. tachometer
ìwọn máìlì n. mileage
ìwọn mítà n. centimetre

ìwọn n. dimension
ìwọn n. geometry
ìwọn n. measurement
ìwọn n. quantity
ìwọn n. size
ìwọn ògùn n. dose
ìwọn ooru adj. centigrade
ìwọn oru/ òtútù n. temperature
ìwọn v. calibrate
ìwọnà n. outlook
ìwọnba oúnjẹ n. ration
ìwọnú n. assimilation
ìwonú n. introspection
ìwọnú n. meld
ìwọ́pọ̀ n. staple
ìwọ́ra n. traction
ìwọra oúnjẹ n. metabolism
ìwòran n. pageant
ìwọṣọ adj. sartorial
ìwọṣọ n. tog
ìwòye n. view
ìwú kàrà n. yeast
ìwú sókè n. booster
ìwú sókè n. swelling
ìwúga n. bloater
ìwúga n. snobbery
ìwúlò n. practicability
ìwúrí n. accolade
ìyá n. mother
ìyá àfin n. lady
ìyá burúkú n. hag
ìyá ilé n. housewife
ìyá ilé n. mistress
ìyà lẹ́nu n. amazement
ìyà lẹ́nu n. consternation
ìyà lẹ́nu n. flabbergasted
ìyà lẹ́nu n. marvellous
ìyà lẹ́nu n. surprise

iyá lẹta n. noon
iyá nlá n. matriarch
iyá ọkọ / aya n. mother-in-law
iyá ọmọ ìsàmì n. godmother
iyà sọ́tọ̀ n. dedication
iya wọ̀lú n. invasion
iyà wòrán ilé n. architecture
iyà wòrán n. drawing
iyáàfin n. madam
iyàgàn n. sterility
iyájú sí n. affront
iyálé gbé n. tenancy
iyàlẹ́nu n. astonishment
iyálò n. lease
iyàn jíjà n. polemic
iyàn láàyò n. pastime
iyàn n. famine
iyàn sípò n. appointment
iyanjú n. solution
iyanu n. awe
iyanu n. miracle
iyanu n. wonderful
iyapa ìsìn n. sect
iyapa kúrò n. secession
iyapa n. aberration
iyapa n. rift
iyapa n. schism
iyapa n. separation
iyára kọ̀wé n. stenography
iyára n. alacrity
iyára n. fastness
iyára n. rapidity
iyára n. speed
iyára n. velocity
iyara sọ́tọ̀ n. segregation
iyarọ n. paralysis
iyarun n. comb
iyàsí mímọ́ n. sanctification

iyàtọ̀ díẹ̀ n. nuance
iyàtọ̀ n. difference
iyàtọ̀ n. oddity
iyàtọ̀ n. singularity
iyàwó n. bride
iyàwó n. wife
iyàwò rán n. portraiture
iyayọ̀ n. felicitation
iyayọ̀ n. jubilation
iyayọ̀ ọdún n. jubilee
iye n. amount
iyẹ́ n. feather
iyè n. mind
iye n. price
iye n. quorum
iye n. rate
iye agbára n. wattage
iye ènìà ìlú n. population
iyẹ́ ẹyẹ n. plumage
iyẹ́ ẹyẹ n. plume
iyé ẹyin v. spawn
iye ìgbà n. frequency
iye ìwọn n. quota
iye kanáà adj. equivalent
iyè méjì n. doubt
iyè méjì n. qualm
iyè méjì n. scruple
iyè méjì n. uncertain
iyè méjì n. vacillation
iye owó n. fee
iye owó n. tab
iye owó n. value
iyẹ̀fun n. dough
iyẹ̀fun n. flour
iyẹ̀fun ọkà n. oatmeal
iyèkan n. sibling
iyẹn pron. & adj. that
iyẹ̀pẹ̀ n. detritus

iyẹra fún *n.* abstinence
iyì *n.* prestige
iyí bìrí *n.* vagary
iyí kiri *n.* rotation
iyí padà *n.* altercation
iyí padà *n.* conversion
iyí padà *n.* metamorphosis
iyí padà *n.* repentance
iyí padà *n.* upturn
iyí padà òjijì *n.* cataclysm
iyí sọ́tùn sósì *n.* oscillation
iyìn *n.* adulation
iyìn *n.* compliment
iyìn *n.*plaudits
iyíra padà *n.* evolution
iyíra padà *n.* mutation
iyíwá padà *n.* caprice
iyọ́ *n.* salt
iyọ fòtì *n.* dart
iyọ́ kẹ́lẹ́ *v.* stealth
iyọ kúrò *n.* removal
iyọ lẹ́nu *n.* molestation
iyọ lẹ́nu *n.* vexation
iyọ̀ níní *n.* salinity
iyọ nípò *n.* impeachment
iyọ níṣẹ́ *n.* retrenchment
iyọ rísí *n.* consequent
iyọ sílẹ̀ *n.* isolation
iyọjú wò *n.* glimpse
iyókù *n.* residue
iyọkùn *n.* paunch
iyọ̀n da *n.* consent
iyọ̀n da *n.* permission
iyọnu *n.* irritant
iyọnu *n.* turbulence
iyọrí aburú *n.* anticlimax
iyọ̀ṣó *n.* pincer

J

jà *v.* fight
já *v.* snap
já fáfá *adj.* apt
já fáfá *adj.* industrious
já gara *n.* coherent
já gere *adj.* fluent
já kulẹ̀ *v.* flop
já kúrò *v.* disqualify
jà lólè *v.* defraud
jà níyàn *adj.* debatable
já ràwọ̀ *n.* degrade
já ràwọ̀ *n.* demote
já sọ́rọ *v.* heckle
já wálẹ̀ *v.* deplete
já wálẹ̀ *v.* plummet
jábọ́ *v.* sag
jáde *v.* emerge
jáde nílùú *v.* emigrate
jàdù *v.* scramble
jáfara *adj.* lax
jáfara *adj.* remiss
jága jàga *adj.* jagged
jága jàga *adj.* rugged
jága jàga *adj.* serrated
jágbà *v.* dispossess
jágbà *v.* hijack
jágbà *v.* snatch
jágbà *v.* swipe
jagbà *v.* wrench
jagun jagun *n.* combatant
jagun jagun *n.* militant
jagun jagun *n.* warrior
jagun *n.* militant
jájẹ *v.* nip
jákè jádò *prep.* throughout

jákẹ́ẹ̀tì *n.* jacket
jáku jàku *n.* outlandish
jákùn *n.* disconnect
Jàkúsì *n.* Jacuzzi
jálá *n.* litre
jálá kékeré *n.* pint
jalè *v.* maraud
jalè *v.* rob
jálẹ́nu ọmú *v.* wean
jálù *v.* interject
jálù *v.* interrupt
jálù *v.* supervene
Jámánì *n.* German
jámọ́ *adj.* worth
jàn dùkú *n.* dacoit
jàn dùkú *n.* hooligan
jàn dùkú *n.* ruffian
jàn káriwọ̀ *n.* cobweb
jangí rọ́fà *n.* see-saw
jáni láyà *adj.* stunning
jánípò *v.* relegate
jánítọ̀ *n.* janitor
jáníye *n.* depreciate
jansẹ̀ mọ́lẹ̀ *v.* stamp
jansẹ̀ mọ́lẹ̀ *v.* tramp
janu *v.* blab
janu *v.* bluster
janu *v.* brag
janu *v.* swank
jára gbà *v.* recoil
járọ́ *v.* refute
jásí *v.* equate
jásílẹ̀ *v.* strand
jàù jàù *adj.* ungainly
jáwé jura *adj.* gaga
jáwọ̀ *v.* intrude
jáwọ́ *v.* quit
jáwọ́ *v.* swerve

jáyà *v.* startle
jayé *n.* zest
jẹ́ *v.* be
jẹ *v.* chew
jẹ *v.* consume
jẹ *v.* gnaw
jẹ́ ara *v.* comprise
jẹ́ èjẹ́ *v.* avow
jẹ́ èrí sì *adj.* certifiable
jẹ́ èrí *v.* certify
jẹ gàba lé *adj.* dominate
jẹ gàba lé *adj.* possessive
jẹ gbádùn *adj.* indulgent
jẹ gbèsè *adj.* bankrupt
jẹ gbèsè *adj.* indebted
jẹ gbèsè *adj.* owing
jẹ níyà *v.* penalize
jẹ níyà *v.* punish
jẹ́ tibi tire *adj.* paradoxical
jèbi *adj.* guilty
jèdí *n.* pile
jẹ́èlì *n.* gel
jẹ́ètì *adj.* jet
jègàba *adj.* overbearing
jègbá dùn *v.t.* savour
jègba *v.* flagellate
jéjé *adj.* biddable
jéjé *adj.* bland
jéjé *adj.* discreet
jéjé *adj.* gentle
jéjé *adv.* lightly
jẹ́kí *v.* let
jẹ́kínì *n.* jerkin
jẹko *v.* graze
jélè ósimi *n.* nursery
jéléó simi *n.* kindergarten
jélú *n.* tincture
jẹnu pàṣà *v.* slurp

jẹnu wúyẹ́ *adj.* inaudible
jẹnu wúyẹ́ *v.* mutter
jẹrà *n.* decompose
jẹrà *v.* rot
jẹrà *v.i.* decay
jèrè *v.* gain
jẹ́rìí *v.* attest
jẹ́rìí *v.* testify
jẹ́rìí *v.* verify
jẹ̀rora *v.* agonize
jẹtán *v.* devour
jẹ̀ti *v.* belong
jẹun *v.* dine
jẹun *v.* eat
jẹun *v.* feed
jewé jewé *adj.* xylophagous
jẹ́wọ́ *v.* confess
jẹ́wọ́ *v.* profess
jí *v.* awake
jí *v.* pilfer
jí *v.* rouse
jí *v.* steal
jí *v.* wake
jí dìde *v.* resurrect
jí jẹrà *v.t.* decomposition
jí jókò *n.* seating
jí jọra *n.* lookalike
jí jọ̀wọ́ *n.* cessation
jí padà *v.* rejuvenate
jí sájé *adj.* astute
jí sájé *adj.* shrewd
jìbìtì *n.* fraud
jígbé *v.* kidnap
jígí fèrèsé *n.* pane
jígí *n.* mirror
jígí ojú *n.* lens
jígí ojúkan *n.* monocle
jígí *v.t.* glass

jìjà kadì *v.* wrestle
jíjárọ́ *n.* refutation
jíjẹrà *adj.* biodegradable
jíjí wò *n.* crib
jíjìn *adj.* remote
jíjìn *n.* depth
jíjò *n.* leakage
jíjọra *n.* resemblance
jíkó *v.* plunder
jìn *adj.* deep
jín jìn *adv.* afar
jìn sínú *adj.* sunken
jìnà *adv.* afield
jìnà *adv.* far
jìnásí *adv.* further
jíni gbé *v.t.* abduct
jìnì jìnì *n.* jitters
jíńjà *n.* ginger
jìnlẹ̀ *adj.* mysterious
jìnnà jù *adj.&adv.* furthest
jìnpọ̀ *v.* jiggle
jìnpọ̀ *v.i.* dangle
jínsì *n.* jeans
jìnwọ̀ *v.* sink
jísájé *n.* canny
jíṣẹ́ fún *adj.* answerable
jìyà *v.i.* suffer
jiyàn *n.&v.* wager
jiyàn *v.* argue
jiyàn *v.* bicker
jiyàn *v.* deprecate
jiyàn *v.i.* dispute
jiyàn *v.t.* debate
jó *v.* dance
jò *v.* leak
jọ *v.* resemble
jó *v.* sear
jò *v.* shrivel

jó v. smoulder
jó féérée v. scorch
jó féré v. singe
jọ gbépọ̀ v. coexist
jọ lójú v. admire
jọ lójú v. fascinate
jọ lójú v. impress
jó lọlẹ̀ v. fizzle
jọ òótọ́ adj. specious
jọba v. reign
jọba v. rule
jọ̀bọ̀ etí n. lobe
jọgbé v. cohabit
jogún v. bequeath
jogún v. inherit
jọ́jú adj. attractive
jọjú adj. impressive
jọjú adj. v. desirable
jóko v. sit
jóná díẹ̀ v. char
jóná v. burn
jooro adj. pale
jọra adj. akin
jọra adj. identical
jórin pọ̀ v. weld
jọ̀wọ́ n. cession
jọ̀wọ́ v. please
jowú adj. envious
jù v. flick
jù v. throw
jù v. waggle
jù bẹ́ẹ̀lọ adv. moreover
jù dànù v. hurl
ju èníà lọ adj. superhuman
jù nkan v. pelt
jù sẹ́wọ̀n v. intern
jù sílẹ̀ v. drop
jù sókè v. flip

jù sọnù v. fling
júdò n. judo
jùlọ n. more
jùmọ̀ adv. together
Júpítà n. Jupiter
jùsókè sílẹ̀ v. juggle
jùsókè v. toss
juwọ́ lẹ v. surrender
juwọ́ sílẹ̀ n. compromise
juwọ́ v. wave

K

kà v. count
ká v. curl
ká v. reap
ka àkọ́sórí v. recite
ká lára n. passionate
ká lòlò v. stammer
ká lòlò v. stutter
kà mọ̀mọ̀ adj. spectacular
ká sílẹ̀ v.i. tape
ká sókè v. hoist
káàbọ̀ n. welcome
káàdì aláwòrán n. postcard
káàdì awò ràwọ̀ n. tarot
káàdì n. card
káàkiri adj. ambient
káànú adj. pathetic
káànú adj. rueful
káànú fún v. sympathize
káànú v. expiate
káàrẹ̀ adj. infirm
káàrẹ̀ adj. lethargic
káàrẹ̀ adj. lousy
káàrẹ̀ adj. weary
káàrẹ̀ v. debilitate
kába kàba n. stilted

kábà mọ *v.* rue
kaba *n.* gown
kábámọ *adj.* regrettable
kábí yèsí *n.* majesty
kábónì *n.* carbon
kàbùkù *v.* demoralize
kádàrá *n.* fate
kádmíọ̀mù *n.* cadmium
kájọ *v.* cringe
kájúẹ̀ *adj.* efficient
kakí túsì *n.* cactus
kákiri *adj.* roving
kàkún *v.* regard
kálá mù *n.* pen
kàlẹ́ndà *n.* calendar
kálọ *prep.* along
kálọ *prep.* alongside
kálòlò *v.* splutter
kálṣíọ́mù *v.* calcium
kámẹ́rà *n.* camera
kámfọ̀ *n.* camphor
kámọ́ra *v.* enfold
kan *n.* acetate
kan *n.* acid
kan *adj.* an
kan *adj.* sour
kàn *v.* affect
kan *v.* ferment
kán *v.i.* drip
kan náà *adj.* invariable
kàn nípá *adj.* obligatory
kàn nípà *n.* constrain
kàn nípá *v.* pressurize
kàn ńpá *v.* oblige
kàn pọ̀ *v.* clink
kan raṣe *v.* sublimate
kán sílọ̀ *n.* councillor
kán sù *n.* council

kan àga *v.* upholster
kán gun *adj.* congruent
kán gun *v.* pertain
kàn kùn *v.* knock
kana káná *n.* crow
kana káná *n.* rook
kàndẹ́là *n.* candela
kànga *n.* well
kangarú *n.* kangaroo
kani láyà *adj.* staggering
kánjú *adj.* hasty
kánjú *v.* rush
kànkà *adj.* stupendous
kànkà grandiose
kànkàn *n.* sponge
kànkùn *v.* rap
kanlẹ̀ *adj.* aground
kànpá *adj.* forceful
kàńpá *n.* demand
kanra *adj.* acerbic
kanra *adj.* grumpy
kanra *adj.* hostile
kanra *adj.* moody
kanra *adj.* petulant
kanra *adj.* stroppy
kanra *adj.* touchy
kanra mọ́ *v.* antagonize
kánsà *n.* bolt
kánsà *n.* latch
kànṣẹ́ *v.* punch
kánṣẹ́lọ *n.* chancellor
kànsí *v.* notify
kapá sítọ̀ *n.* capacitor
kápíntà *n.* carpenter
kára *adv.* avidly
kára kára *adj.* fervent
kára kára *adj.* impassioned
kára kára *adv.* assiduous

kárà kátà *n.* bargain
kárajọ *v.* snuggle
kàràm bàní *adj.* deviant
kàram bàní *v.* boor
kàrátè *n.* karate
káre *adj.* splendid
kárọ́tì *n.* carrot
kaṣú *n.* cashew
kata kata *n.* caterpillar
kata kata *n.* tractor
káti kàti *adj.* footling
káti kàti *n.* nonsense
kátikà *n.* caretaker
kátikàti *v.* babble
kátó líìkì *adj.* catholic
kàwé *adj.* peruse
kàwé *v.* read
kàwé *v.* study
káwọ́ *v.* cope
kàyéfì *adj.* anomalous
kàyéfì *n.* anomaly
ké bí ẹyẹ *v.* chirp
kẹ́ dùn *v.* condole
ké kúrò *v.* truncate
ké kúrú *v.* shorten
ké rora *v.* groan
ké *v.* blub
kẹ̀ *v.* fester
kébí ẹyẹ *v.* squawk
kébí ẹyẹ *v.* tweet
kébí ẹyẹ *v.* twitter
kébù *n.* cable
kédárì *n.* cedar
kéde *v.* announce
kéde *v.* canvass
kéde *v.* proclaim
kéde *v.* publicize
kéde *v.t.* declare

kedere *adj.* evident
kedere *adj.* plain
kedere *adj.* vivid
kedere *adv.* openly
kẹ́dùn *v.* pine
kẹ́ẹ̀gì *n.* jerry can
kéèkì dídín *n.* pancake
kéèkì *n.* cake
kéèkì *n.* gateau
kéèkì *n.* strudel
kéèkì olóyin *n.* flapjack
kééré *n.* belittle
kééré *n.* minute
kèfèrí *n.* pagan
kèfèrí *n.* pagan
kẹ́gàn *adj.* contemptuous
kẹ́gàn *adj.* deride
kẹ́gàn *v.* reproach
kẹ́gàn *v.i.* scoff
kẹ́hìn *v.i.* last
kẹ́jù *v.* pamper
kẹ̀kẹ́ akérò *n.* rickshaw
kẹ̀kẹ́ ẹlẹ́sẹ̀ mẹ́ta *n.* tricycle
kẹ̀kẹ́ èrò *n.* carriage
kẹ̀kẹ́ ẹrù *n.* trolley
kẹ̀kẹ́ ẹrù *n.* wagon
kẹ̀kẹ́ ẹṣin *n.* buggy
kẹ̀kẹ́ ẹṣin *n.* cart
kẹ̀kẹ́ ẹṣin *n.* chaise
kẹ̀kẹ́ ìkókó *n.* tram
kẹ̀kẹ́ *n.* bicycle
kẹ̀kẹ́ *n.* bike
kẹ̀kẹ́ ogun *n.* chariot
kẹ̀kẹ́ ọmọ *n.* pram
kékeré *adj.* mini
kékeré *adj.* minuscule
kékeré *adj.* tiddly
kẹ́kọ̀ọ́ *v.* educate

kékúrò v. sever
kékúrú v.t. abbreviate
kèlẹ̀ bẹ̀ n. sputum
Kẹ́lsíùsì n. Celsius
kẹ́mí kàlì adj. chemical
kẹ́ra adj. torpid
kéré adj. diminish
kéré adj. paltry
kéré adj. skimp
kéré adj. tiny
kéré jù adj.& pron. least
kéré jù n. minimum
kéré lẹ́nu v. taper
kéré sí adj. subservient
kéré sí adj.& pron. less
kéré sì n. Xmas
kéré v.t. dwindle
kéré v.t. little
kere yọ́nù n. crayon
Kérésì mesì n. Christmas
kẹ́rù kalẹ̀ v. unload
kẹ́sàn v. ninth
kẹta adj. third
kẹtàlá adj.& n. thirteenth
kẹ́tẹ́ kẹ́tẹ́ n. ass
kẹ́tẹ́ kẹ́tẹ́ n. donkey
kétí rà n. confectioner
ki adj. stolid
kí n. greet
kí v. congratulate
kí délé v. visit
kí kọ́ni v. instil
kí korò adj. bitter
kì mọ́lẹ̀ v. compress
kì mọ́lẹ̀ v. suppress
kì wọlé v. insert
kì wọlé v. tuck
kíá kíá adj. snappy

kíbòsí v. alarm
kígbe n. yelp
kígbe v. scream
kìí bọ̀ v.t. dip
kìíṣe adj. neither
kíjìpá n. blanket
kíká v. warp
kíkan adj. clarion
kíkan n. acetone
kíkan n. acidity
kíkan n. fermentation
kíkàn ńpá n. obligated
kìkì agbára adj. almighty
kíki n. paste
kìkì ọ̀rọ̀ n. phrase
kíkì wọlé n. insertion
kíkọ̀ fún adj. prohibitive
kíkó jọpọ̀ adj. collective
kíkọ̀ n. disapproval
kíkọ̀ n. refusal
kíkọ̀ n. repudiation
kíkọ n. roost
kíkọ̀ sílẹ̀ n. renunciation
kíkọ̀ sílẹ̀ v.t. jot
kíkọ̀ v. rebuff
kíkọ́jà òfin n. traffic
kíkún adj. full
kíkún n. saturation
kíkùn n. snigger
kíkúrú n. brevity
kílá àsì n. class
kilẹ̀ n. stomp
Kílẹ́mẹ́ntinì n. Clementine
kílò n. kilo
kílò báìtì n. kilobyte
kìlọ̀ fún v. reprimand
kílọ̀ fún v. warn
kìlọ̀fún v. threaten

kilorínì *n.* chlorine
kín dìrín *n.* kidney
kín kíní *n.* mite
kiná bọ *n.* kindle
kiní *n.* particle
kíni *pron.& adj.* what
kìnìún *n.* lion
kíó maṣe *conj.* lest
kìpọ̀ *adj.* compact
kira *adj.* strenous
kírà fún *v.* acclaim
kírétì *n.* crate
kiri ọjà *n.* peddle
kíún *adj.* scant
kíun *n.* chip
kíún *n.* whit
kìwọ *v.* repress
kíyè sí *adj.* cautionary
kíyè si *v.* observe
kíyèsi *adj.* noteworthy
kò bamu *adj.* incompatible
kò bìkítà *adj.* indifferent
kò bójúmu *adj.* indecent
kò bójúmu *adj.* untoward
kò dàbí *prep.* unlike
kò dàbipé *adj.* improbable
kò dára *adj.* improper
kò dọ́gba *adj.* uneven
kó dúdú *v.* darken
kọ́ ẹ̀kọ̀ *v.* learn
kò farahàn *adj.* inconspicuous
kọ fún *v.* defy
kọ fún *v.* prohibit
kò gbádùn *adj.* wonky
kò gbóògùn *adj.* incurable
kò jọ *adj.* unlikely
kó jọ *v.* muster
kò kápá *adj.* inefficient

ko kéènì *n.* cocaine
kò kúnù *v.* cocoon
kó kúrò *v.* evacuate
kó kúrò *v.* relocate
kó kúrò *v.* vacate
kò lákàwé *adj.* indescribable
kò lálàyé *adj.* inexplicable
kò láṣìrí *adj.* indiscreet
kò láṣìṣe *adj.* infallible
kò léhín *adj.* toothless
kò lèṣe *adj.* impotent
kò lèyẹ̀ *adj.* inevitable
kò lónkà *adj.* incalculable
kò lóro gún *adj.* nonpareil
kọ lọ́rọ̀ *v.* transcribe
kò nílò *adj.* needless
kò nílò *adj.* pointless
kò níṣe *adj.* immaterial
kò níṣe *adj.* unnecessary
kò níṣì *adj.* unmistakable
kò níye *adj.* immeasurable
kọ ohun *v.* disown
kọ ọ̀rọ̀ *v.* inscribe
kó pamọ́ *n.* hoard
kó papọ *v.* incorporate
kò parí *adj.* inconclusive
kọ́ pùrù *n.* corporal
kò ráàyè *adj.* indisposed
kọ́ rálì *n.* coral
kó rira *v.* abhor
kó rìra *v.* despise
kó rìra *v.* detest
kó rìra *v.t.* hate
kò ṣeébò *adj.* indefensible
kò ṣeégbà *adj.* impassable
kò ṣeègbé *adj.* insupportable
kò ṣeékà *adj.* illegible
kò ṣeékojú *adj.* indisputable

kò ráàyè *adj.* indisposed
kọ́ rálì *n.* coral
kó rira *v.* abhor
kó rìra *v.* despise
kó rìra *v.* detest
kó rìra *v.t.* hate
kò ṣeébò *adj.* indefensible
kò ṣeégbà *adj.* impassable
kò ṣeègbé *adj.* insupportable
kò ṣeékà *adj.* illegible
kò ṣeékojú *adj.* indisputable
kò ṣeélò *adj.* inapplicable
kò ṣeémánì *adj.* indispensable
kò ṣeémú *adj.* invulnerable
kò ṣeérẹ̀ *adj.* inconsolable
kò ṣeérí *adj.* hideous
kò ṣeérí *adj.* miasma
kò ṣeéṣe *adj.* impossible
kò ṣeétù *adj.* implacable
kò ṣeéwọ̀ *adj.* impenetrable
kò ṣeéyà *adj.* inextricable
kọ̀ sílè *v.* reject
kò ṣiṣẹ́ *adj.* ineffective
kò ṣiṣẹ́ *adj.* inoperative
kò tẹ̀wọ̀n *adj.* ineligible
kọ́ tìnì *n.* curtain
kò wà *adj.* absent
kò wọ̀ *adj.* inappropriate
kọ wọ́gọ wọ̀gọ *v.* scrawl
kò wọ̀n *adj.* inexpensive
kò wọ́pọ̀ *adj.* infrequent
kò wọ́pọ̀ *adj.* uncommon
kò wúlò *adj.* hackneyed
kò wúlò *adj.* petty
kòbá kùngbé *adj.* indigestible
kóbáltì *n.* cobalt
kòbójú mu *adj.* ludicrous
kòdùn *adj.* tasteless

kọẹsẹ ìwé *v.* versify
kófà *v.t.* exploit
kọfí mímu *n.* latte
kọfí *n.* coffee
kọfí *n.* espresso
kọfí sísè *v.* percolate
kògbà pábẹ́ *adj.* incorruptible
kògbé wọ̀n *n.* insignificant
kògbó *adj.* immature
kògbó *adj.* premature
kọgun sí *adj.* perpendicular
kòhàn *adj.* indistinct
kòhàn síta *adj.* shady
kọ́ìlì *n.* coil
kọjá ààyè *v.* encroach
kọjá ààyé *v.* trespass
kọjá *adj.* past
kọjá lẹ́bàá *n.* skirting
kọjá níye *v.* outnumber
kọjá *v.* elapse
kọjá *v.* exceed
kọ́já *v.* overstep
kọjá *v.* pass
kọ́jà wá *v.* supply
kọ́jà wọlú *v.* import
kójọ *v.* accumulate
kójọpọ̀ *v.* amass
kojú *v.t.* counter
kọjúsí *prep.* against
kòká júẹ̀ *adj.* incompetent
kọkédì *n.* cockade
kòkó *n.* cacao
kòkó *n.* cocoa
kókó *n.* crux
kókó *n.* determinant
kókó *n.* essence
kókó *n.* mainstay
kókò *n.* potato

kókó *n.* knot
kókó *n.* lump
kókó ìju *n.* tumour
kókó iroyin *n.* headline
kòkò ọ̀rọ̀ *n.* issue
kókó ọwọ́ *n.* knuckle
kòkòrò *n.* bacteria
kòkòrò *n.* bug
kòkòrò *n.* insect
kọ́kọ́rọ́ n. key
kòkòrò *n.* ladybird
kòkòrò *n.* vector
kòkòrò *n.* weevil
kòkòrò àìrí *n.* germ
kòkòrò ara *n.* vermin
kòkòrò èjè *n.* sepsis
kòkòrò ṣẹ́dà *n.* silkworm
kókósẹ̀ *n.* ankle
kòlá fiwé *adj.* incomparable
kòlá tunṣe *adj.* incorrigible
kòlè bímọ *adj.* infertile
kòlẹ́sẹ̀ ńlẹ̀ *adj.* groundless
kọ́lọ́ fín *n.* privacy
kọlọ kọ̀lọ̀ *n.* hyena
kólọ́ nù *n.* colon
kòlọ tààrà *adj.* indirect
kọlù *v.* assail
kọlù *v.* attack
kọlù *v.* clash
kọlù *v.* collide
kọlù *v.t.* jam
kọmá *n.* comma
kọ́mbọ́dì *n.* locker
kọ́mbọ́dù aṣọ *n.* wardrobe
kọ́mbọ́dù *n.* closet
kọ́mbọ́dù *n.* commode
kọ́mbọ́dù *n.* cupboard
kọ́mbọ́dù oúnjẹ *n.* pantry

kómì *n.* gobble
kọmi nú *adj.* pejorative
kọmi nú *v.* concern
kòmọ̀ kan *adj.* oblivious
kọ̀mpútà kékeré *n.* microprocessor
kọ̀mpútà *n.* computer
kọn gílá *n.* contractor
kọn kéré *n.* concrete
kon kéré *n.* screed
kọ́n stébù *n.* constable
kọ́n súlà *n.* consular
kọ̀n ténà *n.* container
kọ̀ndọ̀ kítọ̀ *n.* conductor
kóndó *n.* baton
kóndó *n.* truncheon
kóni mọ́ra *adj.* affable
kóni mọ́ra *adj.* genial
kóni mọ́ra *adj.* hospitable
kòní ṣe *adj.* irrelevant
kòní tán *adj.* inexhaustible
kòní wọn *adj.* infinite
kọ́nṣì *n.* conch
kọ́nsó nántì *n.* consonant
kọ́nsú léètì *n.* consulate
kọ́ntí nẹ́ntì *n.* continent
kóòdù ìfi ránṣẹ́ *n.* postcode
kóòdù *n.* code
kòògùn *v.* prescribe
kóòkì *n.* coke
kóònù *n.* cone
Kóòtù *n.* Chancery
kóòtù *n.* court
kóòtù òjò *n.* raincoat
kọ́pà *n.* copper
kópa *v.* participate
kópapọ̀ *v.* agglomerate
kòpé *adj.* incomplete

kòpé *adj.* inexact
kópọ̀ *v.* collect
kópọ̀ *v.* garner
kópọ̀ *v.* join
kóra jọ *v.* converge
kóra jọ *v.* huddle
kóràn *v.* infect
kòrí bẹ́ẹ̀ *adj.* incorrect
kòrí bẹ́ẹ̀ *adj.* negative
kọrí *n.* curry
kòrí yá *n.* incentive
koríko ẹ̀bá ọ̀nà *n.* verge
koríko gbígbẹ *n.* hay
koríko gbígbẹ *n.* straw
koríko ìbolé *n.* thatch
koríko *n.* grass
kọrin bí ẹyẹ *v.* warble
kọrin láìsọ̀rọ̀ *n.* mime
kọrin *v.* sing
kórìra *v.* dislike
kórìra *v.* loathe
kóríyá *n.* fillip
kóríyá *n.* impetus
kóríyá *n.* motivation
kóríyá *n.* stimulant
kóró ẹpọ̀n *n.* testis
kórò hìn jọ *adj.* compendious
kọ́rọ̀ jẹ *v.* retract
kọ̀rọ̀ *n.* corner
kóró *n.* lentil
kọ̀rọ̀ *n.* nook
kóró *n.* pea
kóró ògùn *n.* pill
kóró ògùn *n.* tablet
kọ̀rọ̀ púpọ̀ *adj.* fulsome
kọ̀rọ̀ yàrá *n.* alcove
kọ́ṣà *adj.* kosher
kòsá wàwí *adj.* inexcusable

kòṣe dédé *adj.* irregular
kòṣéé fẹnusọ *adj.* unmentionable
kòṣe ṣégun *adj.* unassailable
kòṣe titun *adj.* trite
kọṣẹ̀ *v.* falter
kọṣẹ̀ *v.* stumble
kòṣeé borí *adj.* indomitable
kòṣeé gbà *adj.* preposterous
kòṣeé gbà wọlé *adj.* inadmissible
kòṣeé jàníyàn *adj.* irrefutable
kòṣeé kọ̀ *adj.* irresistible
kòṣeé pínyà *adj.* indivisible
kòṣeé pínyà *adj.* inseparable
kòṣeé rọ́pò *adj.* irreplaceable
kòṣeé sáfún *adj.* unavoidable
kòṣéni *pron.* nobody
kóṣẹ́ntì *n.* quotient
kòsí *adj.* no
kòsí mọ́ *adj.* extinct
kòsí *pron.* none
kòsí *pron.* nothing
kọ̀sílẹ̀ *v.* forsake
kọ̀sílẹ̀ *v.t.* abandon
kósínú *v.* infuse
kọ́sọ̀ *n.* cursor
kọ́stá dì *n.* custard
kòtẹ̀ *adj.* inflexible
kọ́tí sónù *n.* cortisone
kòtó *adj.* inadequate
kòtò èérí *n.* sewer
kòtò *n.* gully
koto *n.* helmet
kòtò *n.* pit
kòtò *n.* trench
kòtó nkan *adj.* negligible
kòtó nkan *adj.* scanty
kòtó nkan *adj.* trivial

kòtò omi *n.* canal
kòtò omi *n.* gutter
kòwà *n.* absence
kọwé *v.* write
kòyẹ *adj.* impolite
kòyí padà *adj.* constant
kòyí padà *adj.* inexorable
kọ̀yìnsí *v.* boycott
krístálì *n.* crystal
Krìstẹ́nì *adj.* Christian
Krístì *n.* Christ
kró níkà *n.* chronicle
kro nọ́lọ́jì *n.* chronology
krómù *n.* chrome
kú *adj.* blunt
kú *adj.* dead
kú *v.* die
kú *v.* snuff
kú dàáyá *v.* reincarnate
ku díẹ̀ *adv.* almost
ku díẹ̀ *adv.* barely
ku díẹ̀ *adv.* nearly
kú mìnì *n.* cumin
kú ṣìnì *n.* cushion
kúbù *n.* cube
kúkú *adv.* rather
kùkú *n.* haft
kùkú mbà *n.* cucumber
kúkú rú *adj.* short
kúkurú *adj.* terse
kùkùté *n.* stump
kùmọ̀ *n.* bludgeon
kùn *n.* buzz
kùn *n.* paint
kùn *v.* grumble
kùn *v.* murmur
kùn *v.* rumble
kún *v.* saturate

kùn *v.* shade
kún dànù *v.* overflow
kún fún *adj.* fraught
kún fún *v.* pervade
kún fún *v.* suffuse
kùn kọrin *v.* hum
kun lọ́dà *v.* daub
kùn sọ̀rọ̀ *v.* mumble
kúná *adj.* even
kùnà *v.* fail
kúnfún *adj.* riddled
kúnlẹ̀ *v.* kneel
kunra *v.* smear
kuọ̀la *n.* eve
kúpà *n.* cooper
kùpọ́ nù *n.* coupon
kúpú lẹ́tì *n.* couplet
kúré kùré *n.* hobgoblin
kúré kùré *n.* troll
kuré tọ *n.* curator
kúrò *adv.* off
kúrò *v.t.* leave
kùru kùru *n.* atmosphere
kùru kùru *n.* fog
kùru kùru *n.* mist
kùru kùru *n.* smog
kúrúki *adj.* stocky

L

lá *v.* lick
là *v.* split
la àkàkà *v.* bestride
la èmí lọ *adj.* fatal
lá faradà *adj.* hardy
lá gbára *adj.* energetic
lá gbára *adj.* invincible
lá gídí *adj.* headstrong

305

la ikúlọ *adj.* deadly
lá jọṣe *v.* affiliate
là kàkà *adj.* rigorous
là kàkà *v.i.* toil
lá pẹpẹ *adj.* vivacious
lá ṣejù *adj.* outrageous
là sí méjì *n.* bisect
là tẹ́ẹ́rẹ́ *v.t.* slit
lá tọkàn *adj.* hearty
làá kàyè *adj.* sensible
làá kàyè *n.* acumen
làá kàyè *n.* intelligence
làá sìgbò *n.* quandary
làá sìgbò *n.* uprising
láàbò *adj.* protective
làágùn *v.t.* perspire
làálà *n.* hassle
làálì *n.* henna
láàmì *adj.* symbolic
láànú *adj.* gracious
láànú *adj.* pitiful
láànú *adj.* sympathetic
láápọn *adj.* sedulous
láàrín *adj.* central
láàrín *adj.* mid
láàrín *adj.* midst
láàrín *adv.* between
láàrín èyà *adj.* interracial
láàrín ìlú *adj.* inland
láàrín ọ̀nà *adv.* midway
láàrín orílẹ̀ èdè *adj.* international
láàrín oru *adj.* midsummer
láàrín *prep.* among
láàrín *prep.* during
láàyé *adj.* alive
láàyè *adj.* roomy
láàyè *adj.* spacious

láàyè *n.* capacious
labalábá *n.* butterfly
làbárè *n.* preamble
lábẹ́ *adv.* beneath
lábẹ́ *prep.* below
lábẹ́ *prep.* under
lábẹ́ *prep.* underneath
lábẹ́ àṣẹ *adj.* official
lábẹ́ aṣọ *n.* guise
lábẹ́ ilé *adj.* indoor
lábẹ́ ilẹ̀ *adj.* subterranean
lábẹ́ lẹ̀ *adj.* covert
lábẹ́lẹ̀ *adj.* sly
lábẹ́lẹ̀ *adj.* undercover
lábíyá *adj.* underarm
ládèhún *v.* agree
ládùn *adj.* melodic
ládùn *adj.* palatable
ládùn *adj.* tasty
ládùn *adj.* yummy
láfẹ́fẹ́ *adj.* windy
lafẹ́fẹ́ *v.* fizz
láfínjú *adj.* smart
lágbájá *adj.* anonymous
lagbára *adj.* capable
lágbára *adj.* formidable
lágbára *adj.* mighty
lágbára *adj.* potent
lágbára *adj.* powerful
lágbára *adj.* strong
lágbára *n.* efficacy
lagbede méjì *adj.* equidistant
lágídí *adj.* mulish
lágídí *adj.* obdurate
lágídí *adj.* stubborn
lágídí *adj.* unruly
lágídí *adj.* wilful
làhù *v.* sprout

láhun *adj.* miserly
láí *adv.* ever
láí *adv.* forever
láì bèrèfún *adj.* unsolicited
làì bìkítà *adj.* aimless
laì bìkítà *adj.* nonchalant
láì bìkítà *adj.* reckless
láì dájú *adj.* vague
láì dira ogun *adj.* unarmed
láì dúró *adj.* nonstop
láì farapa *v.* unscathed
láì fişe *a.* nonetheless
láì fòyà *adj.* dauntless
láì fòyà *adj.* intrepid
láì kàkún *a.* immodesty
láì kàkún *adv.* regardless
láì kàsí *prep.* notwithstanding
láì kojá *adj.* intransitive
láì kùnà *adj.* unfailing
láì láànú *adj.* heartless
láì làsílẹ̀ *adj.* unconditional
láì léwu *adj.* secure
láì lẹ́yẹ *adj.* unceremonious
láì lókun *adj.* languid
láì lókun *adj.* weak
láì lópin *adj.* unlimited
láì mèrò *adj.* indiscriminate
láì mira *adj.* inert
láì mìra *adj.* unmoved
láì mọ̀ *adv.* unwittingly
láì mókun *adj.* nerveless
láì mọyì *adj.* unsung
láì nání *adj.* impervious
láì nídì *adj.* nugatory
láì nídìí *adj.* gratuitous
láì nírìsi *adj.* shapeless
láì níwà *adj.* uncouth
láì nóye *adj.* senseless

láì pè *adj.* uncalled
láì rẹ̀ *adj.* tireless
láì rétí *adj.* unexpected
láì ròtẹ́lẹ̀ *adj.* spontaneous
láì ròtì *adj.* random
láì şàşehàn *adj.* unassuming
láì şẹ̀dá *adj.* unnatural
láí şègbè *adj.* objective
láí şègbè *adv.* objectively
láì şẹ́kù *adj.* unreserved
láì şẹ̀tàn *adj.* artless
láì şètò *adj.* haphazard
làì şòótọ́ *adj.* perfidious
láì tíìyàn *adj.* undecided
láì tójú *adj.* unattended
láì wẹ̀hìn *adj.* relentless
láì yẹsẹ̀ *adj.* uncompromising
làìbá abo lò *adj.* asexual
láìbẹ̀rù *adj.* fearless
láìda *adv.* poorly
láìdàmú *adj.* slick
láífọhùn *adj.* speechless
láíláí *n.* never
láìlójú rírán *adj.* seamless
láìmi ara *adj.* static
láìmọ̀ *adj.* unaware
láìmọ̀ *adj.* unknown
láìmọ púpọ̀ *adj.* sketchy
làìmọ tara *adj.* unselfish
láìmú rọrùn *adj.* unmitigated
láìní wáyà *adj.* wireless
láìpẹ́ *adj.* recent
láìpẹ́ *adv.* lately
láìpẹ́ *adv.* shortly
láìpẹ́ *adv.* soon
láìrí jáje *adj.* underprivileged
láìrò tẹ́lẹ̀ *adj.* impulsive
láìròtì *adj.* casual

le *adj.* turgid
lè *v.* can
lé *v.* chase
le ara *v.* stiffen
lè bi̇șubú *adj.* subversive
lé dànù *v.* banish
lé dìde *v.* unseat
lè farakó *adj.* susceptible
lè ìtúsómi *adj.* soluble
lé jáde *v.* evict
lẹ́ kọkan *adj.* occasional
lé kúrò *n.* rusticate
lé kúrò *v.* dismiss
lé kúrò *v.* hustle
lé kúrò *v.t.* expel
lé padà *v.* repel
lè parun *adj.* perishable
le púpọ̀ *adj.* intense
lé rùpẹ̀ *adj.* sandy
lè șișe *adj.* fallible
lé și̇șẹ́ *adj.* workable
lè tọpa *adj.* traceable
lébìrà *n.* labourer
lẹ́bùn *adj.* gifted
lèdá *adj.* creative
lẹ́dà *n.* nylon
leè *n.* might
leè *v.* may
leè jàre *adj.* justifiable
leè jẹrà *adj.* corrosive
lẹ́ẹ̀ kọkan *adj.* sporadic
lẹ́ẹ̀ kọkan *adv.* seldom
lẹ́ẹ̀ mẹta *adv.* thrice
leè yọ̀nda *adj.* permissible
léẹ̀dì ìkọ̀wé *n.* pencil
lẹ́ẹ̀dì *n.* graphite
lẹ́ẹ̀dì *n.* lead
léegun *adj.* bony

lẹ́ẹ̀kan si *n.* encore
leèràn *adj.* infectious
léèsì gidi *n.* voile
léèsì *n.* lace
léèyé *adj.* intelligible
léfòó *adj.* buoyant
léfòó *adj.* natant
léfòó *v.* float
légbẹ̀ẹ̀ *adv.* askew
légbin *adj.* squalid
légẹ́ légẹ́ *adj.* gangling
légẹ́ légẹ́ *adj.* slim
lẹ́hìn *conj.* after
lẹ́hìn èyí *adv.* hereafter
lẹ́hìn ikú *adj.* posthumous
lẹ́hìn ìṣẹ̀lẹ̀ *n.* sequel
lẹ́hìn *n.* after
lẹ́hìn *n.* background
lẹ́hìn ò rẹhìn *adv.* eventually
lẹ́hìn odi *adj.* outlying
lẹ́hìn *prep.* behind
lejú mọ́ *n.* scowl
lejú *v.i.* frown
lékè *adj.* ascendant
lékè *adj.* pre-eminent
léke lèke *n.* swan
lélọ *v.* rid
lẹ́mì ẹ̀șù *v.* demonize
léni sá *adj.* repulsive
lénìà púpọ̀ *adj.* populous
lẹ́nu *adj.* cheeky
lẹ́nu *adj.* suave
Léò *n.* Leo
lépa *adj.* ambitious
lépa *n.* pursue
lèpa *n.* sylph
lépa *v.* aspire
lẹ̀pọ̀ *adj.* cohesive

lèpò v. fuse
léran adj. beefy
lérè adj. profitable
lérèfé adj. banal
lérèfé adj. superficial
lérèfé v. skim
lérí okàn adj. scrupulous
lérí v. boast
lérò adj. figurative
lérò adj. imaginary
lérò adj.& n. thoughtful
lérò míràn adj. ulterior
lérò n.&v. conjecture
lérò v. opine
lérò v. presume
lérò v.i. guess
lérò v.t. surmise
lésá v. repulse
lésè kèsè adj. immediate
lésè kèsè adj. instantaneous
lésè kèsè v. prompt
lésesé adj. successive
létà dída gun adj. italic
létà gbèsè n. chit
létà gbígbà n. correspondence
létà n. letter
létà òkè adj. superscript
létà wáyà n. telegram
letí iwé adj. marginal
létò adj. strategic
létò létò adj. orderly
létò letò adj. sequential
létò sí v. claim
léwà adj. gorgeous
léwu adj. dangerous
léwu adj. ominous
lewu adj. perilous
léwu adj. precarious

léwu adj. risky
lgbón adj. wise
lí lámì n. notary
Líbrà n. Libra
líle adj. acute
líle adj. boisterous
líle adj. brusque
líle adj. chronic
líle adj. difficult
lilé adj. firm
líle adj. hard
líle adj. onerous
líle adj. rigid
lílè adj. tacky
líle adj. tense
líle adj. tough
lílé dànù n. expulsion
lílè pò n. cohesion
líléfò n. flotation
lílépa n. pursuance
lílesi n. complication
lílo ajílè v. fertilize
lílo kòmpútà v. computerize
lílò n. utilization
lilo òrò ńlá n. verbiage
líló òwú n. hank
líló pò v.t. entangle
lílòdì sí n. perversity
lílópo adj. spiral
lílòrò púpò adj. verbose
lílóye n. intuitive
lílù n. batter
limosíni n. limousine
linsidì n. linseed
líntèlì n. lintel
lítírésò n. literature
lo adv. away
lo v. depart

lọ̀ v. grind
lọ́ v. slur
lọ́ v. tweak
lò v. utilize
lọ v. wend
lọ v.t. blend
lọ v.t. go
lò v.t. use
lo ágbára adj. influential
ló dindi adj. holistic
lọ́ fíndà n. cologne
lọ sẹ́hìn v. retard
lọ sí iná v. damn
lọ sílẹ̀ v.t. decline
lọ síwájú adj. progressive
lọ́ tìkọ̀ adj. hesitant
lọ́ tìkọ̀ adj. loath
lọ́ tìkọ̀ v. boggle
lọ títí adj. perpetual
ló títọ́ adj. substantive
ló títọ́ adj. veracious
lọ́ wọ́rọ́ adj. lukewarm
lọ́ yàyà adj. jovial
lóde adj. outdoor
lóde prep. without
lòdì adj. averse
lòdì adj. repugnant
lòdì sí v. confute
lòdì sí v. counteract
lòdì sí v. pervert
lòdì sófin adj. illegal
lódidi adj. intact
lódidi adj. whole
lódidi adv. wholly
lọ́dọ dún adj. perennial
lódodò adj. flowery
lọ́dún adj. annual
lófa v. presage
lọ́fẹ́ẹ́ adj. free
lọ́fẹ́ẹ́ adv.&adj. gratis
lọ́fíńdà n. deodorant
lọ́fíńdà n. lavender
lọ́fíndà n. perfume
lófo adv. scot-free
lọ́gán adv. straightway
lọ́gbà v. wrest
lọ́gbọ́n ẹ̀wẹ́ adj. wily
lógo adj. glorious
lógo asán adj. vainglorious
lọgun v.i. shout
lọ́hùn adj. yonder
lọ́hùn rara adj. vociferous
lójìjí adj. shadowy
lójijì adj. sudden
lójíkì n. logic
lójo adj. timid
lójo adj. timorous
lọjọ́ iwájú adj. futuristic
lọ́jọ́ iwájú adj. potential
lọ́jọ́ pípẹ́ adj. medieval
lójú àànú adj. magnanimous
lójú kan adv. statically
lójú kanáà adj. motionless
lójú kòkòrò adj. greedy
lójú kòkòrò adj. rapacious
lójú lásán adj. ordinary
lójú rere adj. auspicious
lójú sánmọ̀ n. aerial
lójúkan adj. stationary
lójúmọ́ adj. daily
lọ́kàn tútù adj. meek
lọ́kàn rere adj. positive
lókè adj. mountainous
lókè adj. up
lókè adv. aloft
lókè adv. upward

lókèèrè *adj.* offshore
lòkèlọlẹ̀ *v.* bob
lọ́lá *adj.* dignified
lọ́lá *adj.* luxuriant
lọ́la *adj.* tomorrow
lọlẹ̀ *v.* precipitate
lọ́llì *n.* lolly
lọ́lù *adj.* intricate
lómi *adj.* watery
lómi díẹ̀ *adj.* moist
lómi lára *adj.* succulent
lọ́nà mẹ́ta *adj.* treble
lọ́nà mẹ́ta *adj.* tripartite
lọ̀nà míràn *v.t.* alternate
lọ́nà òbìrí *adj.* orbital
lónìí *adv.* today
lonírú rú *adj.* motley
lóògùn *adj.* medicinal
lọọlẹ̀ *adj.* low
loore ọ̀fẹ́ *adj.* graceful
lòórùn *adj.* odorous
lòórùn dídùn *adj.* fragrant
lóòtọ́ *adj.* honest
lóòtọ́ *adj.* true
lóòtọ́ *adj.* truthful
lópin *adj.* finite
lọ́pọ̀ *adj.* gnarled
lọ́pọ̀ *adj.* lavish
lọ́pọ̀ ìgbà *adj.* frequent
lọ́pọ̀ ìgbà *adj.* regular
lọ́pọ̀ lọpọ *n.* abundance
lọ́pọ̀ *v.t.* tangle
lọ́rà *adj.* fertile
lọ́ra *adj.* grudging
lọ́ra *adj.* reluctant
lọ́ra *adj.* slow
lọ́ra *v.* dawdle
lọ́ra *v.* linger

lọ́ra ṣe *adj.* tardy
lórí búburú *adj.* unfortunate
lorí kórí *adj.* eccentric
lori kunkun *adj.* heady
lori kunkun *adj.* obstinate
lórí omi *adj.* afloat
lórí pípé *adj.* sane
lórí *prep.* on
lórí *prep.* over
lóríṣi *adj.* heterogeneous
lóríṣi *adj.* swingeing
lóríṣi àwọ̀ *adj.* spectral
lóríṣi àwọ̀ *v.* dapple
lóríṣi ọ̀nà *adj.* respective
lóríṣi ríṣi *adj.* varied
lọ́rọ̀ *adj.* affluent
lóró *adj.* noxious
lóró *adj.* virulent
lọ́rọ̀ *adv.* richly
lọ́rọ̀ *v.* swanky
lọ̀rọ̀ ẹnu *adv.* verbally
lọ́rọ̀ kíún *adj.* laconic
lọ̀rọ̀ púpọ̀ *adj.* wordy
lórúkọ *adj.* proprietary
lórúkọ *n.* repute
lọ́sẹ̀ ọsẹ̀ *adj.* weekly
lọsí *v.* attend
lọsípò *v.* tabulator
lóṣòó *v.i.* squat
lóṣù *adj.* monthly
lóṣù mẹ́ta *adj.* quarterly
lòtán *v.* expend
lótítọ́ *adj.* veritable
lọ́tọ̀ *adj.* discrete
lọ́tọ̀ *adv.* singularly
lọ́wọ́ *n.* instance
lọ́wọ́ lọ́wọ́ *adj.* current
lọ́wọ́ lọ́wọ́ *adj.* present

lọ́wọ́ lọ́wọ́ *adv.* readily
lọ́wọ́rọ́ *adj.* tepid
lọ́wọ́sí *n.* assent
lọ̀yàyà *adj.* charming
lóye *adj.* skilful
lóyún *adj.* pregnant
lóyún *v.t.* conceive
lù *v.* beat
lu *v.* pierce
lù *v.* strike
lù *v.* throb
lu íhò *v.* bore
lù kìkì *v.* pulsate
lu òfin *v.* infringe
lù pẹ́pẹ́ *v.* tamp
Lúfásì *n.* Louvre
lúgọ *v.* lurk
lùkì *v.* twitch
luko *adj.* crude
lúwẹ̀ẹ́ *v.* swim
lùwó *v.* smash

M

má ṣegbà *v.* forbid
má wobẹ̀ *v.* ignore
máà *adj.* would-be
màálù *n.* buffalo
màálù *n.* cow
màámi *n.* mum
màámi *n.* mummy
Máfíà *n.* Mafia
mágbà fún *v.* disallow
máìlì *n.* mile
májẹ̀ mú *n.* covenant
májèlé *n.* arsenic
májẹ̀mú *n.* testament
màjẹ̀sín *adj.* callow

maji rínì *n.* margarine
májístréètì *n.* magistrate
mákàn *adj.* sensitive
Máksìmu *n.* Marxism
màmá àgbà *n.* grandmother
màmá *n.* mother
mámónì *n.* mammon
mángò *n.* mango
máni gbàgbé *adj.* memorable
máni gbàgbé *adj.* unforgettable
mánnà *n.* manna
mára yá *v.* liven
márosẹ̀ *n.* highway
Mársì *n.* Mars
márùn *adj.&n.* five
márún *n.* quin
màṣírí *adj.* privy
mátàn *v.* undeceive
mẹ̀ kúnù *n.* commoner
mẹ́ẹ̀ dógún *adj.&n.* fifteen
méèlì olóhùn *n.* voicemail
mẹ́fà *adj.&n.* six
mẹ́gá *adj.* mega
mẹ́gá báìtì *n.* megabyte
mẹ́gá hẹ́ẹ̀sì *n.* megahertz
méje *adj.&n.* seven
méjèjì *adj.&pron.* both
méjì *adj.* double
méjì *adj.* second
mèjì *adj.&n.* two
méjì dínlógún *adj.&n.* eighteen
mejì lọ́dún *adj.* biannual
méjì *n.* duo
mèjìlá *adj.&n.* twelfth
méjìlá *n.* dozen
mẹ́jọ *adj.&n.* eight
mẹkáníkì *n.* mechanic
mẹ́kúrì *n.* mercury

ménu bà v. cite
ménu bà v. mention
mérin adj.& n. four
mérìn dínlógún adj &n. sixteen
mérin n. quad
mérìnlá adj.& n. fourteen
mésàn adj.& n. nine
méta adj.& n. three
métàdínlógún adj.& n. seventeen
méta n. trio
méta n. triple
métàlá adj.& n. thirteen
métalókan n. trinity
mèto adj. considerate
mètò adj. methodical
mètò adj. pragmatic
métríkì adj. metric
méwà adj.& adv. ten
mí v. breathe
mì v. budge
mí v. respire
mì v. shake
mì v. sway
mì v. totter
mí v. wag
mi pron. me
mí gúle gúle adj. stertorous
mí hẹlẹ n. huff
mí hẹlẹ v. pant
mí hẹlẹ v. wheeze
mí kanlẹ v.i. sigh
mí orí v. nod
mí sínú v. inhale
mí síta v. exhale
mì tìtì v. quake
mì tìtì v. wobble
mílìkì aládùn n. milkshake

mílíkì n. dairy
mílìkì n. milk
mílíónù n. million
mímètò n. pragmatism
mímí n. respiration
mímó adj. clean
mímó adj. holy
mímò adj. overt
mímó adj. sacred
mímọ àrùn n. diagnosis
mímó lẹ n. lightening
mímó n. purity
mímọ tẹ́lẹ̀ n. prescience
mímólẹ adj. refulgence
mímọṣẹ́ n. proficiency
mímú adj. sharp
mínímù n. minim
mínísítà òkèrè n. ambassador
mira v. swing
míràn adv. else
mísínú v. snuffle
mítà kékeré n. millimetre
mítà n. meter
mítà n. metre
mọ́ adj. chaste
mọ́ adj. pure
mọ̀ v. know
mọ àrùn v. diagnose
mo dárajù adj. supercilious
mọ́ gara n. clearly
mọ iṣẹ̀lẹ̀ adj. conscious
mọ ìtumọ̀ v. decipher
mọ ìwòn v. appraise
mó lékù n. molecule
mọ̀ nípá adj. aware
mọ nípa adj. conversant
mọ̀ nípa adj. knowing
mọ niyàn v. identity

módẹmù n. modem
módẹmù n. transceiver
mójú ẹni adj. tame
mójú mọ́ adv. overnight
mójú ṣú adj. muzzy
mójú ṣú v. oversee
mójú tó v. oversee
mójúpọ́n v. blush
mójútó ìdánwò adj. invigilate
mójútó v. supervise
mọ́kàn dín lógún adj. nineteenth
mọ́kànlá adj.& n. eleven
mọ́là n. mullah
mọ́lẹ̀ adj. bright
momi kú v. drown
mọnà oríṣi adj. resourceful
mọ́nítọ̀ n. monitor
mọọ́mọ̀ adj. deliberate
mọọ́mọ̀ adj. intentional
mọọ́mọ̀ adv. purposely
moore v. appreciate
móoru adj. muggy
móoru adj. stuffy
mọ̀ọ́ṣe adj. adroit
mọ̀pé v. ascertain
mọ́ra adj. fair
mọra adj. familiar
mọ́ra v. accustom
móríṣi adj. composite
móríwú v. flatter
mọ̀rọ̀ ọ́sọ n. eloquence
mọrọ́sọ adj. articulate
mọ́ṣá láṣí n. mosque
mọṣẹ́ adj. proficient
mọṣẹ́ adj. skilled
mọṣẹ́ v. consummate
mọ́tí n. stud

mọ́tò n. car
mọ́tò n. coupe
mọ́tò n. motor
mọ́tò n. sedan
mọ́tò n. vehicle
mọ́tò afẹ́ n. rollercoaster
mọ́tò àtijọ́ n. roadster
mọ̀wè adj. brilliant
mòye adj. judicious
mòye adj. politic
mu v.t. drink
mú v. capture
mú v. catch
mù v. moo
mu v. sip
mu v. suck
mú arayá adj. perky
mú bínú v. provoke
mu burú si v. worsen
mú dájú v. convince
mu dájú v. ensure
mú dájú v. prove
mú dájú v. reassure
mú dákẹ́ v. quieten
mú dákẹ́ v. tranquillize
mú dání v.i. retain
mú dúdú v. blacken
mù dúró v. confirm
mú dúró v. ossify
mú ènìà pọ̀ v. populate
mú ẹyin jáde v. ovulate
mú fúyẹ́ v. lighten
mú gbòòrò v. enlarge
mú gbòòrò v. maximize
mú gbòòrò v. widen
mú inúbí adj. offensive
mú inúbí v. enrage
mú jáde v. generate

mú jáde v. produce
mú jáde v.t. extract
mú joba v. enthrone
mú kàárè v. discourage
mú kéré v. minimize
mú ki v. thicken
mu kíá v. quaff
mú kópé v.t. perpetuate
mú kórò v. offset
mú kóro v. soften
mú kosè v. scandalize
mú kúná adj. smooth
mu kúrò v. eliminate
mú kúrò v. obviate
mu le v. tighten
mú lérú v. enslave
mú mólè v. impound
mú òfin kúrò v. repeal
mú òtútù adj. chilly
mú pèlú v. include
mú pòsíi v. intensify
mú rewà v. decorate
mú rèwèsì adj. dispirited
mú ro v. weaken
mú róbà le v. vulcanize
mú rorùn v. facilitate
mú selè v. materialize
mú sisé v. activate
mú sisé v. operate
mú súnmó adj. approximate
mú tutù v. refrigerate
múbó finmu v. regularize
múbo sípò v. decompress
múbo sípò v. normalize
múbo sípò v. recondition
múdára v. ameliorate
múkúrò lónà v. shunt
mùlá tò n. mulatto

múle v. complicate
múlè v. consolidate
múle v. harden
múle v. toughen
múná wo v. electrify
múni káànú adj. poignant
múni láàrè adj. wearisome
múni paró v. suborn
múni rántí adj. reminiscent
múni ronú adj. worrisome
múni sisé v. actuate
múnú dùn adj. heartening
múpò v. combine
múra dáa adj. dapper
múra dáa adj. dashing
múra sí v. redouble
múreni v. stultify
múrewà v. beautify
músè v. enforce
músè v. fulfil
músé yá v. catalyse
músé yá v. expedite
músélì n. mussel
mústádì n. mustard
Mùsù lùmí n. Muslim
mutí yó v. intoxicate
múwá v. adduce
múwá v. bring
múwálè adj. becalmed
muyàn v. suckle
múyàto bá v. retouch

N

nà n. trounce
nà v. flex
nà v. spank
náà adj. the

nà kóle *v.* unbend
nà légba *v.* lash
nàbí ọpá *adj.* straight
naftalínì *n.* naphthalene
náítrójẹn *n.* nitrogen
nàlẹ́gba *v.* thrash
nàró *adj.* erect
nasẹ̀ *v.* stride
nàsí *v.* tout
Nẹ́ptúnì *n.* Neptune
nẹ́tí wọkì *n.* network
nfá *n.* shaving
ní *prep.* at
ní *v.* have
ní *v.* possess
ní àabò *adj.* safe
ní àfilà *adj.* streaky
ní àgbáyé *adv.* universality
ní àkópọ̀ *adv.* summarily
ní àláfíà *adj.* peaceful
ní àléébù *adj.* defective
ní ànfàní *v.t.* advantage
ní ànító *adj.* sufficient
ní àpapọ̀ *n.* totality
ní àríwá *adj.* northern
ní ásìkí adj. prosperous
ní àṣírí *adj.* secret
ní àtúnṣe *adj.* amenable
ní báyì adv meantime
ní báyìí *adv.* hereby
ní bẹ̀rẹ̀ *adj.* early
ní bẹ̀rẹ̀ *n.* initial
ní bẹ̀rẹ̀ *n.* onset
ní dan dan *adj.* compulsory
ní dọ̀tí *adj.* impure
ní ẹ̀bùn *adj.* talented
ní ẹ̀gbẹ́ *prep.* beside
ní ẹ̀hìn *adv.* ultimately

ní gbangba *adj.* conspicuous
ní gbangba *adj.* flagrant
ní gbangba *adv.* outright
ní gbangba *adv.* outwardly
ní gbẹkẹ̀lé *adj.* trustful
ní gbogbo agbára *adj.* omnipotent
ní gbọyà *adj.* courageous
ní gbọyà *adj.* debonair
ní hòhò *adj.* naked
ní hòhò *adj.* nude
ní ìbísí *adj.* prolific
ní ìdàbú *adj.* transverse
ní ìdagun *adj.* adjacent
ní ìdí *adj.* reasonable
ní ìfẹ́sí *adj.* desirous
ní ìfẹ́sí *adj.* sentimental
ní ìhò *v.* breach
ní ìkà *adj.* vile
ní ìmọ̀ *adj.* adept
ní ìmọ́tótó *adj.* tidy
ní ìrántí *n.* commemoration
ní ìrántí *n.* memorial
ní ìrẹ́pọ̀ *adj.* harmonious
ní ìrọ̀rùn *adj.* comfortable
ní ìṣẹ́gun *adj.* victorious
ní ìṣọ̀kan *a.* unanimity
ní ìṣọ́ra *adj.* vigilant
ní ìyókélé *adv.* stealthily
ní jàmbá *adj.* hazardous
ní jokò *adj.* sedentary
ní kíá *adv.* apace
ní kíá *v.* quicken
ní kíá *n.* urgent
ní kíákíá *adv.* quickly
ní kíkúrú *adj.* brief
ní kọjá *adj.* passing
ní kòkòrò *adj.* septic

ní kòpẹ́ adv. recently
ní kọ̀rọ̀ adj. underhand
ni lára v. tyrannize
ní lera adj. healthy
ní lòdìsí adj. contrary
ní odidi adj. categorical
ní ògo adj. charismatic
ní ojú lásán adv. ordinarily
ní òkìkí prep. notorious
ní òòró adj. upright
ní ọ̀pọ̀ èdè adj. polyglot
ní ọ̀pọ̀ ìgbà adv. often
ní òróró adj. oily
ni ọ̀yàyà adj. ebullient
ní parí adj.& n. uttermost
ní pàtàkì adv. especially
ní pàtàkì adv. primarily
ní pẹ̀lẹ́ adv. slowly
ní pinnu adj. resolute
ní pípè n. namely
ní rẹ̀lẹ̀ adj. humble
ní rẹ̀lẹ̀ adj. lowly
ní róbótó adv. roundly
ní rọ̀rùn adj. easy
ní rọ̀rùn adj. tractable
ní ṣọ̀kan adj. unanimous
ní ṣọ̀kan n. unison
ní ṣókí adj. succinct
ní ṣókí adj. concise
ní ṣókí v. encapsulate
ní ṣókí v.t. abridge
ní sùrù adj. passive
ní tara v. imbue
ni táṣì adj. starchy
ní tèmi pron. myself
ní tẹ́ríba adj. submissive
ní títọ́ adv. duly
ní títọ́ adv. certainly

ní tẹ́ríba adj. submissive
ní títọ́ adv. duly
ní titun adv. afresh
ní tòótọ́ adv. really
ní tòótọ́ adv. verily
ní tòsí adv. nearby
ní tuntun adv. newly
ní wàhálà adj. cumbersome
ní wàhálà adj. problematic
ní wàrà wàrà n. flurry
ní wàrìrì adj. tremulous
ní yara n. alacritous
ní yọnú adj. haunted
níbí adv. here
níbo adv. whence
níbo adv. whither
nídà kejì adj. opposite
nífa radà adj. tolerant
nífẹ̀ v. endear
nífẹ́ n. penchant
nífẹ̀ẹ́ adj. soppy
nífẹ́ orílẹ̀ èdè adj. patriotic
nífẹ̀ púpọ̀sí v. hanker
nífẹ̀ sí n. liking
nífẹ̀ sí v.t. crave
nífẹ̀sí adj. bent
nífẹ̀sí adj. willing
nìfẹ́ kúfẹ̀ adj. sensuous
nífẹ̀sí ìwé adj. bookish
nígbà adj. periodic
nígbà adj. seasonal
nígbà dé gbà adj. periodical
nígbà gbo gbo adj. continual
nígbà kanáà adj. synchronous
nígbà kugbà conj. whenever
nígbà náà adv. then
nígbà nì n. yore
nígbà òtútù adj. wintry

nígbà tóyẹ *adj.* seasonable
nígbàtí *conj.* whilst
nígbàtí *n.* while
nígbàti ójẹ́pé *n.* whereas
nígbàwo *adv.* when
níhò *adj.* cavernous
níhò *adj.* hollow
nìkan *adj.* lone
nìkan *adv.* only
nìkan *adv.* solely
níkíá *adj.* speedy
níkọ̀kọ̀ *adj.* surreptitious
nílà *n.* striation
nílà oòrùn *adj.* eastern
nílò *n.* requisite
nílò orísi rísi *adj.* versatile
nílò *v.* need
nílò *v.* require
nílọ́po méjì *adj.* twofold
nílọ́pọ mẹ́rin *adj.* quadruple
nímọ̀ ìjìnlẹ̀ *adj.* chartered
nímọ̀ ìjìnlẹ̀ *adj.* profound
nímọ̀ ìjìnlẹ̀ *v.* specialize
nímọtó dájú *adj.* versed
nínà *v.* belabour
nínà *v.* straighten
níní aya kan *n.* monogamy
níní lára *v.* irksome
níní nkan *n.* tenure
nínú *adj.* interior
nínú *adj.* internal
nínú ara *adj.* incarnate
nínú ara *adj.* subconscious
nínú dídùn *adj.* upbeat
nínú dídùn *n.* enthusiastic
nínú *prep.* about
nínú *prep.* in
nípa *adj.* touching

nípa *adv.* about
nípá *n.* ability
nípa *prep.* about
nípa *prep.* by
nípa *prep.* concerning
nípa *prep. & adv.* through
nípa *v.* interact
nípa *v.* ramify
nípa ìṣẹ̀dá *adj.* philosophical
nípa ìtàn *adj.* mythological
nípa lára *adj.* pernicious
nípò àìtọ́ *adj.* offside
nipò àláfíà *adj.* normal
nípò *v.* situate
nira *adj.* tedious
níran *v.* recollect
nírètí *adj.* expectant
nírètí *adj.* sanguine
nírètí *v.* anticipate
nírun púpọ̀ *adj.* hairy
nírun púpọ̀ *adj.* hirsute
nísàlẹ̀ ilẹ̀ *adj.* underground
níṣe pọ̀ *v.* interrelate
nìṣẹ́jú kan *adj.* momentary
nísi sìyí *adv.* meanwhile
nísù úrù *adj.* patient
níta *adj.* outer
nítara *adj.* earnest
nítara *adj.* keen
nítara *adj.* solicitous
nítẹ́ lọ́rùn *adj.* satiable
nítẹra mọ́ *adj.* persistent
nítẹ̀wọ́ gbà *adj.* orthodox
nító *v.* suffice
nìtórí *conj.* because
nítorí *n.* sake
nítorí nà *adv.* hence
nítòsí *adv.* afoot

nítòsí *adv.* hereabouts
nítumọ̀ méjì *adj.* ambivalent
níú trónì *n.* neutron
níwà *adj.* courteous
níwà *adj.* polite
níwà ìbàjẹ́ *adj.* seamy
níwà kiwà *adj.* wayward
níwà pẹ̀lẹ́ *adj.* sober
níwà pẹ̀lẹ́ *adj.* sombre
nìwà rere *adj.* courtly
níwà tútù *adj.* temperate
níwájú *adv.* aft
níwọ̀ oòrùn *adv.* westerly
níwọ̀n *adj.* measured
níwọ̀n ba *adj.* moderate
níwọ̀n ba *adj.* modest
níwọ̀n ba *adv.* quite
nìwọra *adj.* wanton
níye lórí *adj.* precious
níyì *adj.* prestigious
njá nínú *v.* rankle
ńjóná *adj.* burning
nkan àwúre *n.* amulet
nkan bàbàrà *n.* colossus
nkan ìrántí *n.* keepsake
nkan *n.* article
nkan *n.* entity
nkan ọmọkùnrin *adj.* manhood
nkan oṣù *n.* menstruation
nkan *pron.* something
nkan yíyí *n.* loop
Nọ́dìkì *adj.* Nordic
nọ́dùsì *n.* noodles
nọ́mbà ìṣirò *n.* coefficient
nọ́mbà *n.* figure
nọ́mbà *n.* number
nọ́mbà *n.* numeral

nọ́mbà òkè *n.* numerator
nọ́ọ̀sì *n.* nurse
ńpè *n.* calling
ńpẹ́ *v.t.* delay
nṣẹ́gun *adj.* winning
nù *v.* wipe
núnì *n.* nun
ńwa omi *adj.* clammy
ńyọ̀ *v.* gloat

O

ó *pron.* it
òbí ẹni *n.* parentage
òbí *n.* parent
òbìrí ayé *n.* globe
òbìrí *n.* circle
òbìrí *n.* orb
òbìrí *n.* sphere
obìrin *n.* woman
obìrin bi ọkùnrin *n.* tomboy
obìrin dùdú *n.* negress
obìrin onílé *n.* landlady
òbò *n.* vagina
òbù rẹwà *n.* ugliness
ódàbọ̀ *excl.* goodbye
ódàbọ̀ *interj.* farewell
ódàbọ̀ *n.* adieu
ódára *adj.* fantastic
ódára *adj.* okay
òde *adj.* exterior
òde *n.* occasion
òde *n.* trend
òde ìkówó jọ *n.* fete
òdì *adj.* adverse
odi *adj.* dumb
odi *adj.* mute
odi ààbò *n.* stockade

odí dẹrẹ́ n. parrot
odi idènà n. barricade
odi ilú n. rampart
ódì kejì adj. inverse
òdì kejì n. opposition
òdì kejì prep. contra
odi mímọ n. embankment
odi ogun n. bastion
odì yíyàn n. malice
odidi ọ̀rọ̀ n. context
òdiwọ̀n n. limit
òdiwọ̀n n. volume
odò n. brook
odò n. channel
odò n. creek
odò n. fjord
odó n. mortar
odò n. river
odò n. stream
òdo n. zilch
odò kékeré n. rivulet
odò kékeré n. streamlet
odò tóyí léká n. moat
òdòdó etí omi n. lotus
òdòdó ewébè n. cauliflower
òdòdó gbígbìn n. horticulture
òdòdó n. daisy
òdòdó n. flower
òdòdó n. jasmine
òdòdó n. lily
òdòdó n. marigold
òdódó n. orchid
òdòdó n. rose
òféé fèé adj. yellow
òfegè adj. bogus
òfegè adj. pseudo
òfegè n. fluke
ofege n. mediocrity

òfin ìpàdé n. protocol
òfin lílù n. infringement
òfin n. law
òfin n. regulation
ófísì akápò n. bursary
òfo adj. zero
òfò ẹ̀mí n. fatality
òfo n. nil
òfo n. nought
òfurufú n. firmament
oge n. fashion
oge n. style
oge ojú adj. facial
oge ojú n. makeup
ògidì n. potency
ògidì ọ̀mùtí n. dipsomania
ògiri lanu n. fissure
ògiri n. wall
ògiri odò n. weir
ògo n. aura
ògo n. charisma
ògo n. glory
ogójì adj.& n. forty
ògòngò n. ostrich
ogún adj.& n. twentieth
ogún adj.& n. twentieth
ogún adj.& n. twenty
Ògún n. August
ogun n. battle
ogún n. bequest
ògùn n. drug
ogún n. estate
ogún n. heritage
ogún n. inheritance
ogún n. legacy
ògùn n. medication
ogun n. war
ògùn amárale n. tonic

òguǹ apa kòkòrò *n.* antibiotic
òguǹ ara *n.* steroid
ogún bàbá *n.* patrimony
òguǹ dúdú *n.* voodoo
òguǹ ìrora *n.* anaesthetic
òguǹ ìrora *n.* analgesic
òguǹ ìrora *n.* morphine
òguǹ ìrora *n.* painkiller
òguǹ ìyàgbẹ́ *n.* laxative
ogun jíjà *n.* warfare
òguǹ ọ̀finkín *n.* decongestant
òguǹ ọ̀fun *n.* lozenge
ogun ojú omi *n.* navy
òguǹ olómi *n.* syrup
òguǹ olóró *n.* narcotic
òguǹ orun *n.* opium
òguǹ orun *n.* sedative
ogun tán *n.* ceasefire
ohun *n.* figment
ohun *n.* thing
ohùn *n.* voice
ohun abẹ̀mí *n.* organism
ohun àdídùn *n.* confectionery
ohun àkọ́jẹ *n.* appetizer
ohun alámọ̀ *n.* porcelain
ohun àlẹ̀pọ̀ *n.* grout
ohun àsè *n.* oven
ohun àtijọ́ *n.* anachronism
ohun àtijọ́ *n.* antique
ohun àtijọ́ *n.* antiquity
ohun àtijọ́ *n.* artefact
ohun dídán *n.* tinsel
ohun dídùn *n.* jam
ohun dídùn *n.* praline
ohun èèlò *n.* utensil
ohun ẹlẹgẹ́ *n.* delicatessen
ohun ẹ̀tàn *n.* decoy
ohùn ẹyẹ *n.* cheep

ohun fẹ́lẹ́ *n.* mica
ohun fífò *n.* projectile
ohun gbígbá *n.* shuttlecock
ohun gbogbo *n.* entirety
ohun íbìnú *adj.* inflammatory
ohun ìdáná *n.* tinder
ohun ìdìmú *n.* vice
ohun ìdúró lé *n.* pivot
ohun ìdúró *n.* collateral
ohun ìjà *n.* weapon
ohun ìjìnlẹ̀ *n.* mystic
ohun ìkẹ́ẹ̀kọ̀ *n.* stationery
ohun ìní *adj.* combustible
ohun ìní *n.* asset
ohun ìní *n.* belongings
ohun ìránṣọ *n.* shuttle
ohun ìrántí *n.* memento
ohun ìrántí *n.* monument
ohun ìrántí *n.* souvenir
ohun ìtọ́jú ara *n.* toiletries
ohun ìyànjú *n.* allegory
ohun ìyọ̀nda *n.* allowance
ohun jíjẹ *n.* beetroot
ohun jíjẹ *n.* scallop
ohun jíjẹ *n.* victuals
ohun jíjẹ *n.* winkle
ohun jíjọra mẹ́ta *n.* trilogy
ohun kan *n.* item
ohun kékeré *n.* wisp
ohùn kíkẹ̀ *n.* bass
ohun kíki *n.* pasty
ohun kíún *n.* quark
ohun kóhun *n.* anything
ohun kóhun *n.* contingency
ohun kóhun *pron.* whatever
ohun líle *n.* complexity
ohun mímu *n.* beverage
ohun mímu *n.* currant

ohun mímu dídì *n.* ice-cream
ohun nípa ìrìnàjò *n.* travelogue
ohun ọ̀gbìn *n.* crop
ohùn ológbò *n.* mews
ohun olóró *n.* actinium
ohun olóró *n.* hexogen
ohùn ọ̀pọ̀lọ́ *n.* croak
ohun ọ̀ṣọ́ *n.* ornament
ohun ọ̀ṣọ́ *n.* paraphernalia
ohun ọ̀tọ̀ *n.* antithesis
ohun pẹ́pẹ̀pẹ́ *n.* rudiment
ohun pípẹ́ *n.* epic
ohun rírí *n.* object
ohun tẹ̀mí *n.* spirituality
ohun títà *n.* product
ohùn tójọra *n.* rhyme
ohun tólè ṣẹlẹ̀ *n.* probability
ohun tótóbi *n.* whopper
ohun yíyá *n.* rental
oje *n.* balsam
oje *n.* juice
oje ẹpọ̀n *n.* testosterone
oje igi *n.* sap
oje igi *n.* turpentine
oje òdòdó *n.* nectar
òjìá *n.* myrrh
òjìjì *n.* abrupt
òjììí *n.* shadow
òjììí *n.* shadow
òjììí *n.* silhouette
òjìjì *n.* suddenly
òjìjì *n.* trice
òjíṣẹ́ *n.* acolyte
òjíṣẹ́ *n.* minister
òjíṣẹ́ olúwa *n.* missionary
ojo *n.* coward
òjò *n.* rain

òjò *n.* shower
ojo *n.* timidity
òjò rírọ̀ *n.* rainfall
òjò yìyín *n.* hail
òjò yìyín *n.* sleet
òjòlá *n.* python
ojú *n.* eye
ojú *n.* face
ojú *n.* surface
ojú aago *n.* dial
ojú àánú *n.* empathy
ojú apákan *n.* facet
ojú ewé *n.* page
ojú fèrèsè *n.* sill
ojú ilé *n.* wicket
ojú inú *n.* insight
ojú ìpàdé *n.* interface
ojú ìwòran *n.* screen
ojú kòkò rò *n.* cupidity
ojú kòkòrò *n.* greed
ojú koto *n.* visor
ojú lílà *n.* groove
ojú lówó *adj.* genuine
ojú lówó *adj.* intrinsic
ojú lówó *n.* authenticity
ojú ọjọ́ *n.* climate
ojú ọjọ́ *n.* weather
ojú ọ̀nà *n.* track
ojú ọ̀run *n.* sky
ojú rere *n.* favour
ojú ṣàájú *n.* bias
ojú ṣàájú *n.* nepotism
ojú táyé *n.* plaza
ojú wíwú *n.* conjunctivitis
ojúbọ *n.* shrine
ojúde ìlú *n.* piazza
ojúewé òsì *n.* verso
ojúewé wẹ́ẹ̀bù *n.* webpage

ojúgun ẹsẹ́ n. shin
ojúgun n. joint
ojúkan n. spot
ojúpò n. port
ojúṣe n. duty
ojúṣe n. prerogative
ojútì adj. shameful
ojútì n. disgrace
ojútì n. ignominious
ojútì n. ridicule
òkè adv. above
òkè n. acme
òkè n. hill
òkè n. top
òkè ara n. bust
òkè ẹnu n. palate
òkè ilé n. attic
òkè kékèké n. tor
òkè kékeré n. hillock
òkè ńlá n. mountain
òkè ọ̀hún n. horizon
òkè òkun adv. abroad
Òkè òkun n. Diaspora
òkè pípọ́n n. mountaineering
òké ríru n. volcano
òkè títẹ́ n. plateau
òkèèrè adj. foreign
òkèlè n. morsel
òkété n. shrew
òkìkí n. fame
ókìkí n. notoriety
òkìkí n. popularity
òkìkí n. renown
okó n. penis
oko àgékù n. stubble
oko àiro adj. fallow
oko ẹran ọ̀sìn n. ranch
oko iresì n. paddy

oko ọgbìn n. farm
oko ọgbìn n. plantation
òkodoro n. stark
okòwò n. commerce
okòwò n. merchandise
òkú adj. deceased
òkù amùjẹ̀ n. vampire
òkú n. cadaver
òkú n. cadaver
òkú n. carcass
òkú n. corpse
òkú ọmọ n. stillborn
okú rorò adj. tetchy
òkú rorò adj. truculent
Òkudù n. June
ókùkan adj. penultimate
okùn n. cord
òkùn n. gloom
okùn n. rope
òkun n. sea
okun n. stamina
okùn n. strap
okùn n. strap
okun adj. hale
okùn ajá n. leash
okùn àsìà n. halyard
okùn aṣọ n. girdle
okùn bàtà n. shoestring
okùn ẹṣin n. halter
okùn ẹṣin n. harness
okùn ilọ́pọ̀ n. twine
okùn ìsopọ̀ n. spool
okùn ìsoṣọ n. tape
okún ìwé n. bookmark
òkùn kùn n. darkness
òkùn kùn n. murk
okùn ọrùn n. noose
okùn síso ọkọ̀ n. moorings

okùn tínrín *n.* string
òkùnkùn *n.* blackout
òkúta abẹ́ òpó *n.* plinth
òkúta ẹ̀ṣọ́ *n.* cameo
òkúta etí òkun *n.* shingle
òkúta fífọ́ *n.* masonry
òkúta ìrántí *n.* megalith
òkúta ìsàmì ọ̀nà *n.* milestone
òkúta iyebíye *n.* gem
òkúta iyebíye *n.* onyx
òkúta iyebíye *n.* quartz
òkúta iyebíye *n.* sapphire
òkúta iyebíye *n.* zircon
òkúta *n.* stone
òkúta ńlá *n.* boulder
òkúta ọ̀ṣọ́ *n.* marble
òkúta pàlàbà *n.* monolith
òkúta pẹrẹsẹ *n.* slab
òkúta wẹ́wẹ́ *n.* moraine
òkúta wẹ́wẹ́ *n.* pebble
olè *n.* burglar
olè *n.* robber
olè *n.* thief
olè jíjà *n.* burglary
olé jíjà *n.* marauder
olè jíjà *n.* robbery
olé jíjà *n.* theft
olè ọjà *n.* shoplifting
olè ojú omi *n.* pirate
olèjíjà ojú omi *n.* piracy
ólekú *adj.* superb
ólekú *n.* grandeur
ólífì *n.* olive
Òlímpíkìì *adj.* Olympic
oló dodo *n.* candour
oló dodo *adj.* faithful
oló dodo *adj.* just
oló dodo *adj.* righteous
oló dodò *n.* florist
oló dodo *n.* probity
oló kìkí *adj.* famous
oló kìkí *adj.* illustrious
oló kìkí *adj.* renowned
oló kìtì *n.* acrobat
oló kìtì *n.* gymnast
oló kòwò nlá *n.* tycoon
oló kúta *adj.* rocky
oló lùfẹ́ *n.* lover
oló lùfẹ́ *n.* sweetheart
oló lùfẹ́ *n.* valentine
oló ṣèlú *n.* politician
olóbìrí *adj.* circular
olóbìrí *adj.* rounded
olóbìrí *n.* ellipse
olóbìrí *n.* spherical
olóde *n.* smallpox
olódo *n.* dullard
olódo *n.* slob
olófo *n.* vacuous
ológbò *n.* puss
ológe *adj.* elegant
ológe *adj.* fashionable
ológe *adj.* modish
ológe *adj.* stylish
ológun militia
ológun *n.* army
ológun *n.* commando
ológun *n.* guerrilla
ológun *n.* infantry
ológun *n.* trooper
ológun kékéré *n.* subaltern
olójú àànú *n.* philanthropist
olókìkí *adj.* popular
olómi *adj.* soggy
olómi *n.* fluid
olóńgbò *n.* cat

olóògún dúdú n. fetish
olóòrùn adj. smelly
olóorun n. sleeper
olórí n. liege
olórí n. officer
olórí n. prefect
olórí n. principal
olorì n. queen
olórí adj. paramount
olórí àlùfáà n. dean
olórí ẹbí n. patriarch
olórí ìkà n. despot
olórí ilé aṣòfin n. speaker
olórí ìlú n. mayor
olórí ọkọ̀ n. skipper
olórí òṣìṣẹ́ n. butler
olórí pípé adj. intellectual
olórí pípé n. mastermind
olórin n. musician
olórin n. songster
olórin n. warbler
olóró adj. nuclear
olóró adj. poisonous
olórúkọ ẹni n. namesake
olówó n. magnate
olówó bílíọ̀nù n. billionaire
olówó míllíọ́nù n. millionaire
olóyè adj. titled
olóyé n. baron
olóyè n. chief
olóyé n. chieftain
olóyè n. earl
olóyè n. knight
olóyè n. laureate
olóyè n. squire
olóyè obìrin n. viscountess
olóyè ọkùnrin n. viscount
olóyin mọmọ adj. scintillating

olú n. fungus
olú n. mushroom
olù bẹ̀rẹ̀ n. starter
olú borí n. champion
olú borí n. predominance
olù dánwò n. tempter
òlù darí n. controller
olù darí n. director
olù dáṣẹ́ sílẹ̀ n. entrepreneur
olù dásílẹ̀ n. founder
olù dìbò n. electorate
olù dìbò n. voter
olù filélẹ̀ n. setter
olù fọwọ́sí n. signatory
olù gbàlà n. messiah
olù gbàlà n. saviour
olù gbálejò n. host
olù gbálejò n. hostess
olù gbànkan n. receiver
olù gbé n. occupant
olù gbé n. resident
olù gbèrò n. theorist
olú ilé iṣẹ́ n. headquarters
olú ìlú n. capital
olù jẹ́jọ́ n. defendant
olù jẹ́jọ́ n. respondent
olù kàwé adj. literate
olù kọ́ni n. coach
olù kọ́ni n. instructor
olù kọ́ni n. lecturer
olù kọ́ni n. tutor
olù múlò n. user
olù pamọ́ n. keeper
olù pamọ́ n. warder
olù pẹ̀jọ́ n. litigant
olù pẹ̀jọ́ n. plaintiff
olù pẹ̀jọ́ n. prosecutor
olù pilẹ̀ṣẹ̀ n. originator

olù rànlọ́wọ́ *n.* assistant
olú ṣẹ̀dá *n.* inventor
olù sìn *n.* worshipper
olù sìnì *n.* votary
olù ṣọ́nà *n.* porter
olú ṣọ́ọ̀ṣì *n.* cathedral
olu sọrọ *n.* communicant
olù takò *adj.* resistant
olù tẹlé *n.* henchman
olù tọ́jú *n.* custodian
olù tọ́jú *n.* governess
olù tọ́jú *n.* warden
olù tọ́ni *n.* probationer
olù wòran *n.* spectator
olúborí iṣẹ́ *n.* masterpiece
olùdá àbá *n.* mover
olùdá mọ̀ràn *n.* counsellor
olùfẹ́ *adj.* beloved
olùfẹ́ *n.* darling
olùfẹ́ *n.* paramour
olùfẹ́ àláfìà *adj.* emollient
olùfẹ́ ìwé *n.* bibliophile
olùfẹ́ orílẹ̀ èdè *n.* nationalist
olùfẹ́ orílẹ̀ èdè *n.* patriot
olùfẹ́ oúnjẹ *n.* epicure
olùgbà *n.* recipient
olùgbé ìlú *n.* settler
olùgbé *n.* inhabitant
olùgbọ́ *n.* listener
olùkọ *n.* composer
olùkọ́ *n.* pedagogue
olùkọ́ *n.* teacher
olùkọ́ àgbà *n.* luminary
olùkọ́ ìwà *n.* moralist
olùṣe *n.* practitioner
olùsin ọlọ́run kan *n.* monotheism
olùsin ọ̀pọ̀ òrìṣà *adj.* polytheistic

olùsìn òrìṣà púpọ̀ *adj.* pantheist
olùṣọ́ *n.* guardian
olùṣọ́ *n.* vicar
olùṣọ́ agútàn *n.* shepherd
olùṣọ́ túbú *n.* jailer
olùtẹ ọ̀rọ̀ *n.* typesetter
olùtẹ ọ̀rọ̀ *n.* typist
olùtọ́jú dúkìá *n.* trustee
olútọ́jú ìwé *n.* librarian
olùtọ́jú *n.* carer
olúwa *n.* lord
omi *n.* water
omi *n.* water
omi àárín aginjù *n.* oasis
omi adá rogún *n.* reservoir
omi adágún *n.* pool
omi afẹ́fẹ́ *n.* humidity
omi ara *n.* lymph
omi àtọ̀ *n.* semen
omi èérí *n.* sewage
omi ẹ̀hìn *n.* backwater
omi ìrèké *n.* molasses
omi iyọ̀ *n.* brine
omi kíún *n.* moisture
òmì nira *n.* liberty
omi ojú *n.* tear
omi orilẹ̀ *n.* puddle
omi orísun *n.* spa
omi ṣíṣàn *n.* runnel
omi wàrà *n.* whey
omi yíyí *n.* whirlpool
omidan *n.* miss
òmìnira *n.* independence
òmìnira *n.* manumission
òmíràn *adj.& pron.* other
òmíràn *n.* another
òmíràn *n.* giant
òn kàwé *n.* reader

òn kawó n. cashier
òn kọ̀wé n. writer
òn rajà n. consumer
òn rorò adj. splenetic
òn wòran n. onlooker
ònfà irin n. magnet
oní bàárà n. buyer
oní bàárà n. client
oní bàárà v. patronize
oní bàràndà n. middleman
oní bejì n. twin
oni bínú adj. irate
oní dàjọ́ n. justice
oní dàjọ́ n. umpire
oní dúró adj. liable
oní dúró n. guarantor
oní fáàrí n. sophisticate
oní faradà n. stoic
oní fàyàwọ́ n. smuggler
oní fẹ̀kufẹ̀ n. sensualist
oní gbàdún n. sybarite
oní gbàgbọ́ n. devotee
oní gbàjámọ̀ n. barber
oní gbéraga adj. proud
oní gbọ̀wọ́ n. sponsor
oní gbọ̀wọ́ n. surety
oní góòlù n. gilt
oní híhun adj. quilted
oní hòhò n. naturism
oní hòhò n. nudist
oní hun n. ownership
oní jọ̀gbọ̀n adj. mischievous
oní jokò n. couchette
oní kanra adj. irritable
oní kanra adj. testy
oní kanra n. antagonist
oní kanra n. strop
oní kiri n. hawker

oní kiri n. pedlar
oní kọ́kọ́rọ́ n. lock
oní làá kàyè adj. intelligent
oní làá kàyè adj. percipient
oní làjà adj. arbiter
oní làjà n. arbitrator
oní làjà n. pacifist
oní lara adj. piquant
oní mẹ́ta adj. triplicate
oní mílìkì adj. milky
oní mọ̀ràn n. tipster
oní mọràn ọba n. courtier
oní mọ́tò n. motorist
oní mọ́tò n. transporter
oní nkàn n. lessor
oní nkan n. owner
oní núre adj. obliging
oní òjóró n. cheat
oní parun adj. disastrous
oní pele n. hierarchy
oní pọ̀njú adj. disconsolate
oní ranù adj. promiscuous
oní ranù n. vulgarian
oní ràwọ̀ adj. starry
oní rédíò adj. stereophonic
oní ròhìn n. commentator
oní ròhìn n. correspondent
oní ròyìn n. journalist
oní ròyìn n. reporter
oní rúgúdù adj. tendentious
oni rúrú adj. miscellaneous
oní ṣègùn n. medic
oní ṣègùn n. physician
oní ṣègùn ọmọdé n. paediatrician
oní ṣọ́ọ̀bù n. shopkeeper
oní ṣòwò n. businessman
oní ṣòwò n. dealer

oní ṣòwò n. merchant
oní ṣòwò n. trader
oní súná bú adj. infamous
oní sùnmọ́mí n. terrorist
oní sùúrù adj. phlegmatic
oní tara n. zealot
Oní tẹ̀bọmi n. Baptist
oní tẹríba adj. respectful
oní tẹ́tẹ́ n. punter
oní wàásù n. preacher
oní wàhálà adj. fractious
oní wàhálà adj. troublesome
oní wàhálà n. nuisance
oní wàhálà n. termagant
oní yẹ̀yẹ́ adj. droll
oní yẹ̀yẹ́ adj. jocose
oní yọnu adj. turbulent
oníbà árà n. customer
oníbàárà n. bidder
oníbejì adj. binary
onífẹ̀ iwè n. nerd
onífẹ́ kúfẹ́ẹ́ n. voluptuary
oníga n. tentacle
onígbá méjì n. cholera
onígitá èjìká n. violinist
onígun adj. angular
onígun márùn n. pentagon
onígun méje n. heptagon
onígun méjọ n. octagon
onígun mẹrin a. quadrangle
onígun mẹrin n. parallelogram
ònígun mẹrin n. quadrilateral
onígun mẹrin n. rectangle
onígun mẹrin n. square
onígun mẹ́ta n. triangle
oníhò n. riven
oníjà adj. belligerent
oníjà adj. quarrelsome

oníjà adj. violent
oníjà kadì n. wrestler
oníjà n. fighter
oníjà n. yob
oníjìbìtì adj. fraudulent
oníjó n. dancer
oníkà adj. unkind
onílẹ̀ adj. aboriginal
onílé gogoro n. skyscraper
onílé iṣẹ́ n. manufacturer
onímọ̀ abẹ̀mí n. biologist
onímọ̀ abẹ̀mí n. naturalist
onímọ̀ adj. erudite
onímọ̀ adj. learned
onímọ̀ àgbáyé n. geographer
onímọ̀ àgbáyé n. geologist
onímọ́ bíbélì n. theologian
onímọ̀ èdè adj. linguist
onímọ̀ èdè n. philologist
onímọ̀ ẹranko n. zoologist
onímọ̀ ẹ̀rọ n. technologist
onímọ̀ èrò ọkàn n. psychologist
onímọ́ ètò n. tactician
onímọ̀ ijìnlẹ̀ n. expert
onímọ̀ ijìnlẹ̀ n. specialist
onímọ̀ iràwọ̀ n. astronomer
onímọ̀ iṣẹ̀dá n. philosopher
onímọ̀ òfin n. jurist
onímọ̀ oúnjẹ n. dietitian
onímọ́ sáyẹ̀nsì n. scientist
onímọ̀ ṣirò n. mathematician
onínà adj. infernal
onínà kúnà adj. prodigal
onínà kúnà adj. profligate
onínà kúnà n. spendthrift
onínú fùfù n. tartar
oníp kanáà adj. equilateral
onípò kékeré n. underling

326

onípò ọlá n. nobility
oníráà n. wretch
onírin adj. metallic
onírọ́ adj. mendacious
onírò bìnújẹ́ n. depression
onírú kan adj. serial
onírú rú n. myriad
onírú urú adj. sundry
onírú urú adj. various
onírurú n. stylized
oníṣẹ́ abẹ n. surgeon
oníṣe adj. stylized
oníṣẹ́ awọ n. tanner
oníṣẹ́ ẹ̀rọ n. technician
oníṣẹ́ ìròyìn n. media
oníṣẹ́ jígí n. glazier
oníṣẹ́ lára n. tapestry
oníṣẹ́ méjì adj. dual
oníṣẹ́ mẹ́ta adj. stereoscopic
oníṣẹ́ ọwọ́ n. artisan
oníṣẹ́ ọwọ́ n. craftsman
oníṣẹ́ ọwọ́ n. workman
oníṣègùn ojú n. optician
oníṣègùn ọpọlọ n. psychiatrist
oníṣirò n. statistician
oníṣọ̀nà asá n. saddler
onítàn adj. historical
onítẹ́tẹ́ n. gambler
onítọjú aláìsàn n. homeopathy
onítumọ̀ kanáà n. synonym
onítumọ̀ méjì n. pun
oníwà búburú n. brute
oníwà búburú n. cad
oníwà búburú n. lout
oníwà kan n. stickler
oníwà kiwà adj. licentious
oníwà rere adj. decent
oníwà rere adj. virtuous

oníwá sódómù n. lesbian
oníwè àṣẹ n. licensee
oníwè ẹ̀rì kíní n. graduate
oníwosàn àrùn ọpọlọ n. psychotherapy
oníye adj. quantitative
oníye lórí adj. qualitative
oníye lórí adj. valuable
oníyè méjì n. sceptic
oníyì adj. meritorious
oníyọ̀ adj. saline
òṇkà n. notation
òṇkọ ìwé pélébé n. pamphleteer
òṇkọ̀tàn ọ̀fọ̀ n. tragedian
òṇkọ̀wé eré n. playwright
òṇkọ̀wé n. author
òṇkọ̀wé n. novelist
òṇta fìlà obìrin n. milliner
òṇtàjà n. grocer
òṇtàjà n. salesman
òṇtajà n. vendor
òṇtàwé n. bookseller
òṇtàwé n. stationer
òṇtẹ̀ ìwọ̀lù n. visa
òṇtẹ̀ n. seal
òṇtẹ̀ n. stamp
òògùn àyàtíta adj. antacid
oògùn n. capsule
òógùn n. perspiration
òòlù n. hammer
òòlù n. mallet
òòlù n. sledgehammer
òòrẹ̀ n. porcupine
oore ọ̀fẹ́ n. grace
ooru n. heat
òórùn n. odour
òórùn n. scent
oorun n. siesta
oorun n. sleep
òórùn n. smell

òórùn *n.* stench
oorun adìẹ *n.* snooze
òórùn dídùn *n.* aroma
òórùn dídùn *n.* cardamom
òórùn dídùn *n.* fragrance
òórùn kíkan *n.* tang
òótọ́ *n.* truth
òótọ́ *n.* verity
òótọ́ ọ̀rọ̀ *n.* truism
oówo *n.* cyst
òòyì *n.* vertigo
òpè *adj.* nescience
òpè *n.* idiot
òpè *n.* simpleton
òpè *n.* underdog
òpin *n.* conclusion
òpin *n.* end
òpin ayò *n.* checkmate
òpin *v.* finish
òpìtàn *n.* historian
òpó àsía *n.* mast
òpo àtẹ̀gùn *n.* banisters
òpó ìsokọ̀ *n.* bollard
òpó múléró *n.* strut
òpó múléró *n.* truss
òpó *n.* beam
òpó *n.* column
òpó *n.* joist
òpó *n.* pillar
òpó *n.* pole
òpó *n.* stave
opó *n.* widow
òpó pónà *n.* street
òpó *v.* stanchion
òpó yíyí *n.* capstan
òpònú *n.* ignoramus
òpònú *n.* moron
òpùrọ́ *n.* liar

orí *n.* chapter
orí *n.* head
orí adé *n.* royal
orí àpáta *n.* cliff
orí burúkú *adj.* luckless
orí fífá *n.* tonsure
orí fífọ́ *n.* headache
orí ìkọ *n.* rack
orí kunkun *n.* obstinacy
orí ọmú *n.* nipple
orí ọmú *n.* teat
orí pẹpẹ *n.* mantel
orí pípé *n.* intellect
orí pípé *n.* sanity
orígamì *n.* origami
orígun *n.* axis
oríire *n.* fortune
oríire *n.* luck
orílẹ̀ èdè abínibí *n.* nationality
orílẹ̀ èdè *n.* country
orílẹ̀ èdè *n.* nation
orin *n.* chorus
orin *n.* music
orin *n.* song
orin *n.* tune
orin àìlóhùn *n.* karaoke
orin aládùn *n.* melody
orin arò *n.* ballad
orin ayọ̀ *n.* carol
orin ẹ́ni méjì *n.* duet
orin ìyìn *n.* hymn
orin jásì *n.* jazz
orin kíkọ *n.* concert
orin kúkúrú *n.* jingle
orin mímọ́ *n.* psalm
orin ọmọdé *n.* lullaby
orin orílẹ̀ *n.* anthem
orin régè *n.* reggae

òrìṣà n. deity
òrìṣà n. idol
òrìṣà n. oracle
òrìṣà obìrin n. goddess
oríṣi adj. diverse
oríṣi adj. medley
oríṣi àlàyé n. version
oríṣi ara adj. multiform
oríṣi àṣà adj. multicultural
oríṣi ẹgbẹ́ adj. multilateral
oríṣi ètò afẹ́ n. multimedia
oríṣi ewéko n. flora
oríṣi ẹ̀yà n. biodiversity
oríṣi ipa n. ramification
oríṣi irin n. zinc
oríṣi ìṣẹ̀lẹ̀ n. concatenation
oríṣi kan n. mono
oríṣi kan n. variant
oríṣi ọ̀rọ̀ ìṣe v. conjugate
oríṣi òwe adj. assorted
oríṣi òwe n. anthology
oríṣi ríṣi adj. manifold
oríṣi ríṣi adj. multifarious
oríṣi ríṣi n. diversity
oríṣi ríṣi n. variety
oríṣiríṣi n. assortment
orísun n. source
oríta n. junction
oríta róbótó n. roundabout
oríyá n. morale
oríyìn n. kudos
oríyìn n. wassail
oró n. poison
oró n. sting
oró n. toxin
oró n. venom
orogún n. rival
òrombò kíkan n. lemon

òròmọ diẹ n. chicken
òronró n. bile
òronró n. spleen
òróró a. oil
òróró kásitọ̀ a. castor oil
òróró n. oil
òróró ọ̀rá n. tallow
òrùka n. ring
orúkọ ènìà adj. stuart
orúkọ ìdílé n. surname
orúkọ ìlú n. troy
orúkọ ìsámí n. forename
orúkọ n. name
orúkọ pípè n. roll-call
orúkọ rere n. reputation
òrùlé n. ceiling
òrùlé n. portico
òrùlé n. roof
òrùn gbẹ n. thirst
orún kún n. knee
óṣeéṣe n. possibility
òṣèré n. dramatist
òṣèré n. mummer
òṣèré n. performer
òṣèrè bìnrin a. actress
òṣèrè kùnrin n. actor
òsì n. left
òṣì n. poverty
òṣìṣẹ́ n. attendant
òṣìṣẹ́ n. employee
òṣìṣẹ́ n. functionary
òṣìṣẹ́ n. operator
òṣìṣẹ́ n. personnel
òṣìṣẹ́ n. receptionist
òṣìṣẹ́ n. stockbroker
òṣìṣẹ́ n. worker
òṣìṣẹ́ bánkì n. banker
òṣìṣẹ́ ẹlẹ́tríkì n. electrician

òṣìṣẹ́ ẹ̀rọ omi *n.* plumber
òṣìṣẹ́ ìjọ *n.* layman
òṣìṣẹ́ ìjọ *n.* sexton
òṣìṣẹ́ ìjọba *n.* bureaucrat
òṣìṣẹ́ ìlera *n.* therapist
òṣìṣẹ́ ìpín okòwò *n.* broker
òṣìṣẹ́ ìṣègùn *n.* paramedic
oṣó *n.* sorcerer
oṣó *n.* wizard
òṣónú *n.* snapper
òṣù màrè *n.* rainbow
oṣù *n.* crescent
oṣù *n.* month
òṣù wọ́n *n.* ton
òṣùpá *n.* moon
òṣùṣù ẹ̀gún *n.* thistle
òṣùwọ̀n ẹrù *n.* tonnage
òṣùwọ̀n ẹrù *n.* tonne
òṣùwọ̀n *n.* weight
otaro ògún *n.* anvil
òté *n.* summit
oteri *n.* otter
òtítọ́ *n.* honesty
òtítọ́ *n.* veracity
ótó *adj.* enough
ótó *n.* adequacy
òtòṣì *adj.* abject
òtòṣì àgbẹ̀ lápapọ̀ *n.* peasantry
òtútù àyà *n.* pneumonia
òtútù *n.* chill
òun fúnrarẹ̀ *pron.* herself
òun fúnrarẹ̀ *pron.* himself
òun *pron.* he
òun *pron.* her
òun *pron.* him
òun *pron.* she
oúnjẹ àárọ̀ *n.* breakfast
oúnjẹ àárọ̀ pípé *n.* brunch
oúnjẹ àdídùn *n.* confection
oúnjẹ àdídùn *n.* delicacy
oúnjẹ àgbé dání *n.* picnic
oúnjẹ aláta *n.* chutney
oúnjẹ alẹ́ *n.* dinner
oúnjẹ alẹ́ *n.* supper
oúnjẹ dídùn *n.* dessert
oúnjẹ dídùn *n.* jelly
oúnjẹ dídùn *n.* mousse
oúnjẹ ẹ̀kan *n.* helping
oúnjẹ ewébẹ̀ *n.* pickle
oúnjẹ gbígbẹ *n.* fodder
oúnjẹ ìyẹ̀fun *n.* croissant
oúnjẹ ìyẹ̀fun *n.* pasta
oúnjẹ *n.* food
oúnjẹ *n.* lasagne
oúnjẹ *n.* meal
oúnjẹ *n.* nacho
oúnjẹ *n.* pie
oúnjẹ *n.* tamarind
oúnjẹ *n.* tapas
oúnjẹ ọkà *n.* gruel
oúnjẹ ọkà *n.* oat
oúnjẹ ọlọ́sàn *n.* marmalade
oúnjẹ oníyẹ̀fun *adv.* piecemeal
oúnjẹ oníyẹ̀fun *n.* tart
oúnjẹ ọ̀sán *n.* lunch
oúnjẹ pípé *n.* diet
oúnjẹ sísè *n.* cuisine
oúnjẹ yíyàn *n.* gastronomy
oùnkà *n.* counter
ounsì *n.* ounce
òwe *n.* bard
òwe *n.* parable
òwe *n.* proverb
òwe àkọsílẹ̀ *n.* limerick
òwe kíkọ *n.* sonnet
owó *n.* cash
owó *n.* currency

owó n. money
owó n. quart
owó àsańlè n. retainer
owó èkó n. tuition
owó idójútòfò n. annuity
owó ifà n. pickings
owó ifèhìn tì n. pension
owó ifèhìntì n. gratuity
owó ifiwé ránsé n. postage
owó ikòyàwó n. alimony
owó ilé n. rent
owó ilú adj. fiscal
owó ilú gbígbà n. revenue
owó ilú n. capitation
owó ilú n. octroi
owó ilú n. surtax
owó ilú n. tax
owó iná n. expenditure
owò ipalára n. indemnity
owó ipamó n. savings
owó irà padà n. ransom
owó irajà n. outlay
owó isé n. wage
owó iwegbé n. subscription
owó onírin n. coin
owó onírin n. coinage
owó orí n. dowry
owó oríojà n. tariff
owó osù n. salary
owó osù n. stipend
owó póun n. pound
owó sísan n. debit
owó sísan n. remittance
owó sísan n. remuneration
òwò síse n. transaction
òwú n. wool
òwú n. cotton
owú n. envy

òwú n. thread
òwú díè n. skein
òwú fitílà n. wick
òwú rírán n. yarn
òwúrò n. morning
òye n. apprehension
òye n. sense
òye n. skill
oyè n. title
òye n. understanding
òye n. wit
oyè idálólá n. laurel
oyè kejì n. postgraduate
oyè obìnrin n. dame
òye òtò adj. esoteric
oyin n. bee
oyin n. honey
Òyìnbó n. European
òyìnbó n. occident
òyìnbó n. Viking
oyún idàbú n. breech

Ọ

ọba n. king
ọba n. monarch
ọba aláṣẹ n. emperor
ọba layé n. sovereign
ọba obìrin n. empress
ọ̀bà yéjẹ́ n. debauchery
ọbẹ̀ n. broth
ọ̀bẹ n. dagger
ọ̀bẹ n. knife
ọbẹ̀ n. sauce
ọbẹ̀ n. soup
ọbẹ̀ aláta n. stew
ọ̀bẹ dókítà n. lancet
ọbẹ̀ èfó n. minestrone

ọbẹ̀ ẹlẹ́yin n. mayonnaise
ọbẹ̀ ìgò n. ketchup
ọbẹ ìrẹ́lẹ́ n. trowel
ọbẹ̀ omi ẹran n. gravy
ọbẹ orí ìbọn n. bayonet
ọbọ n. ape
ọbọ n. monkey
ọbọ bọùn n. beetle
ọbùn adj. seedy
ọbùn obìrin n. slattern
ọdà n. enamel
ọdà n. pitch
ọdà ilẹ̀ n. slime
ọdà ilẹ̀ v. slip
ọdà kíkùn n. coating
ọdà kíkùn n. painting
ọdájú adj. pitiless
ọdàn n. glade
ọdaràn n. criminal
ọdaràn n. crook
ọdaràn n. convict
ọdaràn n. felon
ọdaràn n. malefactor
ọdaràn n. rogue
ọdà títì n. tar
ọdẹ̀ n. berk
ọdẹ̀ n. bum
ọdẹ̀ n. dummy
ọdẹ n. hunter
ọdẹ̀ n. jackass
ọdẹ̀ n. sissy
ọdẹ̀dẹ̀ n. veranda
ọdọ́ n. adolescence
ọdọ́ n. stripling
ọdọ́ n. teenager
odò n. tributary
ọdọ́ n. youth
ọdọ́ mọbìrin n. lass

ọdọ́ mọbìrin n. maid
ọdọ́ mọdé adj. young
ọdọdún adv. yearly
ọdọyọ̀ adj. retarded
ọdún adj. festive
ọdún mẹ́wàá n. decade
ọdún n. anniversary
ọdún n. year
ọfà n. arrow
ọfà n. sling
ọ̀fín n. ditch
ọ̀fọ̀ n. sorrow
ọ̀fọ̀ n. tragedy
ọ̀fọ̀ ṣíṣe n. mourning
ọfun n. gullet
ọfun n. larynx
ọfun n. throat
ọfun ńgbẹ adj. thirsty
ọgá n. boss
ọgá n. master
ọgá apín lẹ́tà n. postmaster
ọgá ìlé àkọ́bẹ̀rẹ̀ n. headmaster
ọgá ilé oúnjẹ n. restaurateur
ọgá iṣẹ́ n. employer
ọgá ogun n. admiral
ọgá ogun n. commandant
ọgá ológun n. commander
ọgágún n. brigadier
ọgágún n. captain
ọgágún n. colonel
ọgágun n. lieutenant
ọgágun n. marshal
ọgángán n. locus
ọgànjọ́ òru n. midnight
ọgbà n. fence
ọgbà n. hedge
ọgbà àjàrà n. orchard
ọgbà ẹṣin n. paddock

ọgbà ìlé ẹ̀kọ́ n. campus
ọgbà ńlá n. park
ọgbà òdòdó n. garden
ọgbà onírin n. paling
ọgbà onírin n. railing
ọgbẹ́ n. wound
ọgbẹ́ inú n. ulcer
ọ̀gbẹlẹ̀ n. drought
ògbifọ̀ n. interpreter
ọ̀gbìn àjàrà n. viticulture
ọgbọ gba n. balance
ọgbọ gba n. par
ògbó n. veteran
ọgbọ̀n adj.& n. thirtieth
ọgbọ̀n adj.& n. thirtieth
ọgbọ̀n adj.& n. thirty
ọgbọ̀n adj.& n. thirty
ọgbọ́n n. knack
ọgbọ́n n. tact
ọgbọ́n n. wisdom
ọgbọ́n ẹ̀wẹ́ n. stratagem
ọgbọ́n ẹ̀wẹ́ n. subtlety
ọgbun n. abyss
ọ̀gẹ̀dẹ̀ n. plantain
ọgọ́rin adj.& n. eighty
ọgọ́rin ọdún n. octogenarian
ọgọ́rùn adj.& n. hundred
ọgọ́rùn n. cent
ọgọ́rùn ọdún n. centenary
ọgọ́rùn ọdún n. centennial
ọgọ́run ọdún n. century
ọgọ́ta adj.& n. sixtieth
ọgọ́ta adj.& n. sixty
ọjà n. commodity
ọjà n. grocery
ọjà n. market
ọjà n. mart
ọjá n. sash

ọjá ìbàdí n. waistband
ọjà ìkówójọ n. bazaar
ọjà jíjá n. delivery
ọjà òfin adj. bootleg
ọjà títà n. retail
ọjà títà n. ware
ọ̀jẹ̀ wẹ́wẹ́ n. minion
ọ̀jẹ̀ wẹ́wẹ́ n. amateur
ọjọ́ n. ageism
ọjọ́ n. day
ọjọ́ èbúté n. wharf age
òjò fífọ́n n. drizzle
ọ̀jọ̀ gbọ́n n. professor
ọjọ́ iṣájú v. antedate
Ọjọ́ Ìsinmi n. Sabbath
ọjọ́ iwájú n. future
ọjọ́ kanrí n. midday
ọjọ́ orí n. age
ọjọ́ ọ̀sẹ̀ n. weekday
Ọjọ́bọ n. Thursday
Ọjọ́rú n. Wednesday
ọkà n. cereal
ọkà n. corn
ọkà n. grain
ọkà n. rye
ọkà n. wheat
ọkà bàbà n. millet
ọkà ewébẹ̀ n. chickpea
ọkà mímu n. muesli
ọ̀kadà n. moped
ọ́kadà n. motorcycle
ọ̀kan adj. single
ọkàn n. heart
ọkan n.& adj. one
ọ̀kàn dín lógún adj.& n. nineteen
ọ̀kàn jùa n. avarice
ọkàn mímọ́ n. innocence

ọkan náà *adj.* same
ọkanáà *n.* monotony
ọkẹ́rẹ́ *n.* squirrel
ọkín *n.* peacock
ọkọ *n.* bridegroom
ọkọ *n.* husband
ọkọ *n.* javelin
ọkọ *n.* lance
ọkọ *n.* pike
ọkọ akẹ́rù *n.* lorry
ọkọ àṣẹ́wó *n.* cuckold
ọkọ ayọ́ kẹ́lẹ́ *n.* automobile
ọkọ eléjò *n.* tanker
ọkọ ẹlẹ́rù *n.* van
ọkọ èrò *n.* cab
ọkọ ẹrù *n.* truck
ọkọ ẹṣin *n.* stagecoach
ọkọ etí òkun *n.* coaster
ọkọ ìgbó kúsí *n.* hearse
ọkọ ìkẹ́rù *n.* freighter
ọkọ ilé ìwòsàn *n.* ambulance
ọkọ inú omi *n.* submarine
ọkọ jíìpù *n.* jeep
ọkọ akẹ́rù *n.* lorry
ọkọ òfu rufú *n.* aeroplane
ọkọ òfurufú aládò *n.* bomber
ọkọ òfurufú *n.* aircraft
ọkọ oju irin *n.* train
ọkọ ológun *n.* armada
ọkọ omi *n.* barge
ọkọ omi *n.* boat
ọkọ omi *n.* canoe
ọkọ omi *n.* cruiser
ọkọ omi *n.* ferry
ọkọ omi *n.* gondola
ọkọ omi *n.* raft
ọkọ omi *n.* ship
ọkọ omi *n.* yacht

ọkọ ooru *n.* steamer
ọkọ owó *n.* bullion
ọkọ pákó *n.* sledge
ọkọ pákó *n.* sleigh
ọkọ pípẹja *n.* trawler
ọkọ rírì *n.* shipwreck
ọkọ tóti bàjẹ́ *n.* wreckage
ọkọ wíwọ́lọ *n.* transportation
ọkọ/áya *n.* spouse
ọkùn *n.* centipede
ọkùn *n.* millipede
ọkùnrin dùdú *n.* negro
ọkùnrin *n.* bloke
ọkùnrin *n.* guy
ọkùnrin *n.* man
ọkùnrin onílé *n.* landlord
ọlá *n.* luxury
ọla *n.* morrow
ọlàjù *n.* civilization
ọlánlá *n.* opulence
ọlẹ *adj.* shiftless
ọlẹ *n.* embryo
òlẹ̀ *n.* sealant
ọlẹ *n.* sloth
ọlẹ̀ inú *n.* fetus
ọlọ *n.* grinder
ọlọ *n.* mill
ọlọ́ gbọ́n *adj.* sagacious
ọlọ́ gbọ́n *adj.* sage
ọlọ́ gbọ́n ẹ̀wẹ́ *adj.* crooked
ọlọ́ gbọ́n ẹ̀wẹ́ *adj.* cunning
ọlọ gbọ́n *n.* finesse
ọlọ gbọ́n *n.* prudence
ọlọ́ kadá *n.* outrider
ọlọ́ mọge *a* nubile
ọlọ́ yàyà *n.* extrovert
ọlọ́dún méjì *adj.* biennial
ọlọ́fin tótó *n.* prude

olófin tótó n. purist
olófò n. mourner
olójà n. tradesman
olójà n. infantry
olójà n. seller
olójà òfin n. trafficker
olojó adj. ageless
olókò n. lancer
olókò èrù n. trucker
olókò pùpò n. polyandry
olólá adj. eminent
olólá adj. honourable
olólá adj. luxurious
olólá jùlo n. excellency
Olólá jùlo n. Highness
olólá n. nobleman
olólá n. plush
olólá n. aristocrat
olólá n. dignitary
olópà agbè gbè n. constabulary
olópà n. policeman
olópolo pípé n. genius
olómú adj. mammary
olórò adj. rich
olórò adj. wealthy
olórò n. addressee
olórò n. confidant
olórò n. & adj. capitalist
olórúko eni n. namesake
olórun kan n. monolatry
olórun n. god
olósà n. bandit
olóse n. soapy
olósòó adj. ornamental
olotè adj. disloyal
olotè adj. rebellious
olótí wáìnì n. vintner

olòtò n. variation
omo n. babe
omo n. offspring
omo n. progeny
omo àgùtàn n. lamb
omo ajá n. pup
omo ajá n. puppy
omo ajá n. whelp
omo àlè adj. illegitimate
omo àlè n. bastard
omo ayò n. pawn
omo bíbí n. reproduction
omo bìnrin n. daughter
omo bìrin n. girl
omo ègbé n. comrade
omo ègbé n. member
omo èhìn n. disciple
omo èhìn n. follower
omo èkùn n. cub
omo èran n. calf
omo ewúré n. kid
omo ìkókó n. baby
omo ìkóse n. apprentice
omo ìlú n. citizen
omo ìlú n. nativity
omo irìnsè n. toddler
omo isàmì n. godchild
omo isota n. gangster
omo isota n. villain
omo ita n. urchin
omo kùnrin n. lad
omo kùnrin n. son
omo lébí n. cousin
omo léyìn adj. junior
omo lúàbí adj. amiable
omo lúàbí n. gentleman
omo lúàbí n. propriety
omo nìyàn n. humanity

ọmọ nìyàn *n.* mankind
ọmọ nìyàn *n.* humanism
ọmọ ọdọ okùnrin *n.* valet
ọmọ ogun *n.* cadet
ọmọ ogun *n.* regiment
ọmọ ọkùnrín *n.* boy
ọmọ ológbò *n.* kitten
ọmọ omi *n.* mermaid
ọmọ ọmú *n.* suckling
ọmọ onílẹ̀ *n.* citizenship
ọmọ onílùú *n.* native
ọmọ tópa ìyá *n.* matricide
ọmọba bìrin *n.* princess
ọmọba *n.* prince
ọmọdé *adj.* minor
ọmọdé *n.* tot
ọmọge *n.* damsel
ọmọge *n.* maiden
ọmọge *n.* wench
ọmọka ẹsẹ̀ *n.* toe
ọmọwé *n.* doctorate
ọmú màálù *n.* udder
ọmú *n.* breast
òmùgọ̀ *n.* fool
òmùgọ̀ *n.* imprudent
òmùgọ̀ *n.* sucker
ọmùtí *adj.* alcoholic
ọmùtí *adj.* drunkard
ọ̀nà *n.* art
ọ̀nà *n.* causeway
ọ̀nà *n.* means
ọ̀nà *n.* modality
ọ̀nà *n.* passage
ọ̀nà *n.* process
ọ̀nà *n.* thoroughfare
ọ̀nà *n.* way
ọ̀nà àbáyọ *n.* panacea
ọ̀nà àbáyọ *n.* recourse

ọ̀nà abẹ́ títì *n.* underpass
ọ̀nà afẹ́fẹ́ *n.* vent
ọ̀nà ẹ̀bùrù *n.* shortcut
ọ̀nà èéfín *n.* chimney
ọ̀nà ẹ̀hìn *v.* backtrack
ọ̀nà ìpawó *n.* livelihood
ọ̀nà ìrújú *n.* maze
ọ̀nà ìsanwó *n.* giro
ọ̀nà ìtànká *n.* propaganda
ọ̀nà jíjìn *adj.* distant
ọ̀nà jíjìn *n.* outskirts
ọ̀nà mìràn *adj.* alternative
ọ̀nà mìràn *n.* detour
ọ̀nà òbìrí *n.* orbit
ọ̀nà òkè *n.* camber
ọ̀nà reluwé *n.* monorail
ọ̀nà reluwé *n.* rail
ọ̀nà tóóró *n.* lane
ọ̀nà tóró *n.* alley
ọ̀nà tóró òkè *n.* notch
ọ̀nà tóyà *n.* turning
ọ̀nà yíká *n.* circuit
ọ̀nàmíì *n.* bypass
ọ̀nì *n.* alligator
ọọ̀nì *n.* crocodile
ọ̀pá *n.* rod
ọ̀pá *n.* stem
ọ̀pá *n.* wand
ọ̀pá àṣẹ *n.* sceptre
ọ̀pá aṣọ *n.* yard
ọ̀pá ẹ̀hìn *n.* backbone
ọ̀pá ẹ̀hìn *n.* spine
ọ̀pá ẹ̀hìn *n.* vertebra
ọ̀pá ìtẹ̀lẹ̀ *n.* crutch
ọparun *n.* bamboo
ọpẹ̀ èèbó *n.* pineapple
ọ̀pọ̀ *adj.* dense
ọ̀pọ̀ *adj.* many

ọ̀pọ̀ adj. plural
ọ̀pọ̀ n. lashings
ọ̀pọ̀ n. richness
ọ̀pọ̀ bítì n. gigabyte
ọ̀pọ̀ èèyàn n. mob
ọ̀pọ̀ ènìà n. multitude
ọ̀pọ̀ ènìà n. people
ọ̀pọ̀ ènìà n. throng
ọ̀pọ̀ ìgbà adv. oft
ọ̀pọ̀ ìránṣẹ́ n. retinue
ọ̀pọ̀ lọpọ̀ n. majority
ọ̀pọ̀ lọpọ̀ n. multiple
ọ̀pọ̀ nkan n. mass
ọ̀pọ̀ nkan n. plurality
ọpọlọ n. brain
ọpọ̀lọ́ n. frog
ọpọ̀lọ́ n. toad
ọpọ́n omi n. trough
ọ̀pọ̀tọ́ n. fig
ọrá n. flab
ọrá n. sachet
ọrá ara n. cellulite
ọrá ẹlẹ́dẹ̀ n. lard
ọ̀ràn dídá n. tort
ọ̀ràn n. crime
ọ̀ran yàn n. necessity
ọ̀rẹ́ n. friend
ọ̀rẹ́ n. kith
ọ̀rẹ́ n. pal
ọrẹ ẹbọ n. oblation
ọ̀rẹ́ orí adé n. royalist
ọ̀rẹ́ tímọ́ n. soul mate
ọ̀rọ̀ adj. word
ọ̀rọ̀ n. substance
ọ̀rọ̀ n. wealth
ọ̀rọ̀ n. wording
ọ̀rọ̀ àbùkù n. sarcasm
ọ̀rọ̀ àfikún n. postscript
ọ̀rọ̀ àìpapọ̀ adj. ironical
ọ̀rọ̀ ajé adj. economic
ọ̀rọ̀ ajé tó burú n. recession
ọ̀rọ̀ àjọsọ n. dialogue
ọ̀rọ̀ àkékù n. précis
ọ̀rọ̀ àkọ mọ̀nà n. motto
ọ̀rọ̀ akọmọ̀nà n. watchword
ọ̀rọ̀ àpèjúwe n. idiom
ọ̀rọ̀ àpèjùwe n. preposition
ọ̀rọ̀ àpọ́nlé n. adjective
ọ̀rọ̀ àso mẹ́hìn n. suffix
ọ̀rọ̀ àsọ tẹ́lẹ̀ n. precondition
ọ̀rọ̀ àsopọ̀ n. conjunction
ọ̀rọ̀ àtijọ́ adj. colloquial
ọ̀rọ̀ àyé adj. equivocal
ọ̀rọ̀ dídún bíi tejò n. onomatopoeia
ọ̀rọ̀ díẹ̀ n. snippet
ọ̀rọ̀ èdítọ adj. editorial
ọ̀rọ̀ ẹlòmíràn n. quotation
ọ̀rọ̀ ẹyán n. adverb
ọ̀rọ̀ èyín n. gossip
ọ̀rọ̀ ìbínú n. vitriol
ọ̀rọ̀ ìfẹ́ n. endearment
ọ̀rọ̀ ìfẹ́ n. romance
ọ̀rọ̀ ipìlẹ̀ n. theme
ọ̀rọ̀ ìṣáájú n. foreword
ọ̀rọ̀ ìṣájú n. preface
ọ̀rọ̀ ìṣájú n. prologue
ọ̀rọ̀ ìṣe n. verb
ọ̀rọ̀ ìwé n. text
ọ̀rọ̀ ìwúrí n. commendation
ọ̀rọ̀ ìwúrí n. toast
ọ̀rọ̀ kékeré n. trivia
ọ̀rọ̀ kékeré v. annotate
ọ̀rọ̀ kíkọ n. inscription
ọ̀rọ̀ kúkùkú n. monosyllable
ọ̀rọ̀ lásán adj. rhetorical

ọ̀rọ́ míì *n.* byline
ọ̀rọ́ nípa *n.* case
ọ̀rọ̀ nlá *n.* terminology
ọ̀rọ̀ ọgbọ́n *n.* aphorism
ọ̀rọ̀ orin *n.* lyric
ọ̀rọ̀ orúkọ *n.* gerund
ọ̀rọ̀ orúkọ *n.* noun
ọ̀rọ̀ òwe *n.* ode
ọ̀rọ̀ pípè *n.* pronunciation
ọ̀rọ̀ pípè *n.* spelling
ọ̀rọ̀ póọ̀dí *n.* podcast
ọ̀rọ̀ sísọ *n.* conversation
ọ̀rọ̀ sísọ *n.* oration
ọ̀rọ̀ ṣókí *n.* quip
ọ̀rọ̀ tibi tire *n.* paradox
ọ̀rọ̀ títẹ̀ *n.* type
ọ̀run *n.* heaven
ọrùn *n.* neck
ọrùn nína *n.* crane
ọrún ọfà *n.* bow
ọrùn ọwọ́ *n.* wrist
ọ̀sà *n.* ocean
ọ́sáìdì *n.* oxide
ọ̀sàn *n.* citrus
ọ̀sán *n.* meridian
ọ̀sàn *n.* orange
ọ̀sàn *n.* tangerine
ọ̀sàn wẹ́wẹ́ *n.* lime
ọṣẹ *n.* soap
ọ̀sẹ̀ *n.* week
ọṣẹ àbùfọ̀ *n.* detergent
ọṣẹ ifọhín *n.* toothpaste
ọṣẹ ifọrun *n.* shampoo
ọ̀sẹ̀ méjì *n.* fortnight
ọ̀sìn adìyẹ *n.* poultry
ọ̀ṣọ́ àgbékọ́rùn *n.* locket
ọ̀ṣọ́ kókósẹ̀ *n.* anklet
ọ̀ṣọ́ orí ọ̀wọ̀n *n.* finial

ọ̀ṣọ́ ọrùn *n.* medallion
ọ̀ṣọ́ ọrùn *n.* pendant
Ọ̀ṣọmọ *n.* Casanova
ọ̀tá *n.* enemy
ọta ìbọn *n.* bullet
ọta ìbọn *n.* pellet
ọta ìbọn *n.* slug
ọ̀tá ìjọba *n.* anarchist
ọ̀tá obìrin *n.* sexism
ọ̀tẹ̀ *n.* mutiny
ọ̀tẹ̀ *n.* plot
òté *n.* summit
ọ̀tẹ̀lẹ̀ múyẹ́ *n.* detective
ọ̀tẹ̀lẹ̀ múyẹ́ *n.* sleuth
oteri *n.* otter
ọtí *n.* alcohol
ọtí *n.* ale
ọtí *n.* brandy
ọtí *n.* cocktail
ọtí *n.* lager
ọtí *n.* liquor
ọtí *n.* whisky
ọtí ápù *n.* cider
ọtí kíkan *n.* vinegar
ọtí ọkà *n.* malt
ọtí òrombò *n.* lemonade
ọtí oyin *n.* mead
ọtì ṣúgà *n.* rum
ọtí *v.* tipple
ọtí wáìnì *n.* champagne
ọ̀tun *adv.* anew
ọ̀tún *n.* right
ọwàrà òjò *n.* downpour
ọwàrà òjò *n.* torrent
Ọ̀wàwà *n.* December
Ọ̀wàwà *n.* October
Ọ̀wẹwẹ̀ *n.* September
ọwọ́ *n.* batch

ọwọ̀ n. dignity
ọwọ́ n. hand
ọ̀wọ̀ n. herd
ọ̀wọ̀ n. respect
ọwọ́ aṣọ n. cuff
ọ̀wọ́ ẹja n. shoal
ọwọ́ ẹranko n. paw
ọwọ́ káa adj. manageable
ọ̀wọ́ ogun n.
ọwọ́ yẹpẹrẹ n. levity
ọwọ́n adj. scarce
ọwọ́n n. inflation
ọ̀wọ̀n n. pier
ọyàyà n. aplomb
ọyàyà n. charm
ọyún n. abscess
ọyún n. pus
ọyún n. pyorrhoea

P

pa v. kill
pa v. slay
pa àlà n. demarcation
pa ara ẹni adj. suicidal
pa àrokò v. encode
pa àtẹ́wọ́ v. clap
pa kòkòrò v. decontaminate
pa kòkòrò v. disinfect
pa kòkòrò v. sterilize
pa kú v. quench
pa lára adj. deleterious
pa lọ́lọ́ adj. quiescent
pa lóorun adj. soporific
pa mọ́ adj. clear
pa oró v. neutralize
pa òwe v.t. conundrum

pa owó v. earn
pà pọ̀jù adj. excessive
pà pọ̀jù adj. extreme
pa rọ́rọ́ n. pacific
pa sára v. shock
pàá pàá adj. particular
páálí n. cardboard
páálí n. packet
pààrọ̀ ipò v. transpose
pààrọ̀ v. barter
pààrọ̀ v.t. exchange
padà v. return
pàdá nù v. lose
padà sáìda adj. retrograde
padà sẹ́hìn adj. backward
padà sẹ́hìn adj. retroactive
padà sẹ́hìn v. backdate
padà sí v. relapse
padá sí v. revert
padà sípò v. recuperate
pàdánù adj. bereft
pàdánù v. bereaved
pàdánù v. forfeit
padé adj. close
pàdé v. encounter
pádé v. intersect
pàdé v. meet
padé v. shut
pádi n. husk
pádí n. pod
págà conj. alas
pajá pajá n. cramp
pajá pajá n. tingle
pàjá wìrì n. emergency
pàjá wìrì n. exigency
pajú dà v. disguise
pakà v. thresh
pákó n. board

pákó *n.* plank
pákó *n.* skittle
pákó àtègùn *n.* rung
pákó bisikí *n.* cracker
pákó ìfihàn *n.* placard
pákó ìlómọ *n.* trellis
pákó ìtòwè *n.* cabinet
pákó kíkàn *n.* dais
pákó òkè fèrèsé *n.* pelmet
pákó olórin *n.* xylophone
pákó olùyà *n.* palette
pákó onípele *n.* wrack
pákó tínrín *n.* lath
pákó tínrín *n.* slat
pála pàla *n.* blotch
palè mọ́ *n.* packing
palè mọ́ *v.* prepare
palénu mọ́ *v.* muffle
pálí *n.* carton
pálí ìkádòsí *n.* cartridge
pálọ̀ *n.* parlour
palọ́lọ́ *adj.* calm
palọ́lọ́ *adj.* tranquil
pamí nkú *adj.* cantankerous
pamí nkú *n.* virago
pamọ́ *v.* keep
pamọ́ *v.t.* hide
pàmọ́ pọ̀ *adj.* concerted
pán dukú *n.* scrap
paná *v.* extinguish
pánda *n.* panda
pani lára *adj.* harmful
pani lẹ́rín *adj.* funny
pani sára *adj.* shocking
pànìyàn *v.* assassinate
pánpẹ́ *n.* trap
pàntí afẹ́fẹ́ *n.* aerosol
pàntí *n.* debris
pàntí *n.* junk
pàntí *n.* rubbish
pàntí *n.* trash
pàntírí *n.* litter
pápá *n.* field
pápá *n.* lawn
pápá *n.* meadow
pápá *n.* pasture
pápá ìṣeré *n.* stadium
pápá ìṣeré *n.* turf
pápákọ̀ òfurufú *n.* aerodrome
papọ̀ *adv.* altogether
pápọ̀ *n.* mingle
papọ̀ *n.* tandem
papọ̀ *v.* conflate
pàpọ̀ jù *adj.* overblown
pàpọ̀ jù *n.* preponderance
pàpọ̀jú *adj.* immoderate
pàpọ̀jù *v.* predominate
pàrá mítà *n.* parameter
para mọ́ *v.* disappear
para mọ́ *v.* immure
para pọ̀ *adj.* confluent
paradà *n.* transfigure
párádísè *n.* paradise
parafín *n.* paraffin
párántà *n.* banana
páráṣútì *n.* parachute
parẹ́ *n.* blot
parẹ́ *n.* eradicate
parẹ́ *v.* cancel
parẹ́ *v.* erase
parẹ́ *v.* raze
parẹ́ *v.i.* delete
párí *adj.* bald
parí *adj.* quits
parí *n.* completion
pàrì *n.* jaw

parí v. settle
parí v. terminate
parí ijà v. conciliate
parìdà v. flounder
pariwo adj. deafening
pariwo adj. loud
pariwo adj. noisy
pariwo v. bawl
pariwo n. hoot
pariwo n. wail
pariwo n. yell
pariwo v. bellow
pariwo v. exclaim
pariwo v. rattle
pariwo v. roister
pariwo gè adj. strident
pariwo líle adj. uproarious
pariwo sọ̀rọ̀ v. rant
pàrọ̀ v. change
parọ́ v. lie
pàrọ̀ v. swap
pàrọ̀ v. vary
parun v. annihilate
parun v. decimate
parun v. destroy
parun v. devastate
parun v. obliterate
parun v. perish
parun v.t. abolish
pàṣán n. scourge
pàṣẹ v. command
paṣìọ̀ adj. sloppy
pastírì n. pastry
pátá n. panties
pátá n. underpants
pàtàkì n. importance
pàtàkì adj. cogent
pàtàkì adj. especial

pàtàkì adj. momentous
pàtàkì jù adv. chiefly
pàtàkì n. cardinal
pátákó n. fascia
pátákó àkíyèsi n. noticeboard
pátákó dúdú n. blackboard
pátákó ẹṣin n. hoof
pàtẹ v. exhibit
pàtẹ́wọ́ adj. ovate
pàtẹ́wọ́ v. applaud
pàtó adj. definite
pawó adj. lucrative
pawọ́ pọ̀ v. conspire
pawó v. realize
pé adj. accurate
pé adj. complete
pẹ́ adj. late
pé adj. perfect
pé adj. precise
pè v. call
pe ìpàdé v. convene
pẹ́ iṣẹ́ v. shirk
pè jáde v. invoke
pè lẹ́jọ́ v. prosecute
pé lẹ́nu iṣẹ́ n. overtime
pẹ́ nílẹ̀ adj. stale
pe ọ̀rọ̀ adj. dictate
pẹ́ ọ̀rọ̀ sọ adj. oblique
pé ọ̀rọ̀ v. pronounce
pe ọ̀rọ̀ v.t. spell
pè padà v. recall
pẹ́ ṣe v. temporize
péálì n. pearl
péárì n. pear
péèlì n. bucket
péèlì n. pail
pègàn v. revile
pègàn v. vilify

péjọ v. assemble
péjọ v. congregate
pejọ́ v. litigate
pejọ́ v.t. sue
péjù adj. overdue
pekàn n. pecan
pẹ́láyé ju v. outlive
pẹ́lẹ́ ngẹ́ adj. svelte
pẹ̀lẹ́ pùtù adj. amicable
pẹlẹbẹ adj. flat
pẹ́lẹ́ngẹ́ adj. slender
pẹ̀lú adv. also
pẹ̀lú adv. too
pẹ̀lú agbára adj. lusty
pẹ̀lú agbára adv. perforce
pẹ̀lú àṣẹ adv. officially
pẹ̀lú ìrètí adv. hopefully
pẹ̀lú prep. with
pépà gígé n. cutting
pépà ìnuwọ́ n. serviette
pépà n. paper
pẹpẹ ìwásù n. pulpit
pèpé le n. pavement
pẹpẹ n. altar
pẹpẹ n. platform
pẹpẹ n. podium
pẹpẹ n. rostrum
pẹpẹ n. shelf
pépé yẹ n. duck
pèpéle ìdúró n. stage
pèpéle ìpànìà n. scaffold
pèpéle n. scaffolding
péréte adj. measly
pẹ́rrì n. perry
pèsè fùn v. provide
pèsè v. serve
pẹ̀tẹ̀ pẹ́tẹ̀ n. mud
pẹ̀tẹ̀ pẹ́tẹ̀ n. swamp

pète v. mean
pẹ̀tù sí v. coax
pẹ̀tù sí v. placate
pẹ̀tù sọ́rọ̀ v. mediate
pí parẹ́ n. deletion
pidán pidán n. magician
pidán v. conjure
pílò kékeré n. hassock
pín agbára v. decentralize
pín agbára v. devolve
pín ká v. circulate
pín káàdì v. deal
pin nu v. decide
pín v. allocate
pín v. allot
pín v. apportion
pín v. disburse
pín v. distribute
pín v. divide
pínì n. pin
pinnu v. resolve
pínsí ìsọ̀rí v. categorize
pínsí ìsọ̀rí v. classify
pinu v.t. determine
pípa bàbá n. patricide
pípa lẹ̀mọ́ adj. preparatory
pípa n. killing
pípa n. slaughter
pípa ọba n. regicide
pípa òbí ẹni n. parricide
pípa ọmọdé n. infanticide
pípa riwo n. forte
pípà tẹ́wọ́ n. ovation
pípẹ́ adj. archaic
pípẹ́ adj. belated
pípé adj. immaculate
pípé adj. lasting
pípẹ́ adj. protracted

pípé n. equilibrium
pípé n. perfection
pípé n. precision
pípẹ́ nílẹ̀ n. staleness
pípẹ́ tì n. pipette
pípéjọ n. assemblage
pípín gbóló hùn v. parse
pípọ̀ kọjá n. profusion
pípọ̀ n. accretion
pípọ̀ si adj. cumulative
pípọ̀ sí n. density
pípọ́n adj. mellow
písà n. pizza
písẹ́lì n. pixel
plàtí nọ́mù n. platinum
plọ́ọ́gì n. plug
pọ̀ adj. numerous
pọ̀ adj. tremendous
po ẹyin v. whisk
pọ̀ jù adj. commonplace
pọ̀ kọjá adj. profuse
pọ̀ n. bounty
pọ̀ prep. ultra
pọ̀ pron. plenty
pò v. pop
pọ̀ v.i. abound
pọ̀ v.t. abundant
pọ̀ v.t. accrue
pọ̀ yanturu v. infest
pọ̀jù adj. congested
pọ̀jù v. preponderate
pọ́kú adj. cheap
poló n. polo
polówó v. advertise
pọ́n bélé adj. absolute
pọ́n bélé adj. utter
pọ́n bélé n. absolution
pọn dan dan adj. compulsive

pọ́n lójú v. afflict
pọ́n ọ̀rọ̀ adj. ornate
pọn v. fetch
pọ́n v. ripen
pọ́n v. sharpen
pọ́n v. wheedle
pọ́n v. whet
pón̄pó n. cudgel
pọntí v. brew
pọntí v. distil
pòórá v. dissipate
pòórá v. vanish
pòòyì adj. groggy
pòòyì adj. woozy
pòpọ adj. addled
pópó ọ̀nà n. avenue
pòpọ̀ v. churn
pòpọ̀ v. knead
pòpọ̀ v. mix
pópónà n. boulevard
pópù n. pontiff
pópù n. pope
pópùlà n. poplar
pòṣé v.i. hiss
pósí n. bier
pósí n. casket
pósí n. coffin
pósí olókúta n. sarcophagus
pọ̀síi v. increase
pọ́un kan n. quid
pọ́ùn n. sterling
pòyì adj. giddy
príórì n. priory
prísìmù n. prism
púdìn n. pudding
pupa adj. red
pupa n. crimson
pupa n. scarlet

púpọ̀ adj. ample
púpọ̀ adj. bountiful
púpọ̀ adj. copious
púpọ̀ adj. elaborate
púpọ̀ adj. immense
púpọ̀ adj. & pron. several
púpọ̀ adv. greatly
púpọ̀ adv. very
púpọ̀ n. spate
púpọ̀ pron. much

R

rà n. buy
rà v. purchase
ra níyè v. hypnotize
ra níyè v. mesmerize
rà padà v. redeem
ráàyè adj. convenient
ráàyè n. access
ráàyè sí adj. accessible
ráda ràda adj. asinine
ráda ràda adj. drab
ráda ràda adj. impudent
ráda ràda adj. queer
ráda ràda adj. wretched
radíọ́lọ́gì n. radiology
rádìṣì n. radish
rádíùmù n. radium
rádíùsì n. radius
ráfù n. raffle
ràgàbò adj. bossy
ràgàbò adj. brood
ráhùn v. maunder
ràkúnmí n. camel
ràlẹ̀ rálẹ̀ n. dross
ran iná v. inflame
rán jáde v. deploy

ràn lọ́wọ́ v. enable
rán nilétí v. remind
rán v. stitch
rani lọ́wọ́ adj. helpful
raníyè v. stupefy
ranjú mọ́ v. stare
ranjú n. geek
ránlọ v. send
rànlọ́wọ́ adj. ancillary
rànlọ́wọ́ v. assist
rànná adj. flammable
ránṣẹ́ pè v. summon
ránṣẹ́ v. dispatch
ránṣọ pọ̀ n. tack
ranṣọ v. darn
ránṣọ v. sew
rárá adv. nay
ràrò jinlẹ̀ v. ruminate
rátíò n. ratio
rẹ̀ adj. strained
rẹ́ n. prune
rẹ́ v. slash
rẹ̀ v. tire
re àjò v. trip
rẹ ara v. knacker
ré kọjá v. outstrip
ré kọjá v. overshoot
rẹ̀ sílẹ̀ v. mortify
rèákítọ̀ n. reactor
réde rède adj. bizarre
rẹ́díò n. radio
rẹ́díò n. stereo
rẹfẹrí n. referee
régistirì n. registry
rẹ́kọ́dù n. record
rékọjá v. surpass
rékọjá v. transcend
reluwé abẹ́lẹ̀ n. subway

reluwé n. railway
rèngbẹ v.t. slake
rẹpẹtẹ adj. galore
rẹpẹtẹ n. spree
rẹ́pọ̀ v. harmonize
rẹra sílẹ̀ v. condescend
rẹ́rìn akọ v. smirk
rẹ́rìn ín n. guffaw
rẹ́rìn ín v.t. giggle
rẹ́rìn ojú v. simper
rẹ̀rín v. burble
rẹ́rìn v. laugh
rẹ́rìn v. smile
rẹ̀sílẹ̀ v. abase
retí v. expect
rẹwà adj. beautiful
rẹwà adj. dainty
rẹwà adj. pretty
rẹ́yìn v. outlast
rí v. find
rí v. see
rí bàìbàì adj. nebulous
rí bákan adj. quizzical
rì bọmi v. immerse
ri dájú v. deduce
rí ipé v. deem
rí ìtúmọ̀ v. decode
rí láti adj. derivative
rí òye n. fathom
rí páru pàru adj. rough
rí tọjú n. conservatory
rí wúru wùru adj. slovenly
rí yanu v. wonder
rìbé èti n. rebate
rídìmú v. infer
rígbà padà v. salvage
rígbà v. derive
rímù n. ream

rímú v. apprehend
rìn dédé adj. circumspect
rín ẹ̀rín v. chuckle
rìn gbẹ̀rẹ̀ adj. lissom
rìn gbẹ̀rẹ̀ v. ramble
rin in v. tickle
rìn jẹ́jẹ́ v. plod
rìn kákiri v. rove
rìn kiri v. wander
rìn kúrò v. stray
rìn v. toddle
rìn v. tread
rìn v. walk
rìn v.t. perambulate
rín wádìí v. explore
rìnbí ẹ̀ṣin v. trot
ríni lára adj. loathsome
ríni lára adj. obscene
rìnká v. meander
rìnká v. roam
rìnkiri v. stroll
rìnpọ̀ v. accompany
rìnrìn àjò v. migrate
rìnrìn àjò v. travel
rìpẹ́tọ̀ n. inspector
rìra níyè n. hypnotism
rìra v. abominate
ríran adj. psychic
ríran adj. telepathic
ríran adj. visualize
ríré kojá adj. transitory
ríró aago n. chime
ríró adj. painful
rírọ̀ adj. placid
rírọ̀ adj. pliant
rírọ̀ adj. tender
ríro n. ache
ríró ohùn adj. resonant

ríro ọ̀rọ̀ adj. logical
rírùn adj. fusty
rírùn adj. redolent
rírún n. crease
rìsíìtì gbèsè n. debenture
rìsómi v. soak
rísómi v. submerge
rísómi v. submerse
ríwájú v. foresee
rò n. ponder
ró hùn v.i. grunt
rò jínlẹ̀ v. cogitate
rò tẹ́lẹ̀ v. predetermine
rò tẹ́lẹ̀ v. presuppose
rò wípé v. deign
rọ adj. flaccid
rọ adj. pliable
rọ adj. soft
rọ v. compel
rọ v. persuade
rò v. stir
rọ v. teem
rò v. think
ró v. tinkle
rọ́ v. twist
rọ v. urge
rọ v. wither
rọ irin v. cast
rọ irin v. fabricate
rọ́ léegun v.t. sprain
rọ́ lẹ́sẹ̀ v. wrick
rọ́bà adj. elastic
rọ́bà ìbá lòpọ̀ n. condom
rọ́bà ìbọ̀sẹ̀ n. garter
rọ́bà ìtẹ́lẹ̀ n. vinyl
rọ́bà n. rubber
róbí afẹ́fẹ́ v. whirr
róbọ̀tì n. robot

roboto adj. oval
róbótó adj. round
róbótó n. hoop
ródéò n. rodeo
ródíúmù n. rhodium
ròbgò dìyàn n. conflict
ròbgò dìyàn n. turmoil
rojú adj. glum
rọ́kẹ́ẹ̀tì n. rocket
roko v. cultivate
rọlẹ̀ adj. serene
rọlẹ̀ v. subside
rómbúsì n. rhombus
róndó ilẹ̀kùn n. knob
ronú adj. maudlin
rònú adj. pensive
ronú adj. reflective
ronú adj. worried
ronú jinlẹ̀ v. reflect
ronú pìwàdà adj. penitent
ronú sí v. mull
rọ́ọ̀gì n. rug
ròpé v. suppose
rọ́pò v. replace
rọra adv. gingerly
rọra rìn v. amble
rọra ṣe adj. careful
rọra ṣe adj. conservative
rọra sọ v. intone
rorò adj. austere
rorò adj. bellicose
rorò adj. severe
rorò adj. stern
rọrùn adj. simple
rọ́wọ́ yọ v.t. afford
róye adj. apprehensive
róye v. construe
róye v. inspire

róye *v.* perceive
róye ọ̀rọ̀ *v.* digest
ròyìn *v.* report
rù *adj.* thin
rú fin *adj.* culpable
rú jáde *v.* erupt
rù kiri *adj.* adrift
rú lójú *v.* contrive
rú nínú *v.* upset
rú sókè *v.* escalate
rú sókè *v.* evoke
rúbì *n.* ruby
rúbọ sísun *v.* immolate
rúbọ *v.* sacrifice
rubutu *n.* bulb
rúdu rùdu *adj.* dreary
rúdu rùdu *adj.* messy
rúdu rùdu *n.* mess
rúdu rùdu *n.* rut
rúga *n.* bristle
rújú *v.t.* puzzle
rúkè rúdò *n.* riot
rúlójú *v.* baffle
rúlójú *v.* disillusion
rùmú rùmú *adj.* petite
rún *n.* wrinkle
rún *v.* crinkle
rún *v.* crumple
rún *v.* crunch
rún *v.* disintegrate
rún *v.* scrunch
rùn *v.* stink
run ilé *adj.* frowsty
run inú *adj.* flatulent
rùn jáde *adj.* exude
rún lẹnu *v.* munch
rùn púpọ̀ *v.* reek
runá sókè *v.* stoke

rúnpọ̀ *v.* rumple
rúnra *v.* squirm
rúnra *v.* wiggle
rúnwọ̀ *v.* agitate
rúsókè *v.* arouse
rúsókè *v.* arouse
rúwé *v.* burgeon

S

sà *n.* sir
sá kiri *v.* flit
sá kọjá *v.* outrun
sà láàdì *n.* salad
sá lẹ́gbẹ́ *v.* decamp
sá lóòrùn *v.* sun
sá yẹ̀nsì *n.* science
sáà *n.* bout
sáà ẹ̀kọ́ *n.* semester
saàgun sí *v.* bewitch
sáàsì *n.* scissors
safari *n.* safari
sáfẹ́ẹ́rẹ́ *adj.* broke
sáfún *adj.* evasive
sáfún *v.* avoid
sáfún *v.* elude
sáfún *v.t.* dodge
sáfún *v.t.* evade
sáíbà *comb.* cyber
sájẹ́ntì *n.* sergeant
sàkání ilẹ̀ *n.* tract
saka rín *n.* saccharin
sá kọjá *v.* outrun
sálọ *v.* abscond
sálọ *v.* desert
sálọ *v.i.* escape
sálọ pẹ̀lú *v.* elope
sálú bàtà *n.* sandal
Samárítànì *n.* Samaritan

sàmì v. signify
sàmì v.t. denote
san díẹdíẹ n. instalment
san gbèsè v. liquidate
sán n. crack
san padà v. compensate
san padà v. repay
san padà v.t. requite
san pépà n. sandpaper
sanra adj. corpulent
sanra adj. gross
sanra adj. obese
sanra adj. plump
sanra adj. stout
sanra n. fat
sanwó gidi adj. remunerative
sanwó n. remit
sanwó v. defray
sanwó v. pay
sanwó v. remunerate
sanwó gidi adj. remunerative
sáré adj. nippy
sáré ká v.t. scamper
sáré kọjá n. overdrive
sáré kọjá v. scud
sarè n. acre
sáré n. canter
sarè n. hectare
sáré púpọ̀ v. hurtle
sáré rìn v. lope
sáré v. accelerate
sáré v. flee
sáré v. jog
sáré v. race
sáré v. run
sáré v. sprint
sáré wò v. peek
sáré wò v.i. glance

Sátánì n. Satan
Sàtánì sísìn n. Satanism
Sátidé n. Saturday
sáyẹ́nsi abẹ̀mí n. biochemistry
sẹ́ v. betray
sè v. cook
sẹ́ v. sift
sẹ́ v. strain
sẹ́ v.i. deny
sé èmí kú v. suffocate
sẹ́ ìrì adj. misty
sẹ̀ omi ọmú v. lactate
sèbé n. cobra
sebí aláwọ̀ funfun v. westernize
séèmí kú v. asphyxiate
séèmí n. gasp
sẹ́gbẹ̀ẹ́ adv. aside
sége sège adj. erratic
sége sège n. zigzag
sẹ́hìn adj. retro
sẹ́hìn adv. aback
sẹ́hìn adv. ago
sèmitiki adj. semitic
sénọ́n n. xenon
sèpọ̀ v. concoct
sèsan v. recompense
sí ìta adj. outward
sì mẹ́n tì n. cement
sí prep. to
sì ríngì n. syringe
sí sáfún n. elusion
sí sanra n. batten
sí sorọ̀ adj. pendent
sí súnmọ́ n. acquaintance
síá náidì n. cyanide
siánì n. cyan
sìbẹ̀ adv. thither

síbẹ̀ *adv.* yet
síbẹ̀ síbẹ̀ *adv.* nevertheless
síbí lántì *adj.* sibilant
sìgá àmukù *n.* stub
sìgá *n.* cigarette
sìgá *n.* shag
sìgá nlá *n.* cigar
síhìn *adv.* hither
síji bò *v.* overshadow
síká mórì *n.* sycamore
sílẹ̀ *adv.* down
sílébù *n.* syllable
sílétì *n.* slate
sílípásì *n.* slipper
símẹ́ntì *n.* stucco
sìn *v.* breed
sin *v.* bury
sín *v.i.* sneeze
sín gbọnlẹ̀ *adj.* husky
sín wín *adj.* demented
sín wín *adj.* deranged
sín wín *n.* schizophrenia
síná mónì *n.* cinnamon
sini má *n.* cinema
sinimá *n.* multiplex
sínjẹ *v.* imitate
sinmi níṣẹ́ *v.* prorogue
sinmi *v.* relax
sinmi *v.* rest
sínwín *adj.* berserk
sípánà *n.* spanner
sípù *n.* zip
sísà ba *v.* incubate
sísáfún *n.* avoidance
sísan *n.* payable
sísan padà *n.* compensation
sísẹ́ *n.* betrayal
sísẹ́ *n.* denial
sísẹ́ *n.* filtrate
sisí *n.* spinster
sísìn *n.* serving
sísọ *adj.* telling
sísọ *n.* saying
síso pọ̀ *v.* interconnect
síso pọ̀ *v.* interlink
sísọdi àdáni *v.* denationalize
sísopọ̀ *n.* cloister
sísopọ̀ *n.* remainder
sísọ̀rọ̀ *v.* accentuate
sístì *n.* cist
sísún mọ́ *n.* proximity
sísúni *n.* jade
síwá *adv.* forth
síwájú *adv.* beyond
síwájù *adv.* onward
Skọ́tì *v.* Scot
so *v.* fasten
so *v.* tie
sọ *v.* apprise
sọ *n.* say
sọ *v.* tell
sọ *v.* whinge
sọ *v.t.* allude
so èso *adj.* productive
so ẹran mọ́lẹ̀ *v.t.* tether
so mọ́ *v.* attach
so mọ́ *v.* cleave
sọ àwíjàre *v.* disprove
sọ bótirí *v.* specify
sọ dàyè *v.* animate
sọ dòfin *v.* legalize
sọ dòfo *v.* invalidate
sọ dòkan *v.* unify
sọ dọmọ *v.* adopt
sọ dòrìṣà *v.* idolize
sọ dọ̀tun *v.* renew

sọ ìtàn v. narrate
sọ iye v. quantify
sọ kába kàba v. jabber
sọ̀ kalẹ̀ v. descend
sọ̀ kalẹ̀ v.t. alight
sọ kókó ọ̀rọ̀ v. recapitulate
sọ kókó v. recap
sọ sí n. comment
sọ tẹ́lẹ̀ v. predict
sọ tẹ́lẹ̀ v. prophesy
sọ wípé n. purport
ṣọ́bìrì n. spade
sódà n. alkali
sódà n. soda
sóde adv. out
sọdi bàbàrà v. sensationalize
sọdi ènìà v. humanize
sọdi funfun adj. bleach
sọdi jígí v. vitrify
sọdi màni gbàgbé v. immortalize
sọdi mímọ̀ v. promulgate
sọdi mímọ́ v. purify
sọdi olókìkí v. popularize
sọdi ọlọ́run v. deify
sọdi púpọ̀ v. multiply
sọdì rọ̀rùn v. simplify
sọdi tẹni v. personify
sọdi tibìkan v. localize
sọdi tìgbà lódé v. modernize
sọdilẹ́tà ńlá n. capitalize
sọ́dọ̀ prep. towards
sọdi àdáni v. privatize
sọdi àì lágbára v. defuse
sọdi àìlágbára v. disempower
sọdi àìlókun v. enfeeble
sọdi àìpé v. disable
sọdi aláìní v. impoverish
sọdi asán v. nullify

sọfún v. inform
sọ́jà ara n. antibody
sọjì v. revive
sọjí v. vivify
sojú dé v. overturn
sójú ewé adv. overleaf
sọjú nù v.t. shun
sọjúnù adj. frank
sọ̀kalẹ̀ v. disembark
sókè adv. aloud
sókè òkun adv. overseas
sókè prep. above
sokọ́ v.i. hang
sọkún adj. lamentable
sọkún v. cry
sọkún v. sob
sọkún v. weep
sọkún v. whimper
sọlẹ́nu v. stigmatize
solítírè n. solitaire
sọmọ́ adj. germane
sọmọ́ ra v. interlock
sọmọ́ v. connect
sọ̀nà àbáyọ v. propound
sọnù v. mislay
sopọ̀ n. conjunct
sopọ̀ v. amalgamate
sopọ̀ v. cohere
sopọ̀ v. hitch
sopọ̀ v. splice
sọra nù v. sprawl
sọ̀rọ̀ ẹlòmíràn v. quote
sọ̀rọ̀ fún v. confide
sọ̀rọ̀ ìwúrí v. commend
sọ̀rọ̀ jàù v. blurt
sọ̀rọ̀ jẹ́jẹ́ v. enunciate
sọ̀rọ̀ jù adj. garrulous
sọ̀rọ̀ jù v. chatter
sọ̀rọ̀ kẹ́lẹ́ v. whisper

sọ̀rọ̀ fún v. confide
sọ̀rọ̀ iwúrí v. commend
sọ̀rọ̀ jàù v. blurt
sọ̀rọ̀ jẹ́jẹ́ v. enunciate
sọ̀rọ̀ jù adj. garrulous
sọ̀rọ̀ jù v. chatter
sọ̀rọ̀ kẹ́lẹ́ v. whisper
sọ̀rọ̀ lásán v. waffle
sọ̀rọ̀ púpọ̀ adj. voluble
sọ̀rọ̀ sí v. excoriate
sọ̀rọ̀ sọ̀rọ̀ n. orator
sọ́sà n. saucer
sọ́séjì n. frankfurter
sọ́séjì n. sausage
sọtẹ́lẹ̀ v. foretell
sọtẹ́lẹ̀ v.t. forecast
sọ́tùn sósì adj. mutual
sọ̀wé dowó n. cheque
sòwé pọ̀ v. staple
sowọ́ pọ̀ n. cooperate
Sùdókù n. Sudoku
súfe v. sough
súìtì n. fudge
súìtì n. nougat
súìtì n. sweet
súìtì n. truffle
súlfúrì n. sulphur
súltánà n. sultana
sún adj. asleep
sùn n. repose
sun v. roast
sún v. shift
sún v. zoom
sun ẹkún n. lament
sún mọ́ adj. contiguous
sun òkú v. cremate
sún sẹ́hìn v. recede
sún síwájú v. defer

sún síwájú v. defer
sún síwájú v. postpone
súnkì v. shrink
súnmọ́ adj. imminent
súnmọ́ adv. dearly
súnmọ́ adv. near
súnmọ́ adv. nigh
súnmọ́ jù adj. nearest
súnmọ́ n. affinity
súnmọ́ v. acquaint
súnmọ́ v. adjoin
súnmọ́ v. approach
súnmọ́ v.i. near
súnmú v. sniff
súnmú v. sniffle
súnsí wájú v. adjourn
súnsí wájú v. extend
sunwọ̀n adj. nice
súpo n. wally
sùúrù n. patience
sùúrù n. sangfroid
súùtí n. marshmallow
súwítì dídì n. sorbet
súyà n. cutlet
súyá n. kebab
swíìtì ńlá n. lollipop

Ṣ

ṣà v. pick
ṣa àtàn jẹ v. scavenge
ṣà bẹ̀wò v. inspect
ṣà dínkù v. mitigate
ṣà dínkù v.t. decrement
ṣà fihàn v. demonstrate
ṣà fihàn v. depict
ṣà fihàn v. display
ṣà fihán v. highlight

ṣa gídí *adj.* dogmatic
ṣà jòjì *adj.* strange
ṣà kíyèsì *v.* remark
ṣà kóbá *v.* implicate
ṣà kóbá *v.i.* incriminate
ṣà kópọ̀ *v.* summarize
ṣà kóso *v.* administer
ṣà kóso *v.* preside
ṣa láàké *n.* saloon
ṣá lọ́gbẹ́ *v.* lacerate
ṣà módi *v.* languish
ṣà múlò *v.* optimize
ṣà múwá *v.* impart
ṣà níyàn *v.* worry
ṣa nkan *v.* glean
ṣà ṣàrò *v.* meditate
ṣà ṣeyọrí *adj.* successful
ṣà tòpọ̀ *v.* edit
ṣà túnlò *v.* recycle
ṣà túnṣe *v.* emend
ṣà túnṣe *v.* overhaul
ṣà túnṣe *v.* readjust
ṣà túnṣe *v.* repair
ṣà túnṣe *v.* restore
ṣà túntẹ̀ *v.* reprint
ṣà túntò *v.* innovate
ṣà túntò *v.* rearrange
ṣà túntò *v.* reform
ṣà túntò *v.* reorganize
ṣà túnwò *v.* reassess
ṣà *v.* pick
ṣà wárí *v.* procure
ṣà yẹwò *v.* examine
ṣáájú *adv.* ahead
ṣáájú *adv.* before
ṣáájú *adv.* beforehand
ṣáájù ìgbé yàwó *adj.* pre-marital
ṣáájú *v.* forbear

ṣáájú *v.* precede
ṣàánú *adj.* lenient
ṣàánú *adj.* philanthropic
ṣaápọn *adj.* aggressive
ṣàáró *v.* bemoan
ṣáátá *v.* declaim
ṣáátá *v.* denigrate
ṣáàtì *n.* shirt
ṣàatò *v.* formulate
ṣàbò fún *v.* insulate
ṣàdéhùn *adj.* agreeable
ṣàfẹ́rí *v.* yearn
ṣàfikún *v.* augment
ṣàfikún *v.* subsidize
ṣafínjú *v.* smarten
ṣàfiwé *v.* analyse
ṣagbá tẹrù *v.* underwrite
ṣàgbé jàde *v.* inaugurate
ṣàgbé kalẹ̀ *v.* constitute
ṣàgbé kalẹ̀ *v.* mount
ṣàgbé wálẹ̀ *v.* download
ṣàgbé wọlé *v.* upload
ṣàì gbekẹ̀lé *v.* mistrust
ṣàì gbọràn *v.* disobey
ṣàì gbọ́yé *v.* misunderstand
ṣàì léra *adv.* morbidity
ṣáínà *n.* china
ṣàìsàn *adj.* sick
ṣàìsàn *adj.* unwell
ṣàìsàn *v.* ail
ṣájẹ *v.i.* peck
ṣàjèjì *adj.* elusive
ṣàjọjì *adj.* weird
ṣájú *adj.* prior
ṣàkí yèsí *adj.* cautious
ṣakin *adj.* brave
ṣakin *adj.* heroic
ṣakin *adj.* manful
ṣakọ *adj.* jaunty

ṣako v. flaunt
ṣako v. swagger
ṣàkójọ v. gather
ṣàkópọ̀ v. generalize
ṣàkóso v. manage
ṣàlàyé v.t. elucidate
ṣàn tóóró v. trickle
ṣán v.i. flow
ṣàn wálẹ̀ v. droop
ṣáná n. spark
ṣána v. flash
ṣáná v. glitter
ṣànfàní adj. beneficial
ṣàníyàn adj. anxious
ṣàpè júwe v. delineate
ṣàpè júwe v. describe
ṣàpè túnpè v. alliterate
ṣàròyé v. gripe
ṣàṣe hàn adj. blatant
ṣàṣe yọrí adj. accomplished
ṣàṣejù adj. fussy
ṣàṣilò v. fritter
ṣásìsì n. chassis
ṣàtì lẹ́hìn adj. confederate
ṣàtì lẹ́hìn v. support
ṣàtì lẹyìn adj. loyal
ṣàtìpó n. sojourn
ṣàtún ṣe adj. corrective
ṣàtúnkọ lẹ́tà v. transliterate
ṣàwárí v. detect
ṣàwárí v. discover
ṣàwárí v. locate
ṣàwí túnwí v. reiterate
ṣaworo n. tambourine
ṣàyàn v. select
ṣàyàn v.t. choose
ṣáyé dèrú v.t. forge
ṣàyẹ̀ wò v. scrutinize

ṣàyẹ̀wò àìsàn v. prognosticate
ṣàyẹ̀wò èdè v. deconstruct
ṣàyẹ̀wò ìròyìn v. subedit
ṣàyẹ̀wò v. accredit
ṣàyẹ̀wò v. assess
ṣàyí padà v. countermand
ṣe kóríyá v. encourage
ṣe àànú adj. clement
ṣe àbùlà v. adulterate
ṣé aburú v. horrify
ṣe àdéhùn v. negotiate
ṣe àfikún v. update
ṣe àfiwé v. compare
ṣe àgbéga v. upgrade
ṣe àkàwé n. illustrate
ṣe akin adj. gallant
ṣe àkópọ̀ n. collate
ṣe àkóso v. govern
ṣe àlàyé v. clarify
ṣe àlàyé v. explain
ṣe àlàyé v. paraphrase
ṣe àmójútó v. superintend
ṣe ànfàní adj. advantageous
ṣe apẹpẹ adj. gay
ṣe àpẹrẹ v.t. embodiment
ṣe arán adj. senile
ṣe àròyé v. niggle
ṣe àṣejù adj. cloying
ṣe àṣejù v. overact
ṣe àtúnṣe v. mend
ṣe àwáwí v. excuse
ṣe awuye wuye adj. controversial
ṣe ayẹyẹ v. celebrate
ṣé bàjẹ́ adj. corrupt
ṣè bàjẹ́ adj. derogatory
ṣè bàjẹ́ adj. malign
ṣè bajẹ́ v. discredit

ṣè bàjẹ́ v. criticize
ṣè bàjẹ́ v. vandalize
ṣe bákanáà v. synchronize
ṣè báwí v. censure
ṣe bótiwù adj. carefree
ṣe bótiyẹ adj. idealistic
ṣe dáhùnsí adj. responsive
ṣe dájọ́ ṣáájù n. prejudicial
ṣè dájọ́ v. adjudicate
ṣe déédé adj. prim
ṣè díwọ́ adj. inimical
ṣè díwọ́ n. restrict
ṣè díwọ́ v. disrupt
ṣè díwọ́ v. frustrate
ṣè díwọ́ v.t. curb
ṣe ẹ̀dínwó v. undercut
ṣe égbà adj. acceptable
ṣe égbà adj. admissible
ṣe èjẹ̀ v. bleed
ṣe eréepá adj. naughty
ṣe érò adj. conceivable
ṣe fọkàn tán adj. responsible
ṣe gàgàrà adj. imposing
ṣe gbàwọlé adj. tenable
ṣe gbẹ́kẹ̀lé adj. trustworthy
ṣe gìrì n. convulse
ṣe ìdínà adj. obstructive
ṣe ìkà adj. malicious
ṣe ìlànà v. systematize
ṣe ìmọ́ tótó v. sanitize
ṣè ìrántí v. commemorate
ṣè ìranú adj. clandestine
ṣe ìribọmi v. baptize
ṣe iṣẹ́ adj. practical
ṣe ìṣirò v.t. estimate
ṣè ìtọrẹ adj. charitable
ṣe jàmbá ara v. mutilate
ṣe jàmbá v. jeopardize

ṣe jànràn adj. massive
ṣe jígí v. glaze
ṣè jọba v. federate
ṣe kànkà adj. monumental
ṣe kọjá v. overreach
ṣe kókó adj. crucial
ṣe kókó adj. essential
ṣe kókó adj. foremost
ṣe kókó adj. main
ṣe kókó n. priority
ṣe kóríyá v. motivate
ṣe kóríyá v. stimulate
ṣè lara adj. jealous
ṣẹ́ léegun v.t. fracture
ṣẹ́ léra v. undulate
ṣè lérí v.t. guarantee
ṣe léṣe v. maim
ṣe lọ́ṣọ̀ v.t. adorn
ṣe ọ̀fọ̀ adj. mournful
ṣe òjóró v. cheat
ṣe ònkà v.t. enumerate
ṣe oríire adj. fortunate
ṣe ọ̀yàyà adv. joviality
ṣe padà v. reciprocate
ṣè palára adj. injurious
ṣe pàtàkì adj. expedient
ṣe pàtàkì adj. imperative
ṣe pàtàkì adj. important
ṣe pàtàkì adj. needful
ṣẹ́ pẹ́ẹ́rẹ́ adj. mild
ṣè pinnu adj. decisive
ṣe rànwọ́ v. foster
ṣè rànwọ́ v. help
ṣe rere adj. chivalrous
ṣe rere v. prosper
ṣe ségé v. fluctuate
ṣè sí v. violate
ṣè tójú v. fend

ṣè tójú v. preserve
ṣè tójú v. tend
ṣè tùtù v. atone
ṣè tùtù v. propitiate
ṣe v. do
ṣẹ̀ v. err
ṣe v. make
ṣẹ̀ v. offend
ṣẹ̀ v. perpetrate
ṣe v. pose
ṣe v. practise
ṣè wádìí v. investigate
ṣe wèrè adj. wacky
ṣe wèrè v. rave
ṣè wóde v. remonstrate
ṣè yàwó v. marry
ṣe yẹ̀yẹ́ v. gibe
ṣe yẹ̀yẹ́ v. jeer
ṣé yẹ̀yẹ́ v. mock
ṣe yẹ̀yẹ́ v. tease
ṣè yọnu v.t. fret
ṣe yọrí v. accomplish
ṣe yọrí v. succeed
ṣebí atifẹ́ v. customize
ṣebí ẹranko v. dehumanize
ṣebí ọmọdé adj. pettish
ṣebí v. simulate
ṣebíi adj. acting
ṣebíi ẹlòmíì v. impersonate
ṣẹ̀dà n. clone
ṣẹ̀dá v. create
ṣẹ̀dá v. invent
ṣẹ̀dà v. replicate
ṣèdíwọ́ v. deter
ṣèdíwọ́ v. stymie
ṣèdíwọ́ v. undermine
ṣeé fọkàntán adj. reliable
ṣeé gbà adj. revocable

ṣeé jẹ adj. edible
ṣéè nì n. chain
ṣeé rópò adj. dispensable
ṣèè ṣì adj. accidental
ṣeé tukọ̀ gbà adj. navigable
ṣeé yípadá adj. reversible
ṣeéfẹ́ adj. marriageable
ṣèéfín adj. smoky
ṣeéfọ̀ adj. washable
ṣeégbà adj. obtainable
ṣeégbà adj. passable
ṣeégbé adj. inhabitable
ṣeégbé adj. movable
ṣeégbé kúrò adj. transferable
Ṣẹẹrẹ n. January
ṣeérí adj. noticeable
ṣeéṣe adj. likely
ṣeéṣe adj. possible
ṣèèṣì mistaken
ṣẹ́ẹ̀sì n. chess
ṣeéyà adj. separable
ṣẹ̀fẹ̀ adj. humorous
ṣẹgbẹ́ òṣèlú méjì adj. bipartisan
ṣègbè v. partial
ṣegede n. mumps
ṣégun adj. triumphal
ṣégun n. triumph
ṣégun v. conquer
ṣégun v. quell
ṣégun v. subdue
ṣégun v. win
ṣèjẹ̀ adj. bloody
ṣeju ipá v. overdo
ṣéjú v. blink
ṣeju v. outdo
ṣéjú v. wink
ṣéjú v.t. flicker

355

şèkáwọ́ v. regulate
şẹ́kẹ́ şẹkẹ̀ n. handcuff
şẹ́kẹ́ şẹkẹ̀ n. handcuff
şẹ́kẹ́ şẹkẹ̀ n. shackle
şẹ́kù v. remain
şẹlẹ̀ papọ̀ v. coincide
şẹlẹ̀ v. happen
şẹlẹ̀ v. occur
şẹlẹ̀ v. transpire
şẹlẹ̀sí v. befall
şení rere v. avail
şení titun v. refurbish
şẹ́nú v. miscarry
şẹ́pè v. swear
şẹ́po v.t. fold
şera lóore adj. nutritious
şerántí v. remember
şeré adj. gamely
şeré adj. melodramatic
şeré géle v. stunt
şeré v. act
şeré v. dally
şeré v. perform
şeré v.i. play
şerere adj. beneficent
şerere adj. benevolent
şerí adj. actual
şẹ̀rù bà v. intimidate
şẹ̀rù bà v. overawe
şẹ̀rù bà v. scare
şẹ̀rùbà v. frighten
şẹ̀rùbà v. terrorize
şeşe ayọ̀ adj. jubilant
şẹ̀şẹ̀ dé n. chum
şẹ̀şẹ̀ dé n. novice
şẹ̀şẹ̀ dé n. upstart
şẹ̀şe v. hurt
şẹ̀şe v. injure

şèşì adj. inadvertent
şesí v. react
şèşọ́ foúnjẹ v. garnish
şèşọ́ v. embellish
şetán adj. raring
şètàn v. delude
şeti òfin v. validate
şètò fún v. designate
şètò fún v. subscribe
şètò isìn v. solemnize
şètò n. arrangement
şétò oúnjẹ v. cater
şètò tẹlifíşàn v. televise
şètò tẹlifíşàn v.t. telecast
şètọ́ v. contribute
şètò v. execute
şètò v. organize
şètójú ilé v. furnish
şètójú òkú v. undertake
şètójú v. enshrine
şèwá v. originate
şèwò sàn adj. curative
şẹ́wọ́sí v. beckon
şeyọrí v. achieve
şẹ́yún v.i. abort
şì bọnyìn v. misfire
şì darí v. misguide
şì ẹjọ́ dá v. misjudge
şì işẹ́ jẹ v. misrepresent
şí láwọ́ v. denude
şí lọgbìn v. transplant
şí lójú v. unfold
şí lókànsí v. orientate
şì lọ́nà v. misdirect
şì lọ́nà v. mislead
şi ọ̀rọ̀ pè v. misspell
şì ọ̀rọ̀ v. misquote
şì pamọ́ v. misplace

ṣí ṣẹ̀dá *n.* invention
ṣí sílẹ̀ *v.* expose
ṣì túmọ̀ *v.* misinterpret
ṣíbí *n.* spoon
ṣíbí ọbẹ̀ *n.* ladle
ṣíjú kúrò *v.* distract
ṣìkẹ́ *v.* cherish
ṣìkẹ́ *v.* dote
ṣìlò *v.* misapply
ṣìlò *v.* misappropriate
ṣìlò *v.* mishandle
ṣìlò *v.* misuse
ṣìnà *adv.* astray
ṣìná *n.* infidelity
ṣìnà *v.* yaw
ṣìnábolẹ̀ *v.* bombard
ṣini mọ̀ *v.* misapprehend
ṣinmí *n.* petticoat
ṣìpẹ̀ fún *v.* appease
ṣípò padà *v.* move
ṣípù kékeré *n.* microchip
ṣìràn rán *adj.* delirious
ṣìràn ràn *n.* hallucinate
ṣírò *v.* calculate
ṣírò *v.* compute
ṣìrò *v.* miscalculate
ṣírò *v.* reckon
ṣíṣá *adj.* shabby
ṣíṣàn *adj.* aqueous
ṣiṣẹ́ *adj.* active
ṣiṣẹ́ *adj.* busy
ṣiṣẹ́ *adj.* effective
ṣíṣe àìtọ̀ *v.* slouch
ṣíṣe àṣàrò *n.* muse
ṣíṣẹ́ aṣopo *n.* pleat
ṣiṣẹ́ burúkú *n.* malpractice
ṣíṣe déédé *adj.* staunch
ṣíṣe ètò *n.* organization

ṣíṣe gáá *n.* catharsis
ṣiṣẹ́ kára *v.* moil
ṣíṣẹ́ kù *n.* remainder
ṣiṣẹ́ kún *v.* improve
ṣíṣẹ lẹ̀ *n.* occurrence
ṣíṣe nkan títà *v.* manufacture
ṣíṣẹ̀ ntẹ̀lé *adj.* concomitant
ṣíṣe papọ̀ *adj.* simultaneous
ṣiṣẹ́ púpọ̀ *adj.* hectic
ṣìṣe *v.* fumble
ṣíṣẹ́ yún *adj.* abortive
ṣíṣí *adj.* open
ṣíṣí *adv.* ajar
ṣíṣọ lójú *v.* uncover
ṣíṣọ lójú *v.* unmask
ṣíṣọ lójù *v.* unveil
ṣìṣojú orílẹ̀ èdè *n.* diplomacy
ṣíṣú *adj.* dim
ṣísù *n.* chisel
ṣíṣú *n.* haze
ṣìwà hù *v.* misbehave
ṣíwájú *adv.&adj.* forward
ṣíwájú síi *adv.* furthermore
ṣíwájú *v.* lead
ṣìwé kà *v.* misread
ṣìwèrè *adv.* amok
ṣìwí fún *v.* misinform
ṣíwọ́ *v.* desist
ṣiyè méjì *v.* dither
ṣiyè méjì *v.* misgive
ṣiyè méjì *v.* sceptical
ṣiyè méjì *v.* vacillate
ṣiyè méjì *v.* waver
ṣọ́ bìrì *n.* shovel
ṣò dodo *adj.* sincere
ṣọ́ kiri *v.* patrol
ṣọ́ *v.* guard
ṣọ́ *v.* watch

ṣọdẹ v. hunt
ṣòfin v. enact
ṣòfin v. legislate
ṣófo adj. blank
ṣófo adj. vacant
ṣófo adj. void
ṣọ̀fọ̀ v. mourn
ṣoge v. titivate
ṣọ́jà ẹlẹ́ṣin n. cavalry
ṣọ́jà n. soldier
ṣọ́jà oníbọn n. musketeer
ṣojú fíntín v. squint
ṣojú fún v. depute
ṣojú iṣájú adj. selective
ṣojú kòkò rò v. covet
ṣojú ṣààjú adj. biased
ṣojú ṣájú adj. preferential
ṣojú v. represent
ṣojú yòyò adj. meretricious
ṣojú yòyò adj. tawdry
ṣokàn akin n. bold
ṣókí adj. abstract
ṣòkòtò fífún n. leggings
ṣòkòtò n. pantaloon
ṣòkòtò n. pants
ṣòkòtò n. trousers
ṣòkòtò pénpé n. knickers
ṣokùn fà v. necessitate
ṣokùn fà v. portend
ṣónṣó n. pinnacle
ṣónṣó n. point
ṣónṣó òkè n. vertex
ṣónṣó ọ̀kọ̀ n. spearhead
ṣónṣó orílé n. spire
ṣónú adj. morose
ṣónú adj. surly
ṣó òkùn adj. gloomy
ṣọ́ọ̀bù iṣọ̀nà n. workshop

ṣọ́ọ̀bù kéèkì n. patisserie
ṣọ́ọ̀bù n. outlet
ṣọ́ọ̀bù n. shop
ṣọ́ọ̀bù n. stall
ṣọ́ọ̀bù pákó n. booth
ṣọ́ọ̀bù títóbi n. superstore
ṣòòkùn adj. murky
ṣọ́ọ̀ṣì n. church
ṣọ́ọ̀ṣì títóbi n. minster
ṣọ́ra adj. chary
ṣọ́ra adj. wary
ṣọ́ra adj. watchful
ṣọ́ra v. beware
ṣọ̀rẹ́ v. befriend
ṣorí ire adj. lucky
ṣọtẹ̀ sí adj. mutinous
ṣọtẹ̀ sí v. revolt
ṣọtẹ̀ v. rebel
ṣọwó ná adj. prudential
ṣòwò v. transact
ṣọ̀wọ́n adj. rare
ṣọ́wóná adj. frugal
ṣọ̀yàyà v. enliven
ṣú adj. cloudy
ṣú adj. hazy
ṣú adj. opaque
ṣú adj. stygian
ṣùbò adj. overcast
ṣubú v. fall
ṣúgà dúdú n. caramel
ṣúgà dúdú n. treacle
ṣùgà kéèkì n. icing
ṣúgà omi ọmú n. lactose
ṣúgà oúnjẹ n. cellulose
ṣúgà v. sugar
ṣùgbọ́n conj. but
ṣújú v. blur
ṣunú adj. purgative

ṣùpọ́ v. moulder

T

tà v. sell
ta v. strum
tà bùkù adj. sarcastic
tà bùkù v. decry
ta ẹrẹ̀sí v. lampoon
ta gbòngbò adj. rooted
ta gìrì n. lurch
ta kébé adj. sprightly
tà kìtì adj. acrobatic
ta kókó adj. knotty
ta ọjà v. vend
ta òrùn adj. sunny
ta padà v. deflect
ta padà v. rebound
ta pọ́ún adj. spry
ta síta v. splay
ta sókè v. bounce
ta tẹ́tẹ́ v. bet
ta tẹ́tẹ́ v. gamble
táàgì n. tag
tààrà adj. direct
tààrà adj. straightforward
tààrà adv. directly
tààrín adj. median
tábà n. nicotine
tábà n. tobacco
tàbí conj. or
tàbí conj.& adv. nor
tábìlì n. desk
tábìlì n. table
tabua adj. considerable
tabua adj. substantial
tàbùkù v. denounce
tàbùkù v. lambast
tàbùkù v.t. insult
tàdá àwa n. ink
tafàtafà n. archer
tage v.i. flirt
tagìrì adj. frantic
tagọ́ọ́ gọ̀ọ́ v. stagger
tagọ́ọ́ gọ̀ọ́ v. teeter
tàìsàn adj. spastic
tají padà v. regenerate
tají v. awaken
tají v. waken
takété adj. aloof
tàkìtì n. somersault
takọ tabo n. unisex
takò v. contradict
takò v. negate
takò v. oppose
takò v. resist
tàkùrọ̀sọ̀ n. banter
tàlù bọ̀ n. speck
tàm pónì n. tampon
tami dànù adj. waterproof
tami sókè v. splash
tán adj. empty
tàn adj. radiant
tàn n. cajole
tàn díẹ̀ v. glimmer
tàn gbòò v.i. glare
tan iná v. gleam
tàn iná v. radiate
tàn jẹ v. beguile
tàn ju v. outshine
tàn ká adj. communicable
tàn kálẹ̀ adj. widespread
tàn kiri adj. rampant
tàn mọ́lẹ̀ v. illuminate
tan rajẹ v.t. illusion
tàn si v. brighten

tàn v. entice
tan v. exhaust
tán v. expire
tàn v. lure
tàn v. shine
tàn v.t. dazzle
taná paná n. strobe
taná sọ́rọ̀ v. debunk
taná v. bloom
taná v. glow
taná v. sparkle
tani pron. who
tànjẹ v. deceive
tànjẹ v. hoodwink
tànjẹ v. seduce
tànká adj. endemic
tànká v. propagate
tànkálẹ̀ v.t. broadcast
tànmọ́lẹ̀ sí v. enlighten
tanná n. bud
tànsán v. twinkle
tanù v. thrust
tàpá sí v. contravene
tapo línì n. tarpaulin
tapo sí v. taint
tapọ́ún adj. agile
tara adj. vehement
tara adj. zealous
tara lọ́pọ̀ v.t. cheapen
tara tara adj. lustful
tari v.t. jolt
tàsé adj. amiss
tàsé v. miss
tasí kékeré n. minicab
táṣì n. starch
tasí n. taxi
tata n. grasshopper
tatí were adj. alert

tàtijọ́ adj. obsolete
tàtijọ́ adj. primitive
tàwòrán ìlú adj. topographical
táyà n. tyre
táyà n. wheel
tayọ adj. superior
tayọ v. excel
tayọ v. excellent
tayọ v. outclass
tẹ afẹ́fẹ́ jáde v. deflate
tẹ̀ jáde v. print
tẹ̀ kọ́rọ́ n. curve
tẹ́ lọ́rùn v. satiate
tẹ́ lọ́rùn v. satisfy
tẹ̀ mọ́lẹ̀ v.t. overrun
tẹ̀ mọ́lẹ̀ v.t. flatten
tẹ ọ̀rọ̀ sí v. engrave
tẹ̀ síwájú adj. continuous
tẹ̀ síwájú v. continue
tẹ̀ v. bend
tẹ̀ v. imprint
tẹ̀ v. press
tẹ́ v. spread
tẹ́ẹ́rẹ́ adj. lank
tẹ̀fọ́ v. squash
tẹgbẹ́ òṣèlú kan adj. totalitarian
tejúmọ́ v. gaze
tẹ̀lé adj. compliant
tẹ́lẹ̀ adj. erstwhile
tẹ̀lé adj. former
tẹ́lẹ̀ adv. hitherto
tẹ̀lé ntẹ̀lé adj. steady
tẹ̀lé v. adhere
tẹ̀lé v. comply
tẹ̀lé v. follow
tẹlifíṣàn n. television
tẹ́lọ̀ n. tailor
tẹ̀lórí ba v. subjugate

tẹ́m bẹ́lú *adj.* sardonic
tèmi *adj.* mine
tèmi *adj.* my
tẹ̀mí *adj.* tẹ̀mí
tèmi *adj.&pron.* own
tẹ̀mí tẹ̀mí *adj.* spirited
tẹ̀mọ́lẹ̀ *v.* trample
tẹnì kọ̀kan *adj.* individual
tẹ́ni lọ́rùn *v.* gratify
tẹníìsì *n.* tennis
ténté *n.* edge
ténté *n.* fringe
ténté *n.* periphery
tẹnu mọ́ *v.* affirm
tẹnu mọ *v.* emphasize
tẹnu mọ́ *v.* insist
tẹnumọ́ *v.t.* stress
tẹ̀pa *v.* quash
tẹra mọ́ *adj.* consistent
tẹra mọ́ *adj.* tenacious
tẹra mọ́ *v.* persist
tẹríba *v.* bow
tẹríba *v.* stoop
tẹríba *v.* submit
tẹ́ṣàn *n.* station
tẹ̀sí wájú *v.* advance
tẹ̀sí wájú *v.* proceed
tẹ̀ṣọ́ ọrùn *adj.* pedantic
tètè dé *adj.* punctual
tẹ́tẹ́ *n.* lottery
tẹ́tẹ́ *n.* roulette
tẹtẹ oríire *n.* jackpot
tètè sọ̀rọ̀ *adj.* pre-empt
tètè *v.* dash
tẹ̀wé jáde *v.* publish
tẹ́wọ́ gbà *v.* espouse
tẹ̀wọ̀n ju *v.* outweigh
tẹ̀yìn *v.* hunch

tẹ̀yọ *v.* squirt
ti *prep.* of
tí *conj.* if
tì *v.* impel
tì *v.* prod
tì *v.* push
tì *v.* shove
ti abẹ́ *adj.* cervical
ti abẹ́ *adj.* pubic
ti abo *adj.* feminine
ti àdéhùn *adj.* contractual
ti àdéhùn *adj.* negotiable
ti afẹ́ ara *adj.* sexy
ti afẹ́fẹ́ *adj.* pneumatic
ti àfipáṣe *adj.* autocratic
ti Afríkà *adj.* African
ti àgbà yanu *adj.* sensational
ti agbára *adj.* herculean
ti agbára *adj.* vigorous
ti agbárí *adj.* cerebral
ti àgbáyé *adj.* cosmic
ti ágbáyé *adj.* cosmopolitan
ti àgbáyé *adj.* geographical
ti àgbáyé *adj.* global
ti àgbáyé *adj.* universal
tí agbègbè *adj.* indigenous
ti agbègbè *adj.* provincial
ti agbègbè *adj.* territorial
ti agbègbè *adj.* zonal
ti agbẹ́gi lére *adj.* sculptural
ti àìpẹ́ *adj.* fickle
ti àìṣègbè *adj.* dispassionate
ti àkàyé *adj.* comprehensive
ti àkọ́bẹ̀rẹ̀ *adj.* primary
ti àkọ́kọ́ *adj.* primal
ti àkóràn *adj.* viral
ti àkòrí *adj.* topical
ti àkọ́ṣe *adj.* original

ti àkọsílẹ̀ adj. accountable
ti alá kòwè n. formality
ti aláṣẹ adj. authoritative
ti aláṣẹ adj. presidential
ti aláwọ̀ funfun adj. western
ti àlàyé adj. lucid
ti àlàyé adj. trenchant
ti alẹ́ adj. nocturnal
ti álfábẹ́tì adj. alphabetical
ti àlùfáà adj. pastoral
ti àpárá n. fatuous
ti ara adj. carnal
ti ara adj. physical
ti ara adj. sensory
ti ará adj. vicarious
ti ara adv. bodily
ti ará ìlú adj. civil
ti Árábù n. Arabian
ti àríwá adj. northerly
ti arò adj. plaintive
ti àṣà adj. cultural
ti àṣà adj. traditional
ti àṣàrò adj. meditative
ti àsè adj. culinary
ti Aṣíà adj. Asian
ti àtẹ̀hìn wá adj. previous
ti àtijọ́ adj. antiquated
ti àtijọ adj. neoclassical
ti àtọ̀ adj. seminal
ti átọ́mù adj. atomic
ti àtúnṣe adj. restoration
ti Austirelià n. Australian
ti àwọ́ká adj. rheumatic
ti àwọn olórin adj. orchestral
ti àwòrán adj. schematic
ti ayé adj. earthly
ti ayé adj. mundane
ti ayé adj. secular

ti àyè adj. spatial
ti ayé adj. temporal
ti ayé adj. worldly
ti ayékan adj. planetary
ti ayẹyẹ adj. ceremonial
ti bàbá adj. paternal
ti bàjẹ́ adj. decadent
tì bínú adj. scathing
ti dàrú adj. ambiguous
ti èdè adj. lexical
ti ẹ̀fẹ̀ adj. satirical
ti ẹ̀fúùfù adj. stormy
ti ehín adj. dental
ti ẹ̀hìn adj. posterior
ti ẹ̀hìn adj. spinal
ti èjè adj. genetic
ti ejò adj. serpentine
ti ẹ̀kọ́ adj. academic
ti ẹ̀kọ́ kíkọ́ adj. didactic
ti ẹkùn adj. regional
ti ẹ̀mí adj. spiritual
ti ènìà adj. human
ti ẹnu adj. oral
ti eré ìdárayá adj. sporting
ti eré ìdárayá adj. sportive
ti èrọ adj. mechanical
ti èrò adj. notional
ti èrò adj. subjective
ti èrò ìfẹ́ adj. erotic
ti èrò ọkàn adj. emotional
ti èrò ọkàn adj. psychological
ti èrò orí adj. theoretical
ti èrò rere adj. rational
ti ẹrú adj. servile
ti ẹ̀sà adj. unctuous
ti ẹ̀san adj. vengeful
ti ẹ̀ṣẹ̀ adj. sinful
ti ẹ̀ṣẹ̀ adj. venial

ti èsìn *adj.* religious
ti ẹ́tàn *adj.* deceptive
ti ẹ̀tàn *adj.* tricky
ti ètè *adj.* labial
ti ẹ̀tọ̀ *adj.* due
ti ẹ̀tọ́ *adj.* rightful
ti ewé *adj.* xylophilous
ti ẹ̀yà *adj.* racial
ti ẹ̀yà *adj.* tribal
ti ẹ̀yà ara *adj.* organic
ti ẹ̀yà ara *adj.* systemic
ti ẹyọkan *adj.* singular
ti Faransé *adj.* French
ti fèrèsé *adj.* venetian
ti fóònù *adj.* cellular
ti fótò *adj.* photographic
ti fún *adj.* given
ti Gẹ̀ẹ́sì *adj.* British
ti gúsù *adj.* southerly
ti ibá lòpọ̀ *adj.* sexual
ti ibàjẹ́ *adj.* critical
ti ibáwí *adj.* henpecked
ti ibẹ̀rẹ̀ *adj.* elementary
ti ibí *adj.* natal
ti ibi rere *adj.* utopian
ti ibílẹ̀ *adj.* customary
ti ibílẹ̀ *adj.* local
ti iborúkọjẹ́ *adj.* disreputable
ti ibùgbé *adj.* residential
ti idájọ́ *adj.* judicial
ti idíwọ́ *adj.* restrictive
ti idúpẹ́ *adj.* thankful
ti ifàle *adj.* tensile
ti ifẹ́ *adj.* affectionate
ti ifẹ́ *adj.* amorous
ti ifẹ́ kúfẹ̀ *adj.* sensual
ti ifẹ́kúfẹ̀ *adj.* lewd
ti ifiránṣẹ́ wáyà *adj.* telegraphic
ti ifọ̀rọ̀ wàdìí *adj.* interrogative
ti igbà lódé *adj.* modern
ti igbàgbé *adj.* forgetful
ti igbáyé *adj.* metaphysical
ti igbè ríko *adj.* rural
ti igbé yàwó *adj.* matrimonial
ti igbé yàwó *adj.* morganatic
ti igbé yàwó *adj.* nuptial
ti igbé yàwó *v.t.& i.* conjugal
ti igbèríko ìlú *adj.* suburban
ti igbìmọ̀ aṣòfin *adj.* parliamentary
ti igboro *adj.* urban
ti igẹṣin *adj.* equestrian
ti igi *adj.* wooded
ti ihò inú *adj.* tubular
tì ijìnlẹ̀ *adj.* mystical
ti ijìyà *adj.* penal
tì ijìyà *adj.* punitive
ti ijọ *adj.* parochial
ti ikáànú *adj.* saturnine
ti ikẹsíṣe *adj.* thermosetting
ti ikẹta *adj.* tertiary
ti ikíni *adj.* salutary
ti ikọ́lé *adj.* structural
ti ikú *adj.* macabre
ti ikú *adj.* mortal
ti ikùn *adj.* abdominal
ti ikun *adj.* mucous
ti ilà òrùn *adj.* oriental
ti ilànà *adj.* systematic
ti ilé *adj.* domestic
ti ilé *adj.* homely
ti ilẹ̀ ayé *adj.* terrestrial
ti ilé iṣẹ́ *adj.* corporate
ti ilé iṣẹ́ *adj.* industrial
ti ilẹ̀ mímì *adj.* seismic
ti ilẹ̀ olóoru *adj.* subtropical
ti ilera *adj.* therapeutic

ti ìlú *adj.* communal
ti ìlú *adj.* municipal
ti ìlú pàtàkì *adj.* metropolitan
ti ìmọ̀ èdè *adj.* philological
ti ìmọ̀ ẹranko *adj.* zoological
ti ìmọ̀ ẹ̀rọ *adj.* technological
ti ìmọ tara *adj.* selfish
ti ìmọ́ tótó *adj.* sanitary
ti ìmọ́lẹ̀ *adj.* lucent
ti imú *adj.* nasal
ti imu para *adj.* addicted
ti ìmúni sìn *adj.* colonial
ti inú *adj.* gastric
ti inú *adj.* immanent
ti inú *adj.* inner
ti inú *adj.* inward
ti inú *adj.* peptic
ti inú konú *adj.* content
ti inú konú *adj.* discursive
ti ìpínsí ayé *adj.* transconti-
nental
ti ìpògùn *adj.* pharmaceutical
ti ira níyè *adj.* mesmeric
ti ìran *adj.* ancestral
ti ìràn lọ́wọ́ *adj.* auxiliary
ti ìranù *adj.* vulgar
ti ìràwọ̀ *adj.* astral
ti ìràwọ̀ *adj.* meteoric
ti ìràwọ̀ *adj.* stellar
ti ìrékọjá *adj.* transcendental
ti ìríran *adj.* visual
ti ìró ìlù *adj.* rhythmic
ti ìró ohùn *adj.* phonetic
ti ìrònú *adj.* wistful
ti ìròpọ̀ *adj.* additional
ti ìrúbọ *adj.* sacrificial
ti ìrúwé *adj.* vernal
ti ìṣà kóso *adj.* administrative
ti ìṣàn òkun *adj.* tidal

ti ìṣáájú *adj.* foregoing
ti ìsàlẹ̀ *adj.* nether
ti ìṣan *adj.* muscular
ti ìṣàn òkun *adj.* tidal
ti iṣẹ́ *adj.* occupational
ti ìṣe *adj.* typical
ti iṣẹ́ àgbẹ̀ *adj.* agricultural
ti ìṣe àlùfáà *adj.* monastic
ti ìṣe ẹ̀dá *adj.* natural
ti ìṣègùn *adj.* medical
ti ìṣẹ́lẹ́ *adj.* wavy
ti ìsẹ́ra *adj.* selfless
ti ìṣirò *adj.* arithmetical
ti ìṣirò *adj.* mathematical
ti ìṣọ́ *adj.* guarded
tí ìṣòfin *adj.* legislative
ti ìṣòfin *adj.* senatorial
ti ìṣọ̀nà *adj.* artistic
ti ìtàn *adj.* historic
ti ìtàn *adj.* mythical
ti ìtànsán agbára *adj.* radio-
active
ti ìtẹ́lọ́rùn *adj.* satisfactory
ti ìtọ̀ *adj.* urinary
ti ìwà gidi *adj.* urbane
ti ìwáṣẹ̀ *adj.* primeval
ti ìwé *adj.* literary
ti ìwé kíkà *adj.* textual
ti ìwé kíkà *adj.* textual
ti ìwúlò *adj.* dynamic
ti ìwúrí *adj.* commendable
ti iyá *adj.* maternal
ti ìyanu *adj.* miraculous
ti ìyanu *adj.* wondrous
ti ìyapa ìsìn *adj.* sectarian
ti ìyàwó *adj.* bridal
ti ìyíwá padà *adj.* capricious
ti jígí *adj.* concave
ti késárì *adj.* caesarean

ti jígí ojúkan *adj.* monocular
ti kanáà *adj.* monotonous
ti Kẹ́ltì *adj.* Celtic
ti késárì *adj.* caesarean
tí kìíkú *adj.* undying
ti kọ́ *adj.* hooked
tí kòdùn *adj.* prosaic
tí kòhàn *adj.* recessive
tí kòì wáyé *adj.* unborn
tì kọjá *adj.* trundle
tí kòju *adj.* mere
ti kókó *adj.* vital
tí kòmọ́ *adj.* untidy
tí kòní *adj.* deficient
ti kọ́ntí nẹ́ntì *adj.* continental
tí kòpé *adj.* imperfect
tí kòpọ̀ *adj.* limited
tí kòṣe *adj.* unable
tí kòtán *adj.* ceaseless
tí kòtó *adj.* meagre
tí kòyẹ *adj.* unworthy
ti kúbù *adj.* cubical
tì látiṣe *v.* induce
ti léèsì *adj.* lacy
tì lẹ́yìn *adj.* substantiate
ti lílò *adj.* utilitarian
ti májístréètì *adj.* magisterial
ti méjèjì *adj.* neuter
ti mẹ́kúrì *adj.* mercurial
ti mẹ́tríkì *adj.* metrical
ti mólé kùlù *adj.* molecular
ti mọ̀lẹ́bí *adj.* fraternal
ti mọ́skò *adj.* muscovite
ti mótò *adj.* vehicular
ti mú *adj.* beholden
ti nínà *adj.* spanking
ti nkùnà *adj.* failing
ti nọ́mbà *adj.* numerical

ti núwá *adj.* voluntary
ti ọba *adj.* imperial
ti òbí *adj.* parental
ti ọ̀bùn *adj.* slatternly
ti òde *adj.* ceremonious
ti òde *adj.* external
ti ọ̀dọ́ *adj.* adolescent
ti ọ̀dọ́ *adj.* teens
ti òdodò *adj.* floral
ti ofege *adj.* mediocre
ti òfin *adj.* lawful
ti òfin *adj.* statutory
ti ọ̀fọ̀ *adj.* tragic
ti ọfun *adj.* throaty
tí ógbó *adj.* decrepit
ti ọgbun *adj.* abysmal
ti ohùn *adj.* vocal
ti ohùn kan *adj.* monophonic
ti ojẹ̀ wẹ́wẹ́ *adj.* amateurish
ti ojọ́ *adj.* aged
ti òjò *adj.* rainy
ti ojọ́ iwájú *adj.* prospective
ti ojú *adj.* eyesight
ti ojú *adj.* ocular
ti ojúlówó *adj.* authentic
ti ojúṣe *adj.* perfunctory
ti ọkà *adj.* wheaten
ti ọkàn *adj.* cardiac
ti ọkàn *adj.* emotive
ti òkè *adj.* upper
ti òkéríru *adj.* volcanic
ti oko *adj.* agrarian
ti oko *adj.* barbaric
ti oko *adj.* rustic
ti oko *adj.* sylvan
ti ọkọ̀ omi *adj.* nautical
ti okòwò *adj.* commercial
ti òkun *adj.* maritime

ti ọkùnrin *adj.* macho
ti ọkùnrin *adj.* manly
ti ọkùnrin *adj.* masculine
ti òkúta *adj.* stony
ti òkúta ìrántí *adj.* megalithic
ti ọlánlá *adj.* opulent
ti ológun *adj.* martial
ti ológun *adj.* military
ti ológun omi *adj.* naval
ti ọlọ́rà *adj.* flabby
ti olórí *adj.* principal
ti omi *adj.* marine
ti ọmọ bíbí *adj.* reproductive
ti ọmọba *adj.* princely
ti ọmọdé *adj.* infantile
ti onígun mẹ́ta *adj.* triangular
tí ónlọ *adj.* outgoing
tí óntàn *adj.* luminous
ti òòjọ́ *adj.* fresh
ti ooru *adj.* thermal
ti òòrùn *adj.* solar
ti oówo *adj.* cystic
ti òpè *adj.* witless
ti òpó *adj.* polar
ti ọpọlọ *adj.* mental
ti orílẹ̀ èdè *adj.* national
ti orin *adj.* choral
ti orin *adj.* musical
ti orin jásì *adj.* jazzy
ti òrìṣà *adj.* oracular
ti oríyìn *adj.* creditable
ti ọ̀rọ̀ ẹnu *adj.* verbal
ti ọ̀rọ̀ ẹnu *adv.* orally
ti ọ̀rọ̀ ìfẹ́ *adj.* romantic
ti ọ̀rọ̀ ìpìlẹ̀ *adj.* thematic
ti ọ̀rọ̀ iṣe *adj.* subjunctive
tí ọ̀rọ̀ iṣe *adj.* transitive
ti ọ̀rọ̀ nlá *adj.* terminological

ti ọsà *adj.* oceanic
ti ọṣàn *adj.* citric
ti òṣèlú *adj.* political
ti oṣù *adj.* menstrual
ti òṣùpá *adj.* lunar
ti ọ̀tẹ̀ *adj.* revolutionary
ti ọ̀tẹ̀ *adj.* seditious
ti ótipẹ́ *adj.* classical
ti ótó *adj.* adequate
ti ọ̀tọ̀ *adj.* exclusive
ti otútù *adj.* parky
ti ọ̀wàrà òjò *adj.* torrential
ti òwò *adj.* mercantile
ti owó *adj.* monetary
ti ọ̀wọ̀ *adj.* revered
ti ọ̀wọ̀ *adj.* reverent
ti owó ìlú *adj.* taxable
ti oyè *adj.* titular
ti òyìnbó *adj.* occidental
ti pákó *adj.* wooden
ti pápá tútù *adj.* verdant
ti pinnu *adj.* decided
ti póòpù *adj.* papal
ti rẹ *adj.* tired
ti rí *adj.* saw
ti sakarín *adj.* saccharine
ti sátánì *adj.* satanic
ti sáyẹ̀nsì *adj.* scientific
ti ṣàyẹwò *adj.* accredited
ti ṣẹ́dà *adj.* silken
ti sílébù *adj.* syllabic
tì ṣiṣẹ́ *v.i.* galvanize
tì síwájú *v.* goad
tì síwájú *v.* propel
ti sódà *adj.* caustic
ti Spáin *n.* Spanish
ti ṣubú *v.* fell
tí tabá *adj.* implicit

ti takọ tabo *n.* bisexual
ti tẹ́lẹ̀ *adv.* already
ti tẹ̀lé *adv.* formerly
ti tẹni *adj.* personal
ti tíátà *adj.* theatrical
tí tóbi *adj.* baggy
tí tóbi *adj.* immensity
tí tóbi *adj.* jumbo
tí tóbi *adj.* outsize
ti wẹ́ẹ̀bù *adj.* webby
ti wíwọ̀n *adj.* geometric
tì yanu *adj.* awesome
ti yìnyín *adj.* glacial
ti yìyín *adj.* snowy
tíátà *n.* theatre
tibojì *adj.* sepulchral
tìfẹ́ *adj.* amatory
tìfẹ́ inú *adj.* wishful
tìfẹ́ inú *n.* whimsy
tifi ẹ̀sùn kàn *v.t.* accused
tìfun *adj.* bronchial
tìgbà díẹ́ *adj.* transient
tìgbà pípẹ́ *adj.* prehistoric
tìgbé yàwó *adj.* marital
tigbó *adj.* feral
tíì *n.* tea
tijú *adj.* ashamed
tijú *adj.* bashful
tijú *adj.* coy
tijú *adj.* shy
tìkara *adj.* avid
tíkìtì *n.* ticket
tíkò bódemu *adj.* unsocial
tíkò bójúmu *adj.* illicit
tíkò dáa *adj.* wrongful
tíkò dára *adj.* unpleasant
tíkò jìn *adj.* shallow
tíkò láàbò *adj.* vulnerable
tíkò láàyè *adj.* hermetic
tíkò lágbára *adj.* rickety
tíkò lẹ́gbẹ́ *adj.* unrivalled
tíkò lèmì *adj.* unshakeable
tíkò nídìí *adj.* implausible
tíkò nílò *adj.* unwarranted
tíkò rinlẹ̀ *adj.* unstable
tíkò ṣẹlẹ̀rí *adj.* unprecedented
tíkò ṣerò *adj.* unthinkable
tíkò ṣesọ *adj.* unutterable
tíkò símọ́ *adj.* defunct
tíkò tákòkò *adj.* untimely
tíkò wúlò *adj.* useless
tikọjá *adj.* bygone
tíkòrí bẹ́ẹ̀ *adj.* erroneous
tíkòṣe kókó *adj.* subsidiary
tíkòṣe tayé *adj.* unworldly
tilẹ̀ oló mìnira *adj.* republican
tilẹ̀ olóoru *adj.* tropical
tìlú *adj.* civic
tímbọ̀ *adj.* impending
tímbúlù *n.* thimble
tìmọ̀ ẹranko *adj.* veterinary
tìmọ̀ ẹrọ *adj.* technical
tìmọ̀ ètò *adj.* tactical
timọ́ra *adj.* accustomed
tìmù tìmù *n.* stuffing
tín rín *adj.* scraggy
tínrín *adj.* emaciated
tínrín *adj.* scrawny
tínrín *n.* wraith
tínrín *v.* lean
tinú *adj.* inmost
tinú rere *adj.* quixotic
tipá tipá *adj.* forcible
tipẹ́ tipẹ́ *n.* yonks
tiraka *adj.* ardent
tiraka *adj.* arduous

tiraka *adj.* exert
tirẹ̀ *adj.* his
tìrẹ *adj.* your
tírẹ̀ *n.* tray
tirẹ̀ *pron.* hers
tirẹ̀ *pron.* itself
tírélà *n.* trailer
tiríi *v.* found
tiro rìn *v.* hobble
tiro rìn *v.* limp
tìrúkè rúdò *adj.* tumultuous
tiṣan *adj.* neural
tiṣan ara *adj.* vascular
tiṣan ẹ̀jẹ̀ *adj.* venous
tiṣan ẹsẹ̀ *adj.* varicose
tìṣe ẹni *adj.* wonted
tìṣẹ̀lẹ̀ ńlá *adj.* phenomenal
tìṣirò *adj.* statistical
tiso *adj.* tied
títa ọ̀mì *n.* stalemate
títapọ́ún *n.* agility
títẹ̀ *n.* arch
títẹ̀ *n.* dent
títẹ afẹ́fẹ́ jáde *n.* deflation
títẹ̀ ìtànsán *n.* refraction
títí *n.* lifelong
títì *n.* road
títì *n.* road
títí *prep.* until
títì pa *n.* closure
títì ọkọ̀ òfurufú *n.* runway
títì pa *n.* closure
títò *n.* queue
títò sílẹ̀ *n.* array
títóbi *adj.* floppy
títóbi *adj.* titanic
títóbi *n.* magnitude
títú *adj.* loose

títú *adj.* undone
títú ẹrù *v.* rifle
títú palẹ̀ *v.* diffuse
titun *adj.* pristine
tiwa *adj.* our
tiwọn *adj.* their
tiyó *adj.* sated
tọ́ *adj.* seemly
tó bámu *adj.* homogeneous
tó báramu *adj.* uniform
tó báramu *v.* correlate
tò bí ìtànsán *adj.* radial
tò bi tábìlì *v.* tabulate
tó burú *adj.* damnable
tó burú *adj.* rundown
tó dáajù *adj.* twee
tó dàbí *adj.* ostensible
tó dàbí *adj.* putative
tó dágún *adj.* stagnant
tó dákú *adj.* unconscious
tó dára *adj.* favourable
tó dára *adj.* natty
tó dára *adj.* proper
tó dára *adj.* smashing
tó dára *n.* aesthetics
tó dárajù *adj.* deluxe
tó dárajù *adj.* sublime
tó dáwà *adj.* secluded
tó dìgbà *adj.* indefinite
tó dilẹ̀ *adj.* idle
tó dùnwò *adj.* quaint
tó dùnwò *adj.* scenic
to ẹrù *v.* stow
tò ẹ̀ṣọ́ *v.* stud
tó fẹ́wó *adj.* ramshackle
tó gajù *adj.* utmost
tó gbóògùn *adj.* curable
tó gbòòrò *adj.* vast

tó gbọ́n *adj.* large
tó gborò *adj.* embitter
tó gbópọn *adj.* remarkable
tó jásí *adj.* resultant
tó jásí *adj.* tantamount
tó jẹ́ti *prep.* regarding
tó jọpé *n.* semblance
tó ju ohùn *adj.* supersonic
tó kàn *adj.* affected
tó kára *adj.* fervid
tó kẹ́hìn *adj.* ultimate
tó kéré *adj.* lesser
tó kérésí *adj.* inferior
tó ki *adj.* viscous
tó kọjá òye *adj.* superstitious
tó kúnjù *adj.* overgrown
tó le *adj.* complex
tó le *adj.* grim
tó lẹ̀ *adj.* viscid
tó leè rìnà *adj.* roadworthy
tọ́ lẹ́hìn *adj.* straggle
tó lérè *adj.* gainful
tó lérè *adj.* viable
tó lérè *adj.* worthwhile
tọ̀ lẹ́yìn *adj.* subordinate
tó lọ́wọ̀ *adj.* redoubtable
tó lọ́wọ̀ *adj.* respectable
tó mọ́ jùlọ *adj.* sanctimonious
tó mójú ẹni *adv.* tamely
tó mọ́lẹ̀ *adj.* refulgent
tó móoru *adj.* torrid
tó ń rin *adj.* ticklish
tó ndínkù *n.* reductive
tó nfọ́ *adj.* shattering
tó nílò *adj.* applicable
tó nílò *adj.* requisite
tó níṣe *adj.* pertinent
tó níṣe *adj.* relevant

tó níyọ̀ *adj.* salty
tó nmì *adj.* shaky
tó ńṣàn *adj.* runny
tó nṣẹlẹ̀ *adj.* recurrent
tó nṣerere *adj.* vibrant
tó nṣiṣẹ́ *adj.* operational
tọ pala *adj.* lanky
tó pàpọ̀jù *adj.* superabundant
tó pàtàkì *adj.* integral
tó pẹ̀lú *adj.* inclusive
tó péye *adj.* wholesome
tọ pinpin *adj.* pry
tó pọ̀ *adj.* major
tó pupa *adj.* reddish
tó ràn *adj.* contagious
tó rékọjá *adj.* transcendent
tó rinlẹ̀ *adj.* exhaustive
tó rinlẹ̀ *adj.* stentorian
tó ṣáájú *n.* precedent
tó ṣàjòjì *adj.* unpopular
tó sánlé *adj.* runaway
tó ṣeégbé *adj.* habitable
tó ṣeékà *adj.* legible
tó ṣeélò *adj.* usable
tó ṣeérí *adj.* visible
tó ṣeéṣe *adj.* feasible
tó ṣeéṣe *adj.* realistic
tó ṣẹ́kù *adj.* residual
tó ṣiṣẹ́ *adj.* functional
tó ṣiṣẹ́ *adj.* operative
tọ́ sọ́nà *n.* guide
tó sọnù *adj.* missing
tó ṣòro *adj.* stringent
tó sùn *adj.* recumbent
tó súni *adj.* jaded
tó súnmọ́ *adj.* dear
tó súnmọ́ *adj.* proximate
tó tẹ̀lé *adj.* consecutive

tó tẹ̀le v. ensue
tó tẹ̀le v. next
tó tẹ̀léra adj. concurrent
tó tẹ̀lẹ́ra adv. consecutively
tò tẹ̀léra v. serialize
tó tipẹ́ adj. outdated
tó tipẹ́ adj. immemorial
tó tiyọ́ adj. molten
tó tọ́ adj. right
tó tutù adj. dampness
tò v. arrange
tọ́ v. nurture
tọ̀ v. urinate
tọ wọ́bọ̀ v. delve
tó wọ́pọ̀ adj. workaday
tó wúlò adj. useful
tó yapa adj. errant
tó yáragbẹ adj. volatile
tó yàtọ̀ adj. different
tó yàtọ̀ adj. peculiar
tò yàtọ̀ adj. radical
tó yàtọ̀ adj. unique
tó yàtọ̀ adj. unusual
tó yẹ adj. apposite
tóbá adj. stricken
tóbi adj. big
tóbi adj. enormous
tóbi adj. great
tóbi adj. hefty
tóbi adj. robust
tóbi adj. sizeable
tóbi n. behemoth
tóbi n. bulk
tọ̀dáràn adj. roguish
tódùn adj. sumptuous
tódùn adj. sweet
tọfí n. toffee
tófún adj. sustainable

tóga adv. highly
tóga jù adj. incredible
tògbé adj. sleepy
tógbẹ adj. skinny
tògbé v. slumber
tògbé v. drowse
tògbé v.i. doze
tógbó adj. ragged
tóhá adj. snug
tóhàn adj. salient
tóhàn adj. transparent
tóhàn díẹ̀ adj. translucent
tohùn adj. sonic
tójọra adj. analogue
tójù bẹ́ẹ̀ adj. disingenuous
tojú bọ v. meddle
tójú ẹṣin v. groom
tójú òkú v. embalm
tójú òkú v. mummify
tójú v. treat
tójú v.t. conserve
tọ́ka sí adj. imply
tọ́ka sí adj. indicative
tọ́ka sí v. pinpoint
tọ́ka v. indicate
tọkàn tọkàn adj. whole-hearted
Tòkè òkun adj. Mediterranean
tókè òkun adj. transatlantic
tóki adj. thick
tọkọ taya n. couple
tọkọ taya n. spousal
tókù adj. spare
tókún fún adj. replete
tóle adj. dire
tóle adj. harsh
tóle adj. serious
tóle adj. solid
tólé ran iná adj. inflammable

tólè ṣẹlẹ̀ *adj.* probable
tólé wájú *adj.* premier
tólè wọmi *adj.* submersible
tólekú *adj.* grand
tòléra *v.* stratify
tòló tòló *n.* goose
tòló tòló *n.* turkey
tólóró *adj.* toxic
tòmátì *n.* tomato
tómbọ̀ *adj.* forthcoming
tómi kòlèwọ̀ *adj.* watertight
tọmọ bìrin *adj.* girlish
tọmọ dé *adj.* puerile
tọmọ nìyàn *adj.* humanitarian
tón dìde *adj.* upcoming
tón dunni *adj.* sore
tón fẹ̀hìntì *adj.* retiring
tón yípadà *adj.* variable
tondó *n.* blob
tondó *n.* dot
tónígun mẹ́rin *adj.* rectangular
tónlẹ̀ *adj.* sticky
tónlé padà *adj.* repellent
tónlọ *adj.* moving
tónyẹ̀ *adj.* shifty
tọ́ọ̀gì *n.* thug
tóóró *adj.* narrow
tọọrọ *adj.* spindly
tọ́ọ̀ṣì *n.* flash light
tòótọ́ *adj.* bonafide
tòótọ́ *adj.* candid
tòótọ́ *adj.* certain
tòótọ́ *adj.* devout
tòótọ́ *adj.* real
tòótọ́ *adv.* certainly
tọpa padà *v.t.* retrace
tọpa *v.t.* trace
tópásì *n.* topaz

tópọ̀ *adj.* voluminous
tópọ̀ *adv.* substantially
tòpọ̀ *v.* synthesize
tópọ̀jù *n.* most
tópọ́n *adj.* ripe
tọrẹ *v.* donate
tórọ́ *adj.* supple
tọrọ àforíjì *v.* apologize
tọrọ *v.* elicit
tọ̀run *adj.* celestial
tọ̀run *adj.* heavenly
tóṣá *v.i.* fade
tóṣe jẹ́rìí *adj.* credible
tóṣe mú *adj.* tactile
tóṣe mú *n.* tangible
tóṣeé dáríjì *adj.* pardonable
tóṣeé gbé *adj.* portable
tóṣeé múkiri *n.* mobility
tóṣeé yípadà *adj.* mutable
tóṣeé yọ *adj.* removable
tọ́sí *n.* merit
tósúni *adj.* vapid
tótẹ̀lé *adj.* subsequent
tóti kọjá *adj.* outmoded
tóti kọjá *adj.* quondam
tóti rà *adj.* putrid
tótipẹ́ *adj.* ancient
tótò tó *n.* speckle
tótóbi *adj.* bulky
tótòtó *n.* mottle
tówà *adj.* available
tówà lásán *adj.* vegetative
tówà ní kóòtù *adj.* subjudice
tówà nípò *adj.* incumbent
tòwe *adj.* proverbial
tọ̀wọ̀ tọ̀wọ̀ *adj.* reverential
tọ́wò *v.* taste
tòwú *adj.* woollen

toyàtọ̀ adj. classic
tóyàtọ̀ sí adj. unorthodox
tóyé adj. palpable
tóyẹ adj. suitable
tóyẹ adj. worthy
tóyìn adj. laudable
trídẹ́ntì n. trident
trílíọ́ọ̀nù adj.& n. trillion
tt ìwọ́ adj. umbilical
tú àṣírí v. demystify
tú ẹrù sílẹ̀ v. unpack
tú ẹrù v. ransack
tú ẹrù v. rummage
tu jáde v. emit
tú jáde v. discharge
tú jáde v. spurt
tú jáde v.i. ooze
tù nínú n. comfort
tù nínú v. mollify
tù nínú v.t. console
tú palẹ̀ v. dismantle
tù rárí n. incense
tú sílẹ̀ v. deliver
tú sílẹ̀ v. liberate
tú sómi v.t. dissolve
tú v. fray
tú v. loosen
tú v. undo
tú v. unfurl
tù v. pacify
túbú n. jail
tùjọ v. compile
túká v. disband
túká v. dispel
túká v. divest
tukọ̀ ṣefàájì n. yachting
tukọ̀ v. navigate
tukọ̀ v. sail

tukọ̀ v. steer
tùlára v. soothe
túmọ̀ èdè v. translate
túmọ̀ èdè v. interpret
tumọ sí adj. synonymous
túmọ̀ v. define
tún bùsì v. refill
tún búyọ adj. resurgent
tún daramọ́ v. rejoin
tún èròpa v. rethink
tún farahàn v. reappear
tún fihàn v. replay
tún fisí v. refit
tún ibẹ̀ṣe v. redress
tún ilé gbékalẹ̀ v.t. sublet
tún múdè v. recapture
tún niṣe v. rehabilitate
tún pàdé v. reunite
tún rẹ́pọ̀ v. reconcile
tun rò v. reconsider
tún ṣe v. correct
tún ṣè v. reoccur
tún ṣẹlẹ̀ v. recur
tún táyà ṣe v. retread
tún tò v. reconstitute
tun tun adj. new
tún yẹwò v. revise
túndá v. recreate
tuni lára v. relieve
túnkọ́ v. rebuild
túnkọ́ v. reconstruct
túnlé ṣe n. renovate
túnlò v. reuse
tunṣe v. adjust
túnṣe v. amend
túnṣe v. fix
túnṣe v. maintain
túnṣe v. rectify

372

túnṣe v. repeat
túnṣe v. tinker
tunsọ v. reaffirm
túnsọ v. iterate
túntò v. revamp
tura v. refresh
túraká v. express
túraká v. unwind
túsílẹ̀ v. release
túsílẹ̀ v. unleash
tutù adj. lush
tutù adj. cool
tutù adj. dank
tútù adj. damp
tútù adj. wet
tutù jù adj. genteel
tútù n. cold
tutù púpọ̀ adj. frigid
tutù v. drench
tutù wọnú adj. sodden
tutùjù adj. complacent
túúlu adj. migraine
tuwójọ n. scrimp
tùyé v. moult
túlẹ̀ v. dig

W

wà bákan v. subsist
wà hálà n. crisis
wa ihò v. gouge
wà káàkiri adj. ubiquitous
wá kiri v. search
wà lásán v. vegetate
wà láyé v. live
wà láyé v. survive
wà lẹ́hìn n. backing
wà títí adj. permanent

wá v. come
wà v. consist
wà v. exist
wá v.i. seek
wààsù v. preach
wààsù v. sermonize
wadi n. wadi
wádìí ọ̀rọ̀ v. debrief
wàfún ìlò adj. serviceable
wàhálà n. bedlam
wàhálà n. difficulty
wàhálà n. trouble
wàhálà n. furore
wàhálà n. strait
wàhálà n. problem
wáìnì n. wine
wákàtí n. hour
wakọ̀ v. cruise
wakọ̀ v. drive
wálábì n. wallaby
wálẹ̀ adj. lower
walẹ̀ v. excavate
wálẹ̀ v. lull
wálẹ̀ v. wane
wálrúsì n. walrus
wàrà n. cheese
wàrà n. curd
wàrà n. mozzarella
wàrà n. yogurt
wárá pá n. epilepsy
wàrà wàrà adj. cursory
wáyà n. filament
wáyà n. wire
wàyí adv. now
wé v. wrap
wẹ̀ v. bathe
wẹ́ẹ̀bù n. web
wẹ̀mọ́ v. exonerate

373

wèmọ́ v. purge
wépọ̀ v. furl
wèrè n. maniac
wẹ́wẹ́ adj. small
wéwu v. imperil
wí rèégbè adj. incoherent
wí règbè v. prattle
wí wúga n. pomposity
wíígì n. wig
wíjọ́ v. complain
wírè égbè v. garble
wírè égbè v. gibber
wírè égbè v. witter
wíwà n. existence
wíwà nílíle n. toughness
wíwahò n. burrow
wíwẹ̀ yìnwò adj. retrospective
wíwọ́ adj. lopsided
wíwọ kọ̀ v. commute
wíwò pẹ̀lú adj. relative
wíwọlé adj. penetration
wíwọ̀n a. measure
wọ adj. clad
wọ́ adj. sinuous
wọ ẹgbẹ́ adj. subscript
wò fínífíní v. peer
wò hàùn adj. peaky
wò ìwé v. browse
wò kọ́ṣe v.t. emulate
wọ́ nílẹ̀ v. demean
wọ́ pọ̀ adj. common
wọ́ rìn v. creep
wò sàn v.t. cure
wo v. behold
wó v. collapse
wó v. demolish
wọ v. tow
wọ̀ v. wear

wò v. discern
wọ́ v.t. drag
wọ̀bìà n. bulimia
wọ́gi lé v. overrule
wọkọ̀ lọ v. transport
wọlé v. resume
wọlé v. penetrate
wọlé v. enter
wòlíì n. prophet
wọ̀lù míràn v. immigrate
wọ́n adj. costly
wọ́n adj. exorbitant
wọ́n adj. expensive
wọ́n pron. them
wọn v. themselves
wọn v. measure
wọn v. mete
wọn v. weigh
wọnlẹ̀ v.t. survey
wọ́nú adv. aboard
wònú ara v. scan
wọnú prep. Into
wọnú v. introspect
wọnú v. assimilate
wọnú v. embed
wòó v. look
wòpé prep. considering
wọ́pọ̀ adj. predominant
wọ́pọ̀ adj. rife
wọ́rìn v. wade
wọ́ṣà n. washer
wòsàn v. heal
wọ́sẹ̀ rìn v. traipse
wọsọ v. clothe
wọsọ v.dress
wóyan rìn v. erode
wòye adj. perceptive
wú adj. puffy

wú *adj.* sullen
wú sókè *v.* boost
wú sókè *v.* swell
wuga *n.* bulge
wúga *v.* bloat
wúga *adj.* pompous
wúga *adj.* snobbish
wúkọ́ *v.* cough
Wúlò *adj.* constructive
Wúlò *adj.* handy
Wúlò *adj.* practicable
wúndíá *n.* virgin
Wúru wùru *adj.* bedraggled
Wúru wùru *adj.* coarse
Wúru wùru *adj.* haggard
wúwo *adj.* heavy
wúwo *adj.* leaden
wúwo *adj.* weighty

Y

ya *v.* tear
yá *v.* bask
yá *v.* lend
yà *adv.* asunder
yà *v.* separate
ya àwòrán *v.* draw
ya kúrò *v.* detach
yà kúrò *v.* digress
yà lẹ́nu *v.* amaze
yà lẹ́nu *v.i.* marvel
yà sílẹ̀ *v.* overtake
yà sọ́tọ̀ *adv.* apart
yà sọ́tọ̀ *v.* dedicate
yà sọ́tọ̀ *v.* discriminate
ya wèrè *adj.* crazy
ya wèrè *v.* mad
ya wèrè *v.* mania
ya wọlú *v.* invade
yáàkì *n.* yak
yadi *adj.* deaf
yágbẹ́ *v.* excrete
yàgbẹ́ *v.* defecate
yàgò fún *v.t.* refrain
yàlẹ́nu *v.* astonish
yàlọ́sí *v.t.* divert
yan *v.* bake
yan *v.* march
yán *v.* yawn
yàn *v.* opt
yán nú *adj.* ravenous
yàn sípò *v.* appoint
yangí *n.* silt
yani lẹ́nu *adj.* racy
yani lẹ́nu *adj.* striking
yanjú *v.* solve
yanturu *adj.* prodigious
yanu *adj.* aghast
yánu *adj.* brash
yànu *v.* astound
yánu sọ̀rọ̀ *adj.* outspoken
yapa *v.* deviate
yapa *v.* sunder
yapa kúrò *v.* secede
yára *adj.* brisk
yára *v.* bustle
yára *adj.* eager
yára *adj.* fast
yára *v.* hasten
yára *v.* hurry
yára *adj.* nimble
yára *adj.* quick
yára *adj.* rapid
yára *adj.* swift
yàrá *n.* bunker

yàrá *adj.* chamber
yàrá *n.* room
yàrá abẹ́ ṣọ́ọ̀ṣì *n.* crypt
yàrá afẹ́ *n.* suite
yàrá ìgbàlejò *n.* lobby
yàrá ìgbàlejò *n.* lounge
yàrá ìwọṣọ àlùfáà *n.* vestry
yàrá kótópó *n.* cell
yàrá kótópó *n.* cubicle
yàrá òké *n.* garret
yàrá òkè *n.* loft
yàrá ọkọ̀ omi *n.* cabin
yàrá onífótò *n.* studio
yàrá ooru *n.* sauna
yàrá ọtí *n.* cellar
yára sọ̀rọ̀ *v.t.* gabble
yara sọ́tọ̀ *v.* segregate
yarí *adj.* adamant
yarí *v.* disagree
yarọ *v.* paralyse
yàsí *v.* diverge
yàsí mímọ́ *v.* consecrate
yàsí mímọ́ *v.* sanctify
yàtọ̀ *v.* differ
yàtọ̀ *adj.* odd
yáwó *adj.* deft
yàwòrán *v.* stipple
yayọ̀ *adj.* agog
yayọ̀ *v.t.* cheer
yayọ̀ *v.i.* excite
yayọ̀ *v.* felicitate
yayọ̀ *v.* rejoice
yé *v.* comprehend
yé *v.* lay
yé *v.t.* understand
yẹ *v.* befit
yẹ *v.t.* deserve
yẹ̀ kúrò *v.* waive

yẹ̀ ṣẹ́gbẹ̀ *v.* dislocate
yẹ̀ ṣẹ́gbẹ̀ *v.* shelve
yege *v.* outbid
yege *v.* qualify
yemọja *n.* nymph
Yen *n.* Yen
yẹra fún *v.i.* alienate
yẹra fún *v.* abstain
yẹra kúrò *v.* slink
yẹ́rí yẹ́rí *n.* sparkling
yeti *n.* yeti
yẹ̀wò *v.* check
yẹ̀wò *n.* probe
yẹ̀yẹ́ *n.* mockery
yí *v.* swivel
yí *v.* turn
yí *v.* twirl
yí *n.* veer
yí *v.* whirl
yí lọ́kàn *v.* dissuade
yí nílẹ̀ *v.i.* roll
yí ohùn *v.* demur
yí ohùn *v.* inflect
yí ọ̀rọ̀ *v.* misconstrue
yí padá *v.* reverse
yí padà *v.* alter
yí padà *v.* convert
yí padà *v.t.* modify
yí padà *v.* repent
yí padà *adj.* repentant
yi sẹ́hìn *v.* rewind
yí ṣeré *v.* twiddle
yí sínú *v.* encase
yí sọ́tùn sósì *v.* oscillate
yíbò *v.* rig
yídànù *v.* swivel
yídọ̀tí *v.* smudge
yíhùn padà *v.* modulate

yàrá *adj.* chamber
yàrá *n.* room
yàrá abẹ́ ṣọ́ọ̀ṣì *n.* crypt
yàrá afẹ́ *n.* suite
yàrá ìgbàlejò *n.* lobby
yàrá ìgbàlejò *n.* lounge
yàrá ìwọ̀ṣọ̀ àlùfáà *n.* vestry
yàrá kótópó *n.* cell
yàrá kótópó *n.* cubicle
yàrá òké *n.* garret
yàrá òkè *n.* loft
yàrá ọkọ̀ omi *n.* cabin
yàrá onífótò *n.* studio
yàrá ooru *n.* sauna
yàrá ọtí *n.* cellar
yára sọ̀rọ̀ *v.t.* gabble
yara sọ́tọ̀ *v.* segregate
yarí *adj.* adamant
yarí *v.* disagree
yarọ *v.* paralyse
yàsí *v.* diverge
yàsí mímọ́ *v.* consecrate
yàsí mímọ́ *v.* sanctify
yàtọ̀ *v.* differ
yàtọ̀ *adj.* odd
yáwọ́ *adj.* deft
yàwòrán *v.* stipple
yayọ̀ *adj.* agog
yayọ̀ *v.t.* cheer
yayọ̀ *v.i.* excite
yayọ̀ *v.* felicitate
yayọ̀ *v.* rejoice
yé *v.* comprehend
yé *v.* lay
yé *v.t.* understand
yẹ *v.* befit
yẹ *v.t.* deserve
yẹ̀ kúrò *v.* waive

yẹ̀ ṣẹ́gbẹ̀ *v.* dislocate
yẹ̀ ṣẹ́gbẹ̀ *v.* shelve
yege *v.* outbid
yege *v.* qualify
yemọja *n.* nymph
Yen *n.* Yen
yẹra fún *v.i.* alienate
yẹra fún *v.* abstain
yẹra kúrò *v.* slink
yẹ́rí yẹ́rí *n.* sparkling
yeti *n.* yeti
yẹ̀wò *v.* check
yẹ̀wò *n.* probe
yẹ̀yẹ́ *n.* mockery
yí *v.* swivel
yí *v.* turn
yí *v.* twirl
yí *n.* veer
yí *v.* whirl
yí lọ́kàn *v.* dissuade
yí nílẹ̀ *v.i.* roll
yí ohùn *v.* demur
yí ohùn *v.* inflect
yí ọ̀rọ̀ *v.* misconstrue
yí padá *v.* reverse
yí padà *v.* alter
yí padà *v.* convert
yí padà *v.t.* modify
yí padà *v.* repent
yí padà *adj.* repentant
yi sẹ́hìn *v.* rewind
yí ṣeré *v.* twiddle
yí sínú *v.* encase
yí sọ́tùn sósì *v.* oscillate
yíbò *v.* rig
yídànù *v.* swivel
yídọ́tí *v.* smudge
yíhùn padà *v.* modulate

377

yọ lẹnu v. vex
yọ lógún v. disinherit
yọ lọ́kàn v. disenchant
yọ lọ́ràn v. decriminalize
yọ lori v. glide
yọ nílẹ̀ v. slide
yọ nípò v. depose
yọ nípò v. dislodge
yọ nípò v. impeach
yọ nípò v. oust
yọ níṣẹ́ v. disengage
yọ níṣẹ́ v. retrench
yọ níṣẹ́ v. sack
yọ òfin kúrò v. deregulate
yọ omi kúrò v. dehydrate
yọ́ oró v. detoxify
yọ sílẹ̀ v. exclude
yọ sílẹ̀ v. isolate
yọ síta v. protrude
yọ sókè adj. conical
yọ sókè v. unearth
yọ́ wọlé v. infiltrate
yọ yìyín v. defrost
yọ̀dẹ̀ adj. gullible
yógà n. yoga
yógi n. yogi
yọ́jò v. seep
yọjú v. peep
yọjú ràn adj. curious
yọjú ràn adj. nosy
yọjú ràn v. obtrude
yọ́kàn padà v. relent
yọ́kẹ́lẹ́ adj. stealthy
yọ̀kiri v. slither
yọ̀lẹ adj. indolent
yọ̀lẹ adj. lazy
yọ̀lẹ adj. slothful
yọlẹ́nu v. bother

yọmi lójú adj. tearful
yọn da v.t. consent
yọ̀nda v. demobilize
yọ̀nda adj. exempt
yọ̀nda v.t. renounce
yọ̀nda fún v. vouchsafe
yọnu adj. fretful
yọnu v. irritate
yọnu v. malfunction
yọnú v. haunt
yọ́nú sí adj. piteous
yòpè adj. silly
yọpọ̀ v. squish
yọ́rìn v. sneak
yọ́rìn v. tiptoe
yọ́rọ́ yọ́rọ́ adj. wan
yọ́ṣe v. poach
yowó v. haggle
yún v.i itch
yuni fásítì n. university